शाइन ब्राइट

उद्योजक असलेल्या 'सीईओं'च्या प्रेरणादायी कथा

रश्मी बन्सल

अनुवाद
मुक्ता देशपांडे

मेहता पब्लिशिंग हाऊस

✆ +91 020-24476924 / 24460313 / Mob. No. 9545000513
Email : production@mehtapublishinghouse.com
Website : www.mehtapublishinghouse.com

SHINE BRIGHT by Rashmi Bansal

Translated into Marathi Language by Mukta Deshpande

शाइन ब्राइट / मार्गदर्शनपर

अनुवाद : मुक्ता देशपांडे
Email : author@mehtapublishinghouse.com
मराठी अनुवादाचे व प्रकाशनाचे हक्क : मेहता पब्लिशिंग हाऊस प्रा. लि., पुणे.
संस्थापक : सुनील अनिल मेहता
प्रकाशक : मेहता पब्लिशिंग हाऊस प्रा. लि.,
१९४१, सदाशिव पेठ, माडीवाले कॉलनी, पुणे – ४११०३०.
मुद्रक : श्री मुद्रा
मुखपृष्ठ : मेहता पब्लिशिंग हाऊस
प्रकाशनकाल : एप्रिल, २०२१ / पुनर्मुद्रण : सप्टेंबर, २०२३
किंमत : ₹ ४५०

P Book ISBN 9789353175566
E Book ISBN 9789353175573
E Books available on : amazonkindle Apple Books Google Play Books

बालमैत्रीण
आणि
आयुष्यभराची एक सच्ची मैत्रीण असलेल्या
शेफाली श्रीवास्तव हिला अर्पण

ऋणनिर्देश

पवन गोएंका आणि हर्ष भानवाला यांची उदारपणे ओळख करून दिल्याबद्दल वैद्य, म्हणजेच के. एन. वैद्यनाथन - एक मित्र, चाहता आणि IIMA मधला सीनिअर. माझ्या विचारांना तपासून बघण्याचं माध्यम बनल्याबद्दल आणि फारसं गप्प न बसणारा चिअरलीडर असण्याबद्दल खूप खूप आभार!

माझी प्रिय मैत्रीण पियुल मुखर्जी (पिराना फेम) हिनं तिचे सहाध्यायी असलेल्या नितीन परांजपे यांची ओळख करून दिल्याबद्दल तिचेही आभार. ते HUL चे CEO असताना त्यांच्या अल्टामाउंट रोडवरच्या राजेशाही निवासस्थानी जाऊन नितिन परांजपे यांची भेट घेण्याची संधी मला मिळाली.

आयआयएमए पदवीधर बनण्यापूर्वी आणि टाटांसाठी महत्त्वाची व्यक्ती बनण्यापूर्वी JAM मासिकासाठी काम करणाऱ्या ए. श्रीनिवास राव यांचे आभार. टाटा केमिकल्सकडे माझं लक्ष वेधण्यासाठी आणि मला भेटण्यासाठी आर. मुकुंदन यांना एक चांगलं कारण मिळवून देण्यासाठी (कारण 'श्रीनि' म्हणाला म्हणून) धन्यवाद.

विनीत गौतम यांचं नाव सुचवलं आणि त्यांच्या संपर्कासाठी तपशील पुरवला म्हणून माझी आयआयएमएची सहाध्यायी आणि माझ्यासारखीच लेखिका असलेली नम्रता राणा हिचे आभार.

माझ्या सगळ्यांबरोबरच्या भेटी निश्चित करणारे आणि उत्तम दर्जाची छायाचित्रं उपलब्ध करण्याच्या माझ्या सततच्या तगाद्याला मान देणारे, मित्रत्वानं वागणारे हे सगळे : केया मुरिया आणि किरण खोसला (टाटा केमिकल्स), नम्रता ठक्कर (बेस्टसेलर इंडिया), लक्ष्मी उन्नी (NABARD), डॉमिनिका डिसूझा आणि जॉन परेरा (महिन्द्रा ऑटो), एम. सेंथिल आणि एम. के. तलवार (NITI आयोग), यांचे आभार.

माझे प्रकाशक गौतम पद्मनाभन्, संपादक दीप्ती तलवार आणि प्रचालन प्रमुख सतीश सुंदरम् यांचे आभार.

आणखी एक सुंदर कव्हर डिझाइन केल्याबद्दल आणि पुस्तकाची विचारपूर्वक रचना केल्याबद्दल सेमीचे आभार.

शेवटचे ६ महिने माझ्यासाठी कठीण होते आणि त्यामुळे पुस्तक प्रकाशित व्हायला उशीर लागला.

प्राणिक उपचार पद्धतीचा अवलंब करण्यासाठी मला मोलाचं मार्गदर्शन करणाऱ्या कविता बोध आणि वेंकटाचलम कृष्णन् यांची मी अत्यंत ऋणी आहे. माझ्या सगळ्या कार्यांना आशीर्वाद असू द्यावेत, अशी या जगन्नियंत्याच्या चरणी कळकळीची प्रार्थना.

डॉ. रोहन बोकडावाला - तुम्ही म्हणजे मूर्तिमंत कणखरपणा आहात.

सुनील हांडा, यांचा हात सदैव माझ्या मस्तकावर असतो.

माझी सहकारी वर्षा शहा - तिची समर्पित वृत्ती, उत्साह आणि जीवन जगण्याची अपार ऊर्मी यांना माझा सलाम. आपण एकमेकींच्या साथीनं 'हे प्रत्यक्षात आणू.'

माझी समाजमाध्यमांवरची उपस्थिती क्लेशकारक न ठरता आनंददायी ठरण्यामागे ज्या सृजनशील आणि उत्साही अशा सुरभी जैन हिचा हात आहे, तिचेही आभार.

बहुतांश मुलाखतींचं शब्दांकन करण्याचे कष्ट घेणाऱ्या कुलदीप मकवाना यांचे आभार. शेवटचा भाग तितक्याच समर्थपणे शब्दांकित करणाऱ्या जिनिका शारदा यांना धन्यवाद.

कोअर हाउसचे स्नेहल भाई, जे नेहमी आम्हाला 'अकाउंटेबल' आणि GST साठी तयार ठेवतात, त्यांचे आभार.

आमची 'लीगल ईगल' - कायदेशीर बाबी सांभाळणारी 'राजकन्या कौर' वंदना शहा. तू आमची काळजी घेतेस आणि आम्ही आरामात राहतो. हा टोस्ट 'ताश्कंद'साठी!

निरपेक्ष प्रेमाचा अर्थ शिकवणारी माझी मुलगी निवेदिता, तुला खूप प्रेम. आणि छोटीशी, बागडणारी माया, तिला हे आधीपासूनच माहीत आहे आणि दिवसातून कितीतरी वेळा ती ते दर्शवतेही!

माझी प्रिय लता, जी माझ्या दगडविटांच्या घराला घरपण देते आणि जगातला सगळ्यात उत्तम चहा बनवते.

आणि सर्वांत शेवटी शेल्डनचे आभार, मी 'आयआयएम माफिया' गँगमधली आहे असं त्याला वाटतं आणि तरीही तो माझ्यावर प्रेमच प्रेम करतो. माझीच एक अधिक चांगली, सुधारित आवृत्ती बनण्याची प्रेरणा मला देतो.

लेखिकेचे दोन शब्द

दक्षिण मुंबईत असलेल्या TIFR (टाटा इन्स्टिट्यूट ऑफ फंडामेंटल रिसर्च) च्या हिरव्यागार परिसरात मी लहानाची मोठी झाले.

शास्त्रज्ञ कसे असतात हे तुम्ही जाणताच - हे बुद्धिमान लोक मायक्रोस्कोपला किंवा टेलिस्कोपला डोळे लावून सारखं काहीतरी बघत असतात. फळ्यावर किचकट समीकरणं मांडतात आणि ती सोडवण्यासाठी या परिसराच्या जवळ असलेल्या समुद्रकिनाऱ्यावर येरझारा घालत राहतात. बुशशर्ट घातलेले आणि लुंगी नेसलेले बरेचसे काका लोक या प्रकारात मोडतात.

पण आधुनिक विज्ञान ही काही एकट्यानं एकांतात करण्याची गोष्ट राहिलेली नाही, विशेष करून प्रायोगिक भौतिकशास्त्र - Experimental Physics या क्षेत्रात.

१९९० साली, नासा (NASA) आणि युरोपियन स्पेस एजन्सी यांनी संयुक्तणे हबल दुर्बिणीचा प्रकल्प प्रत्यक्षात आणला, त्यासाठी १.५ अब्ज डॉलर्स (आजच्या हिशेबानं ३ अब्ज डॉलर्स) इतका खर्च आला. पृथ्वीच्या भोवती असलेल्या वातावरणाच्या बाहेर स्थापित असलेल्या या शक्तिशाली दुर्बिणीनं दूरवरच्या सृष्टीच्या/ ब्रह्मांडाच्या यापूर्वी कधीही न पाहिलेल्या प्रतिमा टिपल्या.

याच्याशी स्पर्धा करण्याचा विचार एक भारतीय शास्त्रज्ञ कसा करू शकला असेल? तर, वेगळा विचार करून.

२००० साली, TIFR मधल्या एका क्ष-किरण खगोलशास्त्रज्ञानं ॲस्ट्रोसॅट (Astrosat)साठी एक प्रस्ताव सादर केला - ॲस्ट्रोसॅट म्हणजे भारताचा खगोलशास्त्राला समर्पित असलेला पहिला उपग्रह. त्या शास्त्रज्ञाची कल्पना अगदी सोपी होती : अनेक 'डोळ्यां'च्या संचाद्वारे दूरवरच्या अवकाशीच्या वस्तूंविषयी नवीन महिती गोळा करायची.

हबल दुर्बीण ही तिच्या प्रकारच्या गटात सर्वोत्तम असली तरी ती मर्यादित तरंगलांबींचं निरीक्षण करू शकणार होती.

ॲस्ट्रोसॅट, ऑप्टिकल, UV आणि सॉफ्ट एक्स-रे आणि हार्ड एक्स-रे तरंगलांबींची निरीक्षणं ५ अचूकपणे स्थापित केलेल्या उपकरणांद्वारे करू शकणार होता. ही सगळी उपकरणं भारतात, आपल्या शास्त्रज्ञांकरवी फक्त १८० कोटी

रुपयांच्या (२७ दशलक्ष डॉलर्स) अर्थसाहाय्यावर तयार करण्यात येणार होती.

फक्त एक सर्वोत्कृष्ट फलंदाज नाही, तर एक जबरदस्त अष्टपैलू खेळाडू.

ती कल्पना, थोडी धाडसी, साहसी आणि थोडी 'वेडेपणाची'. त्यावेळचे इस्रोचे अध्यक्ष के. कस्तुरीरंगन यांनी मोठ्या उत्साहानं ती उचलून धरली आणि सुरुवातीचा निधी मंजूर केला. परंतु केंद्रीय मंत्रिमंडळाची अधिकृत मान्यता मिळवून हा प्रकल्प खऱ्या अर्थाने जोमानं सुरू व्हायला २००४ साल उजाडलं.

या प्रकल्पासमोर अनेक प्रकारची तांत्रिक आव्हानं होती. सामान्य माणसाच्या भाषेत बोलायचं तर सगळी उपकरणं वजनाला हलकी आणि न गळणारी असणं अत्यावश्यक होतं. अत्यंत सुबकपणे तयार केलेली आणि एकमेकांना अचूकपणे जोडता येण्याजोगी आणि अवतरणाच्या/ प्रक्षेपणाच्या वेळी निर्माण होणारी कंपनं आणि धक्के सहन करू शकतील अशीही.

TIFR इंडियन इन्स्टिट्यूट ऑफ ॲस्ट्रोफिजिक्स (IIA), इंटर-युनिव्हर्सिटी सेंटर फॉर ॲस्ट्रॉनॉमी ॲन्ड ॲस्ट्रोफिजिक्स (IUCAA), रामन रिसर्च इन्स्टिट्यूट आणि इस्रो सॅटेलाइट सेंटर यांच्या टीम्स एखादी मोहीम हाती घ्यावी अशा भावनेनं अथकपणे काम करत होत्या. येणाऱ्या अडचणींवर उपाय शोधत होत्या, तुटपुंज्या साधनसामग्रींचा काटेकोरपणे वापर करत होत्या.

कधीही संपणार नाहीत असं वाटणारे विलंब येत गेले तरीही सगळे एकाग्रचित्त आणि प्रेरित होते, उत्साहानं भारलेले.

२८ सप्टेंबर २०१५ रोजी, श्रीहरिकोटाहून PSLVC30 द्वारे ॲस्ट्रोसॅट पृथ्वीच्या कक्षेत सोडला गेला. पण यश साजरं करण्याचा क्षण अजून आला नव्हता. ही सगळी उपकरणं खरंच काम करतील का? 'काहीही' होऊ शकणार होतं! एखादा छोटा सुटा भाग, एखादी सुटलेली वायर, एखादी चुकलेली जोडणी...

पण हे सगळं अचूकपणे काम करायला लागलं तेव्हा सगळीकडे आनंदाचं वातावरण निर्माण झालं, यश साजरं होऊ लागलं आणि सुटकेचे नि:श्वास टाकले गेले.

३ वर्षांनंतरही ॲस्ट्रोसॅट गुंतागुंतीच्या आणि सतत बदलत असलेल्या ब्रह्मांडाविषयी बहुमूल्य माहिती आणि अधिक चांगलं चित्र पाठवत राहिला आहे. त्याशिवाय, त्याद्वारे निरीक्षणाच्या वेळापैकी ७५ टक्के वेळ हा भारतीय आणि परदेशी खगोलशास्त्रज्ञांसाठी खुला ठेवला गेला आहे. त्यामुळे हा खऱ्या अर्थानं खुला आणि लोकशाही मार्गाचा अवलंब करणारा वैज्ञानिक स्रोत ठरला आहे.

मी तुम्हाला सांगत असलेली ही कहाणी व्यवसाय आणि उद्योग यांच्याशी काहीही संबंध नसलेली वाटत असली तरी या पुस्तकाच्या संकल्पनेशी तिचं प्रगाढ नातं आहे.

वैज्ञानिक जगतात, प्रकल्पप्रमुखाला Principal Investigator मुख्य संशोधक - म्हणून ओळखलं जातं. ॲस्ट्रोसॅटसाठी प्रस्ताव ज्या वैज्ञानिकानं लिहिला - आणि त्या प्रकल्पाच्या मागे आपली मार्गदर्शक शक्ती ज्यानं पूर्ण ताकदीनिशी लावली- ते होते डॉ. प्रल्हाद चंद्र अग्रवाल. ते माझे हिरो आहेत, माझे वडील.

एखाद्या मोठ्या संघटनेत स्टार्ट-अपप्रमाणे काम करण्यासाठी सांघिक प्रयत्नांची किंवा त्याहीपेक्षा जास्त प्रयत्नांची आवश्यकता असते. खऱ्याखुऱ्या स्टार्ट-अप पेक्षा यासाठी जास्त प्रयत्न करावे लागतात. खूप सारे शास्त्रज्ञ, इंजिनिअर्स, तंत्रज्ञ आणि मदत करणारे इतर कर्मचारी 'विज्ञानाचा गौरव वाढवण्या'साठी म्हणून एकत्र बांधले गेले होते.

कोणालाही या कामासाठी अतिरिक्त पैसे, मानधन, ओव्हरटाइम दिला गेला नाही. त्यांनी ते काम केलं कारण ते करण्याची त्यांची इच्छा होती.

मला सगळ्यात जास्त कौतुक वाटतं ते ॲस्ट्रोसॅटच्या जिद्दीचं, चिकाटीचं. ही कल्पना जन्मली तेव्हापासून ती प्रत्यक्षात येईपर्यंत १५ वर्षांचा कालावधी लोटला होता.

वास्तविक पाहता, 'मुख्य संशोधक' तांत्रिकदृष्ट्या तेव्हा निवृत्तीच्या उंबरठ्यावर उभा होता. पण, ही बाब त्याला आपल्या स्वप्नाचा पाठलाग करण्यापासून परावृत्त करू शकली नाही. आणि बघा, काय जादू झाली ते!

या सगळ्याचं थोडक्यात सार काय तर, कोणताही बदल घडवून आणण्यासाठी प्रयत्न करायला कधीही काळाचं बंधन असत नाही.

एखादा स्टार्ट-अप म्हणजे बीनबॅग्ज असलेलं ऑफिस आणि सरासरी २३ वय असलेली टीम असणंच आवश्यक नसतं.

खासगी क्षेत्रात, सार्वजनिक क्षेत्रात, सामाजिक क्षेत्रात आणि सरकारी क्षेत्रात आश्चर्यकारक गोष्टी घडू शकतात. जेव्हा लोक 'अधिक काही करण्या'साठी, 'अधिक काही बनण्या'साठी झपाटलेले असतात.

पूर्वी कधीही न केलेल्या गोष्टी करण्यासाठी तुम्ही स्वतंत्र असता. आणि काही वेळा, या प्रक्रियेदरम्यान अपयशी ठरण्याचंही स्वातंत्र्य असतं.

प्रत्यक्षात एखाद्या कामाची, स्वप्नाची मालकी नसतानाही 'आपलेपणा'ची मालकी असण्याची भावना असते, तेव्हा ते काम म्हणजे 'अंतरीची हाक' बनून जाते.

अशी तुमच्या 'अंतरीची हाक' शोधून काढा आणि मग बघा तुम्ही कसे बहरता, कसे वाढता ते!

– रश्मी बन्सल
मार्च २०१९

अनुक्रमणिका

विभाग १
सृष्टी

प्रारंभी ती एक परिकल्पना होती, एक स्वप्न होतं आणि ते स्वप्न त्या एका उद्योजकाकडे होतं. ते वास्तवात उतरवण्यासाठी त्यानं एका व्यावसायिकाला आपल्या सोबतीला घेतलं, त्यानं ते स्वप्न आपलं मानलं. हा व्यावसायिक त्या स्वप्नाचा सहनिर्माता असणार होता.

पवन गोएंका
महिंद्रा ऑटो

एक संशोधक शास्त्रज्ञ म्हणून आयुष्याची सुरुवात करणारे पवन गोएंका नंतर एका मोठ्या भारतीय कुटुंबाच्या मालकीच्या कंपनीत एका स्टार्ट-अप प्रकल्पाचे प्रमुख म्हणून दाखल झाले. या कंपनीनं आपलं सगळं भविष्य या प्रकल्पासाठी पणाला लावलेलं असतं – फार मोठी जोखीम! – पण जी भव्य प्रमाणात यशाची चव आता चाखत आहे; ही खेळी भलतीच यशस्वी ठरली आहे. पवन गोएंकाच्या सक्षम नेतृत्वाखाली जागतिक स्तरावरच्या बड्या धेंडांशी महिंद्रा ऑटो आता स्पर्धा करत आहे – आणि त्यांच्यापेक्षा सरस कामगिरी करून दाखवत आहे.

कार सेवा

जलदगतीनं वाहन चालवण्याची मुभा असलेल्या (फास्ट) लेनमधून तुम्ही गाडी चालवत आहात, वारा तुमच्या केसांशी लडिवाळपणे खेळत आहे, आजूबाजूचा देखावा मनाला भुरळ पाडतोय, कोणतेही खाचखळगे नसलेला आणि न संपणारा रस्ता आहे, तुमचे प्रियजन तुमच्या सोबत आहेत... प्रवास कसा आनंदात चालला आहे.

अमेरिकेत जनरल मोटर्स मध्ये संशोधक शास्त्रज्ञ (रिसर्च सायन्टिस्ट) म्हणून काम करणाऱ्या पवन गोएंकांचं आयुष्य हे असं होतं. आणि अचानक एक दिवस धूळभरल्या कच्च्या रस्त्यावरून चालण्यासाठी त्यांनी या आयुष्याचा त्याग करण्याचा निर्णय घेतला.

कारण, ही धूळभरली कच्ची सडक होती आपली, आपल्या देशाची. या भूमीच्या मातीची साद होती ती, परत बोलवणारी!

महिंद्रासाठी जागतिक दर्जाचं संशोधन आणि विकास केंद्र (R & D Centre) तू नाशिकला उभारावंस अशी माझी इच्छा आहे, आनंद महिंद्रा म्हणाले आणि सगळे सल्ले धुडकावून पवन गोएंकांनी तो प्रस्ताव स्वीकारला.

आपण नक्की काय स्वीकारलं आहे याची त्यांना त्या वेळी सुतराम कल्पना नव्हती.

१९९३ साली महिंद्राचं नाशिकमधलं संशोधन आणि विकास केंद्र म्हणजे ५० माणसं काम करत असलेली एक छोटी, दोनमजली इमारत होती.

"अरे बाप रे, हे आहे ते?" पवन गोएंका म्हणाले.

किक मारून सुरू कराव्या लागणाऱ्या स्कूटरसाठी जेव्हा तुम्ही तुमची फेरारी विकता, तेव्हा तुम्ही काय करता?

तुम्ही एक अधिक चांगली स्कूटर निर्माण करण्याचा निर्णय घेता आणि मग त्यानंतर एक कार. अशीतशी कार नाही, 'भारी' कार, तुमच्या देशाला हवी असणारी कार.

लोक म्हणतात- हे शक्य नाही. कोणतीही भारतीय कंपनी हे करू शकत नाही. आणि लोकांचं मत चुकीचं होतं हे तुम्ही सिद्ध करता.

'एका प्रस्थापित व्यवस्थेच्या आत शिरून काही करून दाखवणं,' यालाच आंतरउद्योजकता (intrapreneurship) म्हणतात. ही गोष्ट आहे डॉ. पवन गोएंका यांची, जुन्या व्यवस्थेत नवीन गोष्टींचं बीजारोपण करण्याची, भव्य आणि धाडसी संकल्पनांचं बीजारोपण.

सातत्यानं धडपडत, चुका करत, शिकत पुढे जाणं; एकजूट आणि श्रमांच्या समिधांनी रात्रीचा दिवस करून इच्छाशक्तीचं अग्निकुंड धगधगत ठेवणं यालाच तर म्हणतात.

आज, महिंद्रा ऑटो कंपनी वर्षभरात पाच लाखांपेक्षाही जास्त प्रवासी आणि मालवाहतूक करणारी वाहनं विकते.

भारतात आणि अमेरिकेत उभारलेल्या जागतिक दर्जाच्या संशोधन आणि विकास केंद्रांमध्ये अविरत संशोधन चालू असतं.

म्हणूनच, जर कच्ची, धूळभरली सडक खुणावत असेल तर घाबरू नका, मागे हटू नका, अशाच कच्च्या रस्त्यांच्या मार्गानं इतिहास रचला जातो.

उत्तर प्रदेश आणि मध्य प्रदेश या राज्यांच्या सीमेवर असलेल्या हरपालपूर या अगदी छोट्या गावात पवन गोएंकांचा जन्म झाला.

कोणीही या गावाचं नाव कधी ऐकलेलं नाही. मी सात वर्षांचा होईपर्यंत माझ्या आजोबांजवळ या गावात राहिलो – आम्ही त्यांना बापूजी म्हणायचो. त्या वेळी गावात साधी वीजही नव्हती.

मारवाडी लोक भारताच्या अनेक भागात, छोट्या शहरांमध्ये, गावांमध्ये, कसब्यांमध्ये स्थलांतरित झाले होते. पवन यांच्या पणजोबांनी हरपालपूरची निवड केली होती; ते तिथे व्यापार करायचे. न्यायबुद्धीनं आणि सचोटीनं वागणारे, अशी त्यांची ख्याती होती.

मी असं ऐकलं आहे की आम्ही राहत असलेलं घर आम्हाला महाराजांनी भेट दिलं होतं.

मात्र, पवन यांच्या पिताजींना आयुष्याकडून 'आणखी' काही हवं होतं आणि म्हणून बी. कॉम. करण्यासाठी ते कोलकात्याला गेले. तिथे एका चहा पावडर बनवणाऱ्या कंपनीत त्यांना नोकरी मिळाली. पगार काही फार नसला तरी पवन यांना कशाची कमतरता भासत नसे.

''माझ्या आई-वडिलांना महिना संपताना तारेवरची कसरत करावी लागायची याची जाणीव मला खूप नंतर झाली.''

पवन हे भावंडांमध्ये सगळ्यांत मोठे होते, त्यांच्या पाठीवर तीन भाऊ होते. सगळे जवळच्याच जैन विद्यालय या हिंदी माध्यमातल्या शाळेत जायचे. सगळेच भाऊ अभ्यासात खूप हुशार होते, वर्गात ते नेहमी पहिले यायचे.

त्यामुळे आई-वडिलांना कधीच आमची फी भरावी लागली नाही (त्या वेळी फी २० रुपये होती.) पहिला नंबर येत असल्यामुळे आम्हाला नेहमीच फीमध्ये सूट मिळायची!

त्या वेळी १०+१ अशी शिक्षणपद्धती होती. शेवटच्या बोर्डाच्या परीक्षेच्या एक वर्ष आधी पवनच्या वडिलांनी विचारलं, तुला आता काय करावंसं वाटतंय? कुटुंबात कोणीही इंजिनिअर नव्हतं तरी कसं कोण जाणे, पवन यांना इंजिनिअर व्हायचं होतं. तेव्हा त्यांच्या पिताजींनी त्यांना आयआयटीची परीक्षा देण्याविषयी सुचवलं.

पवन जरी हुशार होते तरी ही परीक्षा त्यांच्यासाठी कसोटी पाहणारीच होती. कारण, इंग्लिशमध्ये उत्तरं लिहिण्याची ही त्यांची पहिलीच वेळ होती. प्रश्न काय आहेत हेच समजत नव्हतं.

शेवटी कसाबसा हा १६ वर्षांचा मुलगा त्या दिव्यातून बाहेर पडला, त्यांचा ९००वा क्रमांक लागला. प्रतिष्ठित कानपूर आयआयटीमध्ये मेकॅनिकल इंजिनिअरिंगच्या प्रवेशाला पात्र ठरणारा हा शेवटचा विद्यार्थी होता.

त्यानंतरच्या वैद्यकीय चाचणीत हा मुलगा नापास होता होता राहिला. कमीत कमी ४१ किलो वजनाची मर्यादा आवश्यक असताना या चाचणीत पवन यांचं वजन केवळ ३३ किलो भरलं. डॉक्टर त्यांना तपासत असताना पवन इतके घाबरेघुबरे झाले की त्यांच्या हृदयाचे ठोके अतिजलद पडायला लागले.

''मला हृदयविकार नसल्याचं प्रमाणपत्र आणायला मला सरकारी हॉस्पिटल गाठावं लागलं.''

पवन यांना खरंतर आयआयटी खरगपूर इथे प्रवेश घ्यायचा होता, पण १९७० च्या दशकात बंगालमधल्या नक्षलवादी चळवळीमुळे मारवाडी समाजाच्या विरोधात जनमानस तयार झालं होतं. त्यामुळे घरापासून दूर कानपूरला जाण्यासाठी पवन यांनी कालका मेलमध्ये पाय ठेवला. पाण्यातून बाहेर काढलेल्या माशाप्रमाणे त्यांची अवस्था झाली होती, इंग्लिश भाषा कच्ची असल्यामुळे ही तडफड आणखीनच तीव्र झाली. वरच्या वर्गातल्या विद्यार्थ्यांनी चालवलेल्या रॅगिंग दरम्यान त्यांना विचारलं गेलं, ''इथे कधी आलास?''

> मी अभ्यासू विद्यार्थी होतो, पण वरची श्रेणी गाठण्याच्या शर्यतीत मी स्वत:चा बळी दिला का? नाही, मी स्वत:साठी म्हणून बराच मोकळा वेळ घालवायचो.

''काल आलो होतो (कल आया था) याचं इंग्लिश भाषांतर मुखावाटे असं बाहेर पडलं, ''मी उद्या इथे आलो. (I came here tomorrow.)''

सुरुवातीचे काही आठवडे अत्यंत खडतर होते, पवन यांच्या गावाकडच्या डोळ्यांना आणि कानांना काहीच समजत नव्हतं. वर्गातलं शिकवणंही डोक्यावरून जात होतं. पण मग, दोन गोष्टी घडल्या. एक म्हणजे मनातली उत्कट इच्छा. 'काहीतरी करून दाखवायचंच. घरी परत फिरणं हा काही पर्याय असूच शकत नाही.' आणि दुसरी म्हणजे प्राध्यापकांकडून मिळणारी मदत आणि पाठिंबा. अनेक विद्यार्थी इंग्लिशेतर एतद्देशीय भाषेच्या माध्यमात शिकून आले असल्यामुळे, त्यांना वर्ग संपल्यानंतर अतिरिक्त शिकवणी दिली जाऊ लागली.

''हळूहळू सगळ्या गोष्टींचं आकलन मला व्हायला लागलं आणि माझे गुण वाढायला लागले.''

तिसरं वर्ष संपता-संपता पवन वर्गात सर्वप्रथम येऊ लागले. आयआयटीच्या जीवनाशी ते पूर्णत: समरस होऊन गेले. ते बॅडमिंटन, टेबल टेनिस आणि ब्रिज खेळू लागले.

"खूप उशिरा माझ्या लक्षात आलं की ब्रिज हा केवळ पत्त्यांचा खेळ नव्हता... त्या खेळानं माझी स्मरणशक्ती तल्लख केली, माझी विचारक्षमता धारदार केली आणि विखुरलेले बिंदू तर्कसंगत पद्धतीनं कसे जोडायचे ते शिकवलं!"

एकंदरीत, आयआयटी कानपूर ही एक असाधारण संस्था होती, प्रत्येक क्षेत्रातले अत्यंत उत्कृष्ट शिक्षक तिथे होते. पवन यांना त्यातले काही शिक्षक आजही स्पष्ट आठवतात, प्रो. डेव्हनपोर्ट (रसायनशास्त्राचे जागतिक कीर्तीचे प्राध्यापक), प्रो. मलिक (शुद्ध गतिविज्ञान kinematics शिकवणारे तरुण प्राध्यापक), प्रो. स्टोक्स (उष्मावैज्ञिकी Thermodynamics), प्रो. घोष (हे विसराळू म्हणून प्रसिद्ध होते) आणि प्रो. धुपर (त्यांचे प्रकल्प सल्लागार).

शेवटच्या वर्षीचा गट प्रकल्पही पवन यांच्या लाडक्या आठवणींपैकी एक आहे : कोक-वितरक यंत्र (Coke-dispensing machine). ही त्या काळी भविष्यवेधी संकल्पना होती. प्रयोगांदरम्यान हे यंत्र जवळजवळ यशस्वीपणे काम करण्यापर्यंत येत असे, पण कसे कोण जाणे प्रत्यक्ष सादरीकरणाच्या वेळी त्यानं बरोबर कामगिरी करून दाखवली. (त्या एकाच वेळी ते यशस्वीरीत्या चाललं!)

माणसाच्या मनाला आकार देण्याचं काम ही अशीच लहानसहान संघर्षांची आणि विजयांची मालिका करत असते.

"म्हणूनच मला वाटतं, आयआयटीच्या शिक्षणानं जी भक्कम पायाभरणी केली, तिनं माझं अवघं आयुष्य घडवलं. हे यश तिथल्या अभ्यासक्रमाचं नाही, तर तुम्ही कशाप्रकारे विचार करता. कशाप्रकारे काम करता आणि एखादा प्रश्न कोणत्या मार्गाने सोडवता याबाबत जे संस्कार होतात, त्यांचं यश आहे."

त्या काळी, आयआयटीमधले सगळे बी.टेक.चे अभ्यासक्रम पाच वर्षांचे होते, त्यातली तीन वर्षं सगळ्यांसाठी सारख्याच अभ्यासक्रमाची होती आणि शेवटच्या दोन वर्षांत विशिष्ट शाखेनुसार अभासक्रम असायचा. त्यामुळे एकूणच अभियांत्रिकीसाठी हा चांगला पाया असायचा, फक्त तुम्ही तुमच्याच शाखेत प्रावीण्य मिळवलं असं होत नसे. आणखी एक अनोखा पैलू म्हणजे प्रत्येक विद्यार्थ्याला ६ ते ७ मानव-विज्ञानसंबंधी पाठ्यक्रम पूर्ण करावे लागायचे.

"आयआयटी कानपूरमध्ये अर्थशास्त्राचे जे मूलभूत नियम मी शिकलो ते आजही माझ्या स्मरणात आहेत. मी माझ्या आयुष्यात केलेला अर्थशास्त्राचा तो एकमेव अभ्यास आहे!"

शेवटच्या शैक्षणिक वर्षात त्यांच्या बहुतांश अन्य सहाध्यायींप्रमाणे पवन यांनी पुढील शिक्षणासाठी अमेरिकेला जाण्याचा निर्णय घेतला. इंटरनेट आणि ई-मेल अवतरण्यापूर्वीच्या त्या काळात अर्ज पोस्टानं पाठवावे लागायचे. एक 'अर्ज-पूर्व अर्ज' विद्यार्थ्याला विद्यापीठाकडे पाठवावा लागायचा. त्यानंतर विद्यापीठ तुम्हाला

अर्ज पाठवे. कॉर्नेल युनिव्हर्सिटीकडून बऱ्याच आठवड्यांनी ही काहीच उत्तर आलं नाही, तेव्हा पवन यांनी पुन्हा एक 'अर्जपूर्व' अर्ज पाठवला.

त्यानंतर लवकरच, पहिल्या पूर्वअर्जाला हा असा गूढ प्रतिसाद आला : 'तुम्ही पात्र नाही, क्षमस्व.' पण, काही अनाकलनीय कारणांमुळे, दुसऱ्या पूर्व-अर्जाला उत्तर म्हणून विद्यापीठानं अर्जाचा फॉर्म पाठवला.

"भारतीय डाक सेवेमुळे मला कॉर्नेल विद्यापीठात शिकायला जाता आलं असं मी लोकांना नेहमी सांगतो!" पवन गंमतीनं म्हणतात.

स्वप्नं सत्यात उतरायची असतील तर नशिबानं स्वप्नांशी हातमिळवणी करणं आवश्यक असतं.

हरपालपूर ते कोलकाता, कोलकाता ते कानपूर आणि आता अमेरिकेला. आजच्या काळात या प्रवासाचं काही विशेष वाटत नसलं तरी त्या काळात एका सर्वसामान्य मध्यमवर्गीय कुटुंबासाठी ही झेप खूप मोठी होती.

"वडिलांना विमानाच्या तिकिटाचा खर्च परवडण्याजोगा नव्हता... एका धर्मादाय संस्थेनं तो भार उचलला."

पवन यांचे वडील ज्यांच्याकडे काम करत त्या मि. कनोई यांनी या तरुणाला त्यांचा जुना कोट दिला, त्याला तो उपयोगी पडेल असं त्यांना वाटलं.

पवन यांनी तो जरी कधी वापरला नाही तरी तो पुढची अनेक वर्षं त्यांच्या कपाटात जपून ठेवलेला होता.

"माझ्या साध्यासुध्या प्रारंभाची ती आठवण होती..."

अमेरिका हा खूप मोठा सांस्कृतिक धक्का होती. त्या नवख्या भारतीय विद्यार्थ्यानं न्यू यॉर्क शहरात पाय ठेवला आणि ई-था-का (Ithaca)चं तिकीट मागितलं तेव्हा तो काय म्हणत होता ते तिकीट देणाऱ्या माणसाला कळलं नाही.

"असं कुठलं ठिकाणच नाही," अवाक् होऊन तो म्हणाला.

शेवटी, पवन यांनी कागदाच्या एका चिठोऱ्यावर त्या शहराचं नाव लिहिलं आणि इथाका (Ithaca)चं तिकीट त्यांना मिळालं.

सर्वस्वी भिन्न आणि नव्या वातावरणाशी, संस्कृतीशी जुळवून घेणं सोपं नव्हतं, पण सुदैवानं आयआयटी कानपूरमधून त्या वर्षी आणखी तीन विद्यार्थी कॉर्नेलला आले होते. ते सगळे एकत्र राहिले आणि त्यामुळे तिथे रुळणं जरा सोपं गेलं.

"आम्ही स्वयंपाक करायचो, भांडी घासायचो, अगदी एकमेकांचे केसही कापायचो. पोळ्या बनवणं ही माझी खासियत होती!"

पवन यांची दुखरी नस होती 'इंग्लिश बोलणं.' सुदैवानं, त्यांचे प्रबंध सल्लागार प्रो. जॅक बूकर हे फार समजूतदार आणि मदत करणारे होते.

"माझी TOEFLची गुणसंख्या फार चांगली नसल्यामुळे मला साहाय्यक शिक्षकाऐवजी संशोधन साहाय्यक म्हणून त्यांनी नियुक्त केलं. आणि हा निर्णय माझ्या खूपच फायद्याचा ठरला!"

पवन यांचा विषय होता 'ट्रायबॉलॉजी' इथे संशोधन आणि प्रबंध यावर जास्त भर दिला जात होता, तसा आयआयटीत दिला जात नव्हता. त्यांचा पदव्युत्तर प्रबंध हा गोलाकार बेअरिंग्जचं वंगणीकरण (उपस्नेहन) (Lubrication of spherical bearings) या विषयावर होता; तर पीएच.डी. करताना या संकल्पनेवर आणखी प्रगत संशोधन केलं गेलं. कृत्रिम कक्षांग सांध्याच्या उपस्नेहनावर (artifical hip-joint lubrication) त्या वेळी जास्त लक्ष केंद्रित केलं गेलं. म्हणजे, नैसर्गिक सांध्याच्या जास्तीत जास्त जवळ येईल अशाप्रकारे सांधा तयार करणं.

पीएच.डी. करतानाच्या काळात पवन खूप ब्रिज खेळले आणि विविध स्पर्धांमध्ये भाग घेण्यासाठी अमेरिकाभर फिरले. ते पोहायला, स्कीइंग करायला आणि बॉलरूममध्ये करण्याचं नृत्यही शिकले.

हे सगळे छंद जोपासत असतानाही पवन यांनी पदव्युत्तर अभ्यासक्रम आणि पीएच.डी. अवघ्या चार वर्षांत पूर्ण केली त्यांना दोन ठिकाणांहून नोकरीचे प्रस्ताव आले AR & T कडून आणि युनिव्हर्सिटी ऑफ पेन्सिल्व्हेनियाकडून. त्यांनी जनरल मोटर्स (GM) कंपनीतही अर्ज केला होता, परंतु त्यांचा नकार आला. फक्त ग्रीन कार्डधारकांनाच नोकरीवर ठेवायचं असं त्यांचं धोरण होतं. म्हणूनच, एका सोमवारी सकाळी GM कडून फोन आला तेव्हा पवन चकितच झाले.

> प्रयोगशाळेत संशोधन करताना तुम्ही एखादी इतकी छोटीशी गोष्ट आत्मसात करता की, अगदी कमी लोकांचा गट सोडला तर इतरांना हे माहीतदेखील नसतं की तिथे काही काम चालतं.

"आमच्याकडे जागा आहे... तुम्हाला अजूनही यायला आवडेल का?"

मंगळवारी पवन डेट्रॉइटला जाणाऱ्या विमानात बसले होते. एक मॅनेजर त्यांना विमानतळावर घ्यायला आला होता आणि मग पुढचा सगळा दिवस GM च्या कारखान्यात गेला. कोणत्याही प्रकारची 'मुलाखत' घेतली गेली नाही. एका खोलीत बसलेल्या संशोधन आणि विकास विभागातल्या लोकांसमोर पवन यांना त्यांच्या कामाविषयी बोलण्यास सांगण्यात आलं. नंतर, त्यातल्या प्रत्येकाशी पवन यांची सुमारे अर्धा-अर्धा तास बातचीत झाली. दुसऱ्या दिवशी नियुक्तीचं अधिकृत पत्र पवन यांच्या हातात पडलं – इतक्या झटपट गोष्टी घडल्या!

"मी ती GM ची नोकरी घेतली, कारण वाहन उद्योगात निश्चितच ग्लॅमर होतं. दुसरं कारण म्हणजे GMला ज्या प्रकारचं काम पाहिजे होतं, त्याप्रकारचा

आपल्या 'अपत्या' सोबत अभिमानानं मान उंचावून उभे असलेले वडील - महिंद्रा स्कॉर्पिओ.

माझा प्रबंध होता. त्यामुळे माझी सुरुवात छान झाली.''

पवनचे प्रारंभीचे बॉस बुच दी हार्ट हे कंपनीतले खूप जुने जाणते होते. ग्रॅज्युएट ट्रेनी इंजिनिअर म्हणून ते सुरुवातीला या कंपनीत आले होते. बहुरंगी-बहुढंगी व्यक्तिमत्त्व असलेले बुच अत्यंत प्रयोगशील, क्रियाशील होते. त्यांनी पवन यांना जीवनाच्या व्यावहारिक बाजूची ओळख करून दिली – GM मध्ये संशोधन आणि विकास कार्य करणं म्हणजे नेमकं काय, ते सांगितलं. पवन यांचा दुसरा बॉस हा फिलिपिन्स देशाचा होता, तो ही पीएच.डी. झालेला होता. त्याच्याकडूनही बरंच काही शिकायला मिळालं.

पण, पवन यांना दोन मोठे धडे नील शिल्क यांच्याकडून मिळाले. नील ही ती व्यक्ती होती जिनं मनुष्यबळ विकास (HR) विभागाचे नियम धाब्यावर बसवून ग्रीन कार्ड नसलेल्या भारतीयाला कामावर घ्यायचा निर्णय घेतला होता. कामावर रुजू झाल्यानंतर एक महिन्यानं पवन यांना काही वरिष्ठ मंडळींबरोबर एका मीटिंगसाठी बोलावण्यात आलं. तिथे पोचायला त्यांना एक मिनिट उशीर झाला. त्यावर नील फक्त एवढंच म्हणाले, ''पवन, मीटिंग सुरू झाली आहे, तू आता पुढच्या वेळी ये.''

''मला तिथून बाहेर जावं लागलं आणि त्यानंतर कधीही मी मीटिंगला उशिरा पोचलो नाही. हा धडा आयुष्यभरासाठी माझ्या सोबत राहिला आहे.''

दुसऱ्या वेळी, पवन यांनी २५ डॉलर्सचा खर्च दाखवला, पण त्याचं बिल सादर केलं नाही. २५ डॉलर्स आणि त्यापेक्षा जास्त रकमेसाठी बिल आवश्यक आहे, असा नियम होता. नील यांनी या बाबीकडे पवन यांचं लक्ष वेधलं असता २४-९९ डॉलर्सचा खर्च दाखवण्याचा प्रस्ताव त्यांनी मांडला.

"तू २५ डॉलर्स लिहिलं आहेस, आता त्यात तू बदल करू शकत नाहीस," नील म्हणाले, "बिल घेऊन ये."

म्हणून मग पवन ४० मैल गाडी चालवत डेट्रॉइट विमानतळावर गेले, तिथे ज्या रेस्टॉरंटमध्ये त्यांनी खाल्लं होतं तिथून बिल घेतलं आणि मग कुठे त्यांना त्या खर्चाची भरपाई मिळाली. शिस्त आणि काम करण्याची पद्धत यासंबंधीचा हा छोटा पण फार महत्त्वाचा धडा ते शिकले.

संशोधन आणि विकास विभागात बरेच अमेरिकन नसलेले लोक होते, म्हणून GMनं त्यातल्या प्रत्येकाचं इंग्लिश बोलणं सुधारण्यासाठी प्रत्येकी एक शिक्षक नेमला. यामुळे नवीन भरती झालेल्यांना खूप मदत झाली आणि त्यांचा आत्मविश्वास दुणावला.

या नवख्या वातावरणाला पवन फार लवकर सरावले. GMमधल्या आयुष्याला त्यांनी आपलंसं केलं आणि तितक्याच समरसतेनं आणि एकाग्रचित्तानं आपल्या कामात लक्ष घातलं.

"GMमधल्या माझ्या १४ वर्षांच्या सेवेचं सार एका शब्दात सामावलेलं आहे, तो म्हणजे 'FLARE', इंजिनाचे सुटे भाग डिझाइन करण्याचं हे विशेष सॉफ्टवेअर आहे."

संपूर्ण जबाबदारी पवन यांच्यावर होती, कार्यात्मकतेच्या नियोजनापासून ते प्रत्यक्ष कोडिंगपर्यंत, कानपूर आयआयटीत असताना कॉम्प्युटर्स हाताळण्याचा त्यांना चांगला सराव झाला होता, तिथे IBM 1620 मशीन मागवण्यात आलं होतं आणि विद्यार्थ्यांना FORTRANची मूलभूत तत्त्वं शिकवली जायची. मात्र, GMमध्ये IBMया PLIचं कोडिंग केलेलं सॉफ्टवेअर होतं, ही आज वापरल्या जाणाऱ्या कॉम्प्युटर्सच्या अनेक प्रोग्रॅमिंग भाषांची जननी होती असं म्हणायला पाहिजे.

तुम्ही बुचकळ्यात पडाल की, १४ वर्षं एखादा माणूस एकाच सॉफ्टवेअरवर कसा काम करू शकतो?... पण हेच तर संशोधन आणि विकासाचं गमक आहे. तुम्ही एखाद्या डिझाइनमध्ये 'इतकीच', 'थोडी आणखी जास्त' सुधारणा करण्याचा प्रयत्न करत राहू शकता.

जगभरात एकाच क्षेत्रात काम करणाऱ्या लोकांचा एक छोटा गट असतो. ते एकमेकांना परिषदांमध्ये भेटतात, एकमेकांशी स्पर्धा करतात, पण एकमेकांची

संशोधनं, टिपणं पडताळूनही पाहतात.

"मला तेव्हा हे सगळं करताना खूप मजा आली, पण आजही मला हेच करावं लागलं असतं तर मी पार कंटाळून गेलो असतो. कारण अशा प्रकारच्या संशोधन आणि विकासकामांची गती फार हळू असते!"

कोणाचं नशीब कसं साथ देईल सांगता येत नाही, १९८४ साली पवन यांच्या बॉसची दुसऱ्या विभागात बदली झाली. त्यामुळे ते (R & D) चे व्यवस्थापक झाले, अपेक्षेपेक्षा किमान १० वर्षं तरी लवकर.

मात्र, हा बदल हळूहळू होत गेला, कारण अजूनही त्यांच्या कामाचा ६०टक्के ते ७०टक्के भाग हा संशोधन आणि विकास याच्याशीच संबंधित होता. परंतु, आता ते संपूर्ण गटाच्या निष्पत्तीसाठी/ उत्क्षेपणासाठी जबाबदार होते. त्यांच्यासोबत ५ ते ६ पीएच.डी. झालेले लोक काम करत होते, सगळेच स्वतंत्रपणे काम करणारे आणि पवन यांच्या बरोबरीचे होते. एका व्यवस्थापकाचं काम त्यांच्यावर रुबाब दाखवत आदेश सोडण्याचं किंवा त्यांच्या डोक्यावर बसण्याचं नसतंच. तुम्ही त्यांना दिशा दाखवता, कामं मार्गी लावता.

"मला वाटतं, बहुधा मी व्यवस्थापन क्षेत्रात शिरावं अशी नियतीचीच इच्छा असावी... त्यामुळे ते काम मला न आवडण्याचा प्रश्नच नव्हता."

GMमध्ये सर्वसाधारणपणे पीएच.डी झालेली व्यक्ती सातव्या स्तरावर कामावर रुजू होते, आठव्या स्तरावर चढते आणि सामान्यत: त्याच स्तरावर असताना निवृत्त होते. पण, पवन यांनी नवव्या स्तरापर्यंत प्रगती केली आणि १९९३ साली वयाच्या ३९व्या वर्षी ते १०व्या स्तरापर्यंत पोचले. काही गोष्टींचं दान त्यांच्या पारड्यात पडलं. ते जे काम करत होते ते तत्काळ व्यवहारात उपयोगी पडण्यासारखं होतं. FLARE हे सॉफ्टवेअर इंजिनाच्या यंत्रांच्या सुट्या भागांचं डिझाइन करण्यासाठी GMच्या पॉवर ट्रेन विभागाकडून वापरण्यात येत होतं.

शिवाय, विज्ञान-जगताकडून FLARE या सॉफ्टवेअरचं कौतुक करण्यात आलं होतं आणि त्याला काही पुरस्कारही मिळाले होते. अर्थात, पवन यांच्यासाठी ही सगळी 'माझं काम करता-करता' मिळालेली 'आनुषंगिक उत्पादनं'/ 'बाय-प्रॉडक्ट्स' होती.

"मी रोज प्रयोगशाळेत यायचो, खूप काम करायचो... पण मी काहीतरी जगावेगळं केलं आहे असं मला कधीच वाटलं नाही!"

अमेरिकन कंपन्यांमधली अगदी कट्टर अमेरिकन असलेल्या या कंपनीत पवन यांचे ग्रह अगदी जोरात होते. व्यवस्थापकीय बाजूकडे फारशी बहुविधता नव्हती पण GMच्या संशोधन विभागात मात्र अमेरिकन आणि अमेरिकेतर असा भेदभाव नव्हता.

पण, अगदी आतून, खोलवर सगळं काही असलेल्या या माणसात 'घराची' 'मातृभूमी'ची ओढ जन्म घेत होती.

१९८६ साली प्रदर्शित झालेल्या 'नाम' चित्रपटात पंकज उधास यांनी गायलेली एक गजल होती – 'चिठ्ठी आयी है' जेव्हा जेव्हा पवन ती ऐकायचे तेव्हा डावा मेंदू नेहमी जास्त प्रमाणात वापरात आणणाऱ्या, तर्कशुद्ध विचार करणाऱ्या त्या इंजिनिअरच्या डोळ्यात अश्रू उभे राहायचे.

मग, १९९२ च्या जुलै महिन्यात पवन यांनी एका शनिवारी सकाळी 'इंडिया अ‍ॅब्रॉड' वर्तमानपत्र उचललं आणि त्यांना आयशर मोटर्सनं नोकरीसाठी दिलेली पानभर जाहिरात दिसली, परदेशस्थ भारतीयांना स्वदेशी परतण्याचं आवाहन त्यात केलं होतं.

''मी त्यासाठी अर्ज करावा असं ममतानं सुचवलं... ती भारतात परतण्यासाठी जास्त उत्सुक होती; मी फारसा नव्हतो. पण आणखी काही पर्याय आहेत का ते पाहू, असा विचार आम्ही केला.''

भारताच्या पुढच्या भेटीदरम्यान पवन यांनी काही ऑटोमोबाइल कंपन्यांमध्ये अर्ज करायचे असा निर्णय झाला. यादीत सगळ्यात वरती होती टेल्को, महिंद्रा ही अनेक नावांपैकी एक होती, प्राधान्यक्रमात फार वरची कंपनी नव्हती.

पण, विलक्षण योगायोगांची एक मालिकाच समोर आली. पवन जेव्हा जेव्हा भारतात यायचे तेव्हा त्यांनी शक्य तेवढा वेळ कोलकात्यात घालवावा असा त्यांच्या आईचा आग्रह असायचा. त्यामुळे कोलकात्याला राहून ज्या काही थोड्या शहरांना त्यांना भेट देऊन रात्री परत घरी येता यायचं त्या शहरांपैकी एक होतं मुंबई. म्हणून त्यांनी महिंद्रा कंपनीबरोबर मुलाखतीची वेळ ठरवली.

मी त्या गोष्टीबाबत फार विचारमंथन करत बसलो नाही याचा मला आनंदच आहे... नाहीतर मी परत न येण्याचा निर्णय घेतला असता आणि माझ्यासाठी आणि माझ्या कुटुंबासाठी संधी गमावून बसलो असतो.

१९९२च्या डिसेंबर महिन्यात पवन गोएंका मुंबईत आले, बाबरी मशीद प्रकरण नुकतंच झालं होतं. सगळं शहर स्तब्ध होतं. महिंद्राच्या कार्यालयात एकच व्यक्ती उपस्थित होती, स्वत: आनंद महिंद्रा. एकच वर्षापूर्वी, केशुब महिंद्रा यांच्या या पुतण्यानं डेप्युटी मॅनेजिंग डायरेक्टर/ उपव्यवस्थापकीय संचालक म्हणून सूत्रं हाती घेतली होती. या हार्वर्ड बिझनेस स्कूलच्या स्नातकाला महिंद्रा कंपनीला एका नवीन मार्गावर घेऊन जाण्याची इच्छा होती.

पुढे जे काही झालं त्याला ठरावीक साच्यातली मुलाखत म्हणता येणार नाही, एक मालक आपली भविष्यातली स्वप्नं मांडत होता. महिंद्रा अ‍ॅन्ड महिंद्रा

एक जागतिक ऑटोमोटिव्ह कंपनी बनण्याची स्वप्नं.

अखेरीस, आनंद महिंद्रा एवढंच म्हणाले, "तुमचा जर या स्वप्नावर विश्वास असेल, जर ते प्रत्यक्षात उतरवणं तुम्हाला आव्हानात्मक वाटत असेल... तर या आणि आम्हाला सामील व्हा."

कंपनीत कोणतं काम करावं लागेल, पद काय असेल, वरिष्ठ कोण असतील याबाबत कोणतीही चर्चा झाली नाही. किंवा कारकीर्द प्रगतिपथावर कशी जाईल याबद्दलही चकार शब्द उच्चारला गेला नाही. तरीही, पवन गोएंकांनी सांगितल्या ठिकाणी सही केली.

"R & D बाबत आनंद यांनी जे स्वप्न दाखवलं, त्यामुळे या निर्णयावर शिक्कामोर्तब झालं!"

पवन डेट्रॉइटला परत गेले आणि त्यांनी निक गॅलोपॉलस यांना आपला राजीनामा सादर केला. त्यावर बॉसनं अत्यंत स्थितप्रज्ञ प्रतिक्रिया दिली, "ठीक आहे... भेटूच."

"यामुळे माझा अहंकार दुखावला गेला... मला वाटलं होतं की त्यांना प्रचंड धक्का बसेल!"

तासाभरानं निक यांनी एक चिठ्ठी पाठवली, तिच्यात लिहिलं होतं, 'स्तंभित झाल्यामुळे शब्द फुटला नाही, काय बोलावं ते सुचेना. उद्या तुझ्याशी बोलेन.' GM नं राजीनामा मंजूर केला तरी कंपनीतल्या शेवटच्या ९ महिन्यात पवन यांना जी बढती लागू होती ती दिली गेली. पवन यांची गैरहजेरी ही बिनपगारी रजा म्हणून समजण्याचीही तयारी त्यांनी दाखवली; त्यांच्यासाठी परतीची कवाडं खुली ठेवली – पुढच्या ४ वर्षांत जर पवन यांचा इरादा बदलला तर परत येता यावं यासाठी ही तरतूद होती.

> आनंद महिंद्रा म्हणाले, "बहुराष्ट्रीय कंपन्यांशी आपल्याला स्पर्धा करता आली पाहिजे, एवढंच माझं उद्दिष्ट आहे."

आयुष्यातल्या या मोठ्या स्थित्यंतरासाठी कुटुंबानं मनाची तयारी केली. निघण्याच्या दिवसाच्या तीन महिने आधीपर्यंत अजूनही मनात काही शंका होत्या. न्यू यॉर्कमध्ये एक छोटी सुट्टी घालवून परतताना शिकागोला जाऊन भारतात चालणारी २२० व्होल्ट्सची काही उपकरणं विकत घेण्याचा विचार होता. शिकागोला जाणारा रस्ता सरळ होता, तर डेट्रॉइटला जायचं असल्यास फ्री-वे सोडून वळावं लागणारं होतं. हे शेवटचा 'कलाटणी बिंदू' होता.

पवन यांनी ममताला पुन्हा एकदा विचारलं, "आपण सरळ गेलो तर भारतात परत जाण्याकडे केलेली ती वाटचाल असेल, आणि उजवीकडे वळलो

तर सगळ्या योजना गुंडाळाव्या लागतील... तुला यातलं काय हवं आहे?''

एक क्षण विचार करून ती म्हणाली, ''आपण सरळ जाऊ या.''

त्यांना आणखी एक काळजी वाटत होती, ती म्हणजे आपण आपल्या मुलांवर अन्याय तर करत नाही? पवन यांचा मुलगा जरी ५ वर्षांचा होता तरी मुलगी ८ वर्षांची होती. आणि परत जायला थोडी नाखूश होती. म्हणून पवन यांनी तिला वचन दिलं की, आजपासून १८ महिन्यांनी मी तुला विचारेन की तुला अमेरिकेला परत जायचं आहे का? तू जर हो म्हणालीस तर कोणतेही प्रश्न न विचारता आपण परत जाऊ.

त्यांनी आपल्या पत्नीलाही वचन दिलं की, महाविद्यालयीन शिक्षणासाठी मुलांना अमेरिकेला पाठवू आणि मग, त्यापुढे आयुष्यात काय करायचं याचा निर्णय घ्यायला मुलं मोकळी असतील.

शेवटचं आणि सगळ्यात कठीण काम होतं ते कुटुंबाचाच एक भाग बनलेल्या, भावनिक जिव्हाळ्यानं जोडल्या गेलेल्या ८ ते १० कुटुंबांचा निरोप घेणं. परंतु श्रद्धेनं आता झेप घेतलेली होती. वर्षाला १२०,००० डॉलर्स पगार देणाऱ्या जगातल्या अग्रगण्य कार कंपनीतली नोकरी सोडून पवन भारतातल्या एका अगदी छोट्या कंपनीत वार्षिक ७ लाख रुपये पगार देणाऱ्या नोकरीत रुजू होणार होते.

''भारतात परत येणाचा निर्णय हा बुद्धीनं घेतलेला निर्णय नव्हता, तर हृदयानं घेतला होता... आणि या एका वेळी आम्ही आमच्या हृदयाची हाक ऐकली याचा मला आनंदच आहे.''

१९९३ सालच्या ऑक्टोबर महिन्यातल्या एका पावसाळी सकाळी पवन मुंबईत उतरले. कंपनीची गाडी त्यांना गेस्ट हाउसला घेऊन जायला आली होती. आणि त्यानंतर नाशिकला; महिंद्राचं संशोधन आणि विकास केंद्र नाशिकला होतं.

हे ठिकाण म्हणजे एक छुपं वरदानच होतं. त्यांचं कुटुंब मुंबईला राहिलं असतं तर एखाद्या छोट्या फ्लॅटमध्ये त्यांना राहावं लागलं असतं. नाशिकला त्यांना राहायला बंगला मिळाला, खासगीपण जपणारा, प्रशस्त आवार असलेला, अगदी अमेरिकेतल्यासारखा.

कुटुंब तिथे चांगलंच स्थिरावलं. इतकं की, १८ महिन्यांनी पवन यांनी शब्द दिल्याप्रमाणे मुलीला विचारलं असता ती उत्तरली, ''तुम्हाला हवं असेल तर तुम्ही परत जा, मी इथेच राहणार आहे!''

एक व्यावसायिक म्हणून बदललेल्या कामाच्या वातावरणाचा, पद्धतीचा मोठा धक्का पवन यांना बसला. हा प्रस्ताव स्वीकारण्यापूर्वी ते नाशिकला कधीच आले नव्हते, त्यांनी त्यांच्या कामाच्या स्वरूपाबद्दल किंवा एकंदर प्रगतीबद्दल काहीच विचारणा केली नव्हती.

"मी या बाबतीत फार काथ्याकूट केला नाही हे बरंच झालं, नाहीतर मी कधीच परत आलो नसतो...!"

पहिल्यांदाच संशोधन आणि विकास केंद्रात पाय ठेवल्यावर त्यांनी सभोवताली नजर टाकली आणि म्हणाले, "अरे देवा, हे आहे का ते?"

पायाभूत सुविधा, कार्यशाळा, परिसर सगळंच अगदी प्राथमिक अवस्थेत, मागासलेलं होतं. एका छोट्या दोनमजली इमारतीत हे संशोधन आणि विकास केंद्र होतं, एकाच पाळीत तिथे ५० लोक काम करत होते. महिंद्राच्या संशोधन आणि विकास विभागानं साध्य केलेल्या दोन लक्षणीय कामगिरी होत्या त्या म्हणजे जीपमध्ये डाव्या हाताच्या बाजूला चालक गाडी चालवायला बसत असे त्याऐवजी बदल करून तो उजव्या हाताला बसेल अशी यंत्रणा बसवणं आणि ट्रॅक्टरमध्ये वापरलं जाणारं इंजिन जीपला बसवणं.

गाशा गुंडाळून अमेरिकेला परत जाणं हा सर्वांत सोपा पर्याय होता, खरंतर. पण हे म्हणजे मैदानातून पळ काढल्यासारखं झालं असतं...

त्या वेळी महिंद्रा, कमांडर ६५० जीप, CJ ३४० जीप आणि FJ मिनीबस यांचं उत्पादन करत होती. क्रिस्लर जीपची चेसी (सांगाडा) वापरून कंपनीनं नुकतीच अरमाडा बाजारात आणली होती. तिची अंतर्गत यंत्रणा, बाह्य स्वरूप आणि आतली सजावट एका जपानी कंपनीनं केली होती. एकंदर, महिंद्रा वर्षभरात ४०,००० वाहनं विकत होती. पण, आनंद यांना भविष्यातला धोका स्पष्ट दिसत होता.

बहुराष्ट्रीय कंपन्या लवकरच भारतात प्रवेश करण्याची चिन्हं होती आणि मग कंपनीपुढे दोन पर्याय उरले असते : कंत्राटी तत्त्वावर उत्पादन करायचं किंवा त्यांना सणसणीत प्रत्युत्तर द्यायचं. आनंद महिंद्रा यांच्या मनात चित्र स्पष्ट होतं– त्यांना एक स्वतंत्र भारतीय मोटर कंपनी म्हणून स्वत:ला स्थापित करायचं होतं. स्वत: वाहनाचं डिझाइन, विकास, उत्पादन आणि विक्री करायची होती. त्यामुळे नवीन भरती झालेल्या सदस्याला जो कानमंत्र द्यायचा होता तो अगदी सोपा होता.

"हे पहा, माझं एकमेव ध्येय आहे, ते म्हणजे आपल्याला बहुराष्ट्रीय कंपन्यांशी स्पर्धा करता आली पाहिजे," आनंद म्हणाले. "जे जे आवश्यक असेल ते सगळं तुम्ही करा. मी तुम्हाला पूर्ण स्वातंत्र्य देतो."

नवीन भरती झालेल्या त्यांच्या उमेदवारावर आनंद महिंद्रा यांनी जो विश्वास टाकला आणि त्याला आत्मविश्वास दिला तो मजबूत आणि अविचल होता. मात्र, प्रत्यक्षात हा प्रवास काही सुखकर नव्हता. पवन यांचे वरिष्ठ आणि संशोधन आणि विकास केंद्राचे प्रमुख मि. पार्थसारथी सहजपणे असं बोलून गेले, "तुम्हाला कंपनीनं का घेतलं, कळत नाही." कंपनीतल्या बुजुर्ग लोकांना हे 'नव्या' विचारांचं

प्रकरण काही पचनी पडलं नव्हतं.

या इंजिनिअरनं – १४ वर्षं – फक्त इंजिनाचे सुटे भाग बनवले. तो संपूर्ण कार कशी काय बनवणार?!

मात्र, पार्थसारथींनी उमद्या मनानं पवन यांना सहकार्य केलं आणि भारतातल्या कार्यपद्धतीमध्ये असलेल्या खाचखळग्यांची ओळख करून दिली. हळूहळू पण निश्चितपणे पवन यांच्यातल्या आशावादी माणसाला काळ्या ढगांची रुपेरी किनार दिसायला लागली.

"एखाद्या वाहननिर्मिती क्षेत्रातल्या कंपनीसाठी आवश्यक असणाऱ्या अभियांत्रिकी कौशल्यात आम्ही इतके तळाशी होतो की प्रयोग करण्यासाठी भरपूर वाव होता आणि म्हणूनच मला हे काम इतकं आव्हानात्मक वाटलं."

त्या वेळची संशोधन आणि विकास टीम छोटी असली तरी अत्यंत ज्ञानी, हुशार होती. कंपनीशी एकनिष्ठ होती. हळूहळू, पवन यांनी तिचा विस्तार केला. तरुण अभियंत्यांना हाताशी धरून त्यांनी पहिला अभिकल्पक/ स्टायलिस्ट नियुक्त केला. आणि आधुनिक तंत्रज्ञान कंपनीत आणलं, जसं CAD (कॉम्प्युटर एडेड डिझाइन), CAE (कॉम्प्युटर एडेड इंजिनिअरिंग) आणि NVH (नॉईज, व्हायब्रेशन आणि हार्शनेस) परीक्षण.

त्या वेळी आमच्याकडे साचेबद्ध कार्यपद्धती नव्हती, सगळं काही प्रायोगिक अवस्थेत होतं. आणि जेव्हा तुमच्याकडे ठाशीव कार्यपद्धत नसते तेव्हा प्रयोग करून पाहण्याची सवलत तुम्ही घेऊ शकता आणि गोष्टी त्यामुळे सोप्या होऊन जातात.

१९९५ साली पार्थसारथी निवृत्त झाले आणि पवन गोएंका संशोधन आणि विकास विभागाचे प्रमुख झाले.

"मी जर माझी योग्यता सिद्ध केली तर मी लवकरच आनंद महिंद्रा यांची जागा घेईन, असं स्वत: आनंद यांच्या मनात होतं. पण मी जेव्हा ही नोकरी स्वीकारली तेव्हा मला या गोष्टीची सुतराम कल्पना नव्हती."

पवन गोएंकांच्या नेतृत्वाखालच्या टीमनं नवीन भविष्यात अडखळती पावलं टाकत प्रवेश केला. चेसीत सुधारणा करणं, महिंद्रा पिकअप अशा लहान-लहान प्रकल्पांमधून त्यांचा आत्मविश्वास वाढीला लागला आणि मग आली 'बोलेरो'.

या वेळेपर्यंत, कंपनीनं गाड्या रंगवण्याची कार्यशाळा सुरू केली होती, त्यांनी जपानच्या फुजी कंपनीची यासाठी मदत घेतली. या प्रकल्पात आनंद महिंद्रा यांनी व्यक्तिगतरीत्या रुची दाखवली.

"आपली रंगशाळा खरंच कामाची आहे हे सिद्ध करण्यासाठी काहीतरी करून दाखवू या," आनंद म्हणाले.

संशोधन आणि विकास विभागाला असा प्रस्ताव देण्यात आला की, किरकोळ बदल करून दिसायला अगदी नवीन असलेलं वाहन तयार करण्यात यावं. महिंद्राच्या अरमाडावर काम करण्याचा निर्णय पवन यांनी घेतला. या प्रकल्पासाठी काम करणारे डिझायनर्स हे आयआयटी मुंबईच्या इंडस्ट्रियल डिझाइन सेंटरमधून पदवी घेऊन बाहेर पडलेले दोन तरुण होते. ऑटोमोबाइल स्टायलिंग (अभिकल्पने)चा त्यांना कोणताही पूर्वानुभव नव्हता.

अरमाडाचे यांत्रिक विनिर्देश - प्युजोचं २.५ ली. (150 in 3) IDI इंजिन जे 75 bhp (56kw) उत्पादित करत होतं – तसेच ठेवून डिझायनर्सनं तिच्या बाह्यरूपावर आपला जादूचा हात फिरवला.

पवन यांनी पहिलं, कच्चं डिझाइन आनंद महिंद्रांना दाखवलं तेव्हा त्यांना ते खूप आवडलं.

"हे वाहन तयार करायला, म्हणजे त्याचं आरेखन, विकास आणि उत्पादन करायला आपल्याला किती खर्च येईल?" आनंद यांनी विचारलं.

पवन गोएंकांना याबाबत काहीच कल्पना नव्हती – त्यांनी हे गणित केलं नव्हतं; पण हा क्षण त्यांना हातातून निसटू द्यायचा नव्हता.

"२५ कोटी," त्यांनी उत्तर दिलं.

आणि त्या क्षणी, त्या ठिकाणी बोलेरो प्रकल्पाला मंजुरी मिळाली. न कोणतंही स्प्रेडशीट, न कोणती आकडेमोड. फक्त एक कल्पना, एक हेतू, एक उत्कट ध्येय.

बोलेरो प्रकल्पाला मान्यता मिळाल्यानंतर लगेचच 'पुढे काय?' अशी विचारणा डॉ. गोएंकांना करण्यात आली.

> उत्पादन कसं करावं याबरोबरच गाडीची प्रदर्शनीय किंमत ठरवणं आणि विक्री योजना ठरवणं या बाबींमध्येही माझ्या शब्दाला महत्त्व आलं. माझ्यासारख्या एका संशोधक-विकासकाला त्यामुळे एक व्यावसायिक दृष्टिकोन मिळाला.

इंजिनिअर्स आणि डिझायनर्सची एक छोटी टीम कांदिवलीच्या कारखान्यात ठेवण्यात आली. हा केंद्राचा (इंटिग्रेटेड डिझाइन अँड मॅन्युफॅक्चरिंग) शुभारंभ होता, जिथे पुढे जाऊन स्कॉर्पिओचा जन्म झाला.

खूप चर्वितचर्वण, विचारमंथन झाल्यावर टीमनं दोन पर्याय स्वत:समोर ठेवले :

१) बोलेरो प्रकल्पाच्या पावलावर पाऊन ठेवून अस्तित्वात असलेल्या उत्पादनाला नवीन रूप देणं.

२) काहीतरी अधिक भव्य, धाडसी आणि पूर्णपणे नवीन उत्पादित करणं. ('आम्ही याची शिफारस करतो.').

अॅलन दुरान्ते हे महिंद्रा ऑटोचे तेव्हाचे अध्यक्ष आणि आनंद महिंद्रा दोघांनीही टीमशी सहमती दर्शवली. कंपनीनं संपूर्णपणे, अगदी पहिल्यापासून नवं वाहन विकसित करावं. पण कशा प्रकारचं वाहन?

''ग्रामीण बाजारपेठेवर नजर ठेवून वाहन तयार करणं जास्त सोपं जाईल असा विचार आम्ही केला, कारण तिथे आम्ही आधीच पाय रोवले होते.''

पण मग, कच्ची रेखाटनं तयार झाली, आणि तो रोमांचक क्षण आला. ते उत्पादन देखणं होतं, शहरवासीयांच्या पसंतीस उतरेल असं. पण यशस्वी ठरायचं असेल तर महिंद्रानं आणखी भव्य विचार करणं आवश्यक होतं.

ग्रामीण भागातले ग्राहक जास्त 'कटकटे' नसतात, पण शहरी गिऱ्हाइकाला सगळं काही हवं असतं. सुखकर प्रवासाची अनुभूती देणारं वाहन तयार करायचं तर बारीकसारीक तपशिलांकडे अधिक लक्ष पुरवणं गरजेचं होतं. याचा अर्थ खर्चही वाढणार होता.

खरंतर हा प्रकल्प प्रत्यक्षात उतरवण्यासाठी ८०० कोटी रुपयांची गुंतवणूक करावी लागणार होती. हा आकडा डोळे फिरवणाराच होता!

आनंद महिंद्रांनी हा प्रस्ताव समोर ठेवला तेव्हा बोर्डानं स्पष्ट शब्दात नकार दिला.

''आपण यापूर्वी अशा प्रकारची गोष्ट कधीही केली नाही, ती यशस्वी ठरेल की नाही ते आपल्याला माहीत नाही,'' हे त्यामागचं तर्कशास्त्र होतं. कारण, ही योजना जर अयशस्वी ठरली असती तर कंपनी रसातळाला गेली असती.[१]

पण, आनंद महिंद्रा इतक्या सहजासहजी मागे हटायला तयार नव्हते. त्यांनी बोर्डाला विचारलं, ''आपण किती खर्च करू शकतो?''

बोर्डानं उत्तर दिलं, ''तुम्ही जर खर्च ६०० कोटी रुपयांपर्यंत खाली आणू शकलात तर आपण याबाबत विचार करू शकतो.''

पवन गोएंका आणि त्यांच्या टीमनं जेव्हा हा आकडा ऐकला तेव्हा त्यांच्या मनात पहिली प्रतिक्रिया उमटली – अशक्य. आता दोन पर्याय होते ६०० कोटी किंवा काहीच नाही. म्हणून मग ते ड्रॉइंग बोर्डकडे वळले आणि एक महिन्यानंतर आनंद महिंद्रांना कळवण्यात आलं – ''करू शकतो!'' 'स्कॉर्पिओ' प्रकल्पाला मंजुरी मिळाली आणि आता सगळ्या प्रणाली सज्ज झाल्या! हा प्रकल्प ४ वर्षं चालणार होता आणि त्याला सुमारे ५५० कोटी रुपये खर्च येणार होता, सुरुवातीपासून ते शेवटपर्यंत. ढोबळपणे, हा पैसा चार प्रकारे खर्च होणार होता. एक म्हणजे

---

१. १९९८मध्ये महिंद्राची वार्षिक उलाढाल ४००० कोटी रुपये इतकी होती, कर भरल्यानंतरचा नफा सुमारे ४०० कोटी रुपये होता.

मनुष्यबळ, सुमारे १५० इंजिनिअर्स दिवसरात्र काम करणार होते. दुसरा मोठा खर्च म्हणजे वाहनांची प्रतिकृती बनवणं आणि त्यांची पारख, अशी ७५ वाहनं बनवली गेली आणि पारखली गेली (त्यानंतर भंगारात काढली गेली). पैशाचा तिसरा भाग हा उपकरणांवर खर्च होणार होता – महिंद्राच्या कारखान्यात, तसंच पुरवठादार जी उपकरणं वापरणार होते त्यावर.

चौथी मोठी गुंतवणूक कारखान्यात असणार होती – वेल्डिंग कार्यशाळेत, रंगशाळेत, जोडणी विभागात. १९९५ साली – स्कॉर्पिओची कल्पनाही कोणी केली नव्हती त्या काळात – महिंद्रानं फोर्ड मोटर कंपनीशी हातमिळवणी केली होती. सहज जोडता येण्यासारखा संपूर्ण उपकरण संच (knockdown kit) आयात करण्यात आला होता. आणि नाशिकला जोडण्यात आला होता. खरंतर या कामासाठीच फोर्डनं एक आधुनिक रंगशाळाच स्थापन केली होती.

''हीच रंगशाळा आम्ही स्कॉर्पिओसाठी वापरली. उत्पादन करण्याचं मूलभूत तंत्र शिकण्यासाठी फोर्डच्या या भागीदारीचा आम्हाला उपयोग झाला.''

बहुराष्ट्रीय पुरवठादारांची त्या काळी चलती होती, जसे Lear (सीट/बैठक बनवणारे) किंवा Vistion (प्लॅस्टिकचे सुटे भाग आणि उपकरण पट्टिका बनवणारे) त्यांचे ग्राहक अशा जागतिक स्तरावरच्या कार कंपन्या होत्या ज्या भारतात दुकानं उघडत होत्या. पण, त्यांचा बाजाराबद्दलचा अंदाज सपशेल चुकला आणि म्हणून त्यांच्याकडे जास्तीचा माल पडून होता.

डॉ. सी. के. प्रल्हाद यांनी या संधीकडे लक्ष वेधलं. भारत जोशी आणि पवन गोएंका ॲन आर्बर या त्यांच्या घरी सहज गप्पा मारायला गेले होते.[२]

CKP (डी.सी.के. प्रल्हाद) म्हणाले, ''या कंपन्या व्यवसाय करण्यासाठी भुकेल्या आहेत. पैसा खर्च करू नका... त्यांना गाजर दाखवा!'' म्हणून जेव्हा महिंद्रा ऑटो Lear कडे स्कॉर्पिओसाठी काम करायला म्हणून विचारायला गेली तेव्हा तिनं काही कडक अटी मांडल्या. त्या ऐकून सुरुवातीला चकित झालेल्या Lear नं त्यांचं उत्पादन देण्याची तयारी दाखवली (फुकट). आसनव्यवस्थेसाठी महिंद्राच्या एकमेव पुरवठादार बनण्यासाठी प्रत्यक्षात Learनंच महिंद्राला फी दिली.

''या सगळ्या घटकांची आम्हाला पूर्वापार काही माहिती नव्हती किंवा कोणतंही खोल ज्ञानही नव्हतं, त्यामुळे त्यांनी जे सुचवलं ते स्वीकारायला आम्ही एका पायावर तयार होतो. ही बाब आम्हाला फलदायी ठरली.''

उद्योगविश्वात या नवीन कल्पनेचं स्वागतच झालं. वाहनउद्योगाला समर्पित असलेल्या डेट्रॉइटमधल्या एका मासिकानं तर 'महिंद्रा स्कॉर्पिओ, पुरवठादारांनी

---

२. डॉ. गोएंका भारत जोशींना महिंद्रामधले आपले मुख्य मार्गदर्शक मानतात.

डिझाइन केलेली' अशा शीर्षकाची एक कव्हरस्टोरीच केली. ती लगेचच संबंधितांमध्ये खूप गाजली.

स्कॉर्पिओच्या टीमनं देखील नवीन पुरवठादार अमेरिका आणि जपान यांच्यापुरतेच मर्यादित न ठेवता इतर देशांमध्येही शोधले. यात विशेषत: कोरियन कंपन्यांनी लावलेली किंमत किफायतशीर ठरली.

महिंद्रानं दोन गोष्टींवर लक्ष केंद्रित केलं होतं; गाडीचं बाह्य आवरण आणि अंतर्गत व्यवस्था, यंत्रणा आणि सजावट (याचं डिझाइन श्याम अलेपल्ली आणि कृपा अनंतन् यांनी केलं होतं.[३]) आणि दुसरी गोष्ट म्हणजे NEF इंजिन, जे स्कॉर्पिओचं प्रमुख बलस्थान ठरलं.

"ते एक आव्हानच होतं, पण सुदैवानं मी कंपनीत असलेल्या लोकांपैकी सर्वोत्तम लोक निवडू शकलो. कारण, हा कंपनीचा सगळ्यात महत्त्वाचा प्रकल्प होता."

नाशिकच्या कारखान्याचे प्रमुख विन्स्टन डिसूझा यांनी उत्पादन विभागाच्या प्रमुखपदाची सूत्रं हातात घेतली, तर भौमिक यांनी अभियांत्रिकी विभाग सांभाळला. विक्री आणि विपणन (Sales and Marketing) विभाग सांभाळायला विजय नाक्रा या तरुण अभियांत्रिकी स्नातक प्रशिक्षणार्थीला पाचारण करण्यात आलं. हेमंत सिक्का आणि नितीन टिकले यांची नियुक्ती कच्चा माल खरेदीसाठी करण्यात आली. आपल्या प्रत्येक सहकाऱ्याकडून पवन यांनी व्यवसायाचे मौल्यवान धडे घेतले.

सगळ्यांनाच खूप हुरहुर वाटत होती, अस्वस्थता होती, काय होणार आहे आम्हालाच माहीत नव्हतं. आम्ही यशस्वी होऊ की नाही आणि बोर्डातले लोकही खूप बेचैन होते; कारण त्यांनी खूप मोठी रक्कम यासाठी मंजूर केली होती.

फक्त संशोधन आणि विकासकार्य करणाऱ्या पवन यांचं रूपांतर एका अष्टपैलू व्यावसायिकात होत होतं.

कांदिवलीमधलं IDAM केंद्र म्हणजे 'कंपनीच्या अंतर्गत एक कंपनीच' झालं होतं. विविध प्रकारची कामं करणारे १९ उपगट एकत्र बसायचे आणि चालत जाऊन एकमेकांशी बोलू शकायचे. प्रत्येकजण, वरपासून खालपर्यंत, कामावर येताना एकाच प्रकारच्या IDAMच्या युनिफॉर्ममध्ये यायचा आणि एकाच ध्येयानं प्रेरित होऊन.

"संपूर्ण प्रकल्पाशी संबंधित असलेली टीम एकाच ठिकाणी काम करत असण्याची ही संकल्पना आम्ही पहिल्यांदाच राबवत होतो."

---

३. कृपा अनंतन् या आता महिंद्रा ऑटो कंपनीच्या डिझाइन प्रमुख आहेत.

अर्थात, कंपनीतल्या इतर प्रत्येक विभागाशी अनेक पातळ्यांवर समन्वय साधावा लागत होताच. उदाहरणार्थ, स्कॉर्पिओचं उत्पादन नाशिकला अस्तित्वात असलेल्या कारखान्यातच होणार होतं. पण प्रकल्प गटानं पूर्णत: नव्यानं असेम्ब्ली लाइन, वेल्ड शॉप आणि प्रेस शॉप स्थापन केलं होतं, आणि गाडी प्रत्यक्ष रस्त्यावर चालू लागेपर्यंतची संपूर्ण जबाबदारी या टीमनं उचलली होती.

एखाद्या मोठ्या उद्योगांतर्गत एक स्टार्ट-अप सुरू होणं ही अद्भुत संकल्पना आहे. पण ती फारशी टिकू शकत नाही, कारण अंतर्गत वैयक्तिक धुसफुस आणि आकस. पवन यांच्यासमोरील अनेक आव्हानांपैकी एक मोठं आव्हान होतं आपल्या सहकाऱ्यांना सांभाळणं. उत्पादनप्रमुख, विक्री व विपणन प्रमुख, खरेदीप्रमुख हे सगळे ॲलन दुरांते यांना अहवाल द्यायचे. स्वाभाविकपणे, 'तो' सगळं काम एकटाच का करतोय?' अशा प्रकारची अस्वस्थता वातावरणात होती.

काही प्रमाणात नम्रता, विनय बाळगणं महत्त्वाचं असतं. कारण यश जर तुम्ही डोक्यात जाऊ दिलं तर तुमची प्रगती खुंटते... अथवा तुम्ही पुढे जाता पण तुम्ही कोणालाच आवडत नाही. यापैकी कोणतीच बाब स्वागतार्ह नाही.

ही समस्या सोडवण्यासाठी, ॲलन दुरांते यांनी सगळ्या विभागप्रमुखांची एक सुकाणू समिती तयार केली. महिन्यातून एकदा या समितीची मीटिंग व्हायची आणि त्यामुळे प्रत्येकात मालकी हक्काची, जबाबदारीची आणि सामिलकीची भावना जागृत व्हायची. हा म्हणजे एक मास्टर स्ट्रोकच होता.

''कोणतीही मोठी समस्या उभी राहिल्याचं मला आठवत नाही. मी कोणाला दुखावलं असल्याची शंका जरी मनात आली तरी मी दिलगिरी व्यक्त करून ती गोष्ट मनावर न घेता पुढे जायचो.''

२००० साली, स्कॉर्पिओचं काम प्रगतिपथावर असतानाच बोलेरो प्रदर्शित करण्यात आली. महिन्याला १००० ते १५०० गाड्या विकल्या जात होत्या. हे यश सगळ्यांच्या कल्पनेपलीकडचं होतं. यामुळे स्कार्पिओ टीमचा उत्साह दुणावला, आत्मविश्वास वाढला. व्यवस्थित नियोजन करून जाहिरात मोहीम राबवली गेली असं कंपनीचं बोलेरो हे पहिलंच उत्पादन होतं. एक फिल्म बनवली गेली, ज्यात एक पुरुष जॉगिंग करताना दाखवला होता आणि त्याच्या मागे त्याची पत्नी बोलेरो चालवत येत आहे असं दाखवलं होतं.

एका उत्कृष्ट वाहनाचं डिझाइन करणं आणि ते प्रत्यक्षात उतरवणं हे महत्त्वाचं होतंच, पण तेवढंच महत्त्वाचं त्याचं विपणन/ मार्केटिंग करणं होतं.

ही जबाबदारी राजेश जेजुरीकर या तरुणाच्या खांद्यावर सोपवण्यात आली.

एस. पी. जैन मधून MBA झालेल्या त्या तरुणानं त्यापूर्वी व्होल्टास FCB उल्का आणि मेरिको (Marico) मध्ये) काम केलं होतं. बोलेरोच्या जाहिरातीसाठी काम करताना या नुकत्याच रुजू झालेल्या तरुणानं आपलं विपणन कौशल्य दाखवून दिलं होतं. आता डाव आणखी मोठा होता, पट विशाल होता. तरीही, आपल्या अंत:प्रेरणेच्या जोरावर राजेशनं काही धाडसी निर्णय घेतले.

"पहिली गोष्ट म्हणजे या गाडीला SUV (स्पोर्ट्स युटिलिटी व्हेइकल) न म्हणण्याचा निर्णय आम्ही घेतला. कारण, बाजारपेठ त्या वेळी SUVसाठी अनुकूल नव्हती. आम्ही तिला 'कार' म्हणायचं ठरवलं. त्यामुळे कार विकत घेऊ इच्छिणाऱ्यांच्या नजरा स्कॉर्पिओकडे वळल्या!"

दुसरी गोष्ट म्हणजे गाडीचं नाव 'स्कॉर्पिओ बाय महिंद्रा' ('महिंद्रा' हे छोट्या अक्षरांमध्ये) ठेवण्यात आलं. कारण महिंद्रा हा जुन्या फॅशनचा ट्रॅक्टर म्हणून लोकांना माहीत होता आणि ही कंपनी ग्रामीण भागासाठी मालवाहू किंवा तत्सम UV (युटिलिटी व्हेइकल) तयार करणारी आहे, असं एकूण चित्र होतं. शहरी लोकांना आकर्षित करू शकेल असा हा ब्रँड नव्हता. सगळ्यात महत्त्वाचा निर्णय होता तो ६ लाख रुपये किंमत ठरवण्याचा, जी उत्पादन खर्चापेक्षा, जराशीच जास्त होती. यामुळे स्कॉर्पिओ तिच्या स्पर्धकांपेक्षा (टोयोटा क्वालिस आणि टाटा सफारी) जास्त आकर्षक वाटू लागली.

तर मग, अशा रीतीनं या गाडीनं एक मजबूत स्टाइल स्टेटमंट केलं, ती दिमाखात पावलं टाकू लागली, तिला बसवलेलं शक्तिशाली इंजिन (१०० हॉर्सपॉवरपेक्षा जास्त शक्ती असलेलं भारतातलं पहिलं इंजिन) आणि आकर्षक किंमत लक्षवेधी ठरली. लोक या गाडीकडे कुतूहलानं बघू लागले, त्यांना ती आवडू लागली.

"स्कॉर्पिओची जमेची आणखी एक बाजू होती असं मला वाटतं. ही भारतीयांसाठी अभिमानाची बाब ठरली, की एका भारतीय कंपनीनं हे करून दाखवलं होतं..."

या गाडीपुढे काहीच अडचणी नव्हत्या असं मुळीच नव्हतं. सुरुवातीला बारीकसारीक बऱ्याच अभियांत्रिकी समस्या उद्‌भवल्या, पण गिऱ्हाइकांनी या गाडीला जरा झुकतं मापचं दिलं.

आणि कसं कोण जाणे, एखाद्या कोड्याचे तुकडे बरोबर जुळले जाऊन कोडं सुटावं तशा सगळ्या गोष्टी जागच्या जागी बसल्या. आणि स्कॉर्पिओची कहाणी 'सुफळ संपूर्ण' झाली.

"एका अर्थी हा चमत्कारच म्हटला पाहिजे. कारण, आम्ही जेव्हा सुरुवात केली तेव्हा आमच्याकडे ना माणसं होती, ना कोणती पद्धत होती, ना ज्ञान होतं, ना पैसा होता आणि आम्ही काय करत होतो ते आम्हाला खरंच कळत नव्हतं...!"

जेव्हा तुमच्यासमोर साध्य असतं तेव्हा साधनं आपोआप चालत येतात. अनपेक्षित ठिकाणाहून मदतीचा हात पुढे येतो.

सुरुवातीला, फोर्ड मोटर कंपनीचे अध्यक्ष जॅक्वस नासर यांनी या टीमला वरिष्ठ व्यवस्थापनासमोर सादरीकरण करण्यासाठी लंडनला आमंत्रित केलं. ते पाहून वरिष्ठ व्यवस्थापक प्रभावित झाले पण 'ही मंडळी अपयशी ठरणार,' याबद्दल त्यांची खात्री झाली. तरीही, मीटिंग संपताना नासर यांनी स्कॉर्पिओवर काम करण्यासाठी त्यांचे तीन अभियंते, कोणतंही शुल्क न आकारता पाठवण्याचा प्रस्ताव मांडला.

"तुम्ही जे करण्याचा प्रयत्न करत आहात आणि ते ही इतक्या कमी खर्चात, ते पाहून मी मोहित झालो आहे, त्यामुळे तुम्ही त्यात यशस्वी व्हावं अशी माझी इच्छा आहे," ते म्हणाले.

खोलीतल्या कोणीतरी असंही सुचवलं की फोर्डनं 'प्रोग्राम मॅनेजमेंट सपोर्ट' पुरवावा. जॅक्वस म्हणाले, "नाही."

"तुम्ही फोर्ड प्रोग्राम मॅनेजमेंटची मदत घेतली, तर ते फोर्डसारखं काम करतील. त्यांना त्यांच्या पद्धतीनं काम करू द्या, आपण फक्त त्यांना छोटीशी इंजिनिअरिंगसाठीची मदत द्यायची."

फोर्डच्या अभियंत्यांनी स्कॉर्पिओ टीमसोबत सुमारे ६ महिने काम केलं. नंतर, महिंद्रातल्या ६ अभियंत्यांनी मिशिगनमधल्या डिअरबोर्न इथे फोर्डची गुणवत्ता प्रणाली आणि प्रक्रिया जाणून घेण्यासाठी ६ महिने घालवले.

आज 'महिंद्रा गुणवत्ता प्रणाली' (महिंद्रा क्वालिटी सिस्टिम) नावानं ओळखल्या जाणाऱ्या प्रणालीची निर्मिती अशी झाली.

फोर्ड आणि महिंद्रा यांच्यातला हा संयुक्त उपक्रम १९९४ साली प्रत्यक्षात आला तो अनेकांच्या मते 'अपयशी' ठरला.[४]

"पण, व्यापारी दृष्टिकोन बाजूला ठेवला तर दोन्ही कंपन्या एकमेकींकडून खूप काही शिकल्या."

आणि तरीही, जीवनापेक्षा दुसरा कोणताही मोठा शिक्षक नसतो. १९९८ आणि २००३ च्या दरम्यान, जेव्हा स्कॉर्पिओची निर्मिती सुरू होती, तेव्हा पवन यांच्या पत्नीला ममता यांना ब्रेस्ट कॅन्सर असल्याचं निदान झालं. अशा वेळी, आपल्या पतीकडून जास्त वेळ, जास्त लक्ष मिळावं अशी अपेक्षा असणं स्वाभाविक

---

४. २००५ साली, महिंद्रानं रेनॉ (Renault) शी हातमिळवणी करून संयुक्त उपक्रम राबवला. पण त्यातून निर्माण झालेल्या लोगान कारनं उद्दिष्टं पूर्ण केली नाहीत. हा उपक्रम २०१० मध्ये बरखास्त करण्यात आला.

होतं. स्कॉर्पिओ प्रकल्प किती महत्त्वाचा होता हे ममता जाणून होत्या...

आपण कोणत्या मुशीतून घडलो आहोत हे दाखवण्याची ही पवन यांना संधी होती.

''तुमच्या कामावर लक्ष द्या, मी माझी काळजी घेईन,'' ममता आपल्या पतीला म्हणाला.

वेदनादायी शस्त्रक्रिया, केमोथेरपी आणि रेडिएशन या सगळ्याचा सामना करताना ममता यांचा दृष्टिकोन अत्यंत सकारात्मक होता. पवन किंवा मुलांनी त्यांना वेदना आणि विषाद यांच्याशी दोन हात करताना कधीच कण्हताना, विव्हळताना पाहिलं नाही.

''मी मनाच्या नकारात्मक अवस्थेत गेले नव्हते पण माझ्या वेदना, क्लेश कुटुंबाला सांगून मी त्यांना आणखी दु:खी केलं असतं... त्यात काय अर्थ होता? ही माझी लढाई होती आणि ती मलाच लढावी लागणार होती.''

टाळ्या आणि हशा वसूल करणाऱ्या शब्दांवर माझा विश्वास नाही किंवा मी तसे शब्द वापरतही नाही आणि मी जेव्हा एखादं भाषण करतो तेव्हा मला प्रशंसेचे शब्द ऐकायला मिळतात की तुमचं भाषण फार साधं आणि सुंदर झालं.

असामान्य इच्छाशक्ती आणि सकारात्मक ऊर्जा यांच्या जोरावर ममता यांनी कॅन्सरशी त्यांची लढाई जिंकली, दरम्यान पवन सर्वकाही पणाला लावून तळमळीनं काम करू शकले. आणि स्कॉर्पिओ नावानं आपण ओळखत असलेल्या कारला त्यांनी 'जन्म दिला.'

पहिलं वर्ष संपता-संपता स्कॉर्पिओच्या चांगल्या ११,७९८ गाड्या विकल्या गेल्या होत्या. कंपनीनं किंमत वाढवली तरी कारला सतत मागणी होती. स्कॉर्पिओ विकण्यासाठी वितरकांमध्ये स्पर्धा सुरू झाली – 'हा हक्क मिळवण्यासाठी' त्यांना त्यांच्या दुकानाचं संपूर्ण नूतनीकरण करावं लागलं. आणि तो हक्क मिळाल्यावर त्यांना अभिमान वाटू लागला.

बोर्डालासुद्धा अखेरीस समाधान वाटलं. या प्रकल्पासाठी मंजूर झालेल्या ६०० कोटी रुपयांपैकी प्रत्यक्षात फक्त ५५० कोटी रुपये खर्च झाले होते. हा मोठा जुगार होता, त्यात जोखीम होती, पण शेवटी तो यशस्वी ठरला.

''या प्रकल्पानं आम्हाला काय दिलं, तर आणखी मोठ्या आणि चांगल्या गोष्टी करण्यासाठी आत्मविश्वास दिला.''

पवन गोएंकांच्या बाबतीतही काही मोठ्या गोष्टी घडणार होत्या. २००३ मध्ये पवन यांची वाहन उद्योगाचे मुख्य परिचालन अधिकारी (COO-Chief operating officer) म्हणून नियुक्ती करण्यात आली. त्यानंतर थोड्याच काळात

विस्तारित कुटुंबासमवेत, अतूट बंध.

आनंद महिंद्रांनी त्यांना ९ आठवड्यांच्या प्रगत व्यवस्थापन कार्यक्रमासाठी (AMP - Advanced Management Program) हार्वर्डला पाठवलं. दोन वर्षांनी ॲलन दुरांते निवृत्त होणार असल्यामुळे या संशोधकाला CEO मुख्य कार्यकारी अधिकारी बनवण्याची ही तयारी होती.

हार्वर्डमध्ये घालवलेला काळ म्हणजे प्रचंड शिकायला मिळण्याचा काळ होता. अभियांत्रिकीकडून सर्वसाधारण व्यवस्थापनाकडे वळणं ही मुळात असामान्य बाब होती. त्याशिवाय महिंद्रा ग्रुपच्या सगळ्यात मोठ्या व्यवसायाची संपूर्ण जबाबदारी पवन यांच्यावर सोपवली जाणार होती. वाटेत अनेक आव्हानं होती; मी काय करायचं आहे? कसं करायचं आहे? व्यवसायाला कोणत्या दिशेनं न्यायचं?

विपणन, वित्त आणि व्यवसायाच्या इतर प्रत्येक पैलूचं थोडक्यात पण औपचारिक प्रशिक्षण घेणं हे खूपच फायदेशीर ठरलं.

"मला वाटायचं की MBAला फारच डोक्यावर बसवलं जातं, पण आता मला तसं वाटत नाही. अभियांत्रिकीच्या अंगानं तुम्ही विचार करता तेव्हा तुमचा डावा मेंदू जास्त सक्रिय असतो, पण MBAच्या अंगानं विचार करताना उजवा

आणि डावा दोन्ही मेंदूंचा सारखाच सहभाग असतो.''

तुमच्याकडे सगळ्या प्रकारची माहिती असेलही, पण तिचा वापर तुम्ही निर्णय घेताना कसा करता हे महत्त्वाचं. यासाठी नुसता तर्कनिष्ठ विचार करून चालत नाही, तर काही प्रमाणात अंत:प्रेरणेची, आतला आवाज ऐकण्याचीही गरज असते. पवन यांना त्यांच्या प्राध्यापकांशी समोरासमोर चर्चा करण्याची, त्यांच्यासोबत वेळ घालवायची ही संधी मिळाली; त्यात विचार आणि कल्पनांची देवाणघेवाण तर होतीच पण त्यांचं बहुमोल मार्गदर्शन आणि मतप्रदर्शनही जाणून घेता आलं. म्हणूनच, ते जेव्हा परत आले तेव्हा त्यातल्या काही गोष्टी त्यांना ताबडतोब अमलात आणता आल्या.

COO म्हणून पुढची दोन वर्षं खूपच उत्साहात गेली, उद्योगही विकासाच्या मार्गावर वाटचाल करत होता.

या काळातली एक घटना पवन यांच्या लख्ख स्मरणात राहिली आहे. कारण तिचा भावनिक परिणाम खोलवर झाला, त्यामुळे विचारमंथन सुरू झालं आणि काही अंतर्गत बदल झाले.

दरवर्षी JD पॉवर सर्व्हे वेगवेगळ्या ऑटो कंपन्यांना वेगवेगळ्या परिणामांवर तोलून क्रमांक देतो; त्यात कस्टमर सॅटिस्फॅक्शन इंडेक्स CSI (ग्राहकांचा संतोष निर्देशांक) आणि सेल्स सर्व्हिस इंडेक्स SSI (विक्री सेवा निर्देशांक) यांचा समावेश असतो. वार्षिक अंतर्गत सभेत आनंद महिंद्रा यांनी आकडेवारी सादर करून हे दाखवलं की, ऑटो विभाग CSI आणि SSI या दोन्ही आघाड्यांवर अतिशय सुमार कामगिरी करत आहे. खरं पाहता, त्या यादीतल्या १४ कंपन्यांमध्ये महिंद्रा १४व्या स्थानावर होती.

ही वस्तुस्थिती पवन यांच्यासाठी लाजिरवाणी ठरली, इतकी की ते सभा संपल्यावर बाहेर आले, घरी गेले आणि महिंद्रा ऑटोच्या सगळ्या नोकरदारांसाठी त्यांनी एक भावनिक मेल लिहिला.

'आणि मग तेव्हा आम्ही प्रतिज्ञा केली की आम्ही आमच्यात बदल करू आणि आमचं सगळं लक्ष ग्राहकावर केंद्रित करू. आमचे ग्राहक समाधानी/संतुष्ट आणि आनंदी होण्यासाठी आम्हाला शक्य असेल ते सगळं करू.'

हा एक महत्त्वाकांक्षी आणि दीर्घ काळ चालणारा प्रकल्प होता, त्याचे परिणाम दिसण्यासाठी आणखी एक दशकाचा काळ जाणार होता.[५]

---

५. २०१७ च्या JD पॉवर सर्व्हेत 'वितरकांचे समाधान' या श्रेणीत व्यावसायिक वाहन गटात महिंद्रानं अव्वल स्थान पटकावलं आणि विक्री समाधान इंडेक्स SSI (सर्वसाधारण ग्राहक गटात) मध्येही कंपनी पहिल्या क्रमांकावर होती.

अशा परिणामंवरूनच CEO ची पारख केली जाते. पण, हे तो कसं साध्य करतो?

ॲलन दुरांते यांनी या पदाची धुरा सोपवताना एक अमूल्य असा कानमंत्र दिला : 'स्वत:शी प्रामाणिक रहा.' आणि CEO म्हणून पवन यांची हीच खासियत राहिली.

"मी जसा आहे तसा आहे... हे धोरण माझ्यासाठी यशस्वी ठरलं... मी जो नाही ते बनण्याचं सोंग मी कधी घेत नाही. मी कोणत्याही प्रकारचा मुखवटा धारण करत नाही. म्हणूनच लोक माझ्यावर विश्वास ठेवताना दिसतात."

आणि या विश्वासाची खरी परीक्षा आणीबाणीच्या परिस्थितीत, विपरीत परिस्थितीत होते.

२००९ साली महिंद्रानं झायलो (Xylo) बाजारात आणली. या गाडीचं थंड स्वागत झालं, विक्री फारशी झाली नाही. बोलेरो आणि स्कॉर्पिओच्या यशानंतर कंपनीला हा मोठा धक्का होता.

एवढंच नाही, तर २००९च्या चौथ्या तिमाहीत कंपनीला नुकसान झाल्याचं जाहीर करावं लागलं.

पण या काळ्याकुट्ट ढगांनाही कुठेतरी चंदेरी किनार असली पाहिजे होती. हा धडा पवन गोएंका ममता यांच्याकडून शिकले होते. कॅन्सरच्या अग्निदिव्यातून बाहेर पडून त्या अधिक कणखर बनल्या होत्या आणि एक ध्येय घेऊन बाहेर पडल्या होत्या.

महिंद्रा ऑटोमध्ये आम्ही हे करायला पाहिजे...

ते असं होतं, आर्थिक मंदीच्या काळात पवन गोएंका यांनी एक मोठा आणि धाडसी प्रस्ताव बोर्डासमोर ठेवला. एका अत्याधुनिक वाहननिर्मिती कारखान्यासाठी ५००० कोटी रुपये गुंतवायचे. नाशिकपेक्षाही मोठा, कांदिवलीपेक्षाही मोठा असलेला हा कारखाना महिंद्राचं भविष्य सुरक्षित करेल आणि भविष्यातली आव्हानं पेलायला कंपनीला सज्ज करेल. पुढच्या १०... २०... ३०... वर्षांनी येणाऱ्या मागण्या पूर्ण करू शकेल.

"हा खूपच कठीण निर्णय होता... मंजूर करावी लागणारी रक्कमही कंपनीसाठी मोठी होती. खरंतर, १९९६-९७मध्ये स्कॉर्पिओत कराव्या लागलेल्या ५५० कोटींच्या गुंतवणुकीपेक्षा हे कठीण होतं."

पण बोर्डाला हा प्रस्ताव पटला – 'विकासाकडे जाण्याचा हा मार्ग आहे.' – आणि त्यानं ही कडू गोळी गिळली. पुण्याजवळ चाकणला एक जमीन पाहिली आणि घेतली गेली.

एक आधुनिक वाहननिर्मिती कारखाना शून्यातून उभा करायचा म्हणजे डोंगराएवढं

काम. लोक येतात आणि जातात पण एखाद्या कारखान्याची आयुर्मर्यादा ५०-१०० वर्षं असू शकते. त्यामुळे भविष्यात 'डोकावून' सगळे निर्णय घ्यावे लागतात.

या प्रकल्पाच्या प्रारंभीच्या काळात डॉ. गोएंका डोळ्यात तेल घालून नियोजनाचा प्रत्येक बारीकसारीक तपशील निरखत होते.

> तुम्ही खूप जास्त काम करता आणि तरी काम आणि आयुष्य यांच्यात चांगला समतोल साधला गेला आहे, असं तुम्हाला वाटतं किंवा कमी काम करता आणि काम-आयुष्य यात समतोल नाही असं तुम्हाला वाटतं. तुम्ही तुमच्या मनाला कसं तयार करता हेच खरं महत्त्वाचं आहे.

"मी काहीवेळा गंमतीनं म्हणतो की चाकण फेज १च्या बांधकामात वापरली गेलेली प्रत्येक वीट मी ओळखतो!"

१,००,००० वाहनक्षमता असलेला हा कारखाना सुरुवातीपासून ते शेवटपर्यंत दोन वर्षांत उभा राहिला. भेट द्यायला आलेले लोक हे काम पाहून चकित होतात, आपण जर्मनी किंवा जपानमध्ये आहोत असं त्यांना वाटतं. फरक इतकाच की तिथे काम करणारे सुमारे ४००० स्थानिक तरुण मराठी बोलतात आणि या कारखान्यात सगळं काही तयार होतं – अर्धा टन माल वाहून नेणाऱ्या वाहनांपासून ते XUV500 ते ४९ टन ट्रक्सपर्यंत.

२०११ च्या सप्टेंबरमध्ये चाकणच्या कारखान्यातून बाहेर पडणारी पहिली कार होती XUV500 पण या XUV च्या विकसनाची प्रक्रिया कंपनीच्या सुरुवातीच्या स्टार्ट-अप प्रक्रियेपेक्षा वेगळी होती.

बोलेरोच्या वेळी निव्वळ अंत:प्रेरणा होती, स्कॉर्पिओच्या वेळी काही एक्सेल स्प्रेडशीट्स होती. पण आता, एक प्रणाली होती, पद्धत होती, प्रक्रिया होती, बाजार संशोधनापासून सगळं काही योग्य पद्धतीनं करणारी.

'ग्राहकांचा आवाज' भिंतीवरच्या सूचनाफलकावर डकवला जातो. डिझायनर्स त्यात काही साम्यस्थळं शोधायचा प्रयत्न करतात, एक साचा ठरवतात, साधर्म्य पाहतात आणि प्रत्यक्ष प्रतिमेत तिचं रूपांतर करतात.

त्यासाठी किती गुंतवणूक लागेल याचा अंदाज उत्पादन विभाग लावतो आणि एक 'बिझनेस केस' तयार केली जाते.

"मी संशोधन आणि विकास क्षेत्रातला तज्ज्ञ आहे आणि उत्पादन विकास कसा करायचा याबाबतही माझं ज्ञान चांगलं आहे; मी जन्मानं मारवाडी असल्यामुळे असेल कदाचित, पण मला आकड्याचं गणित बरोबर समजतं!"

स्कॉर्पिओचा जन्म एका छोट्या शेडमध्ये झाला होता, पण XUV500 ची प्रतिकृती/ पहिला नमुना चेन्नईच्या महिंद्रा रिसर्च व्हॅलीच्या उच्च तंत्रज्ञानानं युक्त अशा प्रयोगशाळेत तयार झाला. काळाचं एक चक्र पूर्ण झालं होतं.

XUVनं मारलेली झेप 'उत्तुंग' होती – महत्त्वाकांक्षा आणि कल्पनाशक्ती या दोन्ही बाबतीत आणि ती झेप यशस्वी ठरली. फक्त पहिल्या वर्षात ५०,००० पेक्षा जास्त गाड्या विकल्या गेल्या. आणखी एक यशोगाथा लिहिली गेली.

२०१०च्या एप्रिलमध्ये पवन गोएंकांच्या हाती महिंद्राच्या शेती उपकरण व्यवसायाची जबाबदरी सोपवण्यात आली. त्यांनी घरी ही बातमी सांगितल्यावर त्यांच्या बावीस वर्षांच्या मुलाची प्रतिक्रिया होती, "ट्रॅक्टर्स?"!!

हे वाहन कारइतकं 'सेक्सी' नक्कीच नव्हतं. पण, पवन जसे बाह्या सरसावून त्या व्यवसायाकडे निरखून पाहू लागले तसे त्यांचे बाहू फुरफुरायला लागले.

"वाहन उद्योग व्यवसाय करताना तुमच्या मनाच्या कोपऱ्यात कुठेतरी एक अपराधीपणाची भावना असते की आपण गाड्या तयार करून प्रदूषणात भर घालत आहोत, रस्त्यावरची गर्दी वाढवायला हातभार लावत आहोत... पण ट्रॅक्टर्सच्या बाबतीत बोलायचं तर खूप सकारात्मक गोष्टी दिसायला लागतात!"

यासाठी पवन गोएंकानी पहिली गोष्ट काय केली तर कांदिवली कारखान्यातल्या ट्रॅक्टर विभागाकडे मोर्चा वळवला. कार उत्पादनाइतकाच हा व्यवसायही महत्त्वाचा आहे हा संदेश या कृतीतून सगळ्यांपर्यंत पोचला. ते नवीन काही शिकायला उत्सुक आहेत हेही सगळ्यांना कळलं.

डॉ. गोएंकांच्या देखरेखीखाली महिंद्रानं नवीन उच्च तंत्रज्ञानानं युक्त असे ट्रॅक्टर्स बाजारात आणले, जसे नोव्हो, युवो आणि जिवो. अमेरिकन बाजारपेठेनंही या नवीन मुसंडीची दखल घेतली.[६]

एक बाब विचारात घ्या : जगातल्या इतर कोणत्याही कंपनीपेक्षा महिंद्राचे सगळ्यात जास्त ट्रॅक्टर्स (संख्येच्या हिशेबाने) विकले जातात.

मात्र कृषी परिस्थितीकीय व्यवस्थेचा ट्रॅक्टर हा एक भाग झाला. महत्त्वाकांक्षा यापेक्षा खूप मोठी होती. कृषिव्यवसायात वाढीसाठी एक नवीन आणि उत्साहवर्धक संधी असल्याचं लक्षात आलं. तिला अनुसरून डॉ. गोएंका आणि त्यांच्या टीमनं एक वेगळा विभाग सुरू केला – महिंद्रा शुभ लाभ - ज्यामध्ये सिंचन उपकरणं, पिकांची काळजी, ताजी उत्पादनं, बी-बियाणं आणि हरितगृहं (Green house) यांचा समावेश होता.

"शेती क्षेत्रात समृद्धी आणायची हा आमच्या तत्त्वज्ञानाचा– महिंद्रा RISE– गाभा होता."

मागच्या दशकात, जागतिकीकरणाच्या शोधानं उचल खाल्ली आणि अधिग्रहणाची

---

६. २०१६-१७ मध्ये अमेरिकेत ट्रॅक्टर्सची विक्री ५४७ दक्षलक्ष डॉलर्स इतकी झाली. २०२० पर्यंत हा आकडा १ अब्ज डॉलर्सपर्यंत नेण्याचं उद्दिष्ट आहे.

एक मालिकाच सुरू झाली. त्यात Pininfarnia (इटालियन डिझाइन हाउस), Erkunt Traktor Sanayii As (टर्किश ट्रॅक्टर मार्केट) आणि Ssang Yong Motor Company दक्षिण कोरिया (ज्यांची SUV Tivoli लवकरच भारतातल्या रस्त्यांवर धावेल.) यांचा समावेश होता.

२०१७ साली नोव्हेंबर महिन्यात, रस्त्यावर न धावणाऱ्या वाहनाचं उत्पादन करणारा कारखाना जगाच्या कार उत्पादन राजधानीत, म्हणजे डेट्रॉइटमध्ये महिंद्रानं स्थापन केला. हा क्षण विजयाचा होता, अभिमानाचा होता.

पवन गोएंकांनी १९९३ साली प्रवेश केला ती कंपनी, आज ते नेतृत्व करत असलेल्या कंपनीपेक्षा खूप वेगळी आहे. जास्त काही बोलायची गरज नाही, आकडेच सगळं काही सांगून जातात.

३१ मार्च २०१८ संपलेल्या आर्थिक वर्षात महिंद्रा आणि महिंद्रा (प्रवासी वाहनं) आणि महिंद्रा व्हेइकल मॅन्युफॅक्चरिंग लिमिटेड (अन्य वाहनं) यांचा महसूल ४८,५२९ कोटी रुपये होता आणि कर भरल्यानंतरचा निव्वळ नफा ४,६२३ कोटी रुपये होता. तर जागतिक स्तरावरच्या एकंदर विक्रीनं १ दशलक्ष वाहनांचा आकडा पार केला, त्यात ट्रॅक्टर्स आणि व्यावसायिक वाहनांचा (बसेस, व्हॅन्स, ट्रक्स) समावेश होता.

या अनुषंगानं, बोलेरो हे अजूनही महिंद्राचं सगळ्यात जास्त विकलं जाणारं प्रवासी श्रेणीतलं वाहन आहे. नुकताच १ दशलक्ष वाहनं विकण्याचा टप्पा त्यानं पार केला आहे! नवीन इंजिन आणि नवीन शैली यामुळे या गाडीचं नशीब फळफळलं आहे.

"केवळ गुंतवणुकीच्या वसुलीच्या दृष्टीनं विचार केला तर, बोलोरो हे आजपर्यंतचं आमचं सगळ्यात यशस्वी उत्पादन ठरलं आहे."

भविष्यावर नजर ठेवून, मायदेशातली इलेक्ट्रिक कार कंपनी 'रेवा' महिंद्रानं विकत घेतली. कंपनी नवीन कंपनीत ६०० कोटी रुपयांची गुंतवणूक करत आहे, जिथून लवकरच विजेवर चालणाऱ्या बसेस आणि तिचाकी वाहनं बाहेर पडतील.

कारण, 'कल किसने देखा है'... जेव्हा तुम्ही मागे वळून पाहता आणि सगळे ठिपके जोडता, तेव्हाच संपूर्ण चित्र डोळ्यांसमोर उभं राहतं.

आपल्या कारकिर्दीकडे वळून पाहताना पवन यांना वाटतं की, त्यांची वाटचाल नेहमीच काहीतरी उद्दिष्ट समोर ठेवून झाली आहे. सुरुवातीच्या दिवसांमध्ये ते उद्दिष्ट होतं, आपल्या साधारण, सामान्य पार्श्वभूमीतून बाहेर पडून प्रगती करण्याचं. 'स्वत:ला सिद्ध करण्याचं. मग ते आयआयटीत असो, कॉर्नेलमध्ये असो किंवा जनरल मोटर्समध्ये असो, पवन गोएंकांची सुरुवात नेहमी इतरांपेक्षा सावकाश

व्हायची. पण त्यानंतर लगेचच स्वत:ला प्रस्थापित करून, बदल घडवून अखेरीस त्या त्या कळपाचं नेतेपद त्यांच्याकडे येत गेलं.

भारतात परतल्यावर एक नवीन आणि 'अधिक उंचीचं' उद्दिष्ट समोर आलं. भारतातले भारतीय अशा प्रकारची वाहनं डिझाइन करू शकतात, तयार करू शकतात, उत्पादित करू शकतात आणि विकू शकतात जी जगातल्या सर्वोत्तम वाहनांशी स्पर्धा करू शकतील, हे सिद्ध करण्याचं उद्दिष्ट.

''तुम्ही जर ९३ सालापर्यंत मागे जाऊ शकलात आणि तिथून आजची परिस्थिती न्याहाळलीत तर... आम्ही किती पुढे आलो आहोत हे पाहून थक्क व्हाल! या सगळ्या प्रगतीत मी खारीचा वाटा उचलू शकलो याचा मला प्रचंड अभिमान आहे.''

यशाचा अर्थ 'मी महान आहे', असा होत नाही, याचा अर्थ फक्त असा होतो की, 'मी ठीकच आहे आणि ईश्वर दयाळू आहे. ईश्वराची कृपादृष्टी माझ्यावर राहिली आहे.'

आणि हा खारीचा वाटा महिंद्राच्याही पलीकडे जाऊन उचलला गेला आहे. SIAM सोसायटी ऑफ इंडियन ऑटोमोबाइल मॅन्युफॅक्चरर्स आणि CII कॉन्फेडरेशन ऑफ इंडियन सोसायटी यामध्ये पवन यांचं नाव आघाडीवर आहे.

त्यांच्यासमोर असलेला कामाचा व्याप पाहता, अनेक तास काम करणं त्यांच्या अंगवळणी पडलं आहे, पण तरीही त्या कामांचा ताण येत नाही. त्यांचा रोजचा दिवस सकाळी ९ वाजता ऑफिसला पोहचून सुरू होतो, तो लागोपाठच्या मीटिंग्ज उरकता-उरकता संध्याकाळी ७ वाजता संपतो. घरी परत जात असताना पवन ई-मेल्स तपासतात. प्रत्येक ई-मेलला उत्तर देणं, मग ते दोन शब्दांचं का असेना. ही त्यांची जुनी सवय आहे. यातला चांगला भाग म्हणजे लोक याचं कौतुक करतात. वाईट भाग म्हणजे हे खूप वेळखाऊ काम आहे.

हे चालूच राहतं, घरीसुद्धा, जेवण झाल्यावर. पण त्या वेळी सगळं कुटुंब अवतीभोवती असतं, त्यांच्याशी मधून-मधून गप्पा मारत आणि एक डोळा बातम्यांवर ठेवून किंवा KBC कौन बनेगा करोडपती वर किंवा क्रिकेटवर, हे काम सुरू असतं.

''एकंदरच, हे माझं व्यक्तिमत्त्व आहे – लोकांसाठी उपलब्ध असणं. कोणीही मला कशाबद्दलही लिहू शकतं, त्यावर नकारात्मक प्रतिक्रिया येण्याची भीती न बाळगता.''

हे कंपनीचेही धोरण राहिलं आहे किंवा खासियत आहे. अगदी आनंद महिंद्रांपासून सगळे वरिष्ठ व्यवस्थापक ग्राहकांकडून आलेल्या ई-मेल्सना स्वत: थेट उत्तर देतात, त्यासाठी ते कोणत्याही मदतनिसाला नेमत नाहीत.

या सगळ्याच्या मध्ये, पवन यांचा एक विरंगुळा असतो, तो म्हणजे ममता यांच्याशी ऑनलाइन 'स्क्रॅबल' खेळणं.

एक शनिवार कामाचा असल्यामुळे, कंपनीच्या वेगवेगळ्या विभागांशी विविध प्रकारच्या कामकाजाशी संबंधित बोलाचाली करताकरता आणि कामानिमित्त प्रवास करताकरता वेळ ही गोष्ट अत्यंत मौल्यवान आणि क्वचित मिळणारी ठरते.

''ऑफिस सोडलं तर मी एक कुटुंबात रमणारा माणूस आहे, म्हणजे मी कामाव्यतिरिक्त इतर काही गोष्टी करत नाही कारण, इतर गोष्टी करून कुटुंबाला न्याय देण्यासाठी मला कोणताही मार्ग दिसत नाही!''

समवयस्कांबरोबर बाहेर जाणं नाही, खेळांचे सामने पाहणं नाही किंवा टीव्हीवरच्या मालिका बघणं नाही. आठवड्यातून दोन वेळा जिमला जाणं हे मात्र ठरलेलं. रविवार हा कुटुंबाचा खास दिवस. एखादा बॉलिवूडचा सिनेमा किंवा एखादं नाटक बघण्यात किंवा कुटुंबासोबत जेवायला जाण्यात घालवलेला. वर्षातून एकदा आठवडाभर कुटुंबाबरोबर सुट्टी घालवायला जाणं, एकदा भारतात आणि एकदा परदेशात. आणि हे सगळं एकत्र सांधणारा एक 'घट्ट धागा' असते पत्नी ममता. जी त्यांच्या ऑफिसबाहेरच्या सगळ्या गोष्टी सांभाळते.

पिताजींसोबत तिरुपतीच्या यात्रेला जाणं असो, कुटुंबात कोणाचा मृत्यू झालेला असो किंवा तिची स्वत:ची शस्त्रक्रिया असो, ममता सगळ्या गोष्टींचा ताबा घेते.

''मी आजवर कधीही भारतातल्या कोणत्याही बँकेत गेलो नाही. माझ्या मुलांच्या शाळेत गेलो नाही...'' पवन कबूल करतात.

असं म्हणतात की, प्रत्येक यशस्वी पुरुषाच्या मागे एक स्त्री असते. इथे त्याचा प्रत्यय येताना दिसतो!

ममता त्यांचा वेळ मागत नाहीत ही बाब पवन यांना मोलाची वाटते. उलट, त्यांनी आणखी जबाबदाऱ्या स्वीकाराव्यात म्हणून त्या नेहमी प्रोत्साहनच देत आल्या आहेत. जेव्हा एखादी संधी येते आणि पवन यांच्यावर निवड करायची वेळ येते, म्हणजे समजा एखाद्या व्यावसायिक गटाचं अध्यक्षपद स्वीकारण्याचं निमंत्रण येतं, तेव्हा ममता यांचा प्रतिसाद असतो, 'ही संधी सोडू नका'. त्याचवेळी त्या पवन यांना जमिनीवर ठेवण्याचाही प्रयत्न करतात.

''हे पहा, कधी ना कधी माणसाला आपल्या श्रेष्ठत्वाचा गर्व होतो, डोक्यात हवा जाते की, अरे! मी आयुष्यात अमुक केलं आणि तमुक केलं. अशा वेळी माझे पाय जमिनीवर आहेत की नाही हे पाहण्याचं काम ती करते!''

आणखी एक गोष्ट पवन यांचे पाय जमिनीवर ठेवण्याचं काम करते, ती म्हणजे 'आपण कोठून आलो आहोत' याची जाणीव. एका साधारण कुटुंबातून, ज्यानं कष्ट करून, समर्पित वृत्तीनं आणि शिक्षणाद्वारे आयुष्यात काहीतरी कमावलं

आहे. त्यांचे दोन भाऊ सी.ए. आहेत आणि तिसरा कोलकात्यातला एक प्रख्यात डॉक्टर. कोणालाच महागड्या खर्चीक सवयी नाहीत. आणि ही मूल्यं पुढच्या पिढ्यांमध्येही रुजली आहेत.

मुलगी पूजा आणि मुलगा पुनीत यांनी पदवीपर्यंतच शिक्षण मिशिगन युनिव्हर्सिटीतून पूर्ण केलं. (भारतात परतण्यापूर्वी पवन यांनी कुटुंबाला वचन दिलं होतं त्याप्रमाणे).

पूजानं तिची पदव्युत्तर पदवी मुंबईच्या TISS मधून घेतली आणि आता मुक्त मनुष्यबळ सल्लागार (Freelance HR consultant) म्हणून ती काम करते. पुनीत हा विविध संस्थांबरोबर काम करतो ज्यात नांदी फाउंडेशनचा समावेश आहे.

"४-५ वर्ष विविध प्रयोग करण्याची मुभा माझ्या मुलानं घेतली, मला ही चैन करता आली नव्हती. पण, आपल्याला आयुष्यात काय करायचं आहे हे समजून घेण्यासाठी त्यानं हा वेळ घेतला याचा मला आनंदच आहे."

एखाद्या सामाजिक उपक्रमासाठी काम करावं की स्वत:च एखादा उपक्रम सुरू करावा हे ठरवण्यासाठी त्यानं हा वेळ घेतला स्टीफन एम. रॉस स्कूल ऑफ बिझनेस मधून MBA ची पदवी घेतल्यावर पुनीत एका सल्लागार कंपनीसोबत काम करायला मुंबईला परत आला, कमी उत्पन्न गटातल्या मुलांच्या शाळांसाठी शाश्वत शिक्षणप्रणाली विकसित करण्याचं काम ही कंपनी करते. पूजा आणि पुनीत 'अवर बिट' (Our Bit) नावाची एक अशासकीय संस्थाही चालवतात, जी सामान्य सुविधांपासून वंचित असलेल्या मुलांसाठी काम करते.

चक्राकार फिरून आयुष्य पुन्हा तुम्हाला त्याच सुरुवातीच्या वळणावर आणून कसं उभं करतं हे एक गूढच आहे. ते भारतात परत आले तेव्हा पुनीत ५ वर्षांचा होता. एक दिवस तो एक प्रश्न घेऊन घरी आला.

"हे सगळे लोक रस्त्यावर का झोपतात? आपल्याकडे २ रिकाम्या बेडरूम आहेत, ते तिथे आपल्यासोबत का नाही झोपू शकत?"

आणि पवन जे काम जनरल मोटर्समध्ये करायचे – जे अतिविशिष्ट स्वरूपाचं होतं आणि आज ते त्यांच्यापासून खूप खूप दूर गेल्यासारखं वाटत आहे – तेसुद्धा, अजून सुरूच आहे...

"आमच्या एका पुरवठादाराकडून मला समजलं की मी Ph.D. करत असताना जे काम केलं होतं – ३९ वर्षांपूर्वी ते अजूनही कालबाह्य झालेलं नाही!"

गिअर्स बदलतात, लेन्स बदलतात पण तुमचं आचरण बदलत नाही.

नुकतेच ५ दशकांनंतर पवन हरपालपूरला जाऊन आले. ते आणि त्यांचे भाऊ ज्या प्राथमिक शाळेत शिकले होते ती शाळा त्यांच्या कुटुंबानं दत्तक

घेतली आहे.

"आमच्या पूर्वजांनी भुकेलेल्या लोकांसाठी, गरिबांसाठी त्यांची गोदामं खुली केली... आज, शिक्षणाची भूक आहे."

आणि कुठेतरी त्या गावच्या गल्ल्यांमधून आणि बाजारातून एखादा छोटा मुलगा किंवा मुलगी हिंडत असेल. आहे त्या परिस्थितीतून उठून गगनाला गवसणी घालण्याची स्वप्नं बघत असेल.

ते स्वप्नाळू मन कोठे जाईल कोणाला माहीत... वारा कोणत्या दिशेला वाहील कोणाला माहीत!

मुझे बहुतों ने राह दिखायी
अब है मेरी बारी आयी...
किसी और का आगे बढना,
उसका लिखना, उसका पढना
मैने अपना फर्ज निभाया
उसमे अद्‌भुत रस है पाया
जिंदगी की बैलन्सशीट,
ऐसे होती है कम्प्लीट.

तरुण व्यवस्थापकांसाठी अनुभवाचे चार शब्द -

आयुष्यात काहीतरी ध्येय पाहिजे. आयुष्याला काहीतरी अर्थ पाहिजे.

मी जेव्हा म्हणतो की आयुष्यात काहीतरी ध्येय पाहिजे, तेव्हा त्याचा अर्थ पुढच्या वर्षी मला बढती मिळाली पाहिजे, मी व्हाइस प्रेसिडेंट झालो पाहिजे आणि त्याच्या पुढच्या वर्षी सीनिअर व्हाइस प्रेसिडेंट झालो पाहिजे किंवा माझा पगार २० टक्क्यांनी वाढला पाहिजे, असा होत नाही.

ध्येय म्हणजे 'मी इथे कशासाठी आलो आहे', 'मी काय साध्य करण्याचा प्रयत्न करत आहे.'

एका २४ वर्षांच्या तरुणाच्या मनात विचारांची इतकी स्पष्टता असेल अशी मी अपेक्षा करत नाही, पण काहीतरी कल्पना असली पाहिजे. आजपासून २० वर्षांनी तुम्हाला कोठे असायला आवडेल ही ती कल्पना नाही, तर तेव्हा तुमची ओळख काय, कोण म्हणून असेल, ही असावी.

माझा सल्ला असा आहे : अशी कल्पना करा की तुम्ही स्वतःवरच पुस्तक लिहीत आहात आणि त्यात अनुक्रमणिका लिहिलीत. दर ४-५ वर्षांनी ते पुस्तक उघडा आणि स्वतःला विचारा. ही अनुक्रमणिका मी अजून अनुसरू शकतो की, मला काही बदल करायची गरज आहे?

माझ्या मते, एक नेता म्हणून आणि एक व्यवसाय म्हणून तुम्ही नेहमी नम्र, विनयशील राहणं ही आणखी एक महत्त्वाची गोष्ट आहे. ज्या क्षणी अहंकार मनात उत्पन्न होतो, त्या क्षणी तुमचा व्यवसाय चांगली कामगिरी करणं बंद करेल.

माझा आणखी एक विश्वास असा आहे की, सकाळी प्रत्येक जण जो ऑफिसला येतो त्याला दिवसभर चांगलंच काम करायचं असतं.

म्हणून, सध्याच्या उद्योगविश्वाची जी संस्कृती आहे तिच्यापेक्षा थोडा जास्त विश्वास आपण लोकांवर दाखवला पाहिजे; त्यांना थोडा वेळ द्यायला पाहिजे. 'हा माणूस काही करू शकत नाही', असा शिक्का आपण लगेचच कोणावर मारायला नको. त्या माणसामधले सर्वोत्कृष्ट गुण कसे बाहेर येतील यासाठी प्रयत्न करा.

यासाठी खूप प्रयत्न करायची गरज आहे. तुम्हाला संयम दाखवावा लागेल, पण मला वाटतं हीच गोष्ट लोकांना कंपनीशी बांधून ठेवते.

मी काही जन्मत:च CEO बनण्याच्या पात्रतेचा नव्हतो – मला आर्थिक बाबी, मार्केटिंग, उत्पादन, खरेदी, विक्री किंवा मनुष्यबळ यातलं काहीही माहीत नव्हतं. म्हणून मी माझ्या आजूबाजूच्या लोकांकडून शिकत गेलो, मार्गदर्शकांची मदत घेतली.

एका CEOचं काम तळपणारे तारे तयार करणं हे नसतंच, किंवा स्वत:च एखादा स्टार बनणंही नसतं, तर एका सामान्य टीमला हाताशी घेऊन असामान्य कामगिरी करून दाखवणं हे असतं. आणि हे तेव्हा घडतं जेव्हा CEO स्वत:ला सगळं समजतं असा आव आणून वागत नाही.

अप्रत्यक्ष वरदान

ममता गोएंका यांनी तीन वेळा कॅन्सरशी दोन हात कसे केले आणि अधिकाधिक कणखर कशा बनत गेल्या त्याची गोष्ट...

ब्रेस्ट कॅन्सरच्या शस्त्रक्रियेसाठी पहिल्यांदा ममता गोएंका जेव्हा टाटा मेमोरिअल हॉस्पिटलमध्ये दाखल झाल्या, तेव्हा एक डॉक्टर संध्याकाळी त्यांच्या खोलीत आले आणि त्यांनी विचारलं, "तुमच्या बरोबर कोण आहे?"

ममतांनी उत्तर दिलं, "कोणीच नाही... का? काय झालं?"

डॉक्टर म्हणाले, "काही कागदांच्या झेरॉक्स कॉपीज काढायच्या आहेत."

ममता हॉस्पिटलच्या त्या बेडवरून उठल्या, आपले नेहमीचे कपडे घातले, बाहेर गेल्या आणि झेरॉक्स कॉपीज काढून आणल्या. आपण काही विशेष केलं आहे असा त्यात कोणताही आविर्भाव नव्हता. आणि त्या वेळी त्यांचे पती कोठे होते?

"घरी होते, आमच्या मुलांसोबत," त्या म्हणतात. "मुलं लहान होती– त्यांना बाबा घरी असायला हवे होते!"

अशा आहेत ममता गोएंका. १९९८च्या मार्च महिन्यात जेव्हा पहिल्यांदा

त्यांना ब्रेस्ट कॅन्सर असल्याचं निदान झालं, तेव्हा साहजिकच खूप मोठा धक्का बसला. त्याआधी फक्त ६ महिने त्यांच्या बहिणीलाही हाच कॅन्सर झाल्याचं निदान झालं होतं. "हो, हा 'C' पासून सुरू होणारा आजार आहे आणि तो मला झाला आहे," आतून एक आवाज म्हणाला.

पण तरीही, सगळं काही संपलं असं वाटलं नाही.

एक कर्मठ मारवाडी कुटुंबात जन्मलेली ही मुलगी, जिला उच्चशिक्षण घेण्यासाठी संघर्ष करावा लागला आणि नंतर एका 'स्वयंभू' माणसाशी लग्न करण्यासाठीही संघर्ष करावा लागला, तिनं मनाशी ठरवलं, "मी याच्याशीही दोन हात करेन."

त्यांनी मुलांना समोर बसवलं आणि समजावून सांगितलं, "हो, हा कॅन्सर आहे पण तुमची आई कुठेही चाललेली नाही... मी तुम्हाला मोठं झालेलं पाहणार आहे आणि हा माझा शब्द आहे."

ममता यांनी त्यांचा शब्द पाळला आणि त्या यातून पूर्णपणे बाहेर पडल्या, मात्र त्यांची बहीण या आजाराला बळी पडली.

बहिणीच्या अंत्यसंस्कारांच्या दिवशी ममता यांना आणखी एक गाठ जाणवली, या वेळी डाव्या स्तनात. त्यांनी पुन्हा संघर्षाला सुरुवात केली, शस्त्रक्रिया, केमोथेरपी आणि रेडिएशन या चक्रातून त्या गेल्या आणि ही लढाईसुद्धा त्यांनी जिंकली.

२००३ साल उजाडलं तेव्हा त्या अधिकृतपणे कॅन्सरमधून दोन वेळा वाचलेल्या रुग्ण ठरल्या होत्या. पण ही तर कहाणीची केवळ सुरुवात होती...

त्या काळ्याकुट्ट दिवसांमध्ये जेव्हा टाटा मेमोरिअल हॉस्पिटलमध्ये आपला नंबर लागण्याची वाट पाहत बसलेल्या असताना ममता आपल्या सोबतच्या रुग्णांशी गप्पा मारायच्या. ते रुग्ण गरीब, अशिक्षित होते, त्यांना आजाराविषयी पुरेशी कल्पनाही नसायची...

"मी बरी झाले की यांच्यासाठी मी 'काहीतरी करेन'...!" त्या विचार करायच्या.

ममता यांचा बराच वेळ ओपीडीमध्ये जायचा आणि एका कोपऱ्यात उभं राहून निरीक्षण करत असलेल्या ममतांकडे डॉक्टरांचं लक्ष वेधलं जायचं. हळूहळू, ते रुग्णांना ममता यांच्याकडे पाठवायला लागले, विशेषत: अशा रुग्णांना, ज्यांना सगळ्या परिस्थितीशी जुळवून घेणं अवघड जायचं आणि अशाप्रकारे हळूहळू ममता त्या रुग्णांच्या एकप्रकारे 'समुपदेशक' होऊ लागल्या.

"लोकांना याबद्दल समजायला लागलं, रुग्ण माझ्याशी संपर्क साधायला लागले... मी माझ्या जवळच्या आणि विस्तारित मित्रपरिवाराची कॅन्सरच्या वेदनांवर फुंकर घालणारी त्यांची जवळची काकू/ मावशी झाले."

मग, ममता यांनी अधिकृतपणे शस्त्रक्रिया पश्चात काळजी कशी घ्यावी हे सांगणारी सत्रं, स्वयंसेवकाच्या मदतीनं आठवड्यातून तीन वेळा हॉस्पिटलमध्येच

घ्यायला सुरुवात केली.

त्यांचा संदेश अगदी साधा, सोपा आहे : "कण्हायचं नाही, विव्हळायचं नाही – ही नवीन सुरुवात आहे! तुम्ही फक्त एवढंच करायचं, तुमचे बॉक्सिंगचे ग्लोव्ह्ज चढवायचे."

एका परिषदेला गेल्या असताना त्यांच्या मनात 'कॅन्सर केअर किट' ची कल्पना चमकून गेली.

त्यांनी या संकल्पनेचं भारतीयीकरण केलं, एक प्रतिकृती बनवली, नमुना बनवला, तो वितरित करण्यासाठी डॉक्टरांकडून अनुमती मिळवली. पण, यासाठी लागणारा पैसा कोठून उभारायचा? ममता यांनी आनंद महिंद्रा यांना याविषयी माहिती दिली, त्यांना ही कल्पना आवडली आणि त्यांनी सर्वतोपरी मदत करण्याचं वचन दिलं. ('पवन यांची या सगळ्यात काहीही भूमिका नव्हती')

त्यांचे पती आणि मुलं जेव्हा शाळेत आणि ऑफिसमध्ये काय काय घडलं सांगायची तेव्हा त्या रुग्णांबद्दल बोलायच्या.

"माझ्यावर उपचार सुरू असताना घरात आम्ही कॅन्सर हा शब्द उच्चारण्याचं टाळायचो... आता जेवताना टेबलावर वारंवार या विषयावर चर्चा व्हायला लागली!"

शस्त्रक्रियेनंतर बऱ्याचदा अनुभवायला येणाऱ्या 'लिम्फोडेमा' या स्थितीचा ममतांना सामना करावा लागला. या अवस्थेला कसं तोंड द्यायचं हे त्या अमेरिकेला जाऊन शिकून आल्या. ही माहितीही त्यांनी इतरांना सांगायला सुरुवात केली.

"घरातली बैठकीची खोली हे माझे अनौपचारिक क्लिनिक आहे," त्या हसतात. त्यांच्या प्रयत्नांनी भारतातल्या २० शहरांमध्ये विविध हॉस्पिटल्सनी २५ लिम्फेडेमा केंद्रं स्थापन केली आहेत.

२० वर्षांनी आणि १४ शस्त्रक्रियांनंतर ममता म्हणतात की कॅन्सर हे एक अप्रत्यक्ष छुपं 'वरदान'च ठरलं आहे.

"आपल्यातला अनेकांना कॅन्सर होतो... ही परिस्थिती आपलं अवघं आयुष्य गिळंकृत करते, आपल्या आणि जगण्याच्या मध्ये उभी ठाकते. माझा कॅन्सर मात्र निव्वळ एक शारीरिक व्याधी म्हणून समोर आला."

हॉस्पिटलमध्ये काम करण्याची संधी त्यांना या आजारानं दिली (जे त्यांचं लहानपणीचं स्वप्न होतं). त्यानं ममता यांना इतरांना बळ देण्यासाठी सक्षम बनवलं. आणि हे दाखवून देण्याची संधी दिली की, ९०टक्के लढाई ही प्रत्येकाच्या मनात लढली जाते. खरं सांगायचं तर, ममता यांनी नुकताच ब्रेस्ट कॅन्सरसोबतचा आपला 'तिसरा प्रवास' पूर्ण केला आहे.

"हे पहा माझे नवीन केस येताहेत... तिसऱ्यांदा," त्या हसून म्हणतात.

मनू जैन

शाओमी (Xiaomi)

एका चांगल्या चालत असलेल्या स्टार्ट-अपचा सहसंस्थापक ते कोणा दुसऱ्यासाठी काम करायला लागलेला मनू जैनसारखा माणूस विरळाच. तुम्ही ‘कोणासाठी’ काम करता हे महत्त्वाचं, इथे ती व्यक्ती आहे ले जुन, शाओमीचं स्वप्न पाहाणारा द्रष्टा. २०१४ सालच्या जुलै महिन्यात भारतात फ्लिपकार्टवर (Flipkart) ‘एमआय’ ‘mi’ फोन्स विक्रीसाठी अवतरले, त्यांची संख्या होती १०,०००. आज देशातला हा स्मार्टफोन्समधला पहिल्या क्रमांकाचा ब्रॅन्ड बनला आहे. हे त्यांनी कसं साध्य केलं? मोठी ध्येयं डोळ्यांसमोर ठेवून आणि वेगळा विचार करून!

वाघाची नजर

मी कॉलेजमध्ये होतो तेव्हा मी 'हेलो' नावाचा शाम्पू वापरत होतो, तो पिवळ्या रंगाचा होता आणि त्यात अंड्याचे गुण असल्याचा दावा केला जात असे.

२५ वर्षांनंतर, मी वेगळ्या ब्रॅन्डचा शाम्पू वापरतो, जो पांढऱ्या रंगाचा आहे आणि त्यात कोरफडीचे (ॲलोव्हेराचे) गुण असल्याचं सांगितलं जातं.

दोन्ही शाम्पू खरंतर एकच काम करतात – माझे केस स्वच्छ करण्याचं. बाटल्यांचा आकार आणि त्यांची नावं वेगळी आहेत, पण बाकी काही बदललं नाही.

आणि मग मी त्या काळी वापरत असलेल्या फोनचा विचार करतो – एक मोठं काळं उपकरण ज्याला गोल फिरणारी डायल होती – आणि त्यांची तुलना मी आज माझ्याकडे असणाऱ्या उपकरणाशी करतो, जो माझ्या हाताच्या तळव्यात मावतो.

हे खरं जग आहे, जिथे बदलाचा वेग फार क्वचित ध्यानात येतो आणि डिजिटल विश्व कसं आहे बघा : तुम्ही रात्री झोपता आणि सकाळी उठता तेव्हा 'काहीतरी' बदलल्याचं तुम्हाला दिसून येतं.

बदलाच्या या भव्यतेचं प्रतिबिंब मनू जैन यांच्या कारकिर्दीत आढळून येतं.

पहिल्यांदा, ते गुंतवणूक बँकिंगपासून दूर गेले, त्यात पैसा होता तरीही. मग, एका स्टार्ट-अपची स्थापना करायची म्हणून मॅकिन्सी (Mackinsey) सोडून गेले. आणि त्यानंतर त्यांनी पूर्णपणे 'यू-टर्न' घेऊन वेगळ्याच दिशेचा रस्ता धरला.

एक 'सफल आणि बोलबाला असलेला' उद्योजक म्हणून नाव होत असताना त्यांनी अचानक 'नोकरदार' होण्याचा निर्णय घेतला.

त्यांनी कोणासाठी काम करायचा निर्णय घेतला हे महत्त्वाचं आहे – ध्येयासक्त आणि द्रष्टा असलेल्या एका उद्योजकासाठी. ज्यानं मनू जैन यांना मोठी स्वप्नं बघण्याचं, त्वरित कृती करण्याचं आणि शून्यातून विश्व उभं करण्याचं स्वातंत्र्य दिलं.

आणि तेही अशा पद्धतीनं, मी जसं आधी कधी केलं नव्हतं.

४ वर्षांपेक्षाही कमी काळात, शाओमी हा भारतातला सर्वाधिक खपाचा स्मार्टफोन ठरला आहे, एका तिमाहीत १० दशलक्ष फोन्स विकले जातात आणि हे सगळं टीव्हीवर कोणत्याही प्रकारची जाहिरात न करता किंवा होर्डिंग्ज न लावता किंवा कोणत्याही तारे-तारकांची, सेलिब्रिटींची मदत न घेता.

अशी असते एखाद्या ब्रॅन्डची भूक, जणू शिकारीला निघालेला एखादा ढाण्या वाघ. उत्तेजित, राजेशाही, स्फुरण चढलेला.

उत्तर प्रदेशतल्या मीरत या एका झोपाळू शहरात, एकत्र कुटुंबात मनू जैन यांचा जन्म झाला.

"खरं सांगायचं तर माझं कुटुंब हे 'महाकुटुंब' होतं असं म्हणायला पाहिजे. माझ्या पणजोबांचा ब्रिटिशांच्या काळात मोठा व्यवसाय होता आणि त्यांना ११ मुलगे होते..."

वडिलोपार्जित मालमत्तेची भावांमध्ये वाटणी झाली. ते सगळे वेगवेगळ्या घरांमध्ये राहायचे, पण एकमेकांपासून अगदी हाकेच्या अंतरावर. 'हम साथ साथ हैं' सारखी भावना मात्र कायम राहिली.

"त्या भागातलं कुणी न कुणी एकमेकांची आते-मामे-चुलत भावंडं होती... आमच्या कुटुंबाचं एक मंदिरही होतं!"

मनू जेव्हा चौथ्या इयत्तेत होते तेव्हा त्यांच्या वर्गशिक्षकांनी 'तुला किती भाऊ-बहिणी आहेत,' असं विचारलं.

त्या मुलानं मोजायला सुरुवात केली आणि शेवटी सांगितलं, "४५."

शिक्षकांना ते ऐकून धक्का बसला. 'असं कसं होऊ शकतं?' मनू त्यांच्या विधानावर ठाम राहिले. त्यांना 'सख्खी' भावंडं आणि नात्यातली इतर भावंडं यांच्यातला फरक माहीत नव्हता. इतकी नात्यांची वीण घट्ट होती!

सगळी भावंडं एकाच शाळेत जायची – दयावती मोदी अ‍ॅकेडमी – आणि असं गृहीतच धरलं गेलं होतं की मुलगे कुटुंबाचा व्यवसाय पुढे चालवतील. वेगवेगळ्या काका-मामांनी काही प्रमाणात आपसात मालकी अधिकार वाटून हे व्यवसाय चालवले होते. प्रामुख्यानं उत्पादनाशी संबंधित जसे तांबं, स्टील, घड्याळाचे सुटे भाग, कार दुरुस्तीचं दुकान इत्यादी.

"B.Com. किंवा B.Sc. होणं हे पुरेसं शिक्षण आहे असं समजलं जायचं. कोणालाही त्यापेक्षा मोठी उडी घेण्याची आकांक्षा नव्हती."

१२वीत असताना मनू यांच्या पिताजींनी विचारलं, "पुढे काय करायची इच्छा आहे?"

"मला इंजिनिअरिंग करायचं आहे," हे उत्तर ऐकल्यावर त्यांना आश्चर्य वाटलं. मनू उत्तर प्रदेशच्या राज्य प्रवेश परीक्षेला बसले आणि सरकारी कॉलेजमध्ये त्यांना कॉम्प्युटर सायन्ससाठी प्रवेश मिळाला. ही एक असाधारण गोष्ट होती कारण अगदी एक दिवससुद्धा त्यांनी यासाठी अभ्यास केला नव्हता.

"मी नेहमीच एक सामान्य विद्यार्थी राहिलो आहे, ७०-८०टक्के मार्क्स मिळवणारा. पण, माझ्या शाळेतल्या अत्यंत हुशार समजला जाणाऱ्या मुलांपेक्षा मला चांगल्या कॉलेजमध्ये प्रवेश मिळाला... तेव्हा मला फार छान वाटलं!"

नंतर, ते जेव्हा समुपदेशनासाठी गेले तेव्हा जो भेटेल तो विचारत होता, ''तू आयआयटीसाठी अर्ज केलास? तुझा JEE चा नंबर कितवा आहे?''

आणि मग तेव्हा मनू यांना जाणीव झाली की 'आयआयटी' म्हणून एक संस्था आहे आणि उत्तर प्रदेशमधल्या कोणत्याही सरकारी कॉलेजपेक्षा ती कितीतरी पटींनी चांगली आहे. आणि तेव्हा त्यांनी प्रथमच आयुष्यातला एक धाडसी निर्णय घेतला.

''मी एक वर्ष कॉलेजला न जाता आयआयटीची प्रवेश परीक्षा देणार आहे.''

मनू यांचे वडील चांगलेच संतापले. एकतर त्यांनी पहिल्या सत्राची फी भरली होती (त्या काळी एका छोट्या व्यावसायिकासाठी ती रक्कम बरीच मोठी होती). पण, त्यापेक्षाही जास्त हे करण्यात काही अर्थ नाही याबद्दल त्यांची खात्री होती. तुला या वर्षी नशिबानं ही जागा मिळाली, पण पुढच्या वर्षी असाच नंबर येईल याची काय शाश्वती?

वडिलांचं मन वळवण्यात मनू यांना कसंबसं यश आलं. येणारं वर्ष हे त्यांच्या आयुष्यातलं सगळ्यात कठीण वर्ष होतं. मनू यांना कोटाला पाठवण्याइतकी कुटुंबाची परिस्थिती नव्हती आणि परीक्षेची तयारी करून घेण्यासाठी मीरतमध्ये कोणत्याही प्रकारचे अधिकृत क्लासेस नव्हते. म्हणून मग, मनू यांनी स्थानिक शिक्षकांच्या मार्गदर्शनाखाली काही चांगल्या पुस्तकांच्या मदतीनं अभ्यास केला. त्या जोरावर त्यांनी JEE परीक्षेचा गड सर केला आणि मेकॅनिकला इंजिनिअरिंगसाठी दिल्ली आयआयटीमध्ये त्यांना प्रवेश मिळाला.

> बँकिंग क्षेत्रात असलेले माझे सगळे मित्र कदाचित माझ्यापेक्षा जास्त पैसे कमावतात, पण अशा कामात मला कधीच आनंद मिळाला नसता. माझ्या कामानं मी काहीतरी खराखुरा, प्रत्यक्ष ठसा उमटवला पाहिजे, अशी माझी इच्छा होती!

''१९९९ ते २००३... माझ्या आयुष्यात शिकलेल्या गोष्टींपैकी निम्म्या गोष्टी त्या चार वर्षांत मी शिकलो. माझं संपूर्ण व्यक्तिमत्त्व पार बदलून गेलं!''

एका छोट्या शहरातून आलेले मनू हे कधी बाहेरच्या जगात पाय न ठेवलेले, बुजरे असे विद्यार्थी होते. आयआयटी हे त्यांच्यासाठी पूर्णत: नवीन जग होतं. पहिल्या वर्षात, आंतरवसतिगृह स्पर्धा असायच्या आणि मनू 'ड्रॅमॅटिक्स क्लब'चे (नाटक मंडळ) सभासद झाले. नाटकांच्या तालमी रात्री जेवणानंतर सुरू व्हायच्या आणि पहाटे ३-४ वाजेपर्यंत चालायच्या. त्यानंतर सकाळी ८ वाजता सुरू होणाऱ्या वर्गासाठी हजर राहावं लागायचं.

''मुळात मला वेळेचं व्यवस्थापन कसं करायचं ते शिकता आलं आणि

एखाद्या टीममध्ये कसं काम करायचं हेही समजलं... माझे काही जिवलग मित्र मला यातूनच मिळाले!''

तिसऱ्या वर्षी, SAE सोसायटी ऑफ ऑटोमोटिव्ह इंजिनिअर्सच्या वतीनं ज्या चार सदस्यीय टीमनं टेक फेस्टचं आयोजन केलं होतं, तिचा मनू हे एक हिस्सा होते. या आयोजनात पुरस्कर्ते शोधायचे, इतर महाविद्यालयांमधून विद्यार्थ्यांना बोलवायचं, त्यांच्या राहण्याची व्यवस्था करायची इत्यादी कामांचा समावेश होता. आणि स्वयंसेवकांच्या गटाकडून कामं करवून घ्यायची. नेतृत्व कसं करावं याचा चालताबोलता वस्तुपाठच होता तो!

शैक्षणिक आघाडीवर, मनू यांना नवीन विषयांची जणू अलिबाबाची गुहाच खुली झाली : भौतिकशास्त्रातल्या गणितातल्या आणि इंजिनिअरिंगमधल्या कूट संकल्पना इत्यादी. आणि पहिल्या वर्षी हे सगळं दमछाक करणारं होतं.

''बापरे किती विषय होते ते, मला वाटलं होतं की मी नापास होणार!''

नेहमी 'टॉपर' असणाऱ्या मुलांची आजूबाजूला उपस्थिती असल्यामुळे स्वत:वर घेतली जाणारी शंका आणखीनच पक्की झाली. पण अखेरीस मनू यांना जाणवलं की कोणताही विषय 'तितकासा' कठीण नाही. त्यांनी कधीही यापूर्वी कोडिंग केलं नव्हतं. तरीही कॉम्प्युटर सायन्स या विषयात त्यांना चांगले गुण मिळाले. आणि तेव्हा हा विचार मनात चमकून गेला.

''मी काहीही करू शकतो.'' आयआयटीतून बाहेर पडताना एक मोठ्ठी शिदोरी घेऊन ते आले ती म्हणजे स्वत: वरचा विश्वास.

नशिबाचा खेळ पहा, मनू हे २००३ साली पदवी घेऊन बाहेर पडले, डॉटकॉम बर्स्ट (इंटरनेटच्या आधारे चालणाऱ्या कंपन्यांचा दिवाळखोरी जाहीर करण्याचा काळ) नंतरचं ते खूपच वाईट वर्ष होतं. आयआयटी दिल्लीच्या इतिहासात प्रथमच असं घडलं की, त्या वर्षी उत्तीर्ण झालेल्यांपैकी अगदी मोजक्या लोकांना नोकऱ्या मिळाल्या. मनू यांनी १०-१२ कंपन्यांकडे अर्ज केले आणि प्रत्येक वेळी शेवटच्या फेरीपर्यंत पोहचूनही त्यांना नकार मिळत गेला. नक्की काय बिनसत होतं हे त्यांना कधीच समजलं नाही...

मग एक कंपनी आली, टेकस्पॅन, अर्जुन मल्होत्रा (HCLचे सहसंस्थापक) यांनी ती सुरू केली होती. ते 'अत्यंत हुशार' लोकांच्या शोधात होते जे गुंतवणूक बँकांसाठी उच्च दर्जाचं सॉफ्टवेअर तयार करू शकतील. कॅम्पसमध्ये त्या वर्षी आलेल्या कंपन्यांपैकी ती सगळ्यात जास्त पगार देऊ करणारी दुसऱ्या व तिसऱ्या क्रमांकाची कंपनी होती.

कोडिंग या विषयात फार गती नसलेल्या मनू यांनी त्या जागेसाठी अर्ज केला आणि त्यात शेवटच्या फेरीसाठी त्यांना निवडलं गेलं. मुलाखतीदरम्यान प्रामाणिकपणे

सगळं खरं सांगायचं त्यांनी ठरवलं.

"मला सॉफ्टवेअर प्रोग्रॅमिंगबद्दल काहीच कल्पना नाही, पण माझं गणित खूप चांगलं आहे. मला गणितातला कोणताही प्रश्न विचारा, मी तो सोडवू शकतो."

मुलाखत घेणारी व्यक्ती त्या कंपनीची CTO होती. त्यांनी मनू यांना गणितातली ५-६ वेगवेगळी कोडी सोडवायला दिली. आणि त्यांनी दावा केल्याप्रमाणे प्रत्येकाचं उत्तर बरोबर आलं.

मुलाखतीची शेवटची फेरी सहसंस्थापकाबरोबर होणार होती. मुलाखत एकाच मुद्द्याभोवती फिरत होती, ज्याच्याशी तंत्रज्ञानाचा काहीच संबंध नव्हता.

"मी धीरूभाई अंबानींमुळे खूपच प्रभावित होतो आणि आम्ही फक्त त्यावरच बोललो."

विविध आयआयटीमधून निवडल्या गेलेल्या १० होतकरू उमेदवारांपैकी मनू हे एक होते. आणि कॉम्प्युटर सायन्सची पदवी पदरी नसलेले ते एकमेव होते! पुढची दोन वर्षं खूप मजेत गेली. ब्रिगेड रोडवर त्यांचं ऑफिस होतं. बंगळुरूमध्ये त्या काळी सगळ्यात जास्त लोकप्रिय असलेलं ते ठिकाण होतं. एकत्र काम करणारी, एकत्र पार्टी करणारी तरुण मंडळी – जणू काही कॉलेजजीवनाचा उत्तरार्धच.

पण, हेच आपल्याला आयुष्यभर करायचं नाही हे मनू यांच्या मनात पक्कं होतं. अमेरिकेतल्या कधीही न पाहिलेल्या, न भेटलेल्या गिऱ्हाइकासाठी ते सॉफ्टवेअर सोल्युशन्स बनवत होते.

"मी करत असलेल्या कामाचा समोरच्यावर काय प्रभाव पडतो हे मी पाहू शकत नव्हतो... एखाद्या काळ्या पेटीत बंद करून ठेवल्यासारखं मला वाटत होतं."

एक निराश झालेला इंजिनिअर जे करेल तेच मनू यांनी केलं – त्यांनी CAT ची परीक्षा दिली आणि ६ पैकी ५ आयआयएम् (IIM) कडून त्यांना बोलावणं आलं. इतर इंजिनिअर्स करणार नाहीत (खरंतर कोणीच करणार नाही) अशी गोष्ट मनू यांनी केली. त्यांनी एक 'सामाजिक प्रयोग' करण्याचं ठरवलं. ५ पैकी ३ मुलाखतींना ते कुर्ता-पायजमा घालून गेले आणि इतर २ मुलाखतींना त्यांनी सूट घातला.

यामुळे निकाल काही वेगळा लागतो का हे त्यांना बघायचं होतं. 'मग' मी अपेक्षेनं त्यांच्याकडे पाहतो 'काय झालं?'

"काहीच नाही, त्या गोष्टीचा काहीही संबंध असल्याचं मला दिसलं नाही. मी कुर्ता-पायजमा घालून गेलो होतो त्या तीनही मुलाखतींमधून माझी निवड झाली. पण, संभाषण सुरू करण्यासाठी ती चांगली सुरुवात ठरली!"

मनू यांनी कोलकात्याच्या आयआयएममध्ये प्रवेश घेतला, हाही आणखी

एक रोचक अनुभव होता. आणि शिवाय इथे त्यांना त्यांची भावी पत्नी भेटली, मिनू. या प्रेमकहाणीत रोल नंबर्सनी महत्त्वाची भूमिका वठवली. मिनूचा नंबर होता २२८, मनूचा २२५. म्हणून मग अनेक वर्गांमध्ये ही दोघं आणि त्यांच्यामध्ये एक मिस्टर २२६ असे बसायचे (२२७ नंबरनं काढता पाय घेतला होता ही बाब पथ्यावरच पडली).

''पण पहिल्या दोन सत्रांमध्ये आम्ही एकमेकांशी एकही शब्द बोललो नाही, किंवा एकमेकांना साधं 'हाय', 'हॅलो' ही म्हटलं नाही...''

आयआयएममधल्या बहुतेक वर्गांमध्ये विद्यार्थ्यांना गट बनवून काम करावं लागतं. तिसऱ्या सत्रामध्ये एका प्राध्यापकांना अशा गटांमध्ये वैविध्य हवं होतं. याचा अर्थ, इंजिनिअर नसलेल्या लोकांना हुडकून काढून गटात सामील करून घ्यायचं आणि मुलींनाही. मनू यांनी २२५ रोल नंबरकडे विचारणा केली. तिनं तो प्रस्ताव स्वीकारला. आणि अशाप्रकारे ती दोघं एकमेकांशी बोलायला लागली.

मॅकिन्सी मधल्या प्रत्येक प्रकल्पासाठी वेगवेगळी कौशल्यं लागायची. खऱ्या आयुष्यातले प्रश्न सोडवण्यासाठी त्यातूनच मला भरपूर आत्मविश्वास मिळाला.

मग समर प्लेसमेन्टची वेळ आली, मनू यांनी हा गड सर केला. १२ कंपन्यांनी 'स्लॉट ओ (O)' साठी (सगळ्यात प्रतिष्ठेची समजली जाणारी निवड) ज्या २ विद्यार्थ्यांची निवड केली त्यात त्यांच्यापैकी एक मनू होते.

सगळे म्हणाले, ''तुला यात नक्कीच यश मिळणार, तुला तर आता चिंता करायची गरजच नाही.''

'आता मॅनहॅटन दूर नाही,' मनू यांच्या मनात विचार आला, पण एका धक्क्यानं त्यांना वास्तवात आणून सोडलं. अबलख वारूवर स्वार होऊन सुसाट जाण्याचं स्वप्न भंगून ते खाड्‌कन जमिनीवर आदळले – एकही मुलाखत त्यांना पार करता आली नाही! अतिशय लाजिरवाणी गोष्ट होती ती!

सुदैवानं, 'स्लॉट ०.५'मध्ये मनू यांची टाटा ॲडमिनिस्ट्रेशन सर्व्हिसेसमध्ये (TAS) निवड झाली. ही नोकरीसुद्धा काही कमी प्रतिष्ठेची नव्हती, ती मुंबईत होती. शहरात पाय ठेवल्याचा पहिल्याच दिवशी आपल्या कथानायकाला कंटाळा आला म्हणून रात्रीच्या जेवणासाठी त्यानं काही मित्रांना बोलावून घेतलं. कोणीही रिकामं नव्हतं. म्हणून मग त्यानं आपल्या स्टडी ग्रूप साथीदाराला फोन केला – रोल नंबर २२५.

''तू मुंबईत आहेस का?'' त्यांनी तिला विचारलं.

''हो.'' उत्तर आलं.

"तू जर इथेच जवळपास असशील तर तू का येत नाहीस, आपण ताजमध्ये जेवायला जाऊ."

TAS मध्ये काम करण्याचा हा एक फायदा! म्हणजे बघा, एक मुलगा, ज्याला कोणीतरी सोबतीला हवं होतं आणि एक मुलगी, जी होस्टेलचं खाणं खाऊन कंटाळली होती. एक भेट – 'डेट' नियतीनं घडवून आणलेली! आणि पुढच्या दोन महिन्यांत मनू आणि मिनू वारंवार भेटले, एकमेकांना ओळखू लागले आणि शेवटी एकमेकांचे जिवलग मित्र झाले.

चौथ्या सत्रासाठी कॉलेजमध्ये परत गेल्यावर त्यांनी प्रत्येक अभ्यासक्रम एकमेकांबरोबर केला. ८ पैकी ७ विषयांसाठी मनू आणि मिनू यांनी प्रकल्पांसाठी गटानं काम केलं. फक्त त्या दोघांचाच गट. सगळा दिवस ते एकत्र घालवायचे, एकत्र अभ्यास करायचे. एकमेकांना प्रोत्साहन द्यायचे. सत्र संपताना त्यांचा CGPA (Cumulative Grade Point Average) 'सरासरी संचयी श्रेणी गुणसंख्या' गगनाला भिडला होता.

"अच्छा, यांचं अगदी जोरात चाललंय." प्रत्येकाच्या मनात विचार यायचा.

ती दोघं नकारार्थी मान हलवायची. हो, आम्ही एकमेकांपासून कधीच अलग होऊ शकणार नाही, पण...

"कॉलेजमध्ये असतानाचा संपूर्ण काळ, आम्ही खूप जवळचे मित्र आहोत यापेक्षा अधिक काही आम्हाला वाटलंच नाही."

परस्पर देवाणघेवाण कार्यक्रमांतर्गत (Exchange Program - ESCP EAP) मनू पॅरिसला गेले. ते परत आले तेव्हा कॉलेज परिसरात प्लेसममेन्टच्या तापाची लाट आली होती. त्या वर्षी ३०० पेक्षा जास्त कंपन्या येण्याची अपेक्षा होती.

"मी जेव्हा फक्त ३ कंपन्यांना - सगळ्या सल्लागार (consulting) कंपन्या – अर्ज केला तेव्हा माझं डोकं फिरलं आहे असंच लोकांना वाटलं! पण माझ्याकडे TAS चा प्रस्ताव आधीपासून होता, त्यामुळे गमावण्यासारखं काहीच नव्हतं."

अरे, पण इन्व्हेस्टमेन्ट बँकिंगची सध्या हवा आहे – प्रयत्न तर कर, लोक म्हणाले. पण, दोस्त मंडळींच्या दबावाला मनू बळी पडले नाहीत. माझ्या मनात सगळं चित्र स्पष्ट होतं : "I- बँकिंग हे माझं क्षेत्र नाही," मग पगार कितीही चांगला असू दे.

तुम्हाला काय 'नको' आहे हे कळणं ही पहिली पायरी असते. तुमच्या खऱ्या उत्तर दिशेला नेणारं हे पहिलं पाऊल असतं.

तर मग असं झालं की, BCG आणि मॅकिन्सी या दोघांकडून प्रस्ताव आले आणि मनू यांनी BCGची निवड केली. पण, या कंपनीत रुजू होण्यापूर्वीच मॅकिन्सीकडून फोन आला, "आम्हाला तुम्हाला भेटायचं आहे."

त्या भेटीदरम्यान, प्रभावशाली व्यक्तिमत्त्वाच्या आयरिना विठ्ठल[१] यांनी या तरुण माणसाला आपल्या कंपनीत काम करण्यासाठी राजी केलं. मग असं झालं की, मनू जैन यांनी मॅकिन्सीचा प्रस्ताव स्वीकारला, तिथे त्यांनी ५ वर्षांचा काळ व्यतीत केला. वैविध्यपूर्ण प्रकल्पांवर विभागांमध्ये आणि भौगोलिक परिस्थितींमध्ये त्यांनी काम केलं. भारत आणि दक्षिणपूर्व आशिया आणि आफ्रिका अशा.

त्यातला एक संस्मरणीय प्रकल्प झांबियात होता, जगातल्या सगळ्यात मोठ्या तांब्याच्या खाणीत उत्पादन वाढवण्यासंबंधी तो प्रकल्प होता.

मग, वयाच्या विशीत असलेल्या, खाणकामाचा कोणताही अनुभव नसलेल्या या तरुणानं हे कसं करून दाखवलं?

"मी काम केलेल्या प्रत्येक प्रकल्पादरम्यान, आम्ही प्रत्यक्ष कामाच्या ठिकाणी जायचो, प्रश्न समजावून घ्यायचो आणि त्यावर उपाय शोधायचा प्रयत्न करायचो."

तांब्याच्या खाणीत अडचण अशी होती की, खनिज गरजेपेक्षा जास्त होतं, पण ते वर आणण्यासाठी पुरेशी उपकरणं नव्हती. त्यामुळे त्यावरचा स्वाभाविक उपाय असा होता की : 'आणखी डम्पर ट्रक्स मागवणं' पण, हे ट्रक्स इतर ट्रक्ससारखे नसतात, ते गरजेनुसार बनवून घेतले जातात. त्यासाठी किमान ६ महिन्यांचा कालावधी लागतो. म्हणून मग त्यांनी जुने वापरलेले (second hand) ट्रक्स विकत घेण्याचा निर्णय घेतला.

पण, आता नवीन समस्या उद्भवली, खाणीतून भरपूर खनिज निघत होतं, पण ते वितळवण्यासाठी पुरेशा भट्ट्या नव्हत्या...

एखाद्या डिटेक्टिव्हसारखा हा खेळ चालला होता. एक सुगावा दुसऱ्या सुगाव्याकडे घेऊन जातो. असं करत करत प्रश्नांची उकल होत जाते. आणि एकदा का कोड्याचे सगळे तुकडे आपापल्या जागी जाऊन बसले की मग तुम्हाला फरक दिसायला लागतो.

"त्या १ वर्षात, आम्ही तांब्याचं उत्पादन ४०-५० टक्क्यांनी वाढवण्यात यशस्वी ठरलो!"

कोणतेही २ प्रकल्प एकासारखे एक नव्हते ही त्या काळातली खूप रोमांचक गोष्ट होती. हॉटेल्सची एक साखळीच्या साखळी विकण्यापासून ते एक परिपूर्ण व्यावसायिक परिचालन प्रत्यक्षात आणण्यापर्यंत सतत काही न काहीतरी नवीन शिकायला मिळायचं.

मॅकिन्सी हे फार काळजी घेणारे मालक होते. मनू हे सुट्टी घालवायला

---

१. आयरिना विठ्ठल या मॅकिन्सीसोबत आता काम करत नाहीत, पण अनेक कंपन्यांच्या बोर्डवर त्या आहेत. त्या IIMCच्या स्नातक आहेत.

एकमेवाद्वितीय रतन टाटा यांच्या समवेत.

इजिप्तला गेले असताना '२५ जानेवारीची क्रांती' भलतीच पेटली होती. विमानतळ बंद करण्यात आले, मोबाइल नेटवर्क्स बंद पाडली गेली, युद्धसदृश परिस्थिती निर्माण झाली होती. त्या वेळी इजिप्तमध्ये असलेल्या आपल्या जगभरातल्या सगळ्या नोकरदारांसाठी मॅकिन्सीनं विमानाच्या तिकिटांची व्यवस्था केली.

"मी काही त्या वेळी ऑफिसच्या कामासाठी इजिप्तला गेलो नव्हतो, पण तरीही मॅकिन्सी इंडियानं मी आणि माझ्या पत्नीसाठी २ तिकिटं मिळतील आणि आम्ही तिथून सुखरूप निघू शकू याची खातरजमा करून घेतली. त्यांना खरंतर हे सगळं करण्याची काहीच गरज नव्हती, तरीही त्यांनी ते केलं..."

'आपण सगळे एका कुटुंबासारखे आहोत' असं अनेक कंपन्या म्हणतात, पण तसं वाटण्यासाठी जे करावं लागतं ते फार थोडे जण करतात.

असं असूनसुद्धा मॅकिन्सीत ५ वर्षं काढल्यानंतर मनू जैन द्विधा मन:स्थितीत होते. ते आता EM (एंगेजमेंट मॅनेजर) होते आणि त्यांच्यापुढे दोन मार्ग होते.

१) आता सोडून जायचं.

२) आणखी ५ वर्षं राहायचं आणि भागीदार होण्याचं ध्येय ठेवायचं.

आणि जर ते भागीदार बनले तर मग तिथेच राहून काम करण्यात आणि भरपूर पैसा कमावण्यात आणि त्यासोबत येणारे फायदे चाखण्यात काही अर्थ होता. हे चित्र अत्यंत आकर्षक होतं. पण...

"आता इथून पुढे जाण्याची वेळ आली आहे असं मला जाणवलं."

मॅकिन्सी सोडून लोक निघून जातात ही सामान्य बाब समजली जाते, खरंतर या गोष्टीला उत्तेजन दिलं जातं. कारण, त्यांच्या व्यवसायातला फार मोठा वाटा हा

वेगवेगळ्या कंपन्यांमध्ये काम करणाऱ्या त्यांच्या माजी नोकरदारांकडून उचलला जातो.

पण, फर्मच्या अनेक भागीदारांशी जेव्हा मनू यांनी चर्चा केली तेव्हा ते सगळे म्हणाले, "तू चूक करत आहेस."

मॅकिन्सी सोडून स्वत:च काहीतरी सुरू करण्याची कल्पना त्यांच्या मते चुकीची होती. तेही तंत्रज्ञान क्षेत्रात. अनेकांनी तसा प्रयत्न केला होता आणि त्यातले बहुतेक जण अयशस्वी झाले होते.

"एखाद्या प्रायव्हेट इक्विटी (PE) किंवा व्हेंचर कॅपिटल (VC) फर्ममध्ये जा," त्यांनी सल्ला दिला. "किंवा एखाद्या मोठ्या कंपनीच्या धोरण ठरवणाऱ्या विभागात."

मनू यांनी सगळ्यांचं ऐकून घेतलं, पण ते कोणत्याच सल्ल्यानं प्रभावित झाले नाहीत.

"माझ्या आजूबाजूचं जग बदलत होतं, मला ते दिसत होतं, मला ते जाणवत होतं..."

आता तो बदल स्वत: होण्याची वेळ आली होती. म्हणून मग त्यांनी तंत्रज्ञान क्षेत्रातल्या विविध कल्पना पडताळून बघायला आणि त्यांचं मूल्यमापन करायला सुरुवात केली. ऑनलाइन हेल्थकेअर, लहान मुलांच्या उत्पादनांचा ऑनलाइन व्यापार, आणि असं बरंच काही. रॉकेट इंटरनेटमधून जन्माला येणाऱ्या एका कंपनीचा सहसंस्थापक म्हणून काम करणार असलेल्या प्रवीण सिन्हा यांनी मनू यांच्याकडे त्या वेळी विचारणा केली. सिन्हा हेही आयआयएम कोलकात्याचे विद्यार्थी होते आणि मनू यांच्यापेक्षा लहान होते.

"आमच्यासोबत काम कर! सगळ्या भारताची खरेदी करण्याची पद्धतच आम्ही बदलून टाकणार आहोत," ते म्हणाले.

'नाही' अशी पहिली प्रतिक्रिया मनू यांच्या मनात उमटून गेली. त्या वेळी फ्लिपकार्ट ऑनलाइन पुस्तकं विकायची – हो, हे शक्य होतं. पण, कपडे आणि बूट-चपला कोण ऑनलाइन विकत घेतं? या कल्पनेत काही तथ्य होतं असं वाटत नव्हतं.

'हे होऊ शकतं' हे मनू यांना पटायला २ महिन्यांचा काळ जावा लागला किंवा किमान 'करून बघायला हवं' हे तरी पटलं आणि मग jabong.com च्या बोर्डावर ते सहसंस्थापक म्हणून आले.

ई-कॉमर्सचे ते अगदी सुरुवातीचे दिवस होते. २०१२च्या जानेवारीत जेव्हा या कंपनीचा शुभारंभ झाला तेव्हा जबाँगच्या टीमनं हा हिशेब केला की, "आपण दिवसाला १०० उत्पादनं विकू शकलो तर आपल्याला 'भरघोस यश' मिळालं असं समजू." मार्चपर्यंत त्यांनी दिवसाला १०००चा टप्पा पार केला – हे

अविश्वसनीय होतं. हा एक भलताच विलक्षण कल समोर येत होता.

"आमच्याशी होणाऱ्या व्यवहारातला ६० टक्के व्यवहार हा मोबाइल फोन्सद्वारे होत असल्याचं आमच्या निदर्शनाला आलं."

त्या काळी लोक मोठा स्क्रीन असलेला स्मार्टफोन वापरत नव्हते आणि जबाँगची वेबसाइटही मोबाइलस्नेही नव्हती की त्यांचं स्वत:चं ॲप नव्हतं. जे वाटलं होतं त्यापेक्षा उलटच घडत होतं. त्या वेळी मनू यांना जाणीव झाली की, भारतात मोबाइल फोन्सना 'सुगीचे दिवस' येणार आहेत. विकासाच्या गाडीला तो इंजिन बनून धडधडत पुढे घेऊन जाणार आहे, बदल घडवणारा परीस ठरणार आहे.

"मी स्मार्टफोननं खूपच प्रभावित झालो... कॉम्प्युटर कधीही न वापरलेल्या लाखो लोकांना तो सर्वदूर संचार करण्याची सुविधा उपलब्ध करून देत होता."

२०१३ मध्ये कधीतरी मनू यांच्या पाहण्यात शाओमी (Xiaomi) कंपनीच्या संदर्भात एक ब्लॉग आला. कंपनीचं वय फक्त ३ होतं, २०१२ साली तिनं फोन विकायला सुरुवात केली होती आणि चीनमधला एक सर्वाधिक खपाचा ब्रॅन्ड ती बनलीही होती. त्या ब्लॉगच्या लेखकानं लिहिलं होतं – 'मोबाइल विश्वातली ही एक अविश्वसनीय काम करणारी कंपनी आहे.'

मी माझ्या ६४ वर्षांच्या वडिलांना एक लॅपटॉप भेट म्हणून दिला, त्यांनी तो कधीच वापरला नाही. मग मी त्यांना स्मार्टफोन दिला आणि ते आता फेसबुकवर असतात, व्हॉट्सॲप वापरतात, गुगल मॅप्स वापरतात, सगळं काही वापरतात.

बहुतांश कंपन्या एकतर सॉफ्टवेअरवर लक्ष केंद्रित करतात (गुगल, फेसबुक, मायक्रोसॉफ्ट) किंवा हार्डवेअरवर (ॲपल, सॅमसंग, नोकिया, मायक्रोमॅक्स) शाओमी ही कंपनी दोन्हीवर काम करणारी कंपनी होती. असं क्वचितच कोणी केलं होतं.

एक मित्र, मार्गदर्शक आणि InMobi चे संस्थापक असलेल्या नवीन तिवारी यांना मनू जाऊन भेटले.

"अरे नवीन, तुला शाओमीबद्दल काही माहीत आहे?"

"हो, आहे," उत्तर आलं.

"त्याच्या संस्थापकाशी संपर्क साधू शकशील का म्हणजे मी त्याच्याशी जरा बोलेन?" मनू यांनी विनंती केली.

त्या वेळी ते नोकरीच्या शोधात नव्हते, ना मनात काही विशिष्ट हेतू होता. फक्त कुतूहल होतं.

कंपनी पण खूप इंटरेस्टिंग होती.

शाओमीचा संस्थापक ले जुन नावाचा धाडसी चिनी उद्योजक आहे.

शाओमीच्या आधी, त्यानं अब्जावधी डॉलर्सचे अनेक व्यवसाय उभारले होते, जसे किंगसॉफ्ट (हाँगकाँग स्टॉक एक्सेंजच्या यादीत त्याचा समावेश झाला), जोयो (ॲमेझॉनला विकलेली ई-कॉमर्स साइट, जी आता ॲमेझॉन चायना म्हणून ओळखली जाते) आणि सोशल गेमिंग प्लॅटफॉर्म YY कॉर्पोरेशन (NASDAQच्या यादीत समाविष्ट).

त्यानंतर, हा उद्योजक व्यवसायातून 'निवृत्त' झाला आणि त्यानं काही विक्षिप्त गोष्टी केल्या. चित्रपटात काम केलं. ('गॉडफादर'च्या चिनी रिमेकमध्ये त्यानं भूमिका केली, दुसऱ्या कोणाची? – अर्थात गॉडफादरची).

पण मग २०१० साली ले जुन यांनी उद्योगविश्वात पुनरागमन केलं. शाओमीची स्थापना एक सॉफ्टवेअर कंपनी म्हणून झाली, तिनं अशी एक ऑपरेटिंग सिस्टिम - परिचालन प्रणाली बनवली जी कोणत्याही अँड्रॉईड फोनवर वापरता येणार होती.

"यामध्ये गमतीची गोष्ट अशी होती की, लोक आम्हाला त्यांना कोणती वैशिष्ट्यं हवी आहेत ते सांगायचे. त्यामुळे सगळ्या कल्पना लोकांकडूनच आल्या."

शाओमीची परिचालन प्रणाली (OS) पहिल्या २ वर्षांतच प्रचंड लोकप्रिय झाली, पण ले जुन काही समाधानी नव्हते. त्यांना आणखी वापरकर्ते जोडले जायला हवे होते. आता, प्रत्येक माणूस काही इतका हुशार नसतो की तो एखादी परिचालन प्रणाली डाउनलोड करून इन्स्टॉल करू शकेल. मग, जर शाओमीनं आपले स्वत:चे फोन्स तयार केले आणि विकले, तर त्यांच्यात ही परिचालन प्रणाली बसवलेलीच असेल. मात्र, इतर हार्डवेअर कंपन्यांपेक्षा त्यांनी हे फार वेगळ्या प्रकारे केलं.

ले जुन यांचं तत्त्वज्ञान होतं : किंमत कमी करायची आणि लोकांना फायदा करून द्यायचा. परिणामी, शाओमी फोन्स बाजारात आल्या आल्या चीनमध्ये प्रचंड लोकप्रिय झाले.

ही कहाणी झपाटून टाकणारी होती आणि मनू जैन नशीबवान ठरले की त्यांना शाओमीचे एक सहसंस्थापक (आणि गुगल चायनाचे माजी इंजिनिअरिंग प्रमुख) बिन लिन यांच्याशी संपर्क साधता आला. महिन्यातून एकदा त्यांच्या फोनवर सहज म्हणून गप्पा व्हायला लागल्या. भारताबद्दल, चीनबद्दल आणि तंत्रज्ञानातले सध्याचे कल यावर गप्पा होत असत.

दरम्यान, जबाँग ही भारतातल्या २ सर्वांत मोठ्या फॅशन ई-कॉमर्स कंपन्यांपैकी एक झाली होती. परंतु, २०१३च्या नोव्हेंबरमध्ये मनू यांनी जबाँग सोडण्याचा निर्णय घेतला.

"यामागे मुख्यत: व्यक्तिगत कारणं होती. मी नुकताच बाबा झालो होतो

आणि मला माझी पत्नी आणि मुलाबरोबर वेळ घालवायचा होता...''

त्या आधीचा सगळा काळ मनू दिल्लीत राहून काम करत होते तर मिनू बंगळुरूला होत्या. असं राहणं आता काही बरं वाटेना. शिवाय, मोबाइल जगतात स्वत:चं काहीतरी करण्याची मनू यांची तीव्र इच्छा होती. काय करायचं हे मात्र माहीत नव्हतं. मग एखादा गोंधळलेला आत्मा जे करेल तेच त्यांनी केलं – एक सॅक पाठीला लावली आणि २० दिवसांच्या भ्रमंतीला सुरुवात केली.

पण, ही ट्रिप काही नेपाळच्या डोंगरदऱ्यांमधली दिशाहीन भटकंती नव्हती, ती संपूर्ण चीनभर होती, बीजिंग ते शांघाय – ते शेंझेन.

तिथे, मनू अनेक इंटरनेट उद्योजकांना, मोबाइल उद्योजकांना भेटले, एकूणच चिनी स्टार्ट-अप प्रणाली कशी आहे हे समजून घेतलं. या कंपन्या एका सर्वस्वी अनोळखी माणसाशी भेटायला, बोलायला तयार होत्या? आश्चर्य म्हणजे, हो! मनू यांना जेवढं त्यांच्याकडून जाणून घेण्यात रस होता तेवढाच रस त्यांना भारताबद्दल जाणून घेण्यात होता.

''अर्थातच, माझ्या चीनमध्ये २ खूप चांगल्या ओळखी होत्या, त्यांनी इतक्या कमी अवधीमध्ये ३५ मीटिंग्ज माझ्यासाठी ठरवायला मदत केली!''

याच ट्रिपमध्ये मनू पहिल्यांदा शाओमीच्या संस्थापकांना प्रत्यक्ष भेटले.

३ महिन्यांनंतर, मनू अजूनही भविष्याचा विचार करत असताना शाओमीच्या टीमनं त्यांच्याशी संपर्क साधला.

''आम्ही भारतात आहोत, कॉफी प्यायला भेटायचं का?''

त्या वेळी बिन लिन यांनी भारतात कंपनी प्रवेश करत असल्याचा योजनेविषयी त्यांना सांगितलं. म्हणून, भारतातला व्यवसायप्रमुख शोधण्याच्या कामगिरीवर ते आले होते.

''आम्ही तुम्हाला ओळखतो आणि तुम्हाला आमचं तत्त्वज्ञान माहीत आहे असं आम्हाला वाटतं. तुम्ही हा उपक्रम आमच्यासाठी उभाराल का?''

मनू आश्चर्यचकित झाले. ते मोबाइल विश्वाबद्दल विचार करत होते, पण एखादं ॲप बनवण्याच्या दिशेनं किंवा एखादी सेवा पुरवण्याच्या, प्रत्यक्ष फोन विकण्याबाबत त्यांनी विचार केला नव्हता. हे स्पष्टच होतं की. या क्षेत्रातली पुरेशी तज्ज्ञता त्यांच्याकडे नव्हती. पण नेमक्या याच कारणामुळे शाओमीला त्यांच्याकडे ही जबाबदारी सोपवण्याचा विचार आकर्षक वाटत होता. मोबाइलच्या हॅन्डसेटची विक्री करण्याचा अनुभव असलेल्या व्यक्तीच्या काही धारणा पक्क्या झालेल्या असतात की, 'अमुक एका पद्धतीनं फोन विकायचा.'

तर, शाओमीनं अतिशय वेगळ्या पद्धतीनं काम केलं, त्यासाठी त्यांना वेगळ्या प्रकारचा माणूस हवा होता.

एका चिनी कंपनीत काम करण्याबाबत तुमच्या मनात काही किंतु होता का, मी विचारते.

इथे तो काळजीचा मुद्दा नव्हता, मनू म्हणतात, कारण शाओमीच्या संस्थापकांमध्ये आंतरराष्ट्रीय पातळीवर वावरलेल्या, इतर देशांमध्ये राहून आलेल्या व्यक्ती होत्या. स्टॅनफर्ड आणि एमआयटीमध्ये कोणी शिकलं होतं, सिंगापूर आणि सिलिकॉन व्हॅलीत कोणी काम केलं होतं आणि वास्तव्य केलं होतं. शिवाय, गुगलच्या अँड्रॉईड टीम मधले ह्यूगो बरा (Hugo Barra) नुकतेच या कंपनीत दाखल झाले होते. त्यामुळे कंपनीच्या सांस्कृतिक विविधतेत भरच पडली. ८ सहसंस्थापकांपैकी ७ जण उत्तम इंग्लिश बोलायचे. ले जुन यांना भाषा समजायची, पण ते दुभाषाची मदत घेऊन चिनी भाषेत प्रतिसाद देणं पसंत करायचे.

असं सगळं छान होतं, मात्र सगळ्यात महत्त्वाचं आणि भुरळ पाडणारं होतं ते शाओमीचं स्वप्न आणि ध्येय.

शाओमीचं बिझनेस मॉडेल आगळंवेगळं होतं, उलथापालथ घडवून आणणारं.

"ही खूप मोठी संधी असल्याची जाणीव मला झाली. काहीतरी 'उभं' करून दाखवण्याची संधी."

> शाओमी ही खूपच इंटरेस्टिंग कंपनी आहे, ती एक स्टार्ट-अप आहे, फक्त ८ वर्षे वय असलेली. त्या अर्थानं आम्ही फ्लिपकार्ट, स्नॅपडील आणि इतर अनेक कंपन्यांपेक्षा तरुण आहोत.

२०१४च्या एप्रिल महिन्यात मनू यांनी शाओमीचा प्रस्ताव स्वीकारण्याचा निर्णय घेतला आणि मे मध्ये ते कंपनीत दाखल झाले. कोणतीही टीम नव्हती, ऑफिस नव्हतं, फक्त एकटे मनू जैन होते, बंगळुरूच्या फ्लिपकार्टच्या मुख्यालयाशेजारी असलेल्या कोस्टा कॉफीमध्ये बसून त्यांनी काम सुरू केलं. कोणत्याही स्टार्ट-अपच्या संस्थापकासाठी ही काम करण्याची सामान्य पद्धत होती. आणि भारतातले परिचालन प्रमुख (Operations Head) म्हणून मनू यांनी ज्या मनोवस्थेत काम सुरू केलं तीही त्याच प्रकारची होती.

त्या वेळी शाओमी किंवा 'एमआय' (Mi) फोन्स भारतात कोणाला माहीत नव्हते. मग, हा चिनी ब्रॅन्ड कोण बरं नक्की विकत घेणार होतं? आणि त्याची विक्री कोठून करता आली असती? किरकोळ विक्री करणाऱ्या दुकानांची साखळी तयार करण्यात बरेच महिने आणि बराच पैसा खर्ची घालावा लागला असता, याउलट, चीनमध्ये शाओमीनं एकाच ठिकाणाहून आपले फोन्स विकण्याचं वेगळं धोरण अंगीकारलं होतं, ते ठिकाण म्हणजे – ऑनलाइन.

"मी उद्योगविश्वातल्या अनेक तज्ज्ञांना जाऊन भेटलो आणि ते म्हणाले की तुमचं हे धोरण भारतात चालणार नाही. तुम्हाला टीव्हीवर, वर्तमानपत्रात जाहिरात

करावी लागेल आणि किरकोळ विक्रेत्यांना मोठं मार्जिन द्यावं लागेल...''

ते कदाचित बरोबर असतीलही, पण प्रयत्न करून बघण्यात नुकसान काहीच नव्हतं, मनू यांनी तर्क केला. त्यांनी निर्णय घेतला आणि १०,००० Mi3 हॅन्डसेट्स आयात केले. १०,००० का? कारण त्या वेळी शाओमीच्या फेसबुक पेजचे अनुगामी/ फॉलोअर्स १०,००० होते. या लोकांना कंपनीबद्दल माहीत होतं, त्यामुळे कदाचित त्यांनी फोन विकत घेतला असता.

मी जेव्हा चीनमध्ये जाऊन २०-३० कंपन्यांना भेट दिली, तेव्हा शाओमी ही वेगळीच कंपनी असल्याचं मला जाणवलं. संस्कृती वेगळी आहे, संस्थापक वेगळे आहेत, ते वेगळ्या प्रकारे विचार करतात.

२२ जुलै २०१४ला फ्लिपकार्टवर पहिल्या Mi फोन्सची विक्री झाली. यापेक्षा जास्त उलाढाल अपेक्षित होती. पण, जे प्रत्यक्षात घडलं त्यासाठी फ्लिपकार्टवालेही आणि शाओमीवालेही, अजिबात तयार नव्हते.

५ लाखांपेक्षा जास्त गिऱ्हाइकांनी लॉगइन करून फोन विकत घेण्याचा प्रयत्न केला आणि त्या साइटच्या इतिहासात प्रथमच फ्लिपकार्ट साइट कोलमडली/ क्रॅश झाली.

सचिन आणि बिन्नी बन्सल यांनी ट्विटरवर दिलगिरी व्यक्त केली : ''लवकरात लवकर आम्ही दुरुस्ती करण्याचा प्रयत्न करत आहोत.''

चीनमधली शाओमीची टीम आणि भारतातली त्यांची वन मॅन आर्मी यांचा आनंद गगनात मावेना. 'आम्ही आलो आहोत.'

तर मग, ही जादू कशी घडली? ती सगळी त्या उत्पादनाची कमाल होती. गुगलच्या नेक्सस फोनशी तुलना करता Mi3 ची वैशिष्ट्यं कमालीची असल्याचा दावा करण्यात आला होता. आणखी एक अविश्वसनीय, गोष्ट होती ती म्हणजे या फोनची किंमत - १३,९९९ रुपये (नेक्ससची किंमत २५-३०,००० रु. होती). लोकांनी या फोनची प्रचंड प्रशंसा केली तिचाही खूप फायदा झाला. इतकी प्रशंसा झाली की शाओमीनं दुसऱ्या विक्रीची लगेचच घोषणा केली - २९ जुलै रोजी.

या वेळी फ्लिपकार्ट कोणताही धोका पत्करणार नव्हती. त्यांनी एका आठवड्यात एक नवीन टेक-प्लॅटफॉर्म उभारला – २९ तारखेला खरेदीची जी लाट उसळणार होती तिचा सामना करण्यासाठी!

आणि 'तो' दिवस उजाडला, मनू जैन, सचिन बन्सल यांच्यासोबत फ्लिपकार्टच्या ऑफिसमध्ये एकेक क्षण मोजत बसले होते. बरोबर दुपारी २ वाजता त्यांनी 'बाय नाऊ' (Buy now)चं बटण दाबलं. पडद्यावर शब्द झळकले 'आउट ऑफ

स्टॉक'. अरेच्चा! साइट परत क्रॅश झाली की काय? हे फारच निराशाजनक होतं. पण मग फ्लिपकार्टच्या टीमनं ती गोड बातमी सांगितली.

"तुमचे सगळे फोन्स (१०,०००) पहिल्या २ सेकंदातच विकले गेले!"

५ ऑगस्ट रोजी खुला केला गेलेला तिसरा फ्लॅश सेल- १५,००० Mi3 फोन्सचा – डोळ्याचं पातं लवतं न लवतं तोच संपलादेखील. आता आव्हान हे होतं की मागणी पुरवण्यासाठी चीनमधून पुरेसे फोन्स कसे मागवायचे. थोड्या-थोड्या संख्येनं फोन मागवणं हे खर्चीकही होतं आणि कटकटीचंही, याची जाणीव मनू यांना झाली. तेव्हा त्यांच्या मनात ही भन्नाट कल्पना आली : "आपण चार्टर विमानानं फोन्स मागवू!" त्या विमानात फक्त एकच मौल्यवान माल असेल : Mi फोन्स.

हे सगळं पुन्हा जबाँगच्याच वळणानं चाललं होतं. तुमच्या आतल्या आवाजावर विसंबून निर्णय घेण्याचं स्वातंत्र्य असल्याची जाणीव. न कोणता उद्योगविश्वासारखा अनुचित व्यवहार, न तुमची कामं तुंबवणारी नोकरशाहीची उतरंड. खरंतर, मनू यांनी जेव्हा त्यांची स्वत:ची टीम उभारायला सुरुवात केली, तेव्हा त्यांनी जाणीवपूर्वक त्यांच्या स्वत:सारखे लोक निवडले – पूर्व उद्योजक. सुरुवातीच्या टीमचा एक सदस्य होता मिश्किन इंगवल,[२] बायोसेन्सचा (Biosense) सहसंस्थापक, तो कर्मचारी वर्गप्रमुख म्हणून दाखल झाला.

"आम्ही उद्योगविश्वातल्या नोकरदारांसारखे नव्हतो, कामाचे ठरावीक तास नव्हते आणि ठरवून दिलेली पदं नव्हती."

पहिले काही महिने ही अगदी लहानशी, ४ सदस्यांची टीम होती. हळूहळू वाढत जाऊन ती ३० लोकांची झाली. जबाँगच्या दिवसांपासून हा धडा घेतला होता, तिथे पहिल्या ६ महिन्यातच ५०० पेक्षा जास्त लोकांना कामावर घेतलं होतं. त्यातले बरेचसे कंपनीसाठी योग्य नव्हते. या वेळी मनू पुन्हा ती चूक करणार नव्हते!

भारतात फोन प्रदर्शित झाल्यानंतर लवकरच शाओमी जागतिक स्तरावर पैसा उभारण्याच्या प्रयत्नात होती. त्या सुमारासच मनू रतन टाटांना भेटायला ऑफिसमध्ये गेले.

"शाओमीची सगळी कहाणी आणि तत्त्वज्ञान मि. टाटा यांना चहा पिता-पिता सांगितलं. तिथे न पॉवर पॉइंट होतं, न टेबलवर कसली कागदपत्रं..."

---

२. मिश्किन आता शाओमीसोबत काम करत नाही. त्याचं नवीनतम संशोधन म्हणजे I2U2, एक किफायतशीर टेलिप्रेझेंस रोबो, ज्याच्यावर लांबूनही, मोबाइलद्वारे, टॅब्लेटद्वारे किंवा PC द्वारे नियंत्रण ठेवता येतं.

रतन टाटांनी शाओमीमध्ये गुंतवणूक केली आणि शिवाय मनू यांचे वैयक्तिक मार्गदर्शकही बनले. कंपनीवर आणि कंपनीच्या CEO वर त्यांनी दाखवलेला विश्वास लवकरच सार्थ ठरला.

२०१४च्या जुलै आणि सप्टेंबर महिन्यांदरम्यान शाओमीनं भारतात १ लाख फोन्सची विक्री केली. वर्ष संपता-संपता दहा लाखावा फोन भारतात पाठवला गेला. डोकं गरगरवून टाकणारा मागणीचा हा वेग पाहता, शाओमी इंडियानं भारतात उत्पादन, सुविधा उभारण्याचा मानस जाहीर केला. हा कारखाना फॉक्सकॉन[३]च्या भागीदारीत आंध्र प्रदेश मधल्या श्री सिटी इथे उभारण्याचं ठरलं.

"स्थानिक पातळीवर उत्पादन सुरू करून भारतात आम्ही लंबी रेस का घोडा म्हणून आलो आहोत हे दाखवून दिलं..."

ही घोषणा केल्यानंतर फक्त ८ महिन्यांनी श्री सिटीच्या कारखान्यातून पहिले 'मेड इन इंडिया' हॅन्डसेट्स बाजारात यायला सुरुवात झाली. या वेळेपर्यंत, शाओमीचे हॅन्डसेट्स फक्त फ्लिपकार्टवरतीच नाहीत, तर ॲमेझॉन इंडियावर आणि कंपनीच्या स्वतःच्या mi.com या वेबसाइटवर पण विकायला सुरुवात झाली होती.

फोनच्या बरोबरीच शाओमीनं फिटनेस ब्रॅन्ड्सही विकायला सुरुवात केली होती, त्याची किंमत खूपच किफायतशीर, म्हणजे ९९९रुपये होती. २०१६ची पहिली तिमाही संपेपर्यंत 'एम्आय' ब्रॅन्ड्सनं पहिल्या क्रमांकांवर उडी घेतली होती, त्याचा बाजारातला हिस्सा २७ टक्के होता. त्या वर्षीच्या जुलैमध्ये दुसरा वाढदिवस साजरा करताना शाओमी इंडियानं 'एम्आय' पॉवरबँक्स आणि 'एमआय' कॅप्सूल इअरफोन्स ही दोन नवीन उत्पादनं बाजारात आणली.

त्यांनी त्यांची उत्पादनं बाजारात 'कशी' आणली ही एक विलक्षण असामान्य बाब आहे. वर्तमानपत्रात पानभर जाहिरात नाही, टीव्हीवर जाहिरात नाही की होर्डिंग्ज नाहीत.

"१० कोटी लोकांपर्यंत पोचण्यासाठी मला जर टीव्हीवर जाहिरात करायची असती तर मला किमान १० कोटी रुपये मोजावे लागले असते..."

त्याऐवजी, हाच परिणाम साधण्यासाठी शाओमीला १० लाख रुपयेच खर्च आला. यासाठी समाजमाध्यमांची शक्ती उपयोगात आणली गेली. दिवाळीच्या काहीच दिवस आधी कंपनीनं एक मोहीम हाती घेतली, प्रत्येकी १ रुपया मोजून १०० फोन्स लोकांना देऊ केले. तुम्हाला फक्त एवढंच करायचं होतं की

---

३. फॉक्सकॉन ही तैवानची कंपनी आहे. ती आयफोन आणि आयपॅड यांची उत्पादक कंपनी म्हणून विख्यात आहे.

mi.com वर या सेलसाठी नावनोंदणी करायची आणि त्या ॲपला ही नोंदणी तुमच्या फेसबुक वा ट्विटर पेजरवर पोस्ट करण्याची परवानगी द्यायची.

डोळ्याचं पातं लवतं न लवतं तोच १० लाखांपेक्षा जास्त लोकांनी नोंदणी केली. आता, अगदी कमीत कमी संख्येचा अंदाज बांधला तरी यातल्या प्रत्येकाचे १०० फेसबुक मित्र असतील असं गृहीत धरलं गेलं. त्यामुळे, या एकूण प्रक्रियेमुळे १० कोटी जनतेला 'एम्आय' Mi च्या प्रसार-प्रचार मोहिमेविषयी समजलं. आणि यासाठी कंपनीला खर्च करावे लागले प्रत्येकी १०,००० रुपये किमतीचे १०० फोन्स.

अशा प्रकारचा प्रचार करण्यासाठी लोकांच्या ऑनलाइन वर्तनाविषयी तुमच्या अभ्यास असावा लागतो. त्यासाठी समाजमाध्यमांकडे एक विपणनाचं साधन म्हणून न बघता आपलं दुसरं घर म्हणून बघणं गरजेचं असतं. म्हणूनच, शाओमीच्या टीमचा प्रत्येक सदस्य– त्यात मुख्य कार्यकारी अधिकारी म्हणजे CEO पण आलाच – दिवसातला किमान अर्धा तास आपल्या वैयक्तिक फेसबुक, ट्विटर, इन्स्टाग्राम आणि लिंक्डइन पेजेसवर पोस्ट करण्यात घालवतो.

"आमच्या टीममधले बहुतेक जण माझ्यापेक्षा तरुण आहेत... ते मला म्हणतात की, मी जुनाट म्हातारा आहे, जो आजच्या जगात राहत नाही!"

जुन्या जमान्यातल्या विपणन पद्धतीत, वरिष्ठ पातळीवरचं व्यवस्थापन एकत्र बसून गटानं चर्चा करून गिऱ्हाइकांचं मानसशास्त्र समजून घेतं. पण, नवीन युगात मनू जैन हे त्यांच्या वापरकर्त्यांच्या थेट संपर्कात असतात. कोणीही ऑनलाइन नावनोंदणी करू शकतं आणि 'एम्आय' फॅन क्लबचा सभासद होऊ शकतं, ही एक अशी कम्युनिटी आहे जिथे २० लाखांपेक्षा जास्त सक्रिय वापरकर्ते तंत्रज्ञानावर चर्चा आणि तंत्रज्ञानाची चिरफाड करत असतात.

त्याशिवाय, हे क्लब्ज वेगवेगळ्या शहरांमध्ये नियमितपणे ऑफलाइनही भेटतात. या भेटींचं आयोजन 'एमआय'चे फॅन्स/ चाहतेच करतात, कंपनी काही वेळा टी-शर्ट्स किंवा काही खाद्यपदार्थ पुरस्कृत करते. 'एमआय'चा नवीन फोन बाजारात येणार असेल त्या वेळी अशा प्रकारच्या भेटींचा खरंच खूप चांगला फायदा होतो. अशा कार्यक्रमांना कोणाही प्रसिद्ध व्यक्तीला, सेलिब्रिटीला आमंत्रित केलं जात नाही : त्या वेळचं उत्साही वातावरणही 'एमआय'च्या चाहत्यांनीच निर्माण केलेलं असतं.

फोनमध्ये वापरकर्त्यांच्या दृष्टीनं कोणकोणत्या सुधारणा करायला पाहिजेत याविषयीच्या कल्पनांची देवाणघेवाण ही 'एमआय'चे चाहते करतात. भारतातले बहुसंख्य लोक दोन SIM असलेले फोन्स वापरतात, पण त्यातला एकच नंबर ते व्हॉट्सॲपसाठी वापरू शकतात. एका गिऱ्हाइकानं ही अडचण निदर्शनाला

हो, आम्ही 'भारतात निर्माण करू'

आणून दिली असता, शाओमीच्या विकासक गटानं त्यावर उपाय शोधून काढला. आता, तुम्ही दोन्ही SIMs वर व्हॉट्सॲप वापरू शकता.

"भारतात, प्रत्येक गोष्टीसाठी OTP[४]ची गरज लागते, म्हणून मग आम्ही 'कॉपी OTP' असं एक बटण तयार केलं, जे फार उपयोगी पडू लागलं... ही कल्पना पण एका 'एम्आय' चाहत्याच्या सुपीक डोक्यातून निघाली होती."

जनसमुदायाच्या या पाठिंब्याविषयी मनू जैन यांनी २०१७च्या जानेवारी महिन्यात फेसबुकवर एक पोस्ट लिहून कृतज्ञता व्यक्त केली. त्यांनी लिहिलं, 'आम्हाला हे जाहीर करताना अतिशय आनंद होत आहे की, शाओमी इंडियानं १ अब्ज अमेरिकन डॉलर्सच्या महसुलाचा आकडा पार केला... यावरून 'एम्आय'च्या चाहत्यांचं शाओमीवर असणारं प्रेम आणि विश्वास दिसून येतो आणि या सगळ्या प्रवासात आमच्यासोबत सामील झालेल्या प्रत्येकाचे आम्ही मनापासून आभार मानतो.'

२०१६ सालच्या शेवटच्या तिमाहीत २० लाखांपेक्षाही जास्त स्मार्टफोन्सची विक्री होऊन हा मैलाचा दगड गाठला गेला. बाजारात आघाडीवर असलेल्या ज्या सॅमसंगशी दोन हात करण्याचा अनेक ब्रॅन्ड्सनं प्रयत्न केला आणि ते अपयशी ठरले, त्या सॅमसंगला शाओमीनं हादरा दिला.

---

४. वन टाइम पासवर्ड

शाओमी काकणभर सरस ठरण्यामागे काय कारण असावं बर? स्पष्टच आहे, 'ग्राहकाला संतुष्ट करण्याची' त्याच्या जन्मदात्याची तळमळ.

''ले जुन आम्हाला ज्या काही गोष्टी करायला लावतात त्यातली महत्त्वाची गोष्ट म्हणजे एखादं उत्पादन बाजारात उतरवण्यापूर्वी ते आम्ही किमान ३ महिने वापरावं असा नियमच त्यांनी घालून दिला आहे.''

आत्ता या क्षणी, मनू यांच्या हातात 'एमआय' मॅक्स फोन आहे, त्यावर चिनी भाषेत काहीतरी लिहिलं आहे. हे 'फॅक्टरी सॅम्पल' आहे. मनू आणि त्यांच्याबरोबर 'एमआय'चे इतर बोर्ड सदस्य हा फोन एक प्राथमिक उपकरण म्हणून ६ महिने वापरत होते, त्यानंतरच आम जनतेसमोर तो सादर करण्यात आला. काही काही वेळा एखाद्या फोननं अपेक्षेनुसार कामगिरी केली नाही म्हणून त्याला मोडीत काढण्यात आलं.

ही तळमळ या थराला जाते की स्पर्धक कंपन्यांनी बाजारात आणलेल्या उत्पादनांचीही परीक्षा घेतली जाते. शाओमी या तुलनेत कोठे आहे हे जाणून घेण्यासाठी.

''कोणत्याही वेळी, माझं कामाचं टेबल, माझे ड्रॉव्हर्स, माझं कपाट फोन्सनं खचाखच भरलेलं असतं. काही वेळा ते पाहून माझ्या पत्नीचं डोकं फिरायची वेळ येते!''

विपणनशास्त्र शिकणाऱ्या प्रत्येक विद्यार्थ्याला ४'P' माहिती असतात : Product (उत्पादन), Price (किंमत), Place (ठिकाण) आणि Promotion (प्रचार). पण आजच्या जगात, नवीन तंत्रज्ञानाच्या या विश्वात, इतर ३'P's पेक्षा एक 'P' शंभर पटींनी महत्त्वाचा आहे यावर मनू यांचा ठाम विश्वास आहे. आणि तो P म्हणजे Product (उत्पादन). तुमचं उत्पादन जर उत्कृष्ट नसेल तर तुम्ही यशस्वी होऊ शकत नाही – मग बाकी काहीही असो.

पण ज्या दुसऱ्या 'P'मध्ये शाओमीचा फोन बाजी मारतो तो आहे Price (किंमत). तुम्ही जर एकेक वैशिष्ट्यं घेऊन, एकेक विनिर्देश घेऊन 'एमआय'ची तुलना सॅमसंग किंवा HTC शी केलीत तर शाओमी फोन सगळ्या बाबतीत पुरून असतो, पण त्याची किंमत मात्र त्यांच्यापेक्षा अर्धी असते. पण मग, हे नक्की कसं घडतं? एकतर, हार्डवेअर विकून कंपनीला महसूल मिळतो, पण नफा मात्र सॉफ्टवेअर आणि आधीच फोनमध्ये स्थापित केलेल्या ॲप्समधून मिळतो.

''गुगल आणि फेसबुकप्रमाणे आम्ही आमच्या या गुणवैशिष्ट्यांचं मुद्रीकरण करतो. उदाहरणार्थ, तुम्ही आमच्या न्यूजफीडमध्ये गेलात तर तिथे प्रदत्त (Paid) लिंक्स असतात, त्यातून आम्हाला संदर्भित शुल्क (Referral fee) मिळतं.''

दुसरी गोष्ट म्हणजे, शाओमी 'अगदी वेळेत' उत्पादन बाजारात आणण्यावर विश्वास करते. इतर ब्रॅन्ड्स ३-४ महिन्यांचा वस्तुसाठा करण्यावर भर देतात,

तर 'एमआय' दर आठवड्याला वस्तुसाठा करते. हे शक्य होतं कारण कंपनीचं विक्री निदर्श (model) खूप वेगळा आहे : खूप मोठा नफा कमावण्याची गरज असलेले कोणत्याही प्रकारचे वितरक – राष्ट्रीय, प्रादेशिक किंवा शहर पातळीवर – या कंपनीचे नाहीत. कंपनीनं निवडलेला निदर्श होता ई-कॉमर्स : थेट ग्राहकांना जाऊन भिडणं.

२०१७ साल सुरू झालं तेव्हा ९५ टक्के 'एमआय' फोन्स ऑनलाइन विकले जात होते. पण मग एक खूप मोठा बदल घडून आला. ऑफलाइन ही आपलं अस्तित्व दाखवून देण्याचा निर्णय शाओमीनं घेतला. कारण अजूनही खूप मोठ्या संख्येनं असे लोक आहेत की ज्यांना विकत घेण्याआधी फोन हातात घेऊन बघायचा असतो. किंवा ऑनलाइन खरेदी करणं त्यांना नीट जमत नाही.

चीनमध्ये शाओमीची फक्त स्वत:ची दुकानं आहेत किंवा 'एमूआय होम्स' आहेत, ज्यामध्ये गिऱ्हाइकं येऊन कंपनीची नवीन अद्ययावत उत्पादनं बघतात, विकत घेतात. पण जेव्हा मनू भारतातलं पहिलं 'एमआय होम' उघडायला बंगळुरूच्या फिनिक्स मार्केट सिटीमध्ये पाहणी करायला गेले, तेव्हा त्यांना प्रचंड धक्का बसला. तिथल्या व्यवस्थापनानं त्यांना तळघरात जागा देऊ केली.

"आमच्या मॉलमध्ये आधीच खूप मोबाइलची दुकानं आहेत." त्यांनी सांगितलं.

"ठीक आहे – तळघरही चालेल," मनू म्हणाले. मात्र, पहिल्याच दिवशी मोठी गर्दी उसळणार याची त्यांना खात्री होती. म्हणून त्यांनी मधल्या प्रांगणात अतिरिक्त बिलिंग काउन्टर्स ठेवू देण्याची विनंती केली.

फिनिक्सच्या व्यवस्थापनानं ही मागणी फेटाळून लावली.

"तुम्ही हवेत इमले बांधत आहात," ते म्हणाले. "दिवसभरात तुमच्याकडे १०० जरी ग्राहक आले तरी ते तुमचं खूप मोठं यश ठरेल!"

२० मे २०१७ च्या सकाळी दुकानात शिरण्याच्या प्रतीक्षेत गिऱ्हाइकांची २ किमी लांब रांग लागली होती. त्यातले काही लोक गुजरात, महाराष्ट्र, केरळ आणि उत्तर प्रदेशमधून आले होते. ऑफलाइन दुकानात काहीही झालं तरी माल उपलब्ध असेल असं आश्वासन कंपनीनं दिलं होतं आणि एखादं विशिष्ट मॉडेल जर उपलब्ध नसेल किंवा त्याचा साठा संपला तर ग्राहकाला एक विशेष कोड (संकेत शब्द) दिला जाईल, जेणेकरून तो ते ऑनलाइन खरेदी करू शकेल.

त्या पहिल्या दिवशी, 'एमआय' होम दुकानात ५ कोटी[५] रुपयांची विक्रमी विक्री झाली. दुसऱ्या दिवशी सकाळी फिनिक्सच्या व्यवस्थापकीय संचालकांनी मनू यांना फोन केला आणि त्यांच्याशी एक करार केला.

---

५. एका सर्वसाधारण क्रोमा दुकानात वर्षाला ५ कोटी रुपयांची सरासरी विक्री होते.

"आम्हाला आमच्या प्रत्येक मॉलमध्ये एक 'एमआय' होम स्टोअर हवं आहे...!"

सगळं काही सुरळीत आणि आलबेल दिसत असलं तरी 'एमआय'च्या टीमनं काही चुका केल्याच आहेत. त्यातला एक अगदी चुकलेला निर्णय म्हणजे इतर मोबाइल ब्रॅन्ड्स जे करत आहेत त्याची नक्कल करणं, म्हणजे वितरणाचं खूप मोठं जाळं निर्माण करणं आणि शक्य त्या प्रत्येक किरकोळ विक्री करणाऱ्या दुकानात फोन विकायला ठेवणं. परंतु, 'एमआय' फोनवर मिळणारा नफा हा सरासरीपेक्षा कमी असल्यामुळे ब्रॅन्ड इतरांच्या तुलनेत पुढे ढकलण्यासाठी दुकानदारांना पुरेसं प्रलोभन, प्रेरणा, उत्तेजन देण्यात कंपनी कमी पडत होती.

हे धोरण अपयशी ठरलं आणि त्यानंतर बरंच आत्मपरीक्षण, चिंतन करण्यात आलं. कंपनीनं मग निवडलेला चुकीचा मार्ग सोडून दिला आणि 'एमआय' प्रिफर्ड पार्टनर' नावाची एक नवीन योजना आखून नवा डाव मांडला. यामागची कल्पना अगदी साधी होती : कोणत्याही शहरात, गावात अशा छोट्या दुकानांचा समूह असतो जिथे मोबाइल फोन्स विकले जातात. अशा प्रत्येक ठिकाणी शाओमी एका किरकोळ विक्रेत्याला आपला भागीदार बनवेल आणि फक्त त्या दुकानातच 'एमआय' फोन्स विकायला ठेवेल.

> प्राथमिक उपकरण म्हणून एखादा फोन वापरताना मला खूप आरामदायी आणि सुखकर वाटलं पाहिजे तरच मी तो बाजारात आणेन. हा खूपच उच्च कोटीचा निकष आहे.

यामध्ये फायदा असा की, ज्याला 'एमआय' फोनच विकत घ्यायचा आहे, तो त्याच दुकानात जाईल. म्हणजे, त्या एका विक्रेत्याकडेच प्रचंड गर्दीचा ओघ वळेल. त्या वेळी शाओमीकडे बाजारातला २४ टक्के हिस्सा होता, म्हणून असं गृहीत धरलं की १०० पैकी २४ लोक फोन घ्यायचा असेल तर 'एमआय'च्या 'प्रिफर्ड पार्टनर'कडे जातील.

आणि उरलेले ७६ टक्के लोक ज्यांना इतर ब्रॅन्ड्सचे फोन्स बघायचे आहेत ते बाजारातल्या इतर विक्रेत्यांकडे विखुरले जातील.

"अचानकपणे, 'एमआय'च्या भागीदाराचा व्यवसाय प्रचंड प्रमाणावर वाढतो आणि १ महिन्याच्या आत तो बाजारतला सगळ्यात मोठा किरकोळ विक्रेता बनतो!"

'एमआय'चा भागीदार खरंतर इतर ब्रॅन्ड्सचे फोन विकायला स्वतंत्र असतो, पण त्याच्या व्यवसायाच्या ८० ते ९०टक्के नफा हो शाओमीकडून येत असल्यानं तो त्यावरच लक्ष केंद्रित करतो.

या निदर्शाचा आणखी एक पैलू हा आहे की इतर ब्रॅन्ड्स १० टक्के नफा देऊ करतात, तर शाओमी फक्त ५ टक्के नफा देते. पण तरीही ते भागीदाराच्या फायद्याचं ठरतं.

हे कसं होतं ते जाणून घेण्यासाठी आपल्याला त्यामागचं गणित जाणून घ्यावं लागेल.

> आयआयएम मध्ये तुम्हाला विपणनासंबंधी बऱ्याच गोष्टी शिकवल्या जातात, पण एखाद्या उत्पादनाबाबत ते ही बाब तुमच्या डोक्यात उतरवत नाहीत आणि ती बाब म्हणजे प्रत्यक्ष त्या उत्पादनाचं महत्त्व.

समजा एक किरकोळ विक्रेता एका 'क्ष' ब्रॅन्डचे १०० फोन्स एका महिन्यात विकतो, तर त्याला एका वेळी किमान ५० फोन्स विकत घ्यावे लागत असणार. प्रत्येक फोनमागे त्याला १०,००० रुपये खर्च येतो असं गृहीत धरलं तर ५ लाख रुपयांची गुंतवणूक तो करतो. १० टक्के नफा मिळतो असं समजलं तर त्याचा फायदा होतो ५०,००० रुपये. हा पैसा महिन्यातून २ वेळा खेळवला तर त्या विक्रेत्याला अखेरीस ५ लाख रुपये गुंतवून १ लाख रुपयांचा नफा होतो. म्हणजेच गुंतवणूक परतावा - (ROI - रिटर्न ऑन इन्व्हेस्टमेन्ट) होतो २०टक्के.

शाओमीच्या बाबतीत या विक्रेत्याला दिवसाला फक्त ५ फोन्स खरेदी करावे लागतात. ते एकदा विकले गेले की तो आणखी ५फोन्स खरेदी करतो. यासाठी तो गुंतवतो ५०,००० रुपये, तर प्रत्येक समूहासाठी त्याला नफा होतो २,५०० रुपये. याला ३० दिवसांनी गुणलं तर त्याची मासिक प्राप्ती होते ७५,००० रुपये आणि त्यासाठी त्यानं गुंतवलेले असतात फक्त ५०,००० रुपये. म्हणजेच ROI होतो तब्बल १२५ टक्के.

हे वाचताना जरा गुंतागुंतीचं वाटेल, पण व्यापार करणाऱ्यांसाठी, किरकोळ विक्रीच्या दुकानदारांसाठी यामध्ये खूप मोठा अर्थ सामावलेला आहे. त्याच वेळी 'एमआय' उत्पादन खर्च कमी ठेवते आणि कमी किमतीला उत्पादन विकते.

"आमचं मॉडेल (व्यवसायाचं मॉडेल) हे लोकांना ढकलून, त्यांच्या मागे लागून काम करवून घेण्याचं मॉडेल नाही, तर त्यांना खेचून, आकर्षून घेण्याचं मॉडेल आहे – 'पुश' नाही तर 'पुल' मॉडेल आहे... आणि त्यात सगळ्यांचाच फायदा आहे."

गेल्या १८ महिन्यात कंपनीनं १०० हून जास्त 'एमआय' होम्स' स्थापन केली आहेत. आणि २००० प्रिफर्ड पार्टनर्सशी भागीदारी केली आहे. यामुळे कंपनीची प्रचंड प्रगती झाली आहे. नफ्यात वाढ झाली आहे. २०१७च्या तिसऱ्या तिमाहीपर्यंत 'एमआय' फोन्सची विक्री एका तिमाहीत ३० लाख फोन्सपासून वाढत जाऊन ९० लाख फोन्सपर्यंत गेली आहे.[६] यामुळे सॅमसंगला मागे टाकून

---

६. IDC - International Data Corporationच्या अंदाजानुसार २०१८च्या तिसऱ्या तिमाहीत 'एमआय'नं ११.७ दशलक्ष फोन्स भारतात पाठवले!

हा ब्रॅन्ड भारतातला प्रथम क्रमांकाचा स्मार्टफोन ब्रॅन्ड ठरला आहे.

५ सलग तिमाहींच्या आकडेवारीनुसार २०१७च्या तिसऱ्या तिमाहीपासून ते २०१८च्या तिसऱ्या तिमाहीपर्यंत (IDC) नुसार शाओमी हा भारतातला पहिल्या क्रमांकाचा स्मार्टफोन ब्रॅन्ड राहिला आहे.

"ऑनलाइन विकल्या जाणाऱ्या प्रत्येक २ फोन्सपैकी १ फोन हा शाओमी असतो, तर आमचा बाजारातला एकंदर हिस्सा २७.५ टक्के आहे."

सगळ्या जगात भारत ही शाओमीसाठी सगळ्यात मोठी आणि सगळ्यात वेगानं वाढणारी बाजारपेठ ठरली आहे. मुळात या कंपनीची जडणघडण 'चीन' आणि 'उर्वरित जग' अशी होती, पण आता ती 'चीन', 'भारत' आणि 'उर्वरित जग' अशी झाली आहे.

या अवाढव्य व्यवसायाचा पसारा सांभाळायला ६०० पेक्षा जास्त लोक काम करतात, त्यात उत्पादन विभाग (Product Team), रसदविज्ञान विभाग (Logistics), साठवण विभाग (Ware housing), आयात निपटारा (Import clearance), ग्राहक सेवा (Customer care), विक्रीउपरांत सेवा (After sales), व्यवस्थापन विभाग (Administration) यांचा समावेश आहे.

बंगळुरूच्या शाओमीच्या ऑफिसमध्ये तुम्ही गेलात तर तुम्हाला एकही परदेशी चेहरा दिसण्याची शक्यता नाही. हे ऑफिस भारतीयांनी भारतासाठी चालवलेलं ऑफिस आहे, ही बाब कोणत्याही चिनी कंपनीच्या कामाच्या पद्धतीला अनुसरून नाही. बिन लिन हे जरी भारतातल्या व्यवसायाचे अधिकृत 'प्रोजेक्ट मॅनेजर/ प्रकल्प व्यवस्थापक असले तरी स्थानिक टीमला बहुतांश विभागांमध्ये निर्णय घेण्याचे संपूर्ण अधिकार आहेत.

शाओमी इंडियाचे व्यवस्थापकीय संचालक (MD) म्हणून मनू जैन यांच्यावर असलेल्या जबाबदारीबरोबरच ते कंपनीचे 'ग्लोबल व्हाइस प्रेसिडेंट' / जागतिक स्तरावरचे उपाध्यक्ष आहेत. म्हणजेच कंपनीतल्या १०-१२ प्रमुख निर्णयकर्त्यांपैकी ते एक आहेत.

"आमचे संस्थापक ले जुन यांच्याशी होणाऱ्या प्रगाढ संभाषणांकडे, चर्चांकडे माझे डोळे लागलेले असतात, मी त्याची वाट बघत असतो... आम्ही जेव्हा १ आठवडा सोबत घालवतो, तेव्हा आमच्या चर्चा १०-१० तास रंगतात."

या चर्चा कोणत्याही व्यावसायिक योजनांशी संबंधित नसतात किंवा नफा कसा वाढवायचा, बाजारातला हिस्सा कसा वाढवायचा याबाबतही नसतात. ले जुन यांना काळजी असते ती 'एमआय'ची उत्पादनं उच्च दर्जाची आहेत की नाहीत, भारतीय बाजारपेठेसाठी ती योग्य ठरत आहोत की नाहीत, याची. ती बाजारपेठ आपण विस्तारत आहोत का, साधे फोन्स वापरणारे लाखो लोक

आपण या प्रवाहात आणत आहोत का, हे त्यांना जाणून घ्यायचं असतं.

रिलायन्स इंडस्ट्रीजच्या ४०व्या वर्धापन दिन समारंभाच्या वेळी मनू यांची मुकेश अंबानींशी सखोल चर्चा झाली. 'दोघांचंही स्वप्न अगदी सारखं' असल्याचा साक्षात्कार त्यांना या चर्चेदरम्यान झाला.

वास्तविक, 'जियो' आणि 'एमआय' यांनी एकमेकांशी यशस्वीपणे हातमिळवणी केली आहे ज्यायोगे स्मार्टफोन्स ही सामान्य माणसाच्या 'जगण्याची एक पद्धत' बनू पाहत आहे.

ही गोष्ट फक्त फोन्स किंवा टॅब्लेट्स विकणं यांच्याशी संबंधित नाही. शाओमीनं भविष्याचं असं स्वप्न पाहिलं आहे जिथे सगळ्या प्रकारची उपकरणं एकमेकांशी संवाद साधतात. 'एमआय' (MI - मोबाइल इंटरनेट) चा वापर करतात. कल्पना करा की तुमच्याकडे स्मार्ट इलेक्ट्रिक राइस कुकर आहे, स्मार्ट वॉटर प्युरिफायर आहे, स्मार्ट बॅग्ज आहेत आणि स्मार्ट शूज आहेत – हे सगळं आणि अशाच इतर गोष्टी चीनमध्ये mi.com वर विकायला सुरुवातसुद्धा झाली आहे,

या सगळ्या उपकरणांमध्ये जी बुद्धी भरली जाते ती असते तुमच्या स्मार्टफोनसोबत त्यांचा प्रस्थापित झालेला संपर्क.

"म्हणूनच, तुम्ही ज्या क्षणी ऑफिसमध्ये पाय ठेवता, त्या क्षणी तुमची स्मार्ट किटली पाणी उकळायला सुरुवात करते!"

किंवा, ऑफिसमध्ये बसल्या-बसल्या तुमच्या घरातल्या हवेची गुणवत्ता तुम्ही तपासू शकता. घरातल्या हवेचा फिल्टर खराब होऊन बंद पडण्याच्या स्थितीत आला की तो तुम्हाला संदेश पाठवतो, 'आता बदला', आणि त्याची 'एमआय'च्या शॉपिंग ॲपवर ऑर्डर देतो.

एक कंपनी इतकी सगळी विविध उत्पादनं कशी तयार करू शकते, अशा विचारानं तुम्ही बुचकळ्यात पडाल. याचं उत्तर असं आहे की या वस्तू वेगवेगळ्या कंपन्यांनी बनवल्या आहेत ज्या 'एमआय'च्या परिव्यवस्थेचाच भाग आहे. शाओमीनं अशा ७५पेक्षा जास्त औद्योगिक उपक्रमांमध्ये गुंतवणूक केली आहे जे विविध आरामदायी उत्पादनं बनवण्यात वाकबगार आहेत. त्यांच्याकडे Segway[७]ची पण मालकी आहे आणि भारतातल्या रस्त्यांवर स्मार्ट स्कूटर्स उतरवण्याचा त्यांचा मानस आहे.

२०१८च्या मार्च महिन्यात शाओमीनं भारतात स्मार्ट टीव्ही आणले, फक्त ६ महिन्यांत ५,००,००० टीव्ही विकले गेले. तिरुपतीजवळ उभारण्यात आलेल्या कारखान्यात डिक्सन टेक्नॉलॉजीज या एतद्देशीय कंपनीसोबत हातमिळवणी करत

---

७. २०१५ मध्ये Segwayचा ताबा घेणाऱ्या Ninebot मध्ये शाओमीनं गुंतवणूक केली आहे.

ते आता भारतात ३२ इंची आणि ४३ इंची मॉडेल्स तयार करणार आहेत. पॉवर बँक्स आणि ५ स्मार्टफोन्स बनवणाऱ्या आंध्र प्रदेश आणि तमिळनाडूमधल्या कारखान्यांसोबतच हा पण कारखाना कार्यान्वित होईल.[८]

''आमच्या कारखान्यात आता १०,०००पेक्षा जास्त लोक काम करतात, त्यातल ९५टक्के महिला आहेत.''

नुकतीच एक मोठी कामगिरी त्यांनी पार पाडली. २० ऑक्टोबर २०१८ रोजी बरोब्बर दुपारी १२ वाजता ५००पेक्षा जास्त किरकोळ विक्री दुकानांचा शुभारंभ झाला (ज्यांना 'एमआय' स्टोअर्स' म्हणतात). हा एक गिनीज बुकमध्ये नोंद झालेला जागतिक विक्रम आहे.

आम्ही प्रत्यक्ष दुकानांद्वारे जेव्हा विक्री करत असतो, तेव्हा आमच्यामध्ये आणि ग्राहकांमध्ये फक्त एकच थर असतो, त्यामुळे ते काम खूप अधिक सक्षमपणे केलं जातं.

आणि ही तर फक्त सुरुवात आहे. शाओमी भारतात अनेक प्रकारचे व्यवसाय आणू शकते. जसे वित्तीय क्षेत्राशी संबंधित व्यवसाय, सिनेजगत आणि मनोरंजन, आणि MVNO (मोबाइल व्हर्चुअल नेटवर्क ऑपरेटर). पुढच्या काही वर्षांत, हार्डवेअर विक्रीपेक्षा जास्त पैसा हे उद्योग कंपनीला मिळवून देतील.

शाओमी ही चीनमधली सगळ्यात मोठी 'सामग्री समूहक' (Content aggregator) कंपनी आहे. तिच्या स्मार्ट टीव्हीवर त्या सामग्रीचं वितरण केलं जातं. त्यासाठी नोंदणीशुल्क किंवा वस्तू एकदा पाहण्यासाठी शुल्क भरून वस्तू/ सामग्री पाहता येते. महत्त्वाकांक्षी विस्तार योजनांसाठी कंपनीनं हँग सेंगवर (हाँगकाँग स्टॉक एक्स्चेंज) सुमारे ३ अब्ज अमेरिकन डॉलर्सचे रोखे उभारले आहेत. मात्र, गुंतवणूकदारांनी दाखवलेल्या अविश्वासामुळे समभागांचं मूल्य घसरलं आहे.

कारण ही अलिबाबा किंवा बैदू (Baidu) सारखी 'फक्त इंटरनेट कंपनी' नाही. आणि तिचा व्यवसाय निदर्श हा कोणत्याही सिलिकॉन व्हॅलीमधल्या कंपनीची कॉपी नाही. त्यामुळे ती यशस्वी होईलच याची खात्री आपण कशी बाळगणार... या दृष्टिकोनाचा मनू जैन यांना त्रास होत नाही; त्यांचा कंपनीत छोटासा समभाग आहे, पण कंपनीच्या स्वप्नावरचा विश्वास मात्र मोठा आहे. आणि त्यासाठी अपरिहार्यपणे मार्गात येणाऱ्या पर्वतप्राय आव्हानांचा सामना करताना त्यांना मजा वाटत आहे.

''गेल्या ४ वर्षांत मी माझ्या कामातून जेवढी मजा लुटली, आनंद घेतला तेवढा याआधी कधीच घेतला नव्हता.''

---

८. भारतात पॉवर बँक्स विकणारी शाओमी ही सध्या पहिल्या क्रमांकाची कंपनी आहे.

मनू रोज सकाळी ८ वाजता ऑफिसला जातात आणि सुरुवातीचा एक-दीड तास ई-मेल्स तपासण्यात आणि दिवसभराचं नियोजन करण्यात घालवतात. बंगळुरूमधली अनेक स्टार्ट-अप्स आणि तंत्रज्ञान क्षेत्रातल्या कंपन्या त्यांचा दिवस ११ वाजता किंवा दुपारी सुरू करतात अशी पद्धतच रूढ झाली आहे, पण सकाळी लवकर कामाला सुरुवात करून संध्याकाळी लवकर काम संपवून घरी जाण्यावर मनू यांचा विश्वास आहे, म्हणजे मग कुटुंबासाठी वेळ देता येतो असं त्यांचं म्हणणं आहे.

हे प्रत्यक्षात घडण्यासाठी त्यांच्या ऑफिसमध्ये न्याहरी फुकट देण्यात येते. जिची वेळ बरोबर साडेनऊला संपते. कोणत्याही शिस्तीच्या बडग्यापेक्षा हे गाजर जास्त फायदेशीर ठरलं आहे!

दिवसभर सतत मीटिंग्ज सुरू असतात, पण त्या संध्याकाळी ७ वाजता संपतात. काही अचानक अडचण उद्‌भवली नाही तर दिवस हा असाच संपतो.

एकदा घरी गेलं की पत्नी मिनू आणि मुलगा जॉर्डन यांच्याबरोबर ते वेळ घालवतात, पण बऱ्याचदा तो झोपी गेल्यावर मनू ई-मेल्स उघडून आलेल्या मेल्सचा निपटारा करतात आणि त्यांच्या टीममधल्या सदस्यांच्या मेल्सना उत्तरं देतात. पण आठवड्याच्या शेवटी सुट्टीच्या दिवशी 'जास्त काम न करण्याचा' ते प्रयत्न करतात.

किमान शनिवारी २ तास आणि रविवारी २ तास मनू व्यायामासाठी देतात. ते 'कल्ट' (Cult) चे मोठे चाहते आहेत. मुकेश बन्सल ('मिन्त्रा'चे संस्थापक) यांनी सुरू केलेला हा नवीन जिम आहे.

''त्यांनी मला त्यांच्या नफ्यातला काही हिस्सा दिला पाहिजे... कारण माझ्या ओळखीतल्या २० तरी लोकांना मी याचं सभासद बनवलं आहे!''

रविवारी, मनू आणि ५ वर्षांचा जॉर्डन यांचा पिता-पुत्राचा खास वेळ असतो. लहान मुलांसाठीच्या जिममध्ये ते एकत्र वेळ घालवतात.

आपल्या मुलासाठी 'आरोग्यदायी केक्स' बनवायलाही मनू यांना आवडतं, ते त्यासाठी विविध तृणधान्यांनी बनलेलं पीठ, खजूर आणि ऑलिव्ह ऑईल यांचा वापर करतात (मैदा, साखर आणि बटर यांच्याऐवजी). त्यांची आवडती पाककृती? केळं, अक्रोड आणि बदाम केक.

आणि कुटुंबातला सगळ्यात छोटा सदस्य राहिलाच – बडी (Buddy), मागच्याच वर्षी पाळलेलं लॅब्रेडॉर जातीचं कुत्र्याचं पिल्लू. त्याला सकाळी फिरायला घेऊन जायला मनू यांना खूप आवडतं.

आणि सर्वांत शेवटी, तो प्रसिद्ध तुळतुळीत चमन गोटा... केस पुनर्प्रत्यारोपणाच्या ऐवजी मनू यांनी निवडलेला, एखाद्या खऱ्याखुऱ्या रॉकस्टारसारखा.

ती आहे एका वाघाची नजर
तो आहे नसानसांतून वाहणारा लढाईचा जोश
प्रतिस्पर्ध्यांच्या आव्हानाला दिलेलं तगडं प्रतिआव्हान
आणि पुढच्या नव्या स्मार्टफोनची स्वप्नं उडवतात
आपल्या रात्रीचे होश
मात्र ती सतत निरखत असते, निरखत असते
आपल्याला एका वाघाची नजर

तरुण व्यवस्थापकांसाठी अनुभवाचे चार शब्द :

यशस्वी होण्यासाठी तुम्हाला या ३ गोष्टी कराव्या लागतील. पहिली आणि सगळ्यात महत्त्वाची गोष्ट म्हणजे उत्पादन. आजच्या नवीन युगात, तुम्हाला स्वत:चं काहीतरी करायचं असेल आणि जर तुम्ही तुमच्या उत्पादनावर/ वस्तूवर लक्ष देत नसाल तर नक्कीच काहीतरी चुकत आहे हे लक्षात घ्या.

लोक म्हणतात, 'मी अमुक एक वस्तू तयार करत आहे.' पण मी ती उत्पादन करून विकण्यासाठी दुसऱ्या कोणाला तरी देणार आहे. मी त्या संस्थापकाला सांगतो की, बाबा रे, कृपा करून तुझी कंपनी लगेच बंद करून टाक, कारण तू अशाप्रकारे ती चालवणार असशील तर ती कधीच चालणार नाही. तुला त्या सगळ्या प्रक्रियेत स्वत: शिरावं लागेल, ती कंपनी चालवावी लागेल.

तुम्ही जर एखादी खूप चांगली किंवा आगळीवेगळी, 'हटके' वस्तू बनवत नसाल तर तुम्ही कधीच यशस्वी होऊ शकणार नाही. तुम्ही फक्त खूप पैसा वाया घालवाल – तुमचे स्वत:चे किंवा उद्योगासाठी जमा केलेलं भांडवल.

दुसरा मुद्दा असा की, तुम्हाला कोणत्यातरी गोष्टीची प्रचंड कळकळ असावी लागते, ध्यास असावा लागतो. मग तो कशाचाही असो, पण तो काय आहे हे ओळखता आलं पाहिजे.

उदाहरणार्थ, मी जेव्हा आयआयएम कोलकात्यातून बाहेर पडलो तेव्हा मला बँकिंग क्षेत्रात जायचं नाही याबाबत ठाम होतो. व्यवसायाचा अनुभव मिळेल असं काहीतरी मला करायचं होतं.

पण मला असे खूप विद्यार्थी भेटतात जे म्हणतात, "मला बँकिंग करायचं नाही... तरी मी बँकिंग क्षेत्रात अर्ज करणार कारण तिथे पगार

खूप मिळतो.'' आयुष्याबाबत विचार करण्याचा हा चुकीचा मार्ग आहे असं मी त्यांना सांगतो.

येत्या १५ वर्षांत, बहुतेक लोकांना सरासरी सारखेच पैसे मिळतील. काहींना खूपच जास्त किंवा काहींना खूपच कमी मिळतील, पण ६० ते ८० टक्के लोक हे मधल्या स्तरात असतील. त्यामुळे ती काही काळजीची बाब नाही. महत्त्वाची गोष्ट ही आहे की तुम्ही जे करत आहात ते किती चांगल्या प्रकारे करत आहात. तुम्हाला त्यात आनंद मिळतो का आणि हे तेव्हा घडेल जेव्हा तुम्हाला एखादी गोष्ट मनापासून करण्याची इच्छा असेल, ती गोष्ट कोणती हे तुम्हाला कळेल.

तिसरा मुद्दा आहे तो चिकाटीचा. विशेषत: आजच्या स्टार्ट-अपच्या युगात तुमचं नियोजन कितीही चांगलं असलं तरी गोष्टी मनासारख्या घडतीलच असं नाही. त्यासाठी मानसिकदृष्ट्या तयार रहा. माझ्या माहितीतला प्रत्येक यशस्वी उद्योजक तुम्हाला सांगेल की त्यानं किती अडचणींना तोंड दिलं. पण त्यांना यशस्वी कोणत्या गोष्टीनं बनवलं? तर चिकाटीनं, पुढे-पुढे जात राहण्यानं, त्या विशिष्ट परिस्थितीला तत्परतेनं प्रतिसाद दिला म्हणून.

जेव्हा कोणतीच गोष्ट धड होत नाही, तेव्हा लोक तुमच्याबद्दल खूप नकारात्मक बोलतील, नकारात्मक लिहितील. या सगळ्याचा तुमच्यावर परिणाम होऊ देऊ नका.

विनीत गौतम

बेस्टसेलर इंडिया

२०१० साली विनीत गौतम यांनी एका डॅनिश कंपनीत नोकरी घेतली, ज्या कंपनीचं नाव भारतात कोणी ऐकलंही नव्हतं. २०१५ साल संपता-संपता बेस्टसेलर इंडियाच्या विक्रीनं ९९७ कोटी रुपयांचा आकडा गाठला होता, १०० पेक्षा जास्त त्यांची दुकानं होती आणि २००० कर्मचारी. यावरून हे सिद्ध झालं की या डिजिटल युगातही तुम्ही कारखाने आणि दुकानं उभारून नफा मिळवू शकता आणि तरुणांना स्वप्नं विकू शकता.

किरकोळ विक्रीकडे लक्ष

पुढे जात-जात अनुभवांचं गाठोडं जमा करणारी विनीत गौतम ही एक व्यक्ती किंवा वल्ली म्हणू हवं तर, आहे.

या माणसानं स्वयंपाकघरात उभं राहून हॅश ब्राऊन्स (उकडलेल्या बटाट्यांपासून बनवलेला एक उत्तर अमेरिकन पदार्थ) तळले आहेत. नफ्यात चालणारं एक पिझ्झा स्टोअर चालवलं आहे. अर्धा डझन कॉफी शॉप्स उघडली आहेत. आणि दूरसंचार क्षेत्रातही संचार केला आहे.

पण मग, इतक्या नोकऱ्या या माणसानं का बदलल्या? इतक्या प्रकारचे उद्योग का केले?

"मला ज्या-ज्या वेळी असं वाटलं की आयुष्य 'अगदी आरामात' चाललं आहे... त्या-त्या वेळी मी अस्वस्थ झालो..."

वयाच्या विशीत असताना तर ही बाब सगळ्यात प्रकर्षानं जाणवली, त्या वेळी ते ITC त नोकरी करत होते. ही एक जुन्या जमान्यातली कंपनी आहे आणि तिथे कर्मचाऱ्यांची मोठ्या प्रेमानं काळजी घेतली जाते.

कोणत्याही सर्वसामान्य, शहाण्या माणसाच्या दृष्टीनं अशा कंपनीत काम करणं म्हणजे आयुष्यभराची निश्‍चिंती.

त्याऐवजी, विनीत यांचं चित्त दूरसंचार क्षेत्रानं आकर्षून घेतलं – जिथे त्यांना अगदी बाराखडीपासून सुरुवात करावी लागणार होती; आणि स्वत:ला सिद्ध करावं लागणार होतं.

प्रत्येक नवीन आव्हानातून तुम्ही कोणते अनुभव गाठीशी बांधता? तुमचा लिंक्ड्इन (cv) मधल्या त्या बुलेट पॉइंटचा नेमका अर्थ काय?

इथे मला टीव्हीवरच्या माझ्या आवडत्या कार्यक्रमाची, 'मास्टरशेफ ऑस्ट्रेलिया'ची आठवण होते, त्यात स्पर्धकांना एका 'दबाव परीक्षेला' सामोरं जावं लागतं. प्रत्येक वेळी एक नवं उद्दिष्ट दिलं जातं आणि ते गाठण्यासाठी मर्यादित वेळ दिला जातो. प्रत्येक शेफला/ स्वयंपाक्याला तोच कच्चा माल पुरवला जातो – त्यातून तुम्ही काय निवडता आणि कशाबरोबर कशाचं मिश्रण करता यावर सगळं अवलंबून असतं.

आणि काही वेळा, एक पाऊल पुढे जाऊन एक 'शोध परीक्षा' घेतली जाते. त्यात तुम्हाला एक 'रहस्य पेटी' दिली जाते. त्यातले पदार्थ वापरायचे असतात.

मला वाटतं आजच्या काळात तुमचं करिअर म्हणजे ही 'दबाव परीक्षा'च असते. काही वेळा नेमकं काय करायचं आहे ते निश्चितपणे ठरवून दिलेलं असतं. तर काही वेळा ते 'रहस्य पेटीत' दडवलेलं असतं.

अनुभवाच्या ज्वाळांवर तुमचे कौशल्य, तुमची मानसिक स्थिती, तुमची वैयक्तिक नेतृत्वशैली यांचं मिश्रण जेव्हा खदखदू लागतं तेव्हा तुम्ही मास्टरशेफ/ तरबेज निपुण स्वयंपाकी बनता.

असा मास्टरशेफ जो कोणतेही वेगवेगळे पदार्थ एकत्र करून 'यश' नावाचा चविष्ट पदार्थ तयार करून शकतो.

पंजाबी असल्याचा अभिमान बाळगणारा, पण कायमच पंजाबच्या बाहेर राहिलेला विनीत गौतम हा एक पंजाबी माणूस आहे.

"मी मुरादाबादला (उत्तर प्रदेश) जन्मलो आणि कोलकात्यात वाढलो. पण, आम्ही मूळचे भारत-पाकिस्तान सीमेवरच्या डेरा बाबा नानक या छोट्या गावचे."

विनीत यांच्या वडिलांनी मोठं होत असताना फार कष्टात दिवस काढले. त्यामुळे विनीतला आणि त्याच्या धाकट्या बहिणीला चांगल्या रीतीनं वाढवण्याचा चंग त्यांनी बांधला होता. ही भावंडं कोलकात्याच्या भारतीय विद्या भवन या शाळेत शिकली. विनीत हे एक चांगला विद्यार्थी होते, पण वर्गात पहिल्या क्रमांकाचे विद्यार्थी म्हणून त्यांची ओळख कधीच नव्हती. त्यांचा बराचसा वेळ क्रिकेट आणि व्हिडीओ गेम्स खेळण्यात जायचा हे एक कारण त्यामागे होतं.

"१०वीच्या बोर्ड परीक्षेत मला ६९ टक्के गुण मिळाले. मला विज्ञान शाखेत प्रवेश घ्यायचा होता, पण माझे गुण फक्त वाणिज्य शाखेसाठीच योग्य असल्याचं शाळेकडून सांगण्यात आलं."

म्हणून मग विनीत यांची रवानगी मुरादाबादला काकांकडे करण्यात आली; पण तिथे काही मन रमलं नाही. घरची आठवण तीव्रतेनं येऊ लागल्यावर ८ महिन्यांनी १६ वर्षांचे विनीत घरी परतले.

सुदैवानं, पुढच्याच वर्षी विनीत यांना त्यांच्या स्वत:च्याच शाळेत विज्ञान शाखेत प्रवेश मिळाला, अर्थात त्यांना आता त्यांच्या बहिणीच्या वर्गात प्रवेश घ्यावा लागला. त्या वर्षी त्यांनी इंजिनिअरिंगच्या विविध प्रवेश परीक्षा दिल्या. मात्र, त्यातल्या कोणत्याही परीक्षेत ते चांगली कामगिरी करू शकले नाहीत. शेवटी, त्यांनी महाराष्ट्रातल्या धुळे इथल्या फारशा प्रसिद्ध नसलेल्या इंजिनिअरिंग कॉलेजात जाण्याचा निर्णय घेतला.

"कॉलेजचा कॅम्पस तितका काही खास नव्हता, पायाभूत सुविधाही अजून पूर्ण तयार नव्हत्या... पण मला तिथे काही चांगले मित्र मिळाले!"

कॉलेज सुरू झाल्यानंतर ६ महिनेही पूर्ण झाले नव्हते तोच विनीत यांना एक अनपेक्षित फोन आला. दिल्लीच्या इन्स्टिट्यूट ऑफ हॉटेल मॅनेजमेन्टमधून तो आला होता.

"तुम्ही आमची प्रवेश परीक्षा दिली होती... तुमची निवड झाली आहे!"

ती परीक्षा विनीत यांनी सहज गंमत म्हणून दिली होती. कुतूहलापोटी ते मुलाखतीसाठी गेले.

तिथे त्यांना समजलं की हॉटेल उद्योग भरभराटीला येत आहे आणि त्यात माणसांची गरज आहे. सरकारच्या दबावामुळे IHM नं नवीन सत्र सुरू करण्याचा

निर्णय घेतला होता.

आणि घडलं असं की, विनीत यांनी इंजिनिअरिंग सोडून हॉटेल मॅनेजमेन्ट करण्याचा निर्णय घेतला. पारंपरिक मळलेली वाट सोडून आणि 'मोठ्यांचा सल्ला न मानता' हा निर्णय त्यांनी घेतला.

"मला त्या वेळी असं वाटलं की हॉटेल मॅनेजमेन्टमध्ये काहीतरी नवीन करायला मिळेल, काहीतरी ग्लॅमरस असेल... निदान बाहेरून तरी असंच वाटत होतं."

नवीन वर्गाची सुरुवात असल्यामुळे अभ्यासक्रम खूप विस्कळीत होता. सर्वसाधारणपणे, १ वर्ष पूर्ण झाल्यावर विद्यार्थ्यांना प्रशिक्षणासाठी हॉटेलमध्ये पाठवलं जातं. पण IHMच्या या वर्गात शिकवायला सुरुवात होण्यापूर्वीच इंटर्नशिपला सुरुवात झाली! क्लॅरिजेस या दिल्लीतल्या खूप जुन्या आणि प्रख्यात हॉटेलमध्ये विनीत यांना पाठवण्यात आलं. तिथे अकाउंट्स विभागात त्यांची नेमणूक झाली.

योग्य निर्णय घेतला जावा असं जर तुम्हाला वाटत असेल तर तुमच्या वरिष्ठांसमोर योग्य ती आकडेवारी, माहिती ठेवणं खूप महत्त्वाचं असतं.

त्यानंतर त्यांनी ६ महिन्यांसाठी ITC शेरेटन इथे दुसरी इंटर्नशिप केली. ती संपताना त्यांना जाणवलं की यातून काहीच शिकायला मिळत नाही. सगळ्यात वाईट अनुभव असायचा तो मेजवान्यांचा, समारंभांचा, त्यात तुम्ही फक्त वस्तू नीट सजवून मांडता, वाढता आणि नंतरचा पसारा आवरता. तुम्ही ६ तास बंकरमध्ये झोपता, उठून आवरता आणि कामाला लागता.

विनीत बाकीच्यांपेक्षा जास्त नशीबवान ठरले. प्रशिक्षण प्रमुखांना १ साहाय्यक कमी पडत होता, म्हणून या विद्यार्थ्याला त्यांनी साहाय्यक म्हणून नेमलं. आणि अशाप्रकारे, व्यवस्थापकाचं काय काय काम असतं ते त्याला पाहायला मिळालं.

"माझ्या असं लक्षात आलं की गोष्टी प्रत्यक्षात घडण्यापूर्वी करायच्या नियोजनाविषयी मला आकर्षण आहे. वेळापत्रकं आखणं, नियोजन करणं, आणि त्यानुसार कामं मार्गी लावणं हे मला आवडतं."

नोकरीसाठी मुलाखती द्यायची वेळ आली तेव्हा विनीत यांनी ताज आणि ओबेरॉय या त्या काळी खूप मोठी नावं असलेल्या कंपन्यांकडे पाठ फिरवली, पण त्यांनी मॅरियटकडे अर्ज केला. या कंपनीनं नुकताच भारतात प्रवेश केला होता.

मग, एका सकाळी, त्यांनी वर्तमानपत्रात एक जाहिरात पाहिली : 'निरुलाज् (Nirula's) व्यवस्थापन व्यवस्थापन प्रशिक्षणार्थींच्या (Management Trainees) शोधात.' आणि इथून विनीत गौतम यांच्या कारकिर्दीची सुरुवात झाली. रोज सकाळी ते फरिदाबादहून (त्यांचं कुटुंब आता तिथे राहत होतं) प्रवास करून

नॉयडा इथे निरुलाजच्या प्रशिक्षण संस्थेत जायचे. हे प्रशिक्षण तांत्रिकही होतं आणि प्रचालनासंबंधीही, ते शून्यापासून सुरू झालं.

"२० दिवस मी भांडी धुण्याचं काम करत होतो. मला आठवतं, रोज घरी जाताना हात वितळून जातात की काय असं वाटायचं..."

३ महिने प्रशिक्षणार्थी स्वयंपाकघरात काम करायचे, तंदुरी पदार्थांपासून डोशापर्यंत सगळं काही करायचे. पण मग, ताज आणि ओबेरॉयपेक्षा यात वेगळं काय होतं?

एकतर, इथली संस्कृती समानतावादी होती. पंचतारांकित हॉटेल्समध्ये व्यवस्थापक पुढच्या दारानं प्रवेश करायचे तर इतर कर्मचाऱ्यांना मागील दाराचा वापर करायला सांगितलं जायचं. ते वेगवेगळ्या स्वयंपाकघरात जेवायला बसायचे. पण, उपाहारगृहांमध्ये असा भेदभाव नव्हता. आणि शिवाय यामध्ये कारकिर्दीची पुढची वाटचाल स्पष्टपणे दिसत होती.

"प्रशिक्षण पूर्ण झाल्यावर तुम्हाला सुपरवायझरची जागा मिळण्याची हमी इथे देण्यात आली होती."

अशाप्रकारे, फरीदाबादच्या निरुलाज रेस्टॉरंटमध्ये विनीत यांना त्यांची सुपरवायझरची पहिली नोकरी मिळाली. १८ महिन्यांच्या आत ते फ्लोअर मॅनेजरच्या पदापर्यंत पोचले आणि त्यांची कॅनॉट प्लेसमधल्या प्रतिष्ठित रेस्टॉरंटमध्ये नेमणूक झाली. पण, पद कोणतंही असलं तरी विनीत यांनी स्वयंपाकघरातली जबाबदारी थोड्याफार प्रमाणात खांद्यावर घेणं सुरूच ठेवलं. कारण, तिथली टीम आकारानं छोटी होती – प्रत्येकाला कामं वाटून घ्यावी लागायची.

"निरुलाजचे हॅश ब्राऊन्स (Hash Browns) अप्रतिम असायचे – सकाळच्या शिफ्टमध्ये मी २०० हॅश ब्राऊन्स दररोज बनवायचो हे मला आठवतंय!"

अडीच वर्षांनंतर विनीत यांनी डॉमिनोज पिझ्झामध्ये जाण्याचा निर्णय घेतला, या कंपनीचा विस्तार झपाट्यानं होत होता. त्यांच्या GK-1 स्टोअरसाठी असिस्टंट फ्लोअर मॅनेजर म्हणून ते रुजू झाले. ही नोकरी निरुलाजसारखी नव्हती, हे काम मुख्यत: पिझ्झा पोचवण्याशी संबंधित होतं आणि त्याचे धागेदोरे आंतरराष्ट्रीय पातळीवर होते. त्यामुळे प्रमाणित प्रचालन पद्धती (SOPs - स्टॅन्डर्ड ऑपरेटिंग प्रोसीजर्स) या पूर्णपणे वेगळ्या होत्या.

"प्रत्येक गोष्ट कशी आखलेली होती. सगळे पिझ्झा योग्य तापमानाला ठेवावे लागायचे, त्यांचा विशिष्ट दर्जा राखावा लागायचा, त्यात योग्य ते रुचकर पदार्थ घातलेले असायचे आणि तो योग्य त्या ठिकाणी ३० मिनिटांच्या आत पोचवला जायचा."

३० मिनिटांचं आश्वासन पाळण्यासाठी स्टोअर मॅनेजर्स उलटं नियोजन

करायचे. रस्त्यांवर गर्दी केव्हा सगळ्यात जास्त असते? ऑर्डर्स कोणत्या वेळी सगळ्यात जास्त असतात? त्याप्रमाणे मनुष्यबळ उपलब्ध करून देण्यासाठी वेळापत्रक आखलं जायचं.

शिवाय शेकडो प्रकारच्या गोष्टी पारखून, तपासून घेतल्या जायच्या. प्रत्येक शिफ्ट/ पाळी संपताना हा नित्यक्रम करावा लागायचा.

प्रत्येक स्टोअर मॅनेजर हा P & L प्रमुख (Profit and Loss) होता. त्यामुळे त्याला अन्नपदार्थांना येणारा खर्च, पदार्थ पोचवण्यासाठी येणारा खर्च, स्थानिक विपणन खर्च आणि 'मुख्य कार्यालयाचा खर्च' – जो प्रत्येक स्टोअरला विभागून दिला जायचा, या सगळ्याची माहिती असावी लागायची.

"आपल्या दुकानातून होणाऱ्या नफ्याची संपूर्ण जबाबदारी स्टोअर मॅनेजरच्या खांद्यावर असायची."

सुमीत घिडलीयाल यांच्या व्यवस्थापनाखाली GK-1 हे दुकान हे काम नक्कीच करत होतं. त्यांच्यासोबत आणि इतर वरिष्ठ सहकाऱ्यांसोबत काम करताना विनीत यांना बरंच काही शिकायला मिळालं. त्या वेळी ज्या काही उत्साहवर्धक गोष्टी घडायच्या, त्यातली एक होती इंडिया गेटला होणाऱ्या पहाटेच्या मीटिंग्ज. सगळे व्यवस्थापक पहाटे ६ वाजता एकत्र जमायचे आणि २-३ किमी पळायचे. काही वेळा, विक्री विभागप्रमुख किंवा डॉमिनोज इंडियाचे मुख्य कार्यकारी अधिकारी CEO त्यांना सामील व्हायचे.

अशाच एका मीटिंगच्या वेळी, राष्ट्रीय प्रचालन व्यवस्थापक विनीत यांच्याकडे आले आणि म्हणाले, "अभिनंदन, शांतिनिकेतनच्या दुकानाचा स्टोअर मॅनेजर म्हणून तुझी नेमणूक झाली आहे!"

विनीत यांना खूपच आनंद झाला; पण त्यांचे बॉस जरा काळजीत पडले.

"तुला हे बहुधा माहीत असेल की शांतिनिकेतनच्या या आधीच्या ४ मॅनेजर्सना कामावरून काढून टाकलं आहे!"

ही नोकरी कोणालाच नको होती असं दिसत होतं... पण विनीत यांनी हे आव्हान स्वीकारायचं ठरवलं.

दुसऱ्या दिवशी सकाळी त्यांनी काम सोडून जाणाऱ्या मॅनेजरला गाठलं, त्यानं सगळ्या समस्या त्यांच्यासमोर विस्तारानं मांडल्या.

'बॉस अगदीच बेकार आहे.' 'लोकांशी वागताना पण काही प्रश्न उभे राहतात.' 'सगळं काही विस्कटलेलं आहे.'

व्यवसायाच्या दृष्टीनं बघितलं तर (G-K-I) पेक्षा शांतिनिकेतनचा पसारा ४ पटीनं मोठा होता. वेगवेगळ्या दूतावासांपासून आणि वसंत कुंजपासून ते जवळ होतं. खूप मोठ्या प्रमाणावर ऑर्डर्स येत राहायच्या. त्यामुळे कामाचा ताणही

मोठा होता.

सकाळी साडेअकरा वाजता विभागीय व्यवस्थापक पंकज सूद यांनी विनीत यांना बोलावलं आणि म्हणाले, ''या नरकात तुझं स्वागत आहे!''

फक्त ३ वर्षांचा अनुभव असलेल्या विनीत गौतम या तरुणाला या असल्या इशाऱ्यामुळे काही फरक पडला नाही. 'मला कशाची भीती नाही, कशाची पर्वा नाही... बघू तरी हे काय आहे ते!'

पहिल्या प्रश्नाला त्यांनी हात घातला तो होता संघभावनेचा/ एकात्मतेचा पूर्ण अभाव. तिथे ३२ कर्मचारी होते आणि त्यांची आपसात भांडणं होती. शिवाय त्यांचे व्यवस्थापकही त्यांच्याशी भांडत. मग विनीत यांनी काय केले? त्यांनी स्वतःचं एक उदाहरण घालून दिलं. ३ महिने विनीत गौतम चक्क दुकानातच राहिले. बहुतेक वेळा रात्री ते वडिलांच्या मारुती ८०० मध्ये झोपले, सकाळी उठायचे आणि कामाला लागायचे.

''मी कामाच्या बाबतीत किती गंभीर आहे, किती निष्ठावंत आहे हे माझ्या टीमनं पाहिलं आणि मग त्यांनी मला पाठिंबा द्यायला सुरुवात केली.''

एक मोठा उद्योजक तो असतो जो व्यावसायिकांना कंपनी/ संस्था चालवण्याची मोकळीक देतो. रोजच्या दैनंदिन व्यवहारात तो ढवळाढवळ करत नाही.

विनीत यांच्यात त्यांना असा व्यवस्थापक सापडला जो त्यांचे प्रश्न ऐकून घ्यायला तयार होता. ते दुकान कामाचा खूप ताण, व्याप असलेलं स्टोअर होतं– कामाचे मोठे ढिगारे उपसावे लागायचे. तिथे आणखी मनुष्यबळाची गरज होती, पण हे बॉसला सांगण्याचं धाडस कोणात नव्हतं. विनीत यांनी बॉसशी चांगले संबंध प्रस्थापित केले होते आणि म्हणून त्यांनी आकडेवारी सादर करून आपली बाजू समर्थपणे मांडली.

एक आठवड्यानंतर, तीन साहाय्यक व्यवस्थापकांची नेमणूक शांतिनिकेतन दुकानात करण्यात आली. त्यामुळे माल पोचवण्याच्या वेळेत कमालीची सुधारणा झाली.

''योग्य वेळेत माल पोचवणं म्हणजे नुकसान कमी करणं. कारण, '३० मिनिटांत पदार्थ पोचला नाही तर तो फुकट देण्यात येईल,' असं कंपनीचं धोरण होतं.''

कोकच्या कॅन्सची चोरी यासारखे इतरही काही प्रश्न होते (यामुळे फार मोठं नुकसान झालं), शिवाय स्कूटर्स वारंवार नादुरुस्त होत असत. कोणत्याही वेळी ३० वाहनांपैकी ८ वाहनं काम करत नसायची. प्रत्येक वेळी, विनीत हे प्रश्न विभागीय व्यवस्थापकापुढे मांडायचे, त्याला ते समजावून सांगायचे आणि काहीतरी उपाययोजना त्यावर केली जायची.

सगळ्या गोष्टी सुरळीत होण्यासाठी ४ महिने जावे लागले. शांतिनिकेतनच्या व्यवसाय जोरात चालायला लागला. दिल्ली (NCR) मधलं प्रथम क्रमांकाचं नफ्यात चालणारं स्टोअर म्हणून त्याचं नाव झालं.

फक्त अडचणी दूर करणं एवढंच काम या काळात झालं नाही, पण काही धोकेही पत्करले गेले. स्टोअरची पिझ्झा पोचवण्याची व्याप्ती कॅन्टोन्मेंटपर्यंत वाढवण्याचा प्रस्ताव विनीत यांनी मांडला. रसदविज्ञानाच्या दृष्टीनं हे अंतर जरा जास्तच होतं, पण 'आपण करू शकू' असा विश्वास त्यांना होता. प्रत्येक पिझ्झा तयार व्हायला २ मिनिटं लागायची, ६ मिनिटं तो भाजायला लागायची आणि १२ मिनिटं पोचवायला लागायची. वाहनांची गर्दी आणि इतर वेगळ्या प्रकारची दिरंगाई यासाठी मध्ये पुरेसा वेळ राहायचा.

"मला हे मंजूर करून घ्यायला बराच संघर्ष करावा लागला, पण माझ्या बॉसचं मन मी वळवू शकलो... आणि आम्ही ते केलं."

'एक खडूस बॉस' आणि 'प्रथमच स्टोअर मॅनेजर' झालेला तरुण यांचे अनेक आघाड्यांवर मतभेद झाले, पण सगळ्यात महत्त्वाच्या मुद्द्यावर मात्र एकमत झालं : 'स्टोअरसाठी जे सर्वोत्तम असेल ते आपण करायचं.'

दीड वर्ष संपताना शांतिनिकेतन स्टोअर दर महिन्याला ८ लाख रुपये नफा कमवायला लागलं होतं. मात्र, विनीत यांचा पगार जेमतेम ८००० रुपयांपासून वाढून ८३०० रुपये झाला होता.

> लोकांबरोबर काम करा, त्यांना समजून घ्या, त्यांचे प्रश्न सोडवा आणि मग तुमचं काम त्यांच्याकडून करून घ्या.

यामागचं कारण अगदी सोपं होतं : डॉमिनोजची काही मोजकी स्टोअर्स नफा कमवत असली तरी इतर मात्र जेमतेम नफ्यात चालली होती. बरेलीसारख्या शहरांमध्ये उघडलेली काही स्टोअर्स तर बंद करावी लागली होती.

"त्यावेळचे आमचे CEO विराग जोशी यांचं स्वप्न होतं १०० दिवसांत १०० स्टोअर्स उघडण्याचं."

त्याच वेळी, त्यांना पिझ्झाला अधिक भारतीय बनवायची इच्छा होती आणि अधिक परवडणाऱ्या किमतीत. या दिशेनं एक प्रयोग करून पाहिला गेला – छोले पिझ्झाचा. तो ५० रुपये किमतीला मिळायचा.

ही एक धाडसी कल्पना होती, पण ग्राहकांच्या ती काही पचनी पडली नाही.

दरम्यान, डॉमिनोजकडून भारतात विक्रीचे विशेषाधिकार प्राप्त केलेल्या ज्युबिलंट फूडवर्क्स या कंपनीला पालक कंपनीला स्वामित्वशुल्क (Royalty) म्हणून मोठी रक्कम मोजावी लागली.

कर्मचारी चांगली कामगिरी करत असताना देखील त्यांच्यावर नोकरी जाण्याची

पाळी आली.

एक दिवस विनीत यांनी पंकजना विचारलं, "इतके कष्ट करण्याचा काय फायदा?"

त्यांनी उत्तर दिलं, "थोडा धीर धर... संयम ठेव."

पण, ही एकच गोष्ट गरम रक्ताच्या पंजाबी तरुणाकडे नसते, याबाबत तुम्हाला खात्री असायला हवी.

कॅफे कॉफी डे (CCD) दिल्लीत तेव्हा प्रवेश करत होता. विनीत तिथे वॉक-इन-इंटरव्ह्यूसाठी गेले आणि २ विभागीय व्यवस्थापकांपैकी १ म्हणून त्याची निवड झाली. डॉमिनोजमध्ये मिळणाऱ्या पगारापेक्षा इथे पगार दुपटीपेक्षा जास्त होता आणि कामही जास्त उत्कंठावर्धक होतं. त्यासाठी बंगळुरूला एक महिन्याच्या प्रशिक्षणासाठी जावं लागणार होतं. आणि मग जमिनी शोधण्याच्या कामावर, टीम तयार करण्याच्या आणि स्टोअर्स उघडण्याच्या कामावर लागायचं होतं.

त्यांच्या आधीच्या कोणत्याही नोकरीपेक्षा हे काम अधिक उद्योजगतेकडे झुकणारं होतं, तरीही त्यांच्यासाठी योग्य असं ऑफिस वगैरे काहीही नव्हतं! CCDचीच एक भगिनी कंपनी 'वे टू वेल्थ' मध्ये एका डेस्कवर बसून हे २ विभागीय व्यवस्थापक काम करायचे.

पण लवकरच, काही गोष्टी स्पष्ट झाल्या. 'कॅफे कॉफी डे' चे संस्थापक व्ही. जी. सिद्धार्थ हे एक द्रष्टे असले तरी त्यांच्या प्रचालन टीमचं स्वप्न आणि त्यांचं स्वप्न सारखं नव्हतं. त्यांनी CEO म्हणून अन्न उद्योगातले अनुभवी नरेश मल्होत्रा यांना आणलं होतं. मल्होत्रा, या मुख्यत: कुटुंबानं चालवलेल्या व्यवसायात बाहेरच्या व्यावसायिकांना आणू पाहत होते.

६ महिन्यांच्या काळात विनीत यांनी ६ CCD स्टोअर्स उघडली, हे काम कौतुकास्पदच होतं. पण काम करण्याच्या एकूण पद्धतीवर ते नाराज होते.

"एखादं स्टोअर चालवायचं असेल तर तुम्हाला खूप प्रश्नांना सामोरं जावं लागतं, निर्णय घ्यावे लागतात... इथे तुमच्यावर सतत कोणीतरी संशय घेतय असं वाटायचं..."

दोघंही विभागीय व्यवस्थापक बंगळुरूला गेले, त्यांनी त्यांची कैफियत मनुष्यबळ विकास विभागाच्या प्रमुखासमोर आणि प्रचालन प्रमुखांसमोर मांडली; पण हे प्रयत्न निष्फळ ठरले. म्हणून मग ते दिल्लीला परत गेले आणि त्यांनी राजीनामे सादर केले.

पण या अल्पावधीच्या मुशाफिरीतून काहीतरी चांगलं नक्कीच घडलं. नवीन उघडलेल्या CCD स्टोअर्ससाठी मुलाखती घेत असताना विनीत यांना अनु भेटली.

"आम्ही चांगले मित्र झालो, मग ती माझी गर्लफ्रेन्ड झाली... आणि मग

माझी पत्नी.''

पुढची नोकरी एका योगायोगानं घडलेल्या संभाषणातून मिळाली. कंपनी होती विल्स लाइफस्टाइल, ITCची एक शाखा. एक सल्लागाराद्वारे मुलाखतीचं बोलावणं आलं.

''तुम्ही त्यांना आज जाऊन भेटू शकाल का?'' त्यानं विचारलं.

विनीत यांनी त्या दिवशी टाय बांधला नव्हता, म्हणून त्यांनी एक टाय विकत घेतला. मुलाखतीच्या ३ फेऱ्या झाल्या, मनुष्यबळ खात्याच्या प्रमुखाबरोबर, विभागीय व्यवस्थापकाबरोबर आणि नंतर CEO बरोबर.

दुसऱ्या दिवशी सकाळी त्यांना सांगितलं, ''अभिनंदन! तुमची स्टोअर मॅनेजर म्हणून निवड झाली आहे.''

प्रादेशिक/ विभागीय व्यवस्थापक म्हणून काम केल्यानंतर ही खरंतर पदावनती होती. शिवाय, ही नोकरी त्यांना लखनऊला जाऊन करावी लागणार होती. विनीत यांचे पालक गोंधळून गेले.

''तू आधी छोले-कुलचे विकत होतास आणि आता तुला कपडे विकायचे आहेत... काय करतो आहेस तू? तुला आयुष्यात नेमकं करायचं आहेतरी काय?''

विनीत यांना मात्र मनातून वाटत होतं की हा बदल चांगला ठरेल. ITC ही खूप मोठी कंपनी होती आणि विल्स लाइफस्टाइल ही एक नवीन संकल्पना होती. आणि विनीत यांना कपड्यांच्या बाबतीत काही अनुभव नसला, तरी त्या लोकांना यात काही अडचण वाटत नव्हती. उलट, त्यांना सेवा क्षेत्रातलेच लोक हवे होते; कारण विल्स लाइफस्टाइलचा निदर्श (model) हा सेवेवरच आधारित होता.

इंजिनिअरिंगचं क्षेत्र सोडून हॉटेल मॅनेजमेंटकडे आणि नंतर हॉटेल्स सोडून उपाहारगृहांचं क्षेत्र अशी मुशाफिरी करणाऱ्या विनीत यांच्यामध्ये एक दुवा निश्चितच होता.

''मला स्वत:ला सिद्ध करायचं होतं... म्हणूनच मी जे काम स्वीकारलं, त्यात मी खूप कष्ट केले, खूप विचार केला, नवनवीन कल्पना प्रत्यक्षात उतरवण्याचा प्रयत्न केला. ही पण अशीच एक संधी होती.''

> संपूर्ण संघटनेचा/ कंपनीचा दृष्टिकोन घाऊक विक्रीपासून (होलसेल) हटवून किरकोळ विक्रीकडे (रिटेल) वळवणं हे माझ्यासमोरचं मोठं आव्हान होतं.

दुसऱ्या दिवशी विनीत आपल्या आई-वडिलांना घेऊन साउथ एस्क्टेन्शन मार्केटमधल्या विल्स लाइफस्टाइलच्या मुख्य दुकानात घेऊन गेले. ते एक सर्वसाधारण कपड्यांचं दुकान नसल्याचं पाहून त्यांना आनंद झाला.

ITC मधले सुरुवातीचे १५ दिवस प्रशिक्षणाच्या धामधुमीत गेले. तिथे

कसून प्रशिक्षण कार्यक्रम पार पाडला गेला. कापड बनवतानाचे सगळे बारकावे या नवीन भरती झालेल्या कर्मचाऱ्याला समजावून सांगण्यात आले : आडवी वीण म्हणजे काय, उभी वीण म्हणजे काय इत्यादी. परंतु, मुख्य लक्ष केंद्रित करावं लागलं होतं ते ग्राहकसेवेवर; विल्स लाइफस्टाइल स्टोअरमध्ये येणाऱ्या प्रत्येक व्यक्तीशी कसं बोलायचं, त्याला माल कसा विकायचा हे सांगण्यात आलं.

अन्न उद्योगातल्या अपरिष्कृत आणि सोप्या कार्यसंस्कृतीनंतर ITC मधली पद्धत म्हणजे विनीत यांच्यासाठी एक गोड धक्का होता. नवख्या लखनऊ शहरात जेव्हा त्यांनी पाय ठेवला तेव्हा स्थानिक ITC शाखेनं त्यांना हवं नको पाहण्याची खबरदारी घेतली. आजच्या उद्योगजगतात हा जुन्या जमान्यातला शिष्टाचार बघायला मिळत नाही.

लखनऊमधलं विल्स लाइफस्टाइल दुकान हे नुकतंच उघडलं होतं. विनीत यांच्या विभागीय व्यवस्थापकांनी त्यांना सांगितलं, "दर महिन्याला २५ लाख रुपयांची विक्री होणं मला अपेक्षित आहे - तू हे करू शकशील अशी मी आशा करतो!"

ही काही दिल्ली नाही, इथे इतकी विक्री होऊ शकेल? विनीत मनात म्हणाले.

सगळ्या अपेक्षा धुडकावून लावत या हजरतगंजच्या दुकानानं पहिल्याच महिन्यात ३४ लाख रुपयांची विक्री केली. त्यानंतर या दुकानानं मागे वळून पाहिलंच नाही.

तिथे फक्त ४ लोकांची छोटी टीम होती. त्या दुकानाची मालकी एका पुरातन नबाबी कुटुंबाकडे होती. हे कुटुंब दुकानाच्या मागेच असलेल्या एका मोठ्या घरात राहायचं. लवकरच त्यातल्या प्रत्येक सदस्याशी घरोब्याचे संबंध प्रस्थापित झाले.

"आम्ही सगळे एकमेकांसोबत खूप वेळ घालवायचो, पार्ट्या करायचो, खूप मजा करायचो. एक टीम म्हणून काम करायचो, मालक-नोकर संबंध तिथे नावालाही नव्हते. वास्तविक, आम्ही अजूनही चांगले मित्र आहोत!"

इथेसुद्धा, बऱ्याच वेळा विनीत रात्री ऑफिसमध्ये एका कोचावर झोपायचे. ते त्यांच्या टीमला सांगायचे, "घरी जा, कुटुंबाबरोबर वेळ घालवा - मी मागचं सगळं आवरतो."

सगळ्या विल्स लाइफस्टाइल दुकानांचं रंगरूप जवळपास सारखंच असायचं, पण त्यात कोणकोणते कपडे विकायला ठेवायचे आणि त्यांची मांडामांड कशी करायची याचा निर्णय स्टोअर मॅनेजर घ्यायचा.

लखनऊमधले फॅशनेबल गिऱ्हाईक विल्स लाइफस्टाइलमध्ये खरेदीला यायचे–

मोठा टोला लगावण्यासाठी सज्ज

संख्येनं ते खूप नसले तरी जे यायचे ते भरपूर खरेदी करायचे. म्हणून, त्यांच्याबरोबर चांगले संबंध प्रस्थापित करणं गरजेचं होतं.

"आमच्यापैकी प्रत्येकाकडे २० गिऱ्हाइकांची यादी असायची ज्यांना आम्ही आतून-बाहेरून ओळखायचो... या बाबतीत आम्ही जवळपास हॉटेल उद्योगाशीच बरोबरी केली होती."

बाजाराचा कितीही अभ्यास केला तरी गिऱ्हाइकांच्या वागण्याचा कोणीच अंदाज लावू शकत नाही. जेव्हा विल्स लाइफस्टाइलनं १४,००० रुपयांचं लेदर जॅकेट बाजारात आणलं तेव्हा सगळ्यांच्या मनात विचार आला की, लखनऊमध्ये हे कोण खरेदी करणार?

पण प्रत्यक्षात स्टोअरकडे ८ जॅकेट्‌सची मागणी नोंदवण्यात आली आणि लोक आगाऊ पैसे भरायलाही तयार होते!

ITCची काम करण्याची पद्धत ठरलेली आणि आखीवरेखीव होती – ITC प्रणाली ही काळाच्या पुढे जाऊन विचार करणारी होती. गिऱ्हाइकांची इत्थंभूत आकडेवारी महत्त्वाची मानली जायची, तसंच त्यांची आवड-निवडही लक्षात ठेवली जायची. विनीत यांच्या पाहण्यात आलं की लोक दुकानात पाय ठेवायला कचरतात. लोकांना दुकानाबाबत वाटणारा दबदबा, किंवा दुकानाचं वाटणारं दडपण कसं कमी करता येईल याबाबत त्यांनी विचार केला. त्यांनी त्यासाठी एक गोष्ट

केली, ती म्हणजे बाहेर उभ्या राहणाऱ्या सुरक्षारक्षकाला त्यांनी दुकानाच्या आत बसायला सांगितलं. आता येणाऱ्या लोकांच्या संख्येत वाढ होऊ लागली.

इथे ६ दिवसांचा आठवडा होता आणि १ दिवस सुट्टीचा. त्या वेळी मग विनीत रात्रीच्या ट्रेननं दिल्लीला जायचे, कुटुंबाबरोबर आणि गर्लफ्रेन्डबरोबर वेळ घालवायचे आणि रात्रीच्या ट्रेननं परत यायचे.

लखनऊला एक वर्ष घालवल्यानंतर दिल्लीतल्या कॅनॉट प्लेस इथल्या स्टोअरमध्ये व्यवस्थापक म्हणून विनीत यांना कंपनीनं पाठवलं. हे स्टोअर प्रचंड मोठं होतं, देशभरातल्या उत्तम व्यवसाय करणाऱ्या दुकानांपैकी ते एक होतं. कंपनीनं जेव्हा सीझन संपतानाचा सेल जाहीर केला तेव्हा स्टोअरबाहेर इतकी मोठी रांग लागली की लोकांना दुकानात नुसता प्रवेश करण्यासाठी ३ तास लागत होते.

"आमचं काचेचं दार तुटून पडण्याच्या बेतात होतं, कपडे जमिनीवर विखुरले गेले. तो दिवस दमछाक करणारा होता!"

ITC सारख्या कंपनीत नोकरी मिळालेले बहुसंख्य लोक आयुष्यभरासाठी तिथे राहण्याचा विचार करतात, पण विनीत यांना दोनच वर्षांनी अस्वस्थ वाटायला लागलं. म्हणून मग 'आयडिया सेल्युलर'कडून चांगला प्रस्ताव आल्यावर त्यांनी तो स्वीकारायचा ठरवला.

ITC नं त्यांचा राजीनामा नाकारला – कृपा करून पुन्हा विचार करा, ते म्हणाले - पण विनीत यांचा निर्णय झाला होता.

नवीन नोकरीत एक आकर्षण होतं – कारचं, म्हणून आपली बाइक विकण्याची वेळ आली आहे असं विनीत यांनी ठरवलं. नवीन कंपनीत कामाला सुरुवात करण्याच्या १ दिवस आधी, ते बाइकवरून ती विकत घेणाऱ्या माणसाला भेटायला फरीदाबादला गेले. रस्त्यातच त्यांना जबरदस्त अपघात झाला. गुडघ्याला तीन ठिकाणी फ्रॅक्चर झालं, विनीत यांना जवळच्याच हॉस्पिटलमध्ये दाखल करण्यात आलं.

त्यांनी अनुला फोन करून सांगितलं की, "माझ्या बॉसला फोन कर आणि मी उद्या कामावर रुजू होऊ शकत नाही असं सांग."

जास्त काळजी याची होती की, पुढे काय होणार? एक नोकरी सोडलेली असताना आणि दुसरी सुरू झालेली नसताना 'न घर का, न घाट का' अशी विनीत यांची अवस्था झाली होती. पण, त्यांची काळजी लवकरच दूर झाली.

आयडियानं प्रशासनातला एक माणूस पाठवला, एक ॲम्ब्युलन्स पाठवली आणि विनीत यांना अपोलो हॉस्पिटलला नेण्यात आलं. दुसऱ्या दिवशी त्यांचे बॉस आणि बॉसचे बॉस भेटायला आले.

"इतर कंपन्या लोकांना कसं वागवतात आणि आयडिया त्यांच्यापेक्षा कशी वेगळी आहे याची मला जाणीव झाली..."

त्यांनी विनीत यांची नोकरी कायम ठेवली, त्यांचा पगार दिला आणि ३ महिन्यांच्या संपूर्ण विश्रांतीनंतर ते कामावर रुजू होण्याची वाट पाहिली. विनीत यांनी जेव्हा ऑफिसला जायला सुरुवात केली तेव्हा त्यांना फक्त ४ तास जावं लागायचं (कारण ते अजूनही कुबड्यांच्या आधारानं चालत होते).

"मला भेटण्यासाठी CEOसुद्धा शेजारच्या इमारतीतून यायचे... तिथे लोकांना अशाप्रकारे वागवलं जायचं."

विनीत यांना दूरसंचार क्षेत्राचा अनुभव नव्हता तरी किरकोळ विक्री क्षेत्र त्यांना चांगलं माहीत होतं. आणि आयडियाला याच क्षेत्रात अडचणी जाणवत होत्या. कंपनीनं फ्रँचाईजी तत्त्वावर २२ स्टोअर्स चालवायला दिली होती, पण त्यात त्यांना नुकसान सोसावं लागत होतं. सिम कार्ड्स सगळीकडे उपलब्ध असल्यामुळे ते घेण्यासाठी आयडियाच्या स्टोअरमध्ये कोणी जायचं नाही. मग, फ्रँचाईजी घेतलेल्या लोकांची कमाई कशी होणार होती?

त्यावर उपाय होता की फ्रँचाईजी ही विक्री तत्त्वावर न बेतता सेवा देण्याच्या तत्त्वावर बेतायची.

प्रत्येक फ्रँचाईजीला काही महत्त्वाचे ग्राहक सोपवण्यात आले, ते खूश राहिले पाहिजेत हे बघण्याचं काम त्या फ्रँचाईजीचं असणार होतं. अशाप्रकारे गोळा झालेला नफा त्या फ्रँचाईजीसोबत वाटून घेण्यात येणार होता.

या नवीन निदर्शामुळे आयडिया सेल्युलरची सगळी २२ स्टोअर्स चांगली चालायला लागली आणि त्यांनी आणखी ८ स्टोअर्स उघडली. हा नवीन निदर्श तयार करण्यासाठी आणि त्याची अंमलबजावणी करण्यासाठी विनीत यांना थेट CEO सोबत काम करायला मिळालं.

आणखी एक कळीचा निर्णय म्हणजे प्रत्येक फ्रँचाईजी स्टोअरमध्ये आयडियाचा १ कर्मचारी नियुक्त करायचा. अर्थात, ३० लोकांना नोकरीत घेणं आणि त्यांना वेगवेगळ्या ठिकाणी पाठवणं यासाठी अतिरिक्त खर्च येणारच होता.

"पण पुन्हा, मी म्हटल्याप्रमाणे, दिवस संपताना काय फायद्याचं ठरणार आहे हे तुम्हाला दाखवता आलं पाहिजे. आणि तुम्हाला तो फायदा जर दाखवून देता आला, तर मला वाटतं कुणीही पैसे गुंतवायला तयार होईल."

फ्रँचाईजींचं म्हणणं ऐकणं, त्यांना समजून घेणं आणि त्यांचे प्रश्न सोडवणं महत्त्वाचं होतं.

आणि जेव्हा १ किंवा २ दुकानांनीही निदर्श आपलासा केला तेव्हा इतर फ्रँचाईजींना त्यात रस वाटायला लागला. 'तो जर यात पैसे कमावू शकतो तर

मीही कमावू शकतो. प्रयत्न तर करून बघ.'

२ वर्षं संपता-संपता विनीत सेवा, वितरण आणि गुणवत्ता विभागाचे प्रमुख बनले आणि त्यांना आयडियाच्या कॉर्पोरेट ऑफिसमध्ये नवी जागा देण्यात आली. ११ राज्यांच्या किरकोळ विक्री विभागांचा प्रमुख होणं ही खूप मोठी पदोन्नती होती आणि पगारही चांगला होता. म्हणून विनीत आणि त्यांची नवपरिणित पत्नी अनु यांनी बॅगा भरल्या आणि ते पुण्यात दाखल झाले.

तिथे पोचल्यावर विनीत यांच्या लक्षात आलं की, 'सगळा सावळा गोंधळ आहे!' ११ राज्यं म्हणजे जणूकाही ११ देश होते. त्या काळी आयडिया सेल्युलर ही कंपनी बिर्ला, टाटा आणि AT & T यांच्यासोबत मिळून काम करायची. काही दुकानं टाटा स्टोअर्स म्हणून चालवली जायची, तर काही बिर्ला स्टोअर्स म्हणून. ती दुकानं वेगवेगळी दिसायची, वेगळ्या पद्धती अनुसरायची आणि काम करण्याची पद्धतही प्रत्येकाची वेगळी होती.

"एकच गोष्ट सगळ्यांची सारखी होती आणि ती म्हणजे आर्थिक नुकसान... एक भयस्वप्न होतं ते."

दूरसंचार क्षेत्रात अडचण ही असते की, दुकानं ही पैसा गमावण्याची केंद्रे मानली जातात, त्यांची मालकी कुणालाच नको असते. ब्रॅन्ड प्रस्थापित करायला त्यांची जरूर मदत होते, पण विपणन विभागाची त्यावर खर्च करण्याची तयारी नसते आणि विक्री विभागाची पण.

शिवाय, इथे संघटनेत आव्यूह संरचना (matrix structure) होती, म्हणजे काम करून घ्यायचं असेल तर तुम्हाला विपणन प्रमुख, सेवा पुरवठा देणारा माणूस, विक्री अधिकारी आणि वरिष्ठ या सगळ्यांना सामावून घ्यावं लागायचं. ही सगळी माणसं आपापली ठाम मतं घेऊन येणार म्हणजे विचारायलाच नको. सुदैवानं, विनीत यांना त्यांचे CEO विक्रम मेहमी आणि सेवा प्रदान विभागाचे प्रमुख अमर बाबू यांचा भक्कम पाठिंबा लाभला.

उत्तम धोरणं आखून आणि नवीन व्यवसाय निदर्श तयार करून विनीत सगळी म्हणजे ११०० फ्रँचाईजी स्टोअर्स प्रमाणित करण्यात यशस्वी झाले. शिवाय उत्तर प्रदेश (पूर्व भाग), राजस्थान आणि हिमाचल प्रदेशात नवीन स्टोअर्स उघडण्यातही यशस्वी ठरले.

या सगळ्या प्रक्रियेदरम्यान, आयडिया सेल्युलरचा संयुक्त उपक्रम संपुष्टात आला. ही कंपनी आदित्य बिर्लांनी घेतली. त्यामुळे बरेच बदल झाले – कंपनीच्या लोगोपासून ते काम करण्याच्या पद्धतीपर्यंत आधी, CEO कडे सगळी सूत्रं असायची आणि तो त्वरित निर्णय घेऊ शकायचा. आता सगळ्या गोष्टी परवानगीसाठी बोर्डाकडे जायला लागल्या. त्यामुळे कोणत्याही नवीन कल्पनेची अंमलबजावणी

करणं कठीण होऊ लागलं.

११०० आयडिया फ्रँचाईजींसाठी एक प्रशिक्षण कार्यक्रम राबवण्याचा प्रस्ताव विनीत यांनी मांडला तेव्हा बोर्डानं तो फेटाळून लावला, कारण दिलं, 'गुंतवणुकीवर यात कोणताही परतावा ROI (रिटर्न ऑन इन्व्हेस्टमेन्ट) नाही.'

पण, प्रत्येक गोष्टीत प्रत्यक्षदर्शी परिणाम दिसतीलच असं होत नाही. निष्ठा, जिव्हाळा, प्रेरणा या अदृश्य गोष्टींच्या वंगणावरच व्यवसाय सुरळीत चालत असतो.

विनीत यांना एका समस्येला तोंड द्यावं लागलं, ती म्हणजे कडक बॉस. ही व्यक्ती अत्यंत हुशार होती, पण निर्णय घेण्यात अत्यंत ढिलाई करायची. कोणत्याही कागदपत्रावर सही करण्यासाठी हा माणूस महिना-महिना वेळ घ्यायचा. कोणताही व्यवस्थापक या कारभारानं निराश झाला असता, पण विनीत यांनी त्यावरही मात केली. गोष्टी लवकर पुढे सरकण्यासाठी त्यांनी त्यातूनही मार्ग शोधून काढला.

आदित्य बिर्लांकडे कंपनीची मालकी आल्यानंतर कॉर्पोरेट ऑफिस मुंबईला हललं. विनीत आणि त्यांच्या पत्नीनं थोड्या नाखुशीनंच घरं बघायला सुरुवात केली – त्यांना खरंतर हलायचं नव्हतं – त्याच वेळी विल्स लाइफस्टाइलची मुलाखत आयोजित करणाऱ्या सल्लागाराचा विनीत यांना फोन आला, तो म्हणाला, "युनायटेड कलर्स ऑफ बेनेटन मध्ये जागा रिकामी आहे, तुम्हाला अर्ज करायला आवडेल का?"

ती मुलाखत फक्त १५ मिनिटं चालली. तो सल्लागार हे ऐकून आश्चर्यानं थक्क झाला – विक्री संचालक प्रत्येक उमेदवाराची कमीत कमी २ तास तरी मुलाखत घेण्याबाबत प्रसिद्ध होते.

"अच्छा, म्हणजे मला कामावर घेण्याचं त्यांच्या मनात दिसत नाही," विनीत यांच्या मनात आलं.

परंतु, त्यांचं नाव निवडलं गेलं होतं आणि गुरगावला बेनेटनच्या व्यवस्थापकीय संचालकांबरोबर (MD) दुसरी मुलाखत होणार होती. जागा होती 'दक्षिण आणि पश्चिम विभागाचा किरकोळ विक्री प्रमुख.'

तांत्रिकदृष्ट्या 'राष्ट्रीय' पातळीवरून विभागीय पातळीवर नियुक्ती होणं ही खरंतर पदावनती होती. पण, विनीत यांनी या गोष्टीला विशेष महत्त्व दिलं नाही.

"पदाचं मला कधीच महत्त्व वाटलं नाही... मला हे काम आकर्षक वाटलं आणि मी ते घेतलं."

बेनेटन कंपनीनं भारतात प्रवेश करून २० वर्षं लोटली होती, आधी DCM बरोबर संयुक्त उपक्रम म्हणून आणि नंतर स्वतंत्रपणे फ्रँचाईजी देण्याच्या पद्धतीवर आधारित त्यांचा निदर्श होता, उत्तरेत त्यांची ताकद चांगली होती (१०० दुकानं), पण पश्चिम आणि दक्षिण विभागात ती कमी होती (फक्त २४ दुकानं) म्हणून या विभागात वाढीसाठी वाव होता. शिवाय, फ्रँचाईजी देण्याऐवजी स्वत:च्या

मालकीची दुकानं असावीत असा कंपनीचा मानस होता.

म्हणजेच घाऊक विक्रीकडून किरकोळ विक्री क्षेत्रात पाऊल ठेवायला लागणार होतं.

३ वर्षांची एक योजना आखण्यात आली. परंपरागत फ्रँचाईजींना ताब्यात घेण्यात आलं, त्याशिवाय मॉल्समध्ये आणि मुख्य रस्त्यांवर नवीन दुकानं उघडण्यात आली. पुढच्या सुमारे अडीच वर्षात विनीत यांनी ७० एक दुकानं स्थापन केली, त्यांच्या हाताखाली ५०० लोक काम करत होते. या सगळ्या प्रक्रियेमध्ये सगळ्या गोष्टी बदलल्या : तुम्ही कशी खरेदी करत आहात, किमती कशा लावायच्या, कोणते कपडे कुठे विकायला ठेवायचे वगैरे.

"याआधी उत्तरेच्या फ्रँचाईजीचा वरचष्मा होता, कारण त्याची विक्री जास्त होत होती... पण दक्षिणेकडे आणि पश्चिमेकडे हिवाळा खूप जास्त नसतो, त्यामुळे दिल्लीला जे विकलं जातं ते तिकडे विकलं जात नाही!"

डॉमिनोजचे जसे काहीं नियम होते तसे इटालियन लोकांनी कोणतेच नियम सांगितले नव्हते. म्हणजेच नियम तयार करण्याचं स्वातंत्र्य तुम्हाला होतं. परिणामस्वरूप, बेनेटन इंडियाची विक्री फक्त अडीच वर्षांत दुप्पट झाली. पण, फ्रँचाईजी पद्धतीकडून कंपनीच्या मालकीच्या दुकानांकडे झालेला प्रवास हा जरा महागात पडला.

तुम्ही आज गुंतवणूक केलीत तर त्याची फळं मिळायला तीन वर्षांचा तरी कालावधी जावा लागतो. परंतु, एवढा संयम कोणाकडे असतो? इटलीत अचानक बोर्डची उलथापालथ झाली. त्यांनी एक धावता आढावा घेतला आणि आदेश जारी केला : सगळी स्टोअर्स पुन्हा फ्रँचाईजी पद्धतीनं चालवण्यात यावी.

कंपनीला एका दिशेनं घेऊन जाण्यासाठी ज्या टीमनं जीवतोड मेहनत केली होती, तिला बरोब्बर उलट्या दिशेनं जाण्यास सांगण्यात आलं. ही बाब काही पचनी पडली नाही.

"खूप मतभेद झाले त्या काळात... रोज ऑफिसमध्ये युद्धासारखी परिस्थिती असायची."

या सगळ्यातून एकच अर्थ निघत होता, तो म्हणजे सगळं सोडून पुढे जाण्याची वेळ झाली होती. लिंक्डइनवरच्या एका संदर्भावरून विनीत यांना दुबईस्थित एतिसलात टेलिकॉम कंपनीकडून नोकरीचा प्रस्ताव आला. जागा होती विक्रीप्रमुखाची. त्याच वेळी लंडनस्थित सल्लागाराकडून 'बेस्टसेलर' कंपनीमध्ये नोकरीसाठी विचारणा

> एकदा का वस्तूची किंमत ठरली की तिच्यात बदल करता येत नाही. तुम्ही उत्पादन बाजारात आणता तेव्हा लोक त्यासंबंधी एक मत बनवतात आणि ते टिकून राहतं.

करणारा फोन आला.

"मला पुस्तकांचा कोणताही अनुभव नाही!" विनीत म्हणाले.

तेव्हा त्यांना समजलं की बेस्टसेलर A/S (Aktieselskab in Danish म्हणजे Joint stock company) ही डेन्मार्कमधली खासगी क्षेत्रातली एका कुटुंबाच्या मालकीची कपडे बनवणारी कंपनी आहे. जॅक ॲन्ड जोन्स, ओन्ली आणि व्हेरो मोडा (Jack & Jones, Only, Vero Moda) हे त्यांचे ब्रॅन्ड्स आहेत.

याबद्दल भारतात कोणालाच काहीही माहीत नव्हतं. त्या वेळी बेस्टसेलरनं मुंबईत बॉम्बे रेयॉन्स या स्थानिक भागीदाराच्या मदतीनं २ जॅक ॲन्ड जोन्स स्टोअर्स उघडली होती. बॉम्बे रेयॉन्स ही भारतातील कपडे निर्यात करणारी एक मोठी कंपनी होती.

"तुम्ही बॉम्बे रेयॉन्सच्या MD ला एकदा भेटत का नाही?" सल्लागारानं विचारलं.

मुलाखत दुपारी २ वाजता ठरली होती. विनीत बॉम्बे रेयॉन्सच्या चांदिवली इथल्या ऑफिसमध्ये वेळेत पोचले. ५ वाजले, ६ वाजले, ७ वाजले, ८ वाजले. मि. प्रशांत अग्रवाल येण्याचं कोणतंच चिन्ह दिसेना.

रात्री साडेनऊ वाजता विनीत यांना चांदिवलीमधल्याच दुसऱ्या एका ऑफिसमध्ये जाण्यास सांगण्यात आलं. कारण MD आता तिथे येण्याची अपेक्षा होती. मुलाखत उत्तररात्री साडेबाराला सुरू झाली आणि पहाटे अडीच वाजेपर्यंत चालली.

विनीत यांनी सफाईदारपणे मुलाखत दिली आणि तिचा शेवट आशादायी परिस्थितीत झाला. पण, त्यानंतर विनीत यांचा निर्णय झाला होता. अशा प्रकारच्या कंपनीत काम करण्याची त्यांची इच्छा नव्हती.

२००९ च्या ऑगस्ट महिन्यात, एतिसलात कंपनीचा प्रस्ताव स्वीकारून विनीत मुंबईत दाखल झाले. कंपनीनं स्वान टेलिकॉम कंपनी विकत घेतली होती आणि नेटवर्क प्रस्थापित करण्याच्या खटपटीत होती. सगळी कामं करण्यासाठी शेकडो लोकांची नेमणूक केली गेली होती. दुकानाचा 'नमुना' बनवण्यासाठी विनीत यांनी एका डिझाइन एजन्सीला सांगितलं होतं. पण, कामाची कोणतीही घाई नव्हती.

खरंतर काहीच घडत नव्हतं...

बेस्टसेलर विनीत यांच्या संपर्कात होती. त्यांनी अँडर्स पॉव्हल्सन यांच्यासोबत एक मीटिंग ठरवली. अँडर्स यांनी आपल्या वडिलांकडून कंपनीची सूत्रं हाती घेतली होती. साधारण प्रत्येक महिन्याला विनीत यांची प्रशांत अग्रवाल यांच्याशीही गाठभेट होत होती. कोणत्याही विशिष्ट विषयावर न बोलता केवळ कल्पनांची देवाणघेवाण होत होती. ३-४ तास फक्त एकूण आयुष्यावर, व्यवसायावर आणि किरकोळ विक्री क्षेत्रासंबंधी गप्पाटप्पा होत असायच्या.

२००९च्या नोव्हेंबरमध्ये ऑफिसला गेल्यावर विनीत यांना जबर धक्का बसला. एका रात्रीत एतिसलात दुबईची टीम गायब झाली होती. अफरातफर आणि लाचलुचपतीचा ठपका त्यांच्यावर असल्याची कुजबुज सुरू होती. पुढे '(2G) घोटाळा' म्हणून या प्रकरणाला प्रसिद्धी मिळाली. पुढचा १ महिनाभर, रोज, दूरसंचार विभागाचे नियंत्रक आणि तपासनीस ऑफिसभर तपास करत फिरायचे. कागदपत्रं तपासायचे, प्रश्न विचारायचे.

सगळ्या प्रकारचं काम ठप्प झालं. दिवसभर ऑर्कुटवर वेळ घालवण्यापलीकडे काही उद्योग नव्हता.

''मला माझा पगार मिळत होता, पण मनाला काही बरं वाटत नव्हतं. हे काही बरोबर चाललेलं नाही, अशी भावना बळावत होती.''

डिसेंबरच्या मध्यावर विनीत यांनी पत्नीला फोन करून सांगितलं की, आपण बेस्टसेलरचा प्रस्ताव स्वीकारत आहोत. पगार कमी होता, कंपनी प्रसिद्ध नव्हती, कामाची पद्धत वेगळी होती.

पण, तुम्ही जेव्हा कड्याच्या टोकावर उभे असता, तेव्हा तुम्ही फक्त एक गोष्ट करू शकता, ती म्हणजे उडी घेणं...

१ जानेवारी २०१० रोजी विनीत गौतम यांनी व्हेरो मोडाचे ब्रॅन्ड हेड म्हणून पदभार स्वीकारला. पहिल्या दिवशी ते जेव्हा बेस्टसेलर इंडियाच्या ऑफिसमध्ये आले तेव्हा फार प्रभावित झाले नाहीत.

तिथे फक्त ४ लोक होते – १ माणूस मनुष्यबळ खातं सांभाळायला, १ जण आर्थिक व्यवहार पाहायला, १ प्रचालन विभागात आणि १ प्रकल्प व्यवस्थापक. त्याला विनीत यांनी विचारलं की कशावर काम सुरू आहे.

''सर, काहीतरी सुरू आहे, पण ते काय आहे ते मला माहीत नाही,'' त्यानं उत्तर दिलं. ''१ महिन्यापासून मी रोज ऑफिसला येत आहे, मी वर्तमानपत्र वाचत बसतो आणि घरी परत जातो.''

हे दृश्य फारच निराशाजनक होतं. सुदैवानं, विनीत ३ आठवड्यांच्या प्रशिक्षणासाठी डेन्मार्कला आणि लंडनला गेले होते. आणि या काळात पालक कंपनीनं भारतीय भागीदाराला स्पष्ट शब्दात सांगितलं की अशाप्रकारे ढिसाळ कारभार चालणार नाही. विनीत भारतात परत आले तोपर्यंत गोष्टी बऱ्याच बदलल्या होत्या.

आता सगळा कारभार त्यांच्या हातात होता, पण अडचणीही ढीगभर होत्या; विक्रीच्या आकडेवारीचा ताळमेळ बसत नव्हता, पैशांचे हिशेब लागत नव्हते, पगार देण्यात सावळा गोंधळ होता. कोणाजवळ साधं व्हिजिटिंग कार्डही नव्हतं.

'मी हे कुठे येऊन पडलो', असा विचार मनात येणं स्वाभाविक होतं. विनीत यांना आशेचा एकच किरण दिसत होता, तो म्हणजे बॉम्बे रेयॉन कंपनी – या

कंपनीचा महसूल ३००० कोटी रुपयांचा होता. याचाच अर्थ प्रशांत अग्रवाल या माणसाला धंदा कसा करायचा ते चांगलंच माहीत होतं. पण, एक उत्पादक म्हणून तुम्ही विचार करत असाल तर किरकोळ विक्री क्षेत्रात तुम्ही यशस्वी होऊ शकत नाही.

''मी प्रशांतसमोर बसलो आणि म्हणालो, ''आपल्याला इथे वेगळ्या प्रकारे काम करावं लागेल.''

विनीत यांनी सर्वप्रथम पुढच्या ३ वर्षांसाठी एक व्यावसायिक योजना बनवली. त्यासाठी त्यांनी उद्दिष्ट ठरवलं १०० कोटी रुपयांचं आणि त्यासाठी मोठी गुंतवणूक करणं गरजेचं होतं.

''काही हरकत नाही,'' प्रशांत म्हणाले. ''आपण करू.''

चांगल्या तज्ज्ञ व्यक्तींची नेमणूक करणं याला सगळ्यात जास्त प्राधान्य देणं आवश्यक होतं. या मुद्द्यावर बरीच चर्चा आणि वाद झाले. ''इतक्या कर्मचाऱ्यांची आपल्याला खरंच गरज आहे का?'' प्रशांत विचारायचे.

आणि प्रत्येक मुद्द्यावर त्या दोघांची भिन्न मत असली तरी विनीत अखेरीस त्यांचं मन वळवण्यात यशस्वी ठरले.

''प्रशांतच्या बाबतीत एक चांगली गोष्ट ही होती की त्याला आणखी एक बॉम्बे रेयॉन कंपनी सुरू करायची नव्हती, त्यानं मला एक संपूर्णपणे व्यावसायिक दृष्टिकोन असलेली संघटना उभारण्याची मोकळीक दिली.''

त्यावेळच्या बाजारस्थितीनुसार बेस्टसेलर इंडिया पगार द्यायला तयार होती तरी लोकांना कामावर ठेवणं वाटतं तेवढं सोपं नव्हतं. या कंपनीचं कोणतंही सुसज्ज ऑफिस नव्हतं, देशभरात फक्त ४ दुकानं होती. आणि कपड्यांचे हे ब्रॅन्ड्सही कोणाला माहीत नव्हते. एखाद्या स्टार्ट-अपमध्ये भरती होण्यासाठी लोकांचं मन वळवण्यासारखंच हे होतं, तुमच्या पूर्वपुण्याईवर अणि शिवाय भविष्यातल्या तुमच्या नियोजनाची स्वप्नं दाखवून लोकांना आकर्षित करण्याचा खटाटोप होता तो. व्हेरो मोडा येणार त्याच सुमारास 'झारा' भारतात प्रवेश करण्याच्या तयारीत होती. त्यामुळे प्रत्येकजण थोडा अस्वस्थ होता.

ब्रॅन्ड प्रदर्शित करण्याच्या १५ दिवस आधी – ८ मे रोजी प्रशांत यांनी जाहीर केलं, ''शहरात या प्रदर्शनाचा धमाका झाला पाहिजे. प्रत्येकाला कळलं पाहिजे की व्हेरो मोडाचं आगमन झालं आहे!''

एका इव्हेंट एजन्सीच्या मदतीनं पुढच्या ५-७ दिवसात विनीत आणि

> गोष्ट सांगण्यापासून एखाद्या ब्रॅन्डची सुरुवात होते, तुमच्या उत्पादनांनी किंवा किरकोळ विक्री दुकानामुळे ब्रॅन्ड उभा राहत नाही. तुम्हाला ती गोष्ट विकता आली पाहिजे.

त्यांच्या नव्यानं बांधणी झालेल्या टीमनं एक महत्त्वाकांक्षी मोहीम राबवली. “ही कल्पना माझ्या डोक्यातून आली. आम्ही मुंबईतल्या सगळ्या रेडिओ वाहिन्यांवर ‘एका सगळ्यात मोठ्या आकाशवाणी/ दूरवाणी फॅशन पार्टी’ची जाहिरात केली.”

दिवसभर या वाहिन्यांवर कर्णमधुर संगीत वाजत होतं – दुसऱ्या कोणत्याही जाहिराती येत नव्हत्या, फक्त व्हेरो मोडाचाच डंका पिटला जात होता.

पण, सगळ्यात मोठं चतुराईचं काम होतं ते म्हणजे फॅशन शो. त्यासाठी व्हेरो मोडानं ९ सेलिब्रिटींना रॅम्पवर उतरवायचं ठरवलं होतं. तेसुद्धा ‘पलेडियम’ (Palladium)मध्ये, जिथे अशा प्रकारच्या सोहळ्यांना कधीच परवानगी दिली जात नाही. त्यांनी योग्य ती सूत्रं हलवली आणि परवानगी मिळवली... पण ९ सेलिब्रिटी आणणं म्हणजे त्यासोबत अनेक कटकटींना आमंत्रण देणं.

> प्रत्येक स्टोअरवर असलेल्या पोस्टरमध्ये CEOचा ई-मेल ॲड्रेस आणि मोबाइल नंबर असतो. हा कंपनीच्या धोरणाचाच एक भाग आहे, सगळ्या लोकांना त्यांच्यापर्यंत पोचता आलं पाहिजे, हा त्यामागचा हेतू आहे.

“भारतीय सेलिब्रिटींना एखाद्या फॅशन शोमध्ये उतरवण्यात सगळ्यात मोठी अडचण ही असते की, त्यातले कोणतेही २ सेलिब्रिटी एकत्रपणे रॅम्पवर चालायला तयार नसतात. प्रत्येकाला शोज-टॉपर बनायचं असतं!”

काही ना काही युक्ती करून टीमनं हा सोहळा यशस्वी करून दाखवला. आणि उद्घाटनाचा दिवस संपता संपता पलेडियम स्टोअरमध्ये झालेल्या विक्रीचा आकडा स्तंभित करणारा होता – ८ लाख रुपये! महिना संपला तेव्हा विक्रीनं कोटीचा आकडा पार केला होता.

आणि यामुळे विनीत यांचा आत्मविश्वास दुणावला. आपल्या मूल्यांकन पद्धती आणि उत्पादन धोरण योग्य असल्याची त्यांची खात्री पटली!

व्हेरो मोडा हा फॅशनेबल आणि खूप मोठा ब्रॅन्ड झाला पाहिजे यावर ते ठाम होते. टी-शर्ट्सची किंमत ७९९ ते ९९९ रुपयांदरम्यान होती, टॉप्सची १२९९ ते १९९९ रुपयांदरम्यान. गिऱ्हाइकांच्या दृष्टीनं या आकर्षक किमती होत्या.

कंपनीला यात फार नफा मिळणार नव्हता. कारण सगळा माल आयात केला जात होता आणि त्यावर ५० टक्के आयात शुल्क भरावं लागत होतं.

पण, एखाद्या ब्रॅन्डची किंमत सुरुवातीला जास्त ठेवून नंतर ती तुम्ही कमी करू शकत नाही. तुम्ही जर ‘दर्जा’ विकत असाल तर तो पहिल्या दिवसापासूनच तुम्हाला राखावा लागतो.

“६ महिन्यांनंतर, १ वर्षानंतर, २ वर्षांनंतर गिऱ्हाइकांचं मन बदलता येत नाही...”

म्हणून, सुरुवातीच्या काळात, प्रत्येक कपड्यांची किंमत ठरवताना विनीत यांचा

त्यात सहभाग होता. कपडेनिर्मितीचा फक्त खर्चच लक्षात न घेता 'गिऱ्हाइकाला कोणत्या किमतीला कपडे विकत घ्यायला आवडेल' ही बाब पण ते लक्षात घेत होते.

"मला या गोष्टीची खात्री होती की, आपला व्यवसाय जितका जलद गतीनं विस्तारेल, तितक्या वेगानं आपण भारतातूनही कपडे घेऊ शकू आणि मग आमचा नफा आपोआपच ६५ ते ७०टक्क्यांपर्यंत जाईल."

२०१०च्या ऑक्टोबर महिन्यात, व्हेरो मोडानं साकेत इथे १८,००० स्क्वेअर फूट मोठं स्टोअर उघडलं, तेव्हा पलेडियमच्या उद्‌घाटनाचीच पद्धत वापरण्यात आली. पहिल्या महिन्यात तिथे ३ कोटी रुपये एवढी प्रचंड विक्री झाली.

आता सगळ्यांच्या नजरा लिंकिंग रोडवरच्या दुकानाकडे लागल्या होत्या, ते प्रमुख दुकान म्हणून तयार करण्यात येत होतं आणि त्याचं काम अजून चालूच होतं. कोणत्या ना कोणत्या कारणानं या प्रकल्पाला उशीर होत होता.

"लिंकिंग रोडच्या दुकानाच्या उद्‌घाटनाला डेन्मार्कमधल्या प्रत्येकाला यायची इच्छा होती आणि आम्ही दरवेळी तारखा बदलत होतो... आमच्यावर खूप दबाव होता."

एके दिवशी असं ठरलं की तारीख ठरवून टाकायची आणि त्यानुसार कामं आवरायचीच. दुकान पूर्णपणे तयार होऊन सुरू होण्याला ४९ दिवसांचाच अवधी होता आणि ते ज्या इमारतीत होतं तीच अजून बांधून पूर्ण झाली नव्हती!

पण, दुकान सुरू झालं. आणि पुन्हा एकदा एका अशा मोहिमेद्वारे जिची खूप चर्चा झाली, पण ती मोहीम कपड्यांशी संबंधित नव्हती. व्हेरो मोडानं 'मॉडेल संशोधन' मोहीम जाहीर केली, ज्यात सेलिब्रिटी परीक्षक ऑडिशन्स घेणार होते. आणि खऱ्या गिऱ्हाइकांना रॅम्पवर चालण्याची संधी मिळणार होती. या मोहिमेला अनेक पुरस्कार मिळाले.

"बघितलंत? आम्ही फक्त कपडे विकत नाही आहोत, तर गोष्ट विकत आहोत..."

आणि जे लोक तुमच्यासाठी काम करतात त्यांना ती गोष्ट विकणं तितकंच महत्त्वाचं असतं.

लिंकिंग रोड स्टोअरचं यश साजरं करण्यासाठी टीम गोव्याला गेली तेव्हा तो वेळ फक्त मौजमजेसाठी नाही तर विचार करण्यात घालवायचं विनीत यांनी ठरवलं. त्यांनी एक प्रशिक्षक बोलावला आणि सूर्य आणि वाळू यांच्या सान्निध्यातल्या त्या तीन दिवसात बेस्टसेलर इंडियाच्या टीमनं एक ध्येय ठरवलं आणि त्याची रूपरेषा आखली.

"आम्ही खूप 'मोठं स्वप्नं' बघायचं ठरवलं आणि २०१५ साल संपेपर्यंत १००० कोटी रुपयांच्या विक्रीचं लक्ष्य ठरवलं."

ही खूप मोठी उडी ठरणार होती. २०१०च्या डिसेंबरमध्ये कंपनीत ४० कर्मचारी

होते आणि उलाढाल ४६ कोटी रुपयांची होती. पण जिथे इच्छा तिथे मार्ग.

आर्थिक उद्दिष्टांइतकंच 'आपण कोण म्हणून जगासमोर जाणार' हे ठरवणंही महत्त्वाचं होतं, तसंच 'आपली संस्कृती कशी असायला हवी' यावरही चर्चा झाली. येणाऱ्या वर्षांसाठी ही चर्चा मार्गदर्शक ठरणार होती.

पुढच्या ४ वर्षांत बेस्टसेलर इंडियानं नेत्रदीपक घोडदौड केली. फ्रँचाईजी न नेमण्याचं धोरण ठरवूनसुद्धा ही प्रगती साधली गेली. त्याऐवजी कंपनीच्या मालकीची किरकोळ विक्री दुकानं उघडण्याचा तुलनेत कठीण मार्ग अवलंबला गेला. यासाठी बॉम्बे रेयॉन आणि डेन्मार्कच्या पालक कंपनीनं मोठी गुंतवणूक केली.

"आम्हाला जास्तीत जास्त नियंत्रण हवं होतं... आणि त्यामुळे आम्ही गिऱ्हाइकांना जास्त चांगला अनुभव देऊ शकलो."

बेस्टसेलरच्या स्टोअर्समधलं वेगळेपण हे गिऱ्हाइकांना पुरवल्या जाणाऱ्या सेवेसंदर्भात होतं. तुम्ही व्हेरो मोडा, ओन्ली आणि जॅक ॲन्ड जोन्समध्ये याल तेव्हा तुमचं स्वागत करायला एक सल्लागार तैनात असेल, तो तुम्हाला विविध कपडे घालून बघण्यात आणि खरेदी करण्यात मदत करेल. अशी पद्धत युरोपमध्ये नाही, कारण कर्मचाऱ्यांवर खर्च केलेला तिथे परवडत नाही. पण ही एक 'स्थानिक चव' होती जी भारतासारख्या ठिकाणी खरेदीची लज्जत वाढवणारी ठरली.

कंपनीची टीम आता लिंकिंग रोड स्टोअरच्या वर असलेल्या दिमाखदार ऑफिसमध्ये बसू लागली, दर मंगळवारी तिथे प्रशांत यांची एक फेरी व्हायची. ते विनीत यांच्याबरोबर प्रत्येक बारीकसारीक गोष्टीचा आढावा घ्यायचे – कोणत्या करारांवर सह्या होणार आहेत यापासून ते नवीन दुकानांची ठिकाणं निश्चित करण्यापर्यंत. या चर्चा बऱ्याचदा पहाटे ४ वाजेपर्यंत चालायच्या.

"काही वेळा तो आम्हाला आव्हान द्यायचा, आम्ही अजून विस्तार का करत नाही याबाबत... जेव्हा त्याचे विचार फारच क्रांतिकारी वाटायला लागायचे तेव्हा मी म्हणायचो की ही गोष्ट व्यवहार्य नाही!"

२ माणसं जेव्हा वेगवेगळ्या सुरांत गातात तेव्हा एकतर गोंगाट होण्याची शक्यता असते किंवा जुगलबंदी. या बाबतीत उद्योजक आणि व्यावसायिक यांना त्यांची सामायिक सुरावट सापडली होती असं म्हणावं लागेल.

२०१३ साल उजाडेपर्यंत बेस्टसेलर इंडियानं भारतात कपडे बनवायला आणि मागणीनुसार कपडे बनवायला सुरुवात केली होती. भारतीयांचे प्राधान्यक्रम आणि आवड लक्षात घेऊन. उदाहरणार्थ, युरोपात 'काळे, निळे आणि राखाडी' रंग जास्त चालतात जर भारतीय गिऱ्हाइकांना गडद रंग आवडतात. आणि त्यांना खोल गळे आणि उघड्या काखा आवडत नाहीत.

"आम्ही बऱ्याच स्टाइल्स उचलतो, पण कापड बदलतो, आपल्याकडच्या

उन्हाळ्यात वापरता येतील अशी कापडं निवडतो.''

या क्रिया-प्रतिक्रियांच्या घुसळणीत जबरदस्त संख्येनं गिऱ्हाइकांना आकर्षून घेण्यात बेस्टसेलर इंडिया यशस्वी ठरली. २०१५ साल संपताना बेस्टसेलर इंडियाचा विक्रीचा आकडा होता ९९७ कोटी रुपये, १७०च्या वर दुकानं होती आणि कर्मचारी संख्या होती २०००!

कंपनी नफ्यात चालायला लागली, ब्रॅन्ड्स लोकप्रिय झाले आणि NIFT या संस्थेतली पदवीप्राप्त हुशार मुलं-मुली कंपनीत येण्यासाठी धडपडू लागली.

एखादं काम जगातलं सगळ्यात कठीण काम असू शकतं, पण तुम्ही जर त्या कामाचा आनंद घेत असाल तर ते तितकं कठीण वाटत नाही.

प्रत्यक्षात उतरेपर्यंत हे ध्येय, उद्दिष्ट, स्वप्न जिवंत ठेवण्यात आलं! पण, प्रत्येक नेत्रदीपक यशामागे अनेक छोट्या माघारी, पीछेहाट, अपयश दडलेलं असतं.

प्रत्येक १० दुकानांमागे २ दुकानं बंद करावी लागत होती. कधी चुकीचं ठिकाण किंवा मॉल निवडला म्हणून किंवा कधी गिऱ्हाइकांची गदी अपेक्षेनुसार झाली नाही म्हणून.

''आणि मला वाटतं, हे अपयशाचं शेपूट जास्त लांबण्याआधीच छाटलेलं बरं असतं. ते वाढू देणं योग्य नसतं.''

कारण झगडणारी दुकानं संघटनेतली सगळी ऊर्जा शोषून घेतात, तिचं खच्चीकरण करतात. हे खरंतर एक दुष्टचक्र आहे. एखाद्या दुकानाची कामगिरी अपेक्षेनुसार होत नसेल तर लोक हताश होतात, त्यांचा उत्साह मावळतो आणि मग अधिक मोठ्या अपयशाला सामोरं जावं लागतं. याच कारणासाठी, बेस्टसेलर इंडियामध्ये एक प्रकल्प गट आहे, तो गट फक्त दुकानांच्या कामगिरीकडे आणि ती कशी सुधारता येईल याकडे लक्ष देतो. हे प्रयत्न ५० टक्के वेळा तरी यशस्वी ठरतात.

काही लढाया तुम्ही जिंकता, काही लढाया तुम्ही हरता आणि काही वेळा तुम्ही समंजसपणे माघार घेता, संबंध संपुष्टात आणता. २०१५ साली, व्हेरो मोडानं बॉम्बे रेयॉन्स या आपल्या भागीदाराकडून संपूर्ण व्यवसाय ताब्यात घेतला.

मात्र, एक संपूर्ण मालकी असलेल्या भारतीय उपकंपनीला तिचा वेगळा मार्ग आखण्याचं पूर्ण स्वांतत्र्य दिलं गेलं होतं.

''शक्य असेल तितकं डेन्मार्कपासून वेगळे व्हा,'' हा सल्ला होता अँडर्स पॉव्हल्सन यांचा. हा मार्ग चीनमध्ये 'बेस्टसेलर'साठी फलदायी ठरला होता.

तंत्रज्ञान विभागात भारतानं मार्गदर्शक पदाची सूत्रं हातात घेतली होती. कंपनीनं १०० कोटी रुपयांचा महसुलाचा आकडा पार केला तेव्हा तिनं SAP (Systems applications products) मध्ये मोठी गुंतवणूक केली. त्याशिवाय, स्पर्श-

जाणीव यांचं महत्त्व असलेल्या फॅशन क्षेत्रात, जिथे खरेदीदार त्यांच्या अंत:प्रेरणेवर विश्वास ठेवून भविष्यातले कल ठरवतात, विनीत गौतम यांनी यंत्र-शिक्षण आणि कृत्रिम बुद्धिमत्ता (AI - Artificial intelligence) यांचा समावेश करण्याचा निर्णय घेतला.

"भारतात विकसित झालेलं आमचं AI साधन जगात काय चाललं आहे याकडे आणि समाज माध्यमांवर आढळणारे कल (trends) याकडे लक्ष ठेवतं..."

तरुण असताना तुमच्या कंपनीत कामाला लागलेले लोक जेव्हा आत्मविश्वास आणि यश मिळवताना तुम्ही पाहता... तेव्हा जाणवणारी भावना शब्दात बोलून दाखवता येत नाही.

मानवी तज्ज्ञांनी निर्देशित केलेल्या स्टाइल्सपेक्षा या साधनानं अनुमानित केलेल्या स्टाइल्स १० टक्के जास्त विकल्या जातात.

त्याचप्रमाणे, नवीन तंत्रज्ञानानं कर्मचाऱ्यांचं कामही सोपं झालं आहे. ते एका ॲपला लॉग इन करतात आणि त्यांचे खर्च सादर करतात, भरपाई घेतात, रजेसाठी अर्ज करतात आणि अशा बऱ्याच गोष्टी करतात.

तंत्रज्ञान हे विनीत यांचं पहिलं प्रेम असेल, तर 'लोकांचे प्रश्न' सोडवण्याची आवड हे पाठोपाठ येणारं दुसरं प्रेम आहे. २०१९ मध्ये याचाच अर्थ सरासरी २६ वय असलेल्या ३००० लोकांशी जमवून घेणं. इतक्या लोकांची कार्यशक्ती धगधगती ठेवणं एखाद्याला कसं जमू शकतं?

यातला एक भाग हा आहे की, कामाच्या ठिकाणी असं वातावरण तयार करायचं जिथे काम करायला स्फूर्ती मिळेल. पण चुका करण्याची भीतीही वाटणार नाही. दुसरा भाग असा की, किरकोळ विक्री दुकानं स्थापन करण्याच्या पलीकडे जाणारा विचार करून सर्वोत्तम पद्धतींचा अवलंब करणं आणि अंमलबजावणी करणं. उदाहरणार्थ सरकारनं अनिवार्य करण्याच्या खूप आधीपासून ६ महिने प्रसूती उपरांत पगारी रजा बेस्टसेलर इंडियामध्ये स्त्रियांना दिली जात होती.

"आमच्या ऑफिसमध्ये ५० टक्के स्त्रिया काम करताना बघायला मला निश्चितच आवडेल. सध्या हे प्रमाण ३८ टक्के आहे."

मनुष्यबळ 'विज्ञान' शिवाय इथे वातावरणात एक 'व्यक्तिगत जिव्हाळ्याचा स्पर्श' दिसून येतो. ८५ टक्के कर्मचारी हे दुकानांमध्ये काम करतात, म्हणून विनीत आवर्जून वारंवार दुकानांना भेटी देतात. शिवाय, १२ शहरांमध्ये 'रॉक ऑन पार्टी' नावाचा एक प्रोत्साहनपर कार्यक्रम केला जातो, तो वर्षातून दोनदा करतात. तिथे CEO 'ओपन हाउस' घेतात, म्हणजेच प्रत्येकाच्या कामाचा आढावा घेतला जातो.

त्याव्यतिरिक्त, वर्षातून एकदा परदेशात एक कार्यक्रम आयोजित केला जातो, विनीत जातीनं त्यात लक्ष घालतात.

बेस्टसेलर इंडियाची वार्षिक उलाढाल वाढत असली तरी नफा हुलकावणी देत असतो; कारण गुंतवणुकीच्या चक्राची लांबी मोठी आहे. एखाद्या दुकानाला नफ्याची पातळी गाठायला ३-४ वर्षं लागतात आणि त्या दरम्यान पायाभूत सुविधा, गोदामं, साठवण-व्यवस्था, माहिती तंत्रज्ञान या विभागातही पैसा गुंतवावा लागतो. वार्षिक ३.१५ अब्ज युरोजची उलाढाल करणारी पालक कंपनी, हे आव्हान समर्थपणे पेलते.

"आमच्या मालकाची अशी धारणा आहे की रिटेल/ किरकोळ विक्री उद्योग प्रस्थापित करायला आणि तो नफ्यात चालवता येण्यासाठी मोठा काळ जावा लागतो आणि जेव्हा तुमच्यावर स्टॉक मार्केटच्या सूचीत समाविष्ट होण्याचा दबाव असतो, तेव्हा तुम्ही चुकीचे निर्णय घेऊ शकता..."

याचा अर्थ कंपनीला महत्त्वाकांक्षा नाही असा होत नाही. पुढच्या ३ वर्षांत उलाढाल दुप्पट करण्याची योजना आहे. आणि हे करणं म्हणजे नवीन पद्धतीनं विचार करणं आणि काम करणं.

गेल्या वर्षभरात, बेस्टसेलरनं तुलनेनं लहान शहरात २० फ्रँचाईजी स्टोअर्स उघडली आहेत आणि आता भारतात बनवलेला एक ब्रॅन्ड ते डी-मार्ट आणि बिग-बझारसाठी घेऊन येण्याच्या विचारात आहेत.

सगळ्याच किरकोळ विक्रेत्यांसाठी डोकेदुखी ठरत असलेल्या ऑनलाइन डिस्काऊंटच्या छायेत ही सगळी धडपड सुरू आहे.

"खरंतर ऑनलाइन व्यवसाय आपलासा करणाऱ्या उद्योजकांमध्ये आम्ही आघाडीवर आहोत. आमची संपूर्ण सूची आमच्या स्वत:च्या मालकीची असल्यामुळे आम्ही कुठे आणि किती सूट द्यायची ते ठरवू शकतो..."

विक्रीला ठेवलेल्या मालाबाबत बोलायचं झालं तर मुंबईच्या अंधेरी पूर्व उपनगरातल्या बेस्टसेलर इंडियाच्या मुख्यालयात तुम्ही आजूबाजूला नजर टाकलीत तर कपडे आणि तदनुषंगानं येणाऱ्या अन्य वस्तू तुम्हाला दिसतात. हे मुख्यालय अनेक मजली आहे, प्रत्येक मजल्यावर एक ब्रॅन्ड आहे आणि कामात व्यग्र असलेल्या तरुण-तरुणींच्या लगबगीमधून तुम्हाला फॅशनची 'गूंज'/ 'धून' कानावर पडल्याशिवाय राहत नाही.

कोणत्याही एका सर्वसामान्य दिवशी, विनीत गौतम सकाळी १० वाजता ऑफिसमध्ये प्रवेश करतात. पहिला अर्धा तास अनौपचारिक बातचीत केल्यानंतर मीटिंग्जवर मीटिंग्ज सुरू होतात.

आठवड्यातले २-३ दिवस प्रवास करणं हा नित्यक्रमाचाच भाग असला तरी मंगळवार हे काहीही झालं तरी एका महत्त्वाच्या कामासाठी राखून ठेवलेले

असतात. सगळ्या विभागप्रमुखांबरोबर आणि विक्री व्यवस्थापकांबरोबर आठवडाभराचा आढावा घेण्याचा हा दिवस असतो. त्यातले काही अन्य प्रदेशांमधून व्हिडीओ कॉन्फरन्सिंगद्वारा सामील होतात. सर्वसाधारणपणे ही मीटिंग ४-५ तास चालते आणि तीत व्यवसायातल्या बारीकसारीक तपशिलांवर चर्चा होते.

''यामुळे त्वरित निर्णय घ्यायला मदत होते... हे फार महत्त्वाचं आहे. कारण फॅशन उद्योगात वेळेला आणि गतीला फार महत्त्व असतं.''

सतत बाजारपेठेचा कानोसा घ्यावा लागतो आणि म्हणून प्रत्येक आठवड्याला विनीत विविध भागीदारांची गाठभेट घेतात, जसे शॉप-इन-शॉप्स, ऑनलाइन पोर्टल्स किंवा मॉल मालक. लिंक्डइनद्वारा संपर्कात येणाऱ्या तंत्रज्ञान क्षेत्रातल्या तज्ज्ञांना आणि काही वेगळं करू इच्छिणाऱ्या नवउद्योजकांना/ स्टार्ट-अप्सना भेटण्यात विनीत यांना रस असतो. कारण, कोणाकडून काय शिकायला मिळेल हे सांगता येत नाही.

भविष्याचा विचार करणं, त्यानुसार योजना बनवणं, नदी कसं वळण घेणार आहे याचा अंदाज बांधणं हेच तर (CEO) चं काम असतं.

''कोणत्याही वेळी बघितलं तर अनेक 'नवीन योजना' कार्यान्वित व्हायला तयार होऊन पडलेल्या असतात आणि त्यासुद्धा माझ्या ऑफिसद्वारेच प्रत्यक्षात आणल्या जातात.''

७ ते ८ वाजण्याच्या सुमारास दुकान बंद करण्याची आणि घराकडे परतण्याची वेळ होते, याचाच अर्थ जीवघेण्या गर्दीतून आणखी १ तास प्रवास! रात्रीच्या जेवणानंतर टीव्हीवर खेळांचं सामाने बघणं (टेनिस, (F1) क्रिकेट) विनीत यांना आवडतं. रात्रीची किमान ७-८ तास झोप मिळणं म्हणजे विनीत यांच्या दृष्टीनं सुखाची परमावधी.

''मी सकाळी लवकर उठणाऱ्यातला नाही,'' ते हसतात. ''योग, ध्यान वगैरे गोष्टी माझ्यासाठी नाहीत. फक्त काही खेळ खेळण्यासाठी मला वेळ काढता यायला हवा एवढीच इच्छा आहे!''

आजच्या 'स्क्रीन युगात' काम आणि दैनंदिन जीवन यांचा समतोल साधणं अवघड होऊन बसलं आहे. विनीत हे ई-मेलद्वारे आणि व्हॉट्सॲपद्वारे नेहमीच उपलब्ध असतात.

(ते त्यांचा इनबॉक्स दर तासाला रिकामा करतात). पण, आठवड्याच्या शेवटी आराम करण्यासाठी ते वेळ बाजूला काढण्यात यशस्वी ठरतात आणि काही वेळा गाडी घेऊन पत्नीसोबत आणि कोको या कुत्र्यासोबत (१० वर्षांचा कॉकर स्पॅनियल) लांब फिरायला जातात.

काही लोकांना आपल्याला नेमकं कोठे जायचं आहे हे पक्कं माहीत असतं, तर काही लोक रस्ता नेतो तिकडे जात राहतात.

जिंदगी एक सफर है सुहाना,
यहाँ कल क्या हो, किसने जाना...
मुश्किलों से भी मत घबराना,
यहाँ कल क्या हो... ब्रिंग इट ऑन!

तरुण व्यवस्थापकांसाठी अनुभवाचे चार शब्द

कष्टांकडे कधी पाठ फिरवू नका, मला वाटतं कठोर परिश्रम करणं गरजेचं असतं, यशाकडे जाण्याचा कोणताही शॉर्टकट नाही.

आज लोकांकडे एक फार मोठी गोष्ट नसल्याचं मी पाहतो, ती म्हणजे त्यांना कशाचा ध्यास नसतो. तुम्ही कोणत्याही गोष्टीचा ध्यास घेऊ शकता – त्यासाठी काही नियोजन करू शकता, आणि मग अचानक एक दिवस तुम्हाला प्रेरणा गवसेल.

तुम्हाला बाहेरून प्रेरणा मिळवण्याची गरज भासणार नाही. काही वेळा तुम्हाला वाटू शकतं की, 'अरे, मी ही संधी गमावली' किंवा 'माझे सहकारी पुढे निघून गेले.' पण, प्रत्येकजण आपापल्या गतीनं पुढे जातो. आपलाआपला प्रवास करतो, तुम्ही जिथे जाऊन पोचणार असाल तिथे तुम्ही निश्चितच जाल.

पण, जेव्हा तुम्ही यशाचा पाठलाग करत असाल, तेव्हा स्वत:वरच खूश होऊन थांबू नका. व्यवस्थापक म्हणून काम करताना तुम्ही सतत लोकांना भेटत असता, त्यामुळे विनम्र असणं खूप महत्त्वाचं. तुम्ही लोकांशी जर चांगलं वागलात तर तेही तुम्हाला हवं तसं काम करतील.

कधीकधी निर्णय चुकतील, नशिबाचाही काही भाग असेल, पण सगळ्यात महत्त्वाची असते ती टीम, जी तुमच्यावर विश्वास ठेवेल, जी तुमच्या पाठीशी उभी राहील आणि तुमच्या ध्यासासाठीच्या प्रवासात तुमची सोबत करेल...

जर तुम्ही हे साध्य करू शकलात, तर काहीही साध्य करू शकाल.

विभाग २ रा

दृष्टी

कंपनी जितकी जुनी तितकीच तिची काम करण्याची पद्धत रूढ झालेली आणि ठरून गेलेली असते. मग येतो एक नेता, जो लोकांची महत्त्वाकांक्षा फुंकर घालून चेतवतो. त्यांच्यातली निद्रिस्त प्रतिभा जागी होते आणि ती अशा गोष्टी पाहते आणि करते ज्या त्या पूर्वी कधीच पाहिल्या आणि केल्या गेल्या नव्हत्या.

नितीन परांजपे
युनिलिव्हर

एक व्यवस्थापन प्रशिक्षणार्थी म्हणून हिंदुस्तान युनिलिव्हर (HUL) मध्ये रुजू झालेल्या आणि वयाच्या ४६व्या वर्षी (CEO) पदाला पोचलेल्या नितीन परांजपे यांचा हा प्रवास एक 'स्वप्नवत् प्रवास' होता असं आपण म्हणू शकतो. परंतु, सूत्रं हाती घेतल्यानंतर काही महिन्यांनीच जगभर मंदीची लाट आली. व्यवसायवृद्धीसाठी बाहेरच्या वातावरणाला तोंड देण्यासाठी स्वत:च्या आत डोकावून नितीन यांनी कसा मार्ग शोधला – याची ही कहाणी आहे. लोकांची मनोवृत्ती, मनोवस्था आणि आकांक्षा यात कसा बदल केला त्याची ही गोष्ट...

एक अशी गोष्ट, जी तुम्ही करता

नितान परांजपे हा एक 'चांगला माणूस' आहे. पण हा त्या 'चांगल्या माणसांपैकी' एक नाही, तो शर्यतीत नेहमी शेवटी येतो.

हिंदुस्तान युनिलिव्हर (HUL) मध्ये १९८७ साली आपली कारकीर्द सुरू करणाऱ्या नितीन यांना २००८ साली कंपनीचे मुख्य कार्यकारी अधिकारी CEO करण्यात आलं. या विख्यात अँग्लो-डच बहुराष्ट्रीय कंपनीचे ते आजवरचे सर्वांत तरुण CEO ठरले.

आपल्या आयुष्याचा दीर्घकाळापासून अविभाज्य भाग असलेली लाइफबॉय, लिरिल, लक्स आणि सर्फ यांसारखी उत्पादनं बनवणारी कंपनी. आपल्यापैकी बहुतेक लोकांना असं वाटतं की ही भारतीय कंपनीच आहे.

फक्त २१ वर्षांत कोणी व्यवस्थापन प्रशिक्षणार्थी ते बोर्ड ऑफ डॉयरेक्टर्स (संचालक मंडळ) असा प्रवास कसा करू शकतो? पहिल्या दिवसापासून ते अनंत काळापर्यंत 'स्टार परफॉर्मर' असण्याचं हे फलित आहे का?

नितीन यांचं बोलणं ऐकताना मला जाणवलं की 'असं काही नाहीये.' गगनाला गवसणी घालण्याची आणि स्वयंतेजानं तळपण्याची प्रतिभा प्रत्येकात असते. तरीही, आपल्यातले काही जण ते करतात आणि काही जण करत नाहीत.

हा प्रवास करताना आपण थकतो, निराश होतो आणि कंटाळतो.

नितीन अशा लोकांपेक्षा वेगळे का ठरतात याचं कारण म्हणजे त्यांच्या

रक्तातच असलेली खिलाडूवृत्ती. जेव्हा तुम्ही एखादी क्रिकेटची मॅच खेळता, तेव्हा तुम्ही तिच्यात आपला जीव ओतता. कधी तुम्ही जिंकता तर कधी तुम्ही हरता.

तुमच्या प्रतिस्पर्ध्यांशी तुम्ही हातमिळवणी करता आणि म्हणता, "पुढच्या वेळी मी आणखी जास्त प्रयत्न करेन."

तुम्ही तो पराभव मनाला लावून घेत नाही, स्वत:ला कमी लेखत नाही.

तुम्ही खेळाचे नियम पाळता. आणि तो एक खेळ आहे याचा विसर तुम्हाला कधी पडत नाही.

मला असं वाटतं की, नितीन यांनी प्रत्येक आव्हानाचा सामना जणू ते क्रीजवर खेळायला उभे असल्याच्या थाटात केला. त्या क्षणी, प्रत्येक बॉल तटवायचा, टोलवायचा एवढंच तुमच्या डोक्यात असतं. त्यानंतर पुढचा आणि नंतर पुढचा.

'असं करता-करता शतक झालं. मॅन ऑफ द मॅच झालो.'

पण, कोणत्याही महान फलंदाजाला ही जाणीव असते – आज मिळालेला विजय हा फक्त आजचा विजय आहे. उद्या मला पुन्हा नव्यानं चेंडूचा सामना करायचा आहे. त्यात उत्सुकता आहे. थ्रिल आहे. धडकता हुआ दिल आहे.

आयुष्य म्हणजे अशा प्रकारचा एक खेळ आहे.

नितीन परांजपे यांचा जन्म पुण्यात झाला, पण ते बहुतकरून राहिले आणि मोठे झाले ते मुंबईत.

"माझे वडील एक आयएएस अधिकारी होते – एक अत्यंत प्रामाणिक आणि तत्त्वनिष्ठ माणूस. मी आज जो काही आहे तो त्यांनी घडवलेला आहे."

लहान असतानाचा एक प्रसंग नितीन यांना आठवतो. ते दुपारी २ वाजता नुकतेच शाळेतून घरी आले होते आणि दारावरची बेल वाजली. बाहेरच्या माणसानं लहान नितीनच्या हाती एक मिठाईचा बॉक्स आणि रेमंड्स कंपनीचं पॅन्टचं कापड कोंबलं आणि निघून गेला. जेव्हा संध्याकाळी वडील घरी आले आणि या प्रकाराबद्दल त्यांना कळलं तेव्हा त्यांनी नितीनची कधी काढली नव्हती एवढी खरडपट्टी काढली.

"का, ते मला तेव्हा समजलं नाही... पण अशा काही गोष्टींचा माझ्यावर खूप खोल प्रभाव पडला आहे."

श्री. परांजपे हे नैतिकता आणि शिस्त यांचं मूर्तिमंत उदाहरण होते; तर सौ. परांजपे यांचा नितीन यांना घडवण्यात तोलामोलाचा वाटा होता. अनेक वर्षं त्या गृहिणी म्हणून घराची जबाबदारी पार पाडत होत्या, पण जेव्हा मुलं शाळेत जायला लागली तेव्हा त्यांनी पुढील शिक्षणासाठी पुन्हा कॉलेजमध्ये जायचा निर्णय घेतला. वयाच्या ४५व्या वर्षी त्यांनी निर्मला निकेतनमध्ये शिकवायला सुरुवात केली. सगळं शिक्षण मराठी माध्यमातून झाल्यामुळे हे काम त्यांच्यासाठी सोपं नव्हतं.

पण त्यांचा दृष्टिकोन असा होता, "मी जर प्रयत्नच केला नाही, तर मी कधीच शिकू शकणार नाही."

सौ. परांजपे यांचं शिकवण्याचं काम कॉलेजमध्येच संपत नव्हतं. घरी काम करणाऱ्या मोलकरणीच्या मुलाला त्यांनी पंखाखाली घेतलं.[१] नितीन यांना तेव्हा हे समजायचं नाही की आपली आई 'वेळ का वाया घालवतीये.'

"आई, यानं काय फरक पडणार आहे?"

"नितीन, काही बिघडत नाही. कोणालाच न शिकवण्यापेक्षा एकाला शिकवणं नक्कीच चांगलं."

---

१. सौ. परांजप्यांनी पुढे जाऊन 'डोअरस्टेप स्कूल' नावाची एक संस्था काढली. तिचा कालागणीक विस्तार होत आता ती एक मोठी संघटना झाली आहे. दरवर्षी ५०,००० मुलं तिथे शिक्षण घेतात. वयाच्या ८२व्या वर्षीदेखील या कामात त्यांचा सक्रिय सहभाग आहे.

"आईला नेहमीच योग्य गोष्टी करताना मी पाहायचो, ती त्या गोष्टींची जबाबदारी घ्यायची आणि कोणाकडेही बोट दाखवून त्याला दोष द्यायची नाही!"

नितीन मरिन लाइन्सच्या सेंट झेवियर्स बॉईज ॲकेडमीमध्ये शिकायचे, ते अष्टपैलू विद्यार्थी म्हणून ओळखले जायचे. ते एक चांगले विद्यार्थी होते, पण त्यांना सगळ्यात जास्त आवडायचे ते खेळ. नितीन क्रिकेट टीमचे कप्तान होते आणि राज्यस्तरीय टेबल टेनिस खेळाडू. त्यामुळे वेगवेगळ्या स्पर्धांमध्ये भाग घेण्यासाठी ते देशभर फिरायचे.

खेळाडू असताना तुम्ही काही सामने जिंकता, काही हरता, कोणालाही हरायला आवडत नाही, पण नितीन पराभव हसत हसत स्वीकारायचे; हताश, उदास होऊन बसायचे नाहीत. "मी घरी जायचो आणि माझ्या डायरीत लिहायचो– मी असं केलं, माझ्या प्रतिस्पर्ध्यानं तसं केलं. मला काय बदल करायला हवा, पुढच्या वेळी मी जास्त चांगला खेळ कसा करू शकेन?"

१०वी नंतर पुढे काय, हा पण प्रश्न होताच. दहावीच्या बोर्ड परीक्षेत ७९ टक्के असे चांगले गुण मिळाले म्हणून नितीन यांनी जयहिंद कॉलेजमध्ये विज्ञान शाखेत प्रवेश घेतला. (IAS) बनण्याची त्यांना इच्छा नव्हती, त्यांना आयआयटीत जायचं होतं. या वळणावर त्यांना एक कठीण निवड करावी लागणार होती. इंजिनिअरिंग प्रवेश परीक्षेची तयारी करताना खेळासाठीही तेवढाच वेळ देणं अशक्य होतं.

तुम्हाला जर लोकांना प्रोत्साहित करायचं असेल तर तुम्ही स्वतःला आणखी जास्त प्रोत्साहित करण्याची तयारी ठेवली पाहिजे.

"मी क्रिकेट सोडण्याचा निर्णय घेतला – कारण त्यात वेळ आणि शक्ती जास्त खर्च होते – आणि फक्त टेबल टेनिस खेळणं चालू ठेवलं."

शंभर टक्के प्रयत्न करूनही JEE मध्ये नितीन यांचा क्रमांक बराच खाली गेला (१३३६). त्याशिवाय, आयआयटीच्या वैद्यकीय चाचणीत ही गोष्ट समोर आली की नितीन हे रंगांधळे (colour blind) आहेत. त्यामुळे, इंजिनिअरिंगच्या कोणत्याही शाखेत ते प्रवेश घेऊ शकणार नव्हते, फक्त भौतिकशास्त्र किंवा रसायनशास्त्रच्याच अभ्यासक्रमाची निवड त्यांना करता येणार होती. म्हणून त्यांनी पुण्याच्या कॉलेज ऑफ इंजिनिअरिंगची (COEP) निवड करण्याचं ठरवलं. कारण तिथले नियम इतके कडक नव्हते. त्यांना केवळ असं प्रमाणपत्र हवं होतं की, 'रंगांधळेपण माझ्या अभ्यासाच्या आड येणार नाही.'

इथेसुद्धा, नितीन हे एक चांगले विद्यार्थी म्हणून ओळखले जायचे, पण ते कधी पहिले वगैरे आले नाहीत. टेबल टेनिस त्यांनी मौज म्हणून खेळणं सुरू

ठेवलं. अभ्यासक्रम संपताना त्यांना लार्सन अ‍ॅन्ड टुब्रोमध्ये नोकरी मिळाली.

"माझं स्वप्नच जणू सत्यात उतरलं... मी L & T मध्ये काम करण्यासाठी खूप उत्सुक होतो. पण कामाचं १ वर्ष पूर्ण होता होताच मला कळून चुकलं की जसं वाटलं होतं तसं हे काम नाही."

कोणतंही अर्थपूर्ण काम नितीन यांना दिलं गेलं नाही. कार्यपुस्तिका (working manual) वाचण्यातच त्यांचा बराचसा वेळ जायला लागला. कंटाळून आणि दिशाहीन अवस्थेत त्यांनी CAT ची परीक्षा आणि अन्य व्यवस्थापन अभ्यासक्रमाच्या प्रवेश परीक्षा देण्याचा निर्णय घेतला. कोणत्याही आयआयएम्‌मध्ये त्यांना प्रवेश मिळाला नाही, पण जमनालाल बजाज इन्स्टिट्यूटमध्ये मात्र मिळाला आणि ते तिथे शिकू लागले. आणि आश्चर्याची बाब म्हणजे आयुष्यात प्रथमच MBAच्या वर्गात नितीन चक्क पहिले आले.

"कदाचित, वासरात लंगडी गाय शहाणी ठरते, तसं काहीसं माझ्या बाबतीत झालं असावं... त्या जास्त चांगल्या संस्थांमध्ये मी कदाचित इतकी चांगली कामगिरी करू शकलो नसतो!"

तर, छोट्या तळ्यातला हा मोठा मासा पोहत पोहत एका भल्यामोठ्या दबदबा असलेल्या, चलती असलेल्या तळ्यात, म्हणजेच हिंदुस्तान लिव्हर (HUL) मध्ये जाऊन पोचला. त्या तरुण MBAचं हे 'पहिलं प्राधान्य' नव्हतं. सुरुवातीला नितीन यांना TAS (Tata Administrative Services) चं आकर्षण होतं आणि नंतर टाटा मोटर्स किंवा टाटा स्टीलमध्ये जाण्याचा त्यांचा मानस होता, जेणेकरून इंजिनिअरिंगच्या आणि व्यवस्थापनाच्या शिक्षणांचा फायदा घेता येईल.

परंतु, (HUL) मधल्या उन्हाळी प्रशिक्षणानं त्यांच्या आयुष्याचा मार्गच बदलून टाकला. नितीन यांना विदर्भातल्या अगदी आतल्या प्रदेशात लांब पाठवण्यात आलं. ब्रॅन्ड्‌सचं ग्रामीण भागात वितरण करण्याचं काम काम त्यांना देण्यात आलं. याचा अर्थ एका 'लांबलचक व्हॅन'मधून संपूर्ण २ दिवस कच्च्या रस्त्यांवरून प्रवास करून नांदेडसारख्या शहरात परतून येणं, असा होता. म्हणजेच, कोणत्यातरी छोट्याशा खेड्यात कुठल्यातरी बेकार लॉजमध्ये एक तरी रात्र घालवावी लागणार होती.

"मी खरंतर कटकट करणारा माणूस नाही; पण त्या खेड्यात उपलब्ध असलेली ती जागा इतकी गलिच्छ आणि दुर्गंध येणारी होती... की त्यापेक्षा व्हॅनमध्ये झोपणं बरं असा मी विचार केला."

आता ड्रायव्हरनं आणि विक्रेत्यानं आधीच व्हॅनमधली पुढची जागा पटकावली होती, त्यामुळे माझ्यासाठी फक्त मागेच जागा उरली होती, जिथं माल भरून ठेवला होता. टनांनी असलेल्या लाइफबॉय साबणांमधून येणारा कार्बोलिकचा

वास इतका असह्य झाला की, नितीन यांनी त्यापेक्षा उत्तम उपाय शोधला – ते फुटपाथवर झोपले. पण, काम खूपच आकर्षक होतं आणि ते संपल्यावर नितीन परांजपे यांच्यासमोर 'अत्यंत हवाहवासा' वाटणारा प्री-प्लेसमेन्ट नोकरीचा प्रस्ताव आला.

पण तरीही, TAS मध्ये प्रयत्न करून पाहण्याची त्यांची इच्छा होती. TASच्या निवडप्रक्रियेत एक टप्पा असा होता की वरिष्ठ व्यवस्थापनाबरोबर तुम्हाला एकदा जेवावं लागणार होतं आणि तेव्हा काटे-सुऱ्यांनी तुम्हाला जेवता आलं पाहिजे अशी अपेक्षा होती.

म्हणून, नितीन यांनी एका चांगल्या पारशी मित्राकडून, झाल कूपर यांच्याकडून टेबलवर पाळण्याचे शिष्टाचार शिकून घेतले. आणि त्यांची TASमध्ये निवड झाली. पण आता प्रश्न उभा राहिला : कोणती कंपनी निवडायची?

"मला वाटतं, उन्हाळी प्रशिक्षणादरम्यान घेतलेला अनुभव आणि त्या कंपनीला जवळून निरखण्याची संधी निर्णायक कलाटणी देणारे ठरले."

बजाजमधला स्नातक HUL व्यवस्थापन प्रशिक्षणार्थी म्हणून कामावर रुजू झाला. त्याच्यासोबत देशभरातून आलेले १८ MBA झालेले तरुण होते. या प्रतिष्ठित कंपनीचाच आपण एक भाग असल्याची त्यांची भावना होती. आपल्यातल्या गुणांमुळे या कंपनीत निवड होणं स्वाभाविक होतं आणि यापुढेही जास्त चांगल्या गोष्टी इथे घडतील अशी त्या सगळ्यांची धारणा होती. याउलट, काहीतरी साध्य केल्याची भावना फक्त नितीन यांच्या मनात होती.

"मला फक्त एवढंच वाटायचं की माझ्या हातून असं काही घडता कामा नये जेणेकरून या कंपनीला मला कामावर घेण्यात चूक झाली असं वाटावं!"

म्हणून नितीन यांनी मनापासून खूप काम करायला सुरुवात केली आणि 'डिटर्जंट विकणं' हे कंटाळवाणं काम आहे असं अनेकांना वाटत असलं तरी त्यांना या कामात मजा वाटत होती. प्रशिक्षणाच्या काळात, HULमधल्या सगळ्या व्यवस्थापकांना 'खऱ्या भारताचा' अनुभव घेण्यासाठी पश्चिम उत्तर प्रदेशमधल्या इटाह या ठिकाणी पाठवण्यात येतं. पण, असं करूनसुद्धा नितीन त्यांच्या पहिल्या पोस्टिंगसाठी पूर्व उत्तर प्रदेशमध्ये गेले तेव्हा तिथल्या परिस्थितीला तोंड देण्यासाठी त्यांची तयारी झाली नव्हती. तिथे त्यांनी त्यांच्या कारकिर्दीची ३ वर्षं घालवली.

हा २४ वर्षांचा विभागीय विक्री व्यवस्थापक १० विक्रेत्यांच्या गटाचं नेतृत्व करत होता, त्यातले काही लोक त्याच्यापेक्षा दुप्पट वयाचे होते. तुमचे वरिष्ठ दिल्लीत बसलेले असतात, पण रोजच्या रोज सगळ्या कामांची जबाबदारी तर तुमच्यावरच असते. तुमच्या हाताखालचे लोक निर्णय घेण्यासाठी तुमच्याकडे पाहतात. सोमवारी सकाळपासून ते शुक्रवार संध्याकाळपर्यंत तुम्ही प्रवास करत

असता. तासन्‌तास प्रवासात घालवता, लोकांशी बोलत असता, स्वत: पुढाकार घेऊन उदाहरण घालून देता.

“पहिली गोष्ट मी कोणती शिकलो की तुम्ही बॉस असालही पण अगदी तळातल्या फळीचे लोक काय काम करतात हे तुम्ही जाणून घेतलं नाही, तर तुम्ही त्यांच्या आदराला पात्र होत नाही.”

त्यांचं काम फक्त जाणूनच घेणं पुरेसं नसतं तर तुम्हाला तेही करता आलं पाहिजे.

“आणि तुम्ही स्वत: जे काम करायला तयार नसाल ते काम तुम्ही दुसऱ्याला करायला सांगता कामा नये.”

त्या सुरुवातीच्या वर्षांमध्ये नितीन यांना आजही आठवतं, ते डिंकानं भिंतीवर पोस्टर्स चिकटवायचे. एखाद्या टेबलवर किंवा शिडीवर उभं राहून खिळे ठोकायचे. दुकानात माल योग्य रीतीने लावेपर्यंत तिथे उभे राहायचे.

परंतु, त्या वेळी जुन्या समस्या सोडवण्यासाठी नव्या मार्गांचा विचार करायचे. जसं – वितरणाची व्याप्ती कशी वाढवावी, नवीन ग्राहकांपर्यंत कसं पोचावं, विशेषत: जे लोक धड रस्तेही नसलेल्या खेड्यांमध्ये राहायचे त्यांच्यापर्यंत, वगैरे वगैरे.

मी एका छोट्या ब्रॅन्डसाठी काम करत असल्यामुळे कॅनव्हास जरी मोठा असला तरी लोक कमी होते. मी जर काही चांगलं काम करत होतो तर त्याचं संपूर्ण श्रेय माझं होतं.

नितीन यांचं निरीक्षण होतं की हे लोक मुख्य रस्त्यापर्यंत बैलगाडीनं यायचे आणि आपापल्या डिझेल आणि रॉकेलचा पुरवठा घेऊन जायचे. म्हणून मग त्यांनी पूर्व उत्तर प्रदेशमधल्या रस्त्यांवर वाहतूक करणाऱ्या राधा किशन बिमल कुमार या स्थानिक फर्मशी हातमिळवणी केली. त्यामागे, याच ग्राहकांना त्यांच्या इतर गरजेच्या वस्तूंबरोबरच लाइफबॉय आणि लक्स विकता येईल अशी कल्पना होती.

“मी चक्क या टँकर्सच्या वर बसायचो, वेगवेगळ्या ठिकाणी जायचो, आणि बघायचो की ही कल्पना यशस्वी ठरते आहे की नाही!” ती बऱ्याच प्रमाणात यशस्वी झाली, अर्थात आव्हानं होतीच. त्यामुळे ही पद्धत फार ठिकाणी पुन्हा पुन्हा वापरली गेली नाही.

या धूळभरल्या गावांच्या मुशाफिरीनं या तरुण (MBA) ला जगरहाटी शिकवली, जगात वावरण्याचं शहाणपण दिलं. चेक्स परत जाऊ शकतात आणि डिमांड ड्राफ्ट्सही! म्हणून कोणावर विश्वास ठेवायचा आणि कोणावर नाही यावर काळजीपूर्वक लक्ष ठेवायला शिकवलं. परंतु, व्यापार म्हणजे परस्पर संबंध

जोपासणं, वाढवणं हा महत्त्वाचा धडाही दिला.

सगळ्या प्रशिक्षणार्थींमधून ब्रॅन्ड मॅनेजमेंटमध्ये जाणारा पहिला विक्री व्यवस्थापक म्हणून निवड झाल्यानं नितीन यांना आकाश ठेंगणं झालं. अर्थात, कंपनीच्या सगळ्यात छोट्या ब्रॅन्डसाठी विम (Vim) साठी एकच जागा रिकामी होती ती त्यांना मिळाली. काही महिन्यांनी इतर प्रशिक्षणार्थींना जेव्हा ब्रॅन्डमध्ये नियुक्ती मिळाली, तेव्हा त्यांना सर्फ किंवा लाइफबॉयसारखे ब्रॅन्ड्स मिळाले. आणि आता नितीन यांना तितकासा आनंद वाटेनासा झाला.

शेवटची ठिणगी तेव्हा पडली जेव्हा एका बाहेरच्या माणसाला व्हील ब्रॅन्डचा पदभार सोपवण्यात आला. नितीन त्यांच्या बॉसकडे गेले आणि म्हणाले, ''मी हे काम सांभाळू शकणार नाही असं तुम्हाला वाटतं का? म्हणून मी अजून छोट्या ब्रॅन्डसाठी काम करतोय का?''

बॉसनं उत्तर दिलं, ''तू किती शिकतोस, तुझी किती प्रगती होते आणि तुझं योगदान किती आहे याचा आणि ब्रॅन्डच्या आर्थिक उलाढालीचा काहीही संबंध नाही. हा छोटा ब्रॅन्ड तुला काय देऊ करतोय ते बघ.''

ही बाब नितीन यांना पूर्णपणे पटली नाही, पण आपल्या बॉसला ते मानायचे. बॉस जर असं सांगत असेल तर ते खरं असू शकेल... खरोखरच, सकारात्मक दृष्टिकोन ठेवल्यावर परिस्थिती वेगळीच भासू लागली.

पहिली आनंदाची गोष्ट अशी होती की, या ब्रॅन्डसाठी त्यांच्या बॉसकडे पुरेसा वेळ नव्हता. आणि म्हणून नितीन यांना अशी काही कामं करायला मिळाली जी त्यांच्या इतर सहकाऱ्यांना करायला मिळाली नाहीत. ज्यांना जर एखादी जाहिरात तयार करायची असेल तर ती मंजूर होण्याआधी किमान ५ लोक त्यात नाक खुपसायचे. विम इतका छोटा ब्रॅन्ड होता की नितीन जर म्हणाले, ''आपण अमुक एक करू या.'' तर त्यांना लगेच पुढे जाण्याची अनुमती मिळायची!

''मला जे प्रयोग करायला मिळाले, जे स्वातंत्र्य मिळालं, ते खरोखर अद्भुत होतं.''

इतरांसारखा सतत आपल्या पोर्टफोलिओत बदल करत 'जास्त चांगल्या' संधीची वाट न पाहता नितीन याच ब्रॅन्डमध्ये पूर्ण ५ वर्षं राहिले. आणि त्या काळात त्यांनी नवनवीन कल्पना प्रत्यक्षात उतरवून पाहिल्या, नवीन उत्पादनं बाजारात आणली. त्यातली काही चालली, तर काही चालली नाहीत. सगळ्यात मोठं अपयश होतं, 'विम लिक्विड'चं. या उत्पादनाला बाजारात चांगली मागणी

> मोठ्या विश्वासानं आणि मनात ध्यास घेऊन मी काही गोष्टी करण्याचा प्रयत्न केला, पण त्या बाजारात चालल्या नाहीत... आणि मी त्यातून खूप काही शिकलो.

मिळेल अशी नितीन यांना खात्री होती; त्याची किंमत हीच फक्त एक अडचण होती.

एखाद्या लिक्विड क्लीनरमध्ये त्याच्या घनतेच्या १० ते १५ टक्के सक्रिय घटक असतात, बाकीचं फक्त पाणी असतं. म्हणून नितीन यांच्या डोक्यात एक भन्नाट कल्पना आली. ते संपृक्त घटक आपण ५ रुपयांच्या सॅशेमध्ये का नाही विकू शकत? ते संपृक्त द्रावण लोक आपापल्या घरी १ लिटर पाण्यात मिसळू शकतील. इतक्या आकर्षक किमतीमुळे बाजार या उत्पादनाला डोक्यावर घेणार याची नितीन यांना पूर्ण खात्री होती... पण... हे उत्पादन अजिबात चाललं नाही.

"लोकांना सवय लागावी म्हणून आम्ही त्यासोबत विमची रिकामी १ लिटरची बाटलीही देत होतो, पण काही उपयोग झाला नाही."

खूप नंतर नितीन यांच्या लक्षात आलं की खरा प्रश्न ग्राहकांच्या बाबतीत नव्हताच, तर कंपनीचाच होता.

त्या वेळी HUL कंपनीचं धोरण असं होतं की, किती टन विक्री झाली त्यावर लोकांना बक्षिसं द्यायची. फक्त २० मिली लिक्विड विकून कोणत्याही विक्रेत्याला त्याचं उद्दिष्ट गाठणं शक्य नव्हतं, त्यामुळे हे उत्पादन विकण्यात त्याला रस नसायचा.

दुसरा पैलू हा होता की, उत्पादन कितीही चांगलं असलं तरी ते पाण्यात मिसळल्यावर अगदी पाण्यासारखं दिसायचं. त्यामुळे ते भांडी प्रभावीपणे स्वच्छ करू शकेल का अशी ग्राहकांना शंका वाटायची.

आणि शेवटचा पैलू म्हणजे, कंपनीनं जरा लवकरच हात टेकले. चांगल्या कल्पना रुजायला वेळ लागतो – तुम्हाला श्रद्धेनं आणि चिकाटीनं काम करावं लागतं.

त्याच सुमारास, दुसऱ्या उत्पादनानं चांगलं यश मिळवलं. ९०च्या दशकात भांडी घासण्यासाठी पावडरचा सगळ्या जास्त उपयोग व्हायचा. आणि विम पावडर हे फारच चांगलं उत्पादन होतं, पण त्याची विक्री म्हणावी तेवढी होत नव्हती, कारण लोकांना ते महाग वाटायचं. जाहिरातीत हे सांगितलं जायचं की ही पावडर फार कमी लागते आणि म्हणून ती परवडते, पण या सांगण्याचा फारसा उपयोग झाला नाही. असं का होतं हे शोधून काढण्यासाठी नितीन यांनी कंबर कसली.

"मी ग्राहकांच्या गाठीभेटी घेतल्या, तेव्हा मला कळून चुकलं की तुमच्याकडे येणाऱ्या आकडेवारीपेक्षा निरीक्षणाची शक्ती जास्त असते. तुम्ही स्वत: लोकांशी जाऊन बोलण्यानं फरक पडतो."

ते ज्यांना भेटले त्या गृहिणी तल्लख बुद्धीच्या होत्या, विम पावडर इतर

पावडर्सपेक्षा जास्त चांगली आहे हे त्यांना माहीत होतं, तरीही त्या स्वस्त पावडर वापरत होत्या. त्याचं कारण अगदी साधं होतं.

“मी स्वत: भांडी घासत नाही. आमच्याकडे भांड्याला बाई आहे.”

कामवाल्या बाईला कमी पावडर वापरण्याचं तंत्र काही जमायचं नाही. घरच्या गृहिणीनं विचार केला, ठीक आहे, असं असेल तर तिला स्वस्त पावडर देऊ या, कितीही वापरली तरी हरकत नाही.

या समस्येतून मार्ग काढण्यासाठी ग्राहकांचं प्रबोधन करत बसण्यात अर्थ नव्हता, तर असा उत्पादनाचा प्रकार शोधायला हवा होता जो वाया जाणार नाही. आणि तो प्रकार म्हणजे ‘बार’ (वडी) असणार होता, असा नितीन यांना विश्वास होता; पण असं उत्पादन बनवणं हे अवघड काम असणार होतं. अनेक अपयशी प्रयत्नानंतर नितीन यांचे बॉस विंदी बंगा म्हणाले, “आपण मरेपर्यंत याचं परीक्षण केलं आहे, आता आपण हा प्रकल्प गाडून टाकू या.”

पण, संशोधन आणि विकास विभागात एक माणूस असा होता की त्यानं ‘आणखी फक्त एक प्रयत्न’ करू देण्याची विनंती केली. आणि ती विनंती घेऊन नितीन विंदी बंगा यांच्याकडे गेले. त्यांनी ती विनंती मान्य केली, पण हा अगदी शेवटचा प्रयत्न असेल हेही सांगितलं. या वेळी हा प्रयत्न कमालीचा यशस्वी झाला! आणि जे झालं ते आता इतिहास म्हणून बघितलं जातं. १९९४ साली बाजारात आलेल्या विम बारला ग्राहकांनी लगेचच आपलंसं केलं, बाजाराची पूर्णपणे रचनाच बदलून गेली.

या काळात घडलेल्या एका लहानशा प्रसंगानं या तरुण व्यवस्थापकाच्या मनावर खोल ठसा उमटवला.

नितीन कॉरिडॉरमधून चालत जात असताना, समोरून त्यांचे बॉस आले आणि म्हणाले, “नितीन, तू जो शेवटचा प्रस्ताव मला पाठवलास, तो तुझ्या नेहमीच्या उच्च प्रमाणकांना अनुसरून नव्हता. तो दर्जा गाठण्यात तू थोडासा कमी पडलास.”

या वाक्यानं नितीन यांना मोठा धक्का बसला. त्यांना मिळालेल्या अभिप्रायांपैकी हा आजवरचा सगळ्यात शक्तिशाली अभिप्राय होता.

“त्या दिवशी मी स्वत:ला बजावलं, प्रत्येक वेळी मी जे काही तयार करेन ते असं असलं पाहिजे की त्याचा मला अभिमान वाटेल.”

कारण, नाव हे ISI मार्कसारखं असतं. तुमचा दृष्टिकोन जर ‘चलता है’ असा असेल तर कामही ‘चलता है’ पद्धतीचंच होतं, पण जर तुम्हाला स्वत:ची किंमत असेल आणि तुमच्या नावाची/ कीर्तीची काळजी असेल तर तुम्ही अपेक्षेपेक्षा चांगली कामगिरी करून दाखवता.

तुम्ही स्वत:कडूनच प्रेरणा घेता, कामाच्या प्रति तुमची व्यक्तिगत निष्ठा तुम्ही बाळगता. स्वत:ची स्वत:शीच बांधिलकी तयार होते. आणि तेच तुमचं बक्षीस ठरतं.

"मी आणखी एका बाबतीत नशीबवान ठरलो आहे, ते म्हणजे मला लाभलेले वरिष्ठ. त्यांनी नेहमीच माझ्यात काहीतरी पाहिलं आणि माझ्यावर विश्वास टाकण्याचं धाडस दाखवलं... मला अशा जबाबदाऱ्या दिल्या, ज्यामुळे मी खरोखरच घाबरलो!"

एक दिवस नितीन यांच्या बॉसनं त्यांना बोलावून घेतलं आणि अगदी सहजपणे विचारलं, "तुला पुढे काय करायला आवडेल?"

नितीन म्हणाले, "मला काय करायला आवडेल... की माझ्या पातळीवर मी वास्तविक पाहता काय करू शकेन?"

बॉस म्हणाले, "तुला काय करायला आवडेल?"

पदक्रम, ज्येष्ठता, अनुभव या कशाचाही विचार न करता नितीन यांनी त्यांचं स्वप्न सांगून टाकलं.

"मला विभागीय व्यवस्थापक व्हायला आवडेल."

विभागीय व्यवस्थापक हा विक्री प्रचालन (sales operations) आणि व्यापारिक प्रचालन (commercial operations) यांचा विभागीय प्रमुख असतो. हे काम मिळणं म्हणजे दुप्पट प्रमाणात बढती मिळणं. बॉसनं यावर कोणतीच प्रतिक्रिया दिली नाही आणि तो विषय तिथेच संपला.

एक महिन्यानंतर, विमानतळाकडे जात असताना विंदी बंगा यांचा फोन आला. ते म्हणाले, "नितीन, आपलं काय बोलणं झालं होतं हे तुला आठवत असेल तर बघ. आम्ही तुला चेन्नई शाखेत शाखा व्यवस्थापक म्हणून पाठवत आहोत."

कानावर पडलेल्या या शब्दांचा अर्थ जसा नितीन यांच्या डोक्यात स्पष्ट होऊ लागला, तसा त्यांना आश्चर्याचा आणि अत्यानंदाचा धक्का बसला, ते अवाक् झाले. त्या रात्री ते झोपू शकले नाहीत.

"ही माझी योग्यता आहे का... मी ही जबाबदारी पेलू शकेन का?"

नवीन जागी रुजू होताना स्वत:च्या क्षमतेवर असलेल्या शंका भेडसावतच होत्या. पहिले काही महिने म्हणजे जलदगतीनं चालणारं शिक्षणच होतं. वयाच्या ३३व्या वर्षी ते देशातली सर्वांत मोठी शाखा हाताळत होते. इतर विभागीय व्यवस्थापकांना किमान ४-५ वर्षांचा जास्त अनुभव होता. या कामावर रुजू होऊन ६

> माझ्या वरिष्ठांच्या नजरेतून मी उतरलो असं नव्हतं, तर स्वत:संबंधीच एक प्रतिमा मी माझ्या मनात तयार केली होती, तिलाच तडे जायला लागले होते.

जी टीम एकत्र खेळते, ती एकत्र राहते, 'कामात गढलेले' विभागीय व्यवस्थापक.

महिने झाल्यानंतर नितीन यांची पकड घट्ट होऊ लागली, गोष्टी नीट समजू लागल्या, आत्मविश्वास वाटायला लागला. आणि त्याच सुमारास आपत्तींचे डोंगर कोसळायला सुरुवात झाली.

केरळमधल्या व्यापाऱ्यांनी HULच्या उत्पादनावर बहिष्कार घालण्याचा निर्णय घेतला. कंपनीनं नफ्याचा हिस्सा वाढवून द्यावा यासाठीचं हे दबावतंत्र होतं. १-२ आठवड्यात हा बहिष्कार संपुष्टात येईल अशी अपेक्षा होती; पण व्यापारी हटून बसले होते आणि त्यांची एकजूट होती. नितीन यांना वातावरण तापलं असल्याची जाणीव होती, पण काय करावं हे समजत नव्हतं. त्यांच्या मागण्या मान्य कराव्यात की धंद्यात नुकसान सोसावं?

या संकटाशी सामना करत १ महिना झालेला असताना अध्यक्ष केकी दादीशेठ यांनी नितीन यांना फोन केला आणि म्हणाले, "नितीन, योग्य तेच कर. याचा अर्थ आपण त्या राज्यातून पाऊल मागे घेणं असा असेल, तर आपण तसं करू."

या वाक्यानं सगळ्यात मोठं बळ दिलं. मूल्यांविषयी नुसतं बोलणं ही एक गोष्ट झाली, पण त्यांचं पालन करणं ही खूप मोठी गोष्ट असते. प्रत्येक आठवड्याला या तरुण व्यवस्थापकाला फोन करून नैतिक पाठिंबा देणं केकी दादीशेठ यांनी सुरू ठेवलं.

नितीन यांना मुंबईला बोर्डाच्या मीटिंगसाठीही बोलवण्यात आलं. साहजिकच ते थोडे धास्तावले होते.

अध्यक्ष म्हणाले, ''नितीन, तुझ्या क्षमतेवर शंका आहे म्हणून आम्ही तुला इथे बोलावलं नाही, तर तुला पाठिंबा देण्यासाठी बोलावलं आहे आणि सगळ्यांसमक्ष हे सांगण्यासाठी बोलावलं आहे की, तू आत्ता तिथला बॉस आहेस. तू सगळे निर्णय घ्यायचे आहेस.''

नितीन यांच्या तरुण खांद्यावर अध्यक्षांनी विश्वास दाखवला. कृती करण्याचे अधिकार बहाल केले.

''इथे प्रत्येकजण तुला मदत करायला आणि पाठिंबा द्यायला बसला आहे. पण, कोणीही तुझ्याशी दुटप्पीपणानं वागणार नाही...''

त्या काळात, नितीन यांचा बराच वेळ कोर्टात जायचा, मंत्री आणि पोलीस यांना भेटण्यात जायचा. परिस्थिती चिघळत चालली होती. काही विक्रेत्यांचं अपहरण करण्यात आलं, पोलीस संरक्षण घेणं अपरिहार्य ठरू लागलं.

तरीही लोक कंपनीत टिकून राहिले, त्यांनी काम करणं चालू ठेवलं. ही संघटनेची ताकद होती आणि तिच्यावर कर्मचाऱ्यांचा असलेला विश्वास होता.

ही कोंडी फोडण्याचा एकच मार्ग आहे याची जाणीव नितीन यांना एक टप्प्यावर झाली. कंपनीनं वर्तमानपत्रात जाहिराती दिल्या, मुख्य शहरांमध्ये भाड्यानं जागा घेतल्या आणि आपली स्वत:ची दुकानं उघडली, आणि अर्थात पोलीस संरक्षण घेतलं. नितीन अगदी पहिल्या दुकानात काउंटरमागे स्वत: जाऊन उभे राहिले. साधारण त्याच सुमारास, MRTP (Monopolies and Restrictive Trade Practices) एकाधिकारी आणि प्रतिबंधित व्यापार पद्धतीचा निर्देश (HUL)च्या बाजूनं जारी केला गेला.

आता बहिष्कार मागे घेण्याशिवाय व्यापाऱ्यांपुढे दुसरा मार्ग नव्हता. पण, याच सुमारास केकी दादीशेठ यांनी केलेल्या एका वक्तव्यानं सगळा नूरच पालटून गेला.

''आपल्याला यात अभिमान वाटण्यासारखं काही नाही,'' ते म्हणाले. ''कोणीही जिंकलेलं नाही, दोन्ही बाजू हरल्या आहेत.''

शेवटी काही झालं तरी व्यापारी हे कंपनीचे भागीदार असतात. त्यांना जर अपमानित झाल्यासारखं वाटलं तर आयुष्यभर ते शत्रुभाव मनात बाळगणार. अध्यक्षांनी एक कामगिरी नेमून दिली ती म्हणजे, पुढच्या ६ महिन्यात 'त्यांची हृदये जिंका'.

शाखा व्यवस्थापक म्हणून ३ वर्षं काम करत असताना नितीन यांची एक व्यक्ती म्हणून आणि एक व्यावसायिक म्हणूनही प्रगती झाली. आता आणखी

एक पाऊल पुढे जाण्याची वेळ आली होती आणि या वेळी अगदी अनोखी, अपारंपरिक भूमिका त्यांच्या वाट्याला आली. 'प्रोजेक्ट मिलेनियम' म्हणून युनिलिव्हरनं एक अंतर्गत 'थिंक टँक' तयार केला. 'भविष्यासाठी तयार' राहण्याची कामगिरी त्याच्यावर सोपवण्यात आली. एक छोटा गट जगभर प्रवास करणार होता, वेगवेगळ्या लोकांच्या गटांना भेटणार होता आणि कंपनीनं आणखी कोणत्या नव्या व्यवसायात शिरकाव करावा याबाबत सल्लामसलत करणार होता.

नितीन यांनी डेल, जे अॅन्ड जे यांसारख्या कंपन्यांना भेटी दिल्या आणि शिवाय मॅकिन्सीसोबत काम केलं.

''शिकण्याचा आणि नवनवीन अनुभव गाठीशी बांधण्याचा तो काळ फारच अद्‌भुत होता.''

त्यानंतर १ वर्षभर त्यांना माईल फिट्‌जेराल्ड या युनिलिव्हरच्या अध्यक्षांचा कार्यकारी मदतनीस म्हणून काम करायला मिळालं. २००१ साली नितीन जेव्हा भारतात परतले तेव्हा त्यांच्याकडे कंपनीतला उगवता तारा म्हणून पाहिलं जाऊ लागलं. त्याआधीची १४ वर्षं आव्हानात्मक असली तरी चांगली गेली होती. त्यांनी नेहमीच लक्ष्य गाठलं होतं, विपरीत परिस्थितींशी यशस्वीपणे दोन हात केले होते. म्हणूनच त्यांच्याकडे जेव्हा एक अवघड विभाग सोपवण्यात आला, तेव्हा ते आशावादीच होते. 'मी हे सुरळीत पार पाडेन'.

पण, २००२ आणि २००३ साली आलेला अनुभव हा उंच उडणाऱ्या पतंगाला जमिनीवर आणणारा ठरला. नितीन त्यांच्यावर सोपवलेली उद्दिष्टं गाठण्यात त्यांना यश आलं नाही. विभाग होता कपड्यांच्या स्वच्छतेसंबंधी आणि त्याच्याशी निगडित अनेक घटक होते : आर्थिक मंदी, नवीन स्पर्धक, बदलणारा भारत. त्या विभागाचा प्रमुख म्हणून नितीन यांनी हरेक पद्धत वापरून पाहिली; अनेक युक्त्या वापरल्या. पण, हवा तो परिणाम साधत नव्हता.

''मी पहाटे ४ वाजताच जागा व्हायचो. मी आणखी काय करू शकतो याचा विचार करत बसायचो. काहीच समजत नव्हतं. ते काही महिने फार भयंकर होते... पहिल्यांदाच मला खऱ्या अपयशाची चव चाखायला मिळाली.''

आता मागे वळून पाहता असं वाटतं की जे झालं ते चांगलंच झालं. कारण यशापेक्षा अपयशाकडून तुम्ही जास्त शिकता. ते तुम्हाला चिकाटी शिकवतं; विनम्र व्हायला शिकवतं. कठीण काळ तुम्हाला वेगवेगळे मार्ग चोखाळण्याचा विचार करायला शिकवतो.

मला पुढची बढती कधी मिळणार आहे हे मी माझ्या बॉसला कधीच विचारलं नाही किंवा ती का मिळत नाही हेही विचारलं नाही. मी जर त्या लायक असेन तर ती मला मिळेलंच.

"काही समस्यांचं निराकरण करण्यासाठी रचनात्मक उपाय शोधावे लागतात, मी जास्त धाडसी निर्णय घ्यायला हवे होते, जास्त जलद कृती करायला हवी होती."

वरिष्ठ व्यवस्थापन सगळ्याची नोंद घेत होतं. २००३ साल संपत असताना नितीन यांच्या बॉसनं त्यांना जरा अवघड विषयावर बोलण्यासाठी बोलावून घेतलं. HULमध्ये 'लिस्टर' (Lister) असणं – श्रेणी प्राप्त करणं – ही एक संकल्पना आहे; म्हणजे जो माणूस अत्यंत प्रतिभाशाली आहे, वेगानं प्रगती करत आहे त्याचं नाव 'लिस्टर' म्हणून समाविष्ट केलं जातं. नितीन बऱ्याच काळापासून एक 'लिस्टर' होते. एखादं वर्ष खराब जाणं ठीक होतं, पण सलग २ वर्षं खराब जाणं म्हणजे सत्याचा सामना करणं.

"नितीन तुझा लिस्टिंग स्टेटस घसरला आहे," हा निर्णय सत्तास्थानी असलेल्यांचा होता.

तो काळच एकंदर कंपनीसाठी कठीण होता. प्रत्येकजण आपापलं उद्दिष्ट गाठवण्यात कमी पडला आहे असं सांगून नितीन स्वत:चा बचाव करू शकले असते. त्याऐवजी त्यांनी आपल्या बॉसशी सहमती दर्शवली.

"तुमचं म्हणणं अगदी बरोबर आहे. मी यापुढे लिस्टर बनण्याच्या योग्यतेचा नाही."

आणि आश्चर्याची बाब म्हणजे या गोष्टींमुळे नितीन यांना काही फरक पडला नाही/ त्रास झाला नाही.

प्रशिक्षणार्थी असताना हे डिटर्जंट विभागाच्या प्रमुखांकडे बघायचे आणि विचार करायचे, "मी जर या स्तराला पोचलो, तर खूप मोठ्या प्रमाणावर यशस्वी होईन. त्यापलीकडे जे मिळेल तो बोनस असेल."

तर मग झालं असं की, बऱ्याच चांगल्या घटना घडायच्या होत्या. २००४ हे वर्ष चांगलं गेलं आणि २००५ हे त्याही पेक्षा चांगलं. नितीन यांचा समावेश पुन्हा 'लिस्टर' म्हणून केला गेला, आणि ते 'गृह आणि व्यक्तिगत निगराणी' (Home and Personal Care) विभागाचे प्रमुख झाले (हा कंपनीतला सगळ्यात मोठा विभाग होता). आणि HULचा कळसाचा हिस्सा असलेल्या व्यवस्थापन मंडळावर त्यांची नियुक्ती झाली. २००७ साली, बोर्ड ऑफ डायरेक्टर्समध्ये/ संचालक मंडळामध्ये त्यांना निमंत्रित करण्यात आलं.

२७ फेब्रुवारी २००८ रोजी संध्याकाळी उशिरा नितीन यांना HUL च्या कंपनी सेक्रेटरीचा फोन आला.

"उद्या सकाळी साडेआठ वाजता तुम्ही आम्हाला ऑफिसमध्ये हजर असायला हवे आहात," तो म्हणाला. त्या वेळी बाजारपेठेला भेट देण्यासाठी नितीन पाटण्याला

गेले होते आणि परतीची विमानं मर्यादित होती. लवकरात लवकर ते सकाळी १० वाजता पोचू शकले असते. ही अडचण सांगितल्यावर कंपनी सेक्रेटरीनं विचित्र उत्तर दिलं.

“नितीन, मी काही जास्त सांगू शकत नाही, पण प्रयत्न करा, कसंही करून इकडे पोचा. तुमच्या प्रयत्नांचं सार्थक होईल.”

एकच मार्ग होता, तो म्हणजे आधी दिल्लीला जाणं आणि मग रात्री-अपरात्री एअर इंडियाचं विमान पकडायचं.

“मी ते सगळं केलं... पण इतक्या तातडीचं काय काम होतं याची सुतराम कल्पना मला नव्हती.”

ते जेव्हा साडेआठ वाजता हिंदुस्तान युनिलिव्हरच्या बॅकबे रेक्लमेशन इथल्या ऑफिसमध्ये पोचले तेव्हा वातावरणात एक लगबग होती, उत्साह होता. एका महत्त्वाच्या घोषणेची तयारी चालली होती.

‘नितीन परांजपे, तुमची HULचे व्यवस्थापकीय संचालक (Managing Director) म्हणून आणि मुख्य कार्यकारी अधिकारी (Chief Executive Officer) म्हणून निवड झाली आहे.’

हा आश्चर्याचा अनपेक्षितपणे बसलेला प्रचंड मोठा धक्का होता, डग बेली CEO होऊन फक्त २ वर्षं झाली होती, हा बदल अगदीच अनपेक्षित होता.

“माझा माझ्या कानांवर विश्वास बसेना...!”

असं काही घडेल असा विचार त्यांनी स्वप्नातसुद्धा केला नव्हता, असं काही साध्य करण्याचा हेतूही नव्हता आणि योजनाही नव्हती. अर्थात, युनिलिव्हरचा आजवरचा सगळ्यात तरुण CEO होण्याची भावना फारच छान होती. पण हा मधुचंद्र ६ महिन्यांपेक्षा कमी काळ टिकला. सप्टेंबर २००८मध्ये लेहमन ब्रदर्स बँक कोसळली आणि जागतिक आर्थिक मंदीचा/ आणीबाणीचा परिणाम भारतावरही झाला. २००९ साल हे एखाद्या दुःस्वप्नासारखं होतं. HULची कामगिरी खालावली, शेअर्सचं मूल्य घसरलं.

“ते ९ महिने सगळ्यात भयानक होते... पुन्हा एकदा मी रात्री जागून काढल्या.”

नितीन यांना वाईट परिस्थितीतून जायचा थोडा अनुभव असला तरी या वेळी पणाला लागलेल्या गोष्टी फार मोठ्या प्रमाणावर होत्या. नेतृत्व करणारा गट या प्रश्नाशी झगडत होती : आपण काय करायचं. आपली गाडी पुन्हा रुळावर कशी आणायची? पण, शॉर्टकट्स घेण्याचा विचार कोणाच्याही मनाला एकदाही शिवला नाही. ‘आपण हे करू या, पण योग्य प्रकारे करू या’. आणि ते काहीतरी वेगळं असायला हवं होतं कारण पुन्हा तसंच करून चालणार नव्हतं. पण कसं करावं?

काही वर्षांपूर्वी, १९९९ साली मिलेनियम प्रोजेक्टचा एक भाग म्हणून नितीन स्वर्गीय प्रोफेसर सी. के. प्रल्हाद यांना भेटले होते. त्या भल्या प्राध्यापकांनी विचारलं होतं, "HULला आणखी मोठी कंपनी बनण्याची गरज आहे असं तुम्हाला वाटतं का?"

नितीन उत्तरले, "आम्ही अधिक जास्त उद्यमशील बनायला हवं आहे."

"ठीक तर," डॉ. प्रल्हाद म्हणाले. "मला सांगा, व्यवस्थापक आणि उद्योजक यांच्यात काय फरक असतो?"

नितीन यांनी स्वाभाविक पैलूचं वर्णन केलं : जोखीम पत्करणं, महत्त्वाकांक्षी, नावीन्यपूर्ण विचार. प्राध्यापकांनी नकारार्थी मान हलवली. ते उठून फळ्यापाशी गेले आणि त्यांनी दोन अक्षरं लिहिली A आणि R, A आणि R.

पहिल्या ओळीत त्यांनी लिहिलं : A>>R

दुसऱ्या ओळीत लिहिलं : A<=R

हे कोणतं गूढ सूत्र होतं... नितीन यांना काही उलगडा होईना. डॉ. प्रल्हादांनी मग A>>R च्या पुढे 'उद्योजक' असं लिहिलं आणि A<=R च्या पुढे 'व्यवस्थापक' लिहिलं.

'A म्हणजे Aspiration किंवा ambition (आकांक्षा/ महत्त्वाकांक्षा) आणि R म्हणजे Resource (संसाधनं/ स्रोत),' प्राध्यापक म्हणाले.

एक उद्योजक आणि एक व्यवस्थापक यांच्यात विचारसरणीत फरक असतो, त्यांची मानसिकता वेगवेगळी असते.

व्यवस्थापक संसाधनांचं व्यवस्थापन करत असतात, हेच त्यांना शिकवलं जातं, म्हणून व्यवस्थापकांकडे A=R असेल. तुम्ही मला थोडं अधिक भांडवल द्या, पैसा द्या; मी काम जास्त करून दाखवेन. तुम्ही माझ्या हातात खर्चाला कमी पैसे ठेवलेत तर त्यानुसार मी ठरवलेल्या उद्दिष्टातही कपात होईल. चांगले परिणाम हाती येण्याबाबत व्यवस्थापक जेव्हा चर्चा करतात, तेव्हा अशा प्रकारचं संभाषण होतं, पण एका उद्योजकासाठी महत्त्वाकांक्षा आणि आकांक्षा यांचा संसाधनांशी काही संबंध नसतो.

> तुमच्या हृदयाला विचारून ध्येयं ठरवा, त्यांची पूर्ती करण्याचे मार्ग मेंदूला विचारा, याच्या उलट कृती मात्र करायची टाळा.

फक्त एक फुटकी कवडी खिशात असलेला माणूस 'जग बदलण्याची' स्वप्नं पाहू शकतो.

"महत्वाकांक्षा आणि संसाधन यांच्यातलं न जुळणारं गणितच त्याला वेगळं काहीतरी करून दाखवण्याला कारणीभूत ठरतं," डॉ. प्रल्हाद म्हणाले.

या संभाषणाचा नितीन यांच्या मनावर खोल परिणाम झाला आणि या आणीबाणीच्या परिस्थितीत एक विचार त्यांच्या मनात चमकून गेला. HUL सारखी संघटना जाणीवपूर्वक A>>R कसं बरं निर्माण करू शकेल? प्रयत्नांची उंची आणखी कशी वाढवता येईल, धाडसी उद्दिष्टं कशी ठेवता येतील? बहुतेक लोक आरामदायी, सवयीच्या वातावरणात आनंदानं राहत असतात, ते बदलाला विरोध करतात. पण, निराशाजनक परिस्थितीत निकराची उपाययोजना करावी लागते...

अशाप्रकारे २००९ सालच्या आणीबाणीला तोंड देण्यासाठी पहिल्या खऱ्याखुऱ्या धाडसी प्रयोगाला सुरुवात झाली. वितरणाच्या क्षेत्रात नाट्यपूर्ण उडी घेण्याचा मार्ग नितीन यांनी चोखाळला. त्या वेळी, HUL बाजारात आधीपासूनच आघाडीवर होती, देशभरात त्यांची जवळजवळ १ लाख विक्री केंद्रे होती. त्यात दरवर्षी १० ते १५,००० दुकानांची भर पडत होती आणि त्यामुळे उद्योग क्षेत्रात आपला प्रथम क्रमांक ती टिकवून होती.

"आमच्या लोकांना हे जे चाललं होतं त्यात समाधान वाटत होतं आणि खरी अडचण इथेच होती. हो, आम्ही इतरांपेक्षा पुढे होतो, पण ही दरी कमी-कमी होत होती."

जेव्हा तुम्ही बाजारपेठेत आघाडीवर असता, तेव्हा इतरांचं 'लक्ष्य' बनता आणि ते तुम्हाला गाठायचा प्रयत्न करतात. आणि दरम्यानच्या काळात स्पर्धेत पुढे असण्याचा तुमचा फायदा हळूहळू कमी व्हायला लागतो. या संतुष्ट मनोवस्थेतून तुम्ही बाहेर कसे येता?

तर, A>>R हे सूत्र वापरून २००५ ते २००९ या मधल्या काळात HUL नं ५०,००० किरकोळ विक्री दुकानं उघडली. २००९ साली नितीन परांजपेनी जाहीर केलं, "पुढच्या १ वर्षात ५,००,००० आणखी दुकानं उघडण्याचं आपलं उद्दिष्टं असेल."

सगळीकडे नि:शब्द शांतता पसरली.

"त्या वेळीही ही घोषणा वेडेपणाची वाटली आणि आजही ती वेडेपणाची वाटते... पण नंतर, मला तिची किंमत कळली. त्यामुळे त्या वेळी संभाषण आणि विचार वेगळ्याच पातळीवर गेले."

जर, उद्दिष्ट ३०,००० नवीन दुकानाचं असतं तर टीमनं वाटाघाटी सुरू केल्या असत्या – 'बॉस, आपण वर्षाला १५,००० पेक्षा जास्त दुकानं सुरू केली आहेत, त्यात भर घालून आपण जास्तीत जास्त २०,००० दुकानं उघडू शकतो.'

मात्र, जर तुम्ही ५ लाखानं सुरुवात केली – तर तुम्ही करून करून किती

कमी कराल? ४ लाख हा आकडा तितकाच अशक्य वाटतो...

एक सार्वत्रिक सत्य हे आहे की आपल्यातल्या प्रत्येकालाच हिरो बनायचं असतं. हिरो बनण्याचे मार्ग फक्त आपल्याला शोधायचे असतात आणि लोकांना दाखवायचे असतात.

लोक कमी प्रतीच्या उद्दिष्टांसाठी वाटाघाटी करतात कारण एकच : अपयशाची भीती. हे नितीन यांना जाणवलं. जादूची एखादी कांडी फिरवून तुम्ही जर त्यांच्या मनातली ती भीती काढून टाकलीत तर माणसं काहीही करायला सक्षम असतात. अगदी मनात येईल ते!

जादूगार नसलेल्यांच्या आणि 'मॅनेजमेंट गुरू'च्या जगात ही 'जादूची कांडी' म्हणजे कोणत्यातरी स्वरूपातला सांस्कृतिक किंवा नेतृत्वाचा हस्तक्षेप. एक अधिक मोठं स्वप्न, एक हेतू जो धाडसी आणि उत्साहवर्धक असेल.

''चला, हे करून दाखवू या आणि या कंपनीला पूर्वीचं वैभव प्राप्त करून देऊ या!''

ही जादू चालेल ती फक्त एका अटीवर : या कल्पनेवर संदेह करू नका, तुमच्या स्वत:वर शंका घेऊ नका. त्याऐवजी परिणाम डोळ्यांसमोर आणा. चांगला परिणाम कसा दिसेल, त्या वेळी कसं वाटेल.

''मुळात मी त्यांना हे सांगण्याचा प्रयत्न करत होतो की तुमची तर्कशुद्ध विचार करण्याची शक्ती बाजूला ठेवा आणि ते ध्येय मनापासून आपलंसं करा. कारण मन त्याची तर्कबुद्धी आणि सारासार विचार यांचा उपयोग करून तुम्हाला मागे खेचेल...''

कंपनीच्या बाजूनंच गोष्टी घडल्या, त्यांनी ही क्रांतिकारी कल्पना विचार उडवून लावले नाहीत किंवा माना हलवून, 'वास्तवात या, जमिनीवर या!' असंही म्हटलं नाही. त्याऐवजी, सगळ्यांनी एकमुखानं या कल्पनेचा स्वीकार केला, त्या ध्यासानं झपाटून गेले. टीम तीच होती, संसाधनंही तीच होती – पण कामं करण्याचे संपूर्णत: नवीन मार्ग लोकांनी शोधून काढले. या सगळ्या प्रक्रियेमध्ये पथदर्शक बनण्याचा आनंदही त्यांना सापडला.

अनेक वर्षांपासून HUL एका समस्येला तोंड देत आली होती – ती म्हणजे अगदी तळागाळातल्या खेड्यांपर्यंत कसं पोचायचं, तिथे धंद्यातून मिळणाऱ्या नफ्यापेक्षा उत्पादन पोचवण्याचाच खर्च जास्त होता.

'आधी काय केलं होतं' हा विचार बाजूला सारून, टीमनं नवीन, धाडसी योजना बनवली.

'एखाद्या अशा कंपनीशी भागीदारी करू या, जी त्यांचं उत्पादन वितरित करण्यासाठी आपल्याला पैसे देईल.'

असा अगदी हवा तसा (आणि स्पर्धक नसलेला) भागीदार टाटा डोकोमोच्या रूपात सापडला, त्यांनी ग्रामीण भारतात त्यांची सिम -SIM- कार्ड्स घेऊन जाण्यासाठी HULला प्रचंड मोठं वितरण शुल्क दिलं. आणि ही योजना दोन्ही कंपन्यांसाठी अत्यंत यशस्वी ठरली.

एखाद्या उद्योजकासारखा विचार करणं आणि कृती करणं याचा असा अर्थ होतो.

इथे मी नितीन यांना विचारते, "ही सगळी यातायात तुम्ही सुरू केलीत तेव्हा उद्दिष्ट साध्य होईल असा तुमचा विश्वास होता का?"

त्यांनी उत्तर दिलं, "प्रत्यक्ष तो आकडा गाठणं हे उद्दिष्ट नव्हतं. आम्ही जरी ५,००,००० हा आकडा गाठू शकलो नाही, तरी २,००,००० हा आकडा गाठूनही आम्ही सगळे हिरोच ठरणार होतो."

तुम्ही जेव्हा एखादं धाडसी उद्दिष्ट समोर ठेवता तेव्हा १० पैकी ९ वेळा ते गाठता येत नाही. पण तरीही तुमचा मूळ उद्देशापेक्षा शेवटी तुम्ही थोडेथोडके नाही तर चांगलेच यशस्वी होता.

जो ती जादूची कांडी तयार करतो, त्यानं मात्र त्याच्या टीमवर मोठा विश्वास आणि श्रद्धा ठेवायला हवी. त्याचं पहिलं आणि महत्त्वाचं काम असतं ते सगळ्यांना प्रोत्साहन देणं.

"तुम्ही जर समोरच्या माणसाला तो आळशी आहे किंवा कामात कमी पडत आहे असं जाणवून दिलं तर तो उद्दिष्ट गाठण्यासाठी जाईल असं वाटतं का? शक्यच नाही!"

जादू घडण्याची सगळ्यात जास्त शक्यता तेव्हा असते जेव्हा लोकांना स्वत:विषयी विश्वास वाटतो. पण त्यांनी अतिविश्वासही बाळगता कामा नये की ते आरामात बसून राहतील आणि प्रयत्नच करणार नाहीत.

"दर महिन्याला आम्ही प्रगतीचा आढावा घेत होतो, तेव्हा मी चकित झालो. माझा विश्वास बसेना आणि हे मी बोलून दाखवलं. प्रत्येकजण हिरो होता आणि मी त्यांना तसं जाणवून देत होतो."

त्याचवेळी नितीन त्यांना हेही सांगत होते की, अजून खेळ संपलेला नाही...

२०१० साल संपलं तेव्हा HUL नं ५,००,००० नवीन दुकानं उघडली होती. प्रत्येकाला वाटलं की, चला आता काम झालं, आता आपण झालेलं काम जास्त मजबूत करू.

दरम्यान, नितीन विचार करत होते, पुढे काय? आपण इथे थांबू शकत नाही! पण, त्यांनी त्यांची महत्त्वाकांक्षा पॉवर पॉइंट प्रेझेंटेशनद्वारे सगळ्यांपर्यंत पोचवली नाही. ती सहजपणे बोलता-बोलता त्यांच्या कानावर घातली.

“मी विचार करत होतो... आपण पुढच्या वर्षी आणखी ५,००,००० ची भर घालू शकलो तर!”

कोणतंही विश्लेषण नाही, चर्चा नाही – हा विचार टीमच्या मनात झिरपू दे. कोणालाही मागे लागल्यासारखं किंवा धमकावल्यासारखं वाटायला नको. लगेचंच कोणतीही उत्साहाची लाटही उसळली नाही; पण बीज पेरलं गेलं होतं.

“आम्ही प्रत्यक्ष घोषणा केली तेव्हा कोणालाही धक्का बसला नाही. अर्ध्या टीमनं ती कल्पना स्वत:च्या मनात रुजवली होती, आपलीशी केली होती.”

आपल्या आत एक छोटासा आवाज असतो, तो म्हणतो, “मी आणखी बरंच काही करू शकतो. मला आणखी करायचं आहे.”

कोणी तुम्हाला ‘पुश’ करत नाही, तुम्ही तुमच्या मर्जीनं, आपखुशीनं काम करत आहात. हो ना! खरंच!

५,००,००० चं दुसरं उद्दिष्ट २०१०-११च्या शेवटी गाठलं गेलं. A >>R हे सूत्र प्रत्यक्षात यशस्वी ठरलं होतं!

नितीन खांदे उडवतात. “लोकांची प्रगती व्हावी अशी परिस्थिती निर्माण करण्याचा आम्ही प्रयत्न केला. आणि मला हे सांगितलंच पाहिजे की, प्रत्येकाच्या बाबतीत आम्ही यशस्वी ठरलोच असं नाही. पण, काटा थोडा पुढे सरकवण्यात आम्ही यशस्वी ठरलो हे नक्की!”

असाच काटा दुसऱ्याही विभागांमध्ये पुढे सरकवण्याची वेळ आली होती. आणखी एका बदलाशी जुळवून घेण्याचा प्रयत्न वरिष्ठ व्यवस्थापन करत होतं, तो म्हणजे समाज माध्यमांचा उदय. हे टेलिव्हिजनपेक्षा पूर्णपणे वेगळं होतं. पुन्हा नव्यानं ‘बाराखडी गिरवण्याची’ वेळ आली होती. याची पहिली पायरी म्हणजे, कंपनीतल्या सर्वांत वरिष्ठ अशा १०० व्यवस्थापकांना गुगलनं प्रशिक्षित केलं. त्यानंतर, प्रत्येक HUL कर्मचाऱ्याला ‘डिजिटली प्रमाणित’ असल्याचं प्रमाणपत्र घेणं आवश्यक झालं.

“सुरुवात माझ्यापासून झाली,” नितीन हसतात. “एखाद्याच्या ‘वॉल’ वर कसं लिहायचं किंवा ‘ट्विट’ कसं करायचं हे मला मुळीच माहीत नव्हतं.”

म्हणून मग, या CEO ला शिकवायला एक २५ वर्षांचा मुलगा नियुक्त केला गेला. या उलट प्रकारे चाललेल्या मार्गदर्शनाचा एक भाग म्हणून नितीन यांनी तरुण व्यवस्थापकांच्या कार्यशाळेत उपस्थिती लावली, गृहपाठ केला आणि परीक्षाही दिल्या! एक CEO म्हणून त्यांनी आठवड्यातून एकदा व्यवस्थापन प्रशिक्षणार्थींबरोबर दुपारी जेवण घेण्याची प्रथा सुरू केली, त्या वेळी प्रत्येकाला त्याच्या मनातलं बोलायची मुभा असायची.

“आपला देश तरुण आहे, त्यामुळे तरुण भारतीय कसा विचार करतात हे

समजून घेणं महत्त्वाचं आहे!''

वातानुकूलित ऑफिसमध्ये बसून रस्त्यावरच्या माणसापासून 'फार दूर जाणं' किंवा त्याच्याशी 'संबंध न राहणं' सोपं असतं. 'मिशन बुशफायर (Mission Bushfire) चा जन्म यासाठीच झाला, ज्यामध्ये कंपनीतला वरपासून ते खालपर्यंत प्रत्येक कर्मचारी संपूर्ण दिवस बाजारपेठेत घालवतो. दुकानांमध्ये जातो, किरकोळ विक्री करणाऱ्या दुकानदारांना भेटतो आणि गिऱ्हाइकांच्या भेटी घेतो. ही नवीन पद्धत अमलात आणल्यामुळे विक्री तर वाढलीच, पण कंपनी अधिक ग्राहकाभिमुख झाली.

हा आकड्यांचा नियम आहे (आणि गुणवंतशाहीचा) तुमच्यापेक्षा तरुण असलेलं कोणीतरी एक दिवस तुमच्या पुढे जाणार... त्यासाठी तुम्ही तयार असला पाहिजे.

''लोकांच्या आकांक्षाही बदलल्या आहेत याची आम्हाला जाणीव झाली, म्हणून आम्हीही बदलणं गरजेचं होतं...''

सर्वसाधारण जनतेसाठी असलेली बाजारपेठ थोडी बाजूला सारून (HUL) नं आपलं जे खास ब्रॅन्ड्स होते त्यासाठी उच्चभ्रूंच्या बाजारपेठेवर लक्ष केंद्रित करायचं ठरवलं. पॉन्ड्स या कोल्ड-क्रीमनं ॲन्टी एजिंग प्रसाधन विश्वात मुसंडी मारली तर व्हॅसलीननं पुरुषांसाठीच्या प्रसाधनांची मालिका उघडली.

हरप्रकारे केलेल्या प्रयत्नांचं आणि नवीन उपक्रमांचं प्रतिबिंब कंपनीला झालेल्या निव्वळ नफ्याच्या आकड्यांमध्ये उमटलं. HULचा महसूल सातत्यानं वाढता राहिला, २००९-१० साली तो १७,७६४ कोटी रुपये होता तो २०१२-१३ मध्ये वाढून २६,००० कोटी रुपये झाला. जुन्या आणि चांगल्या मूल्यांची कास न सोडता व्यवसाय करत असल्यामुळे नितीन परांजपे यांना अभिमान वाटतो. 'शेअरधारकांना जास्तीत जास्त लाभ' देण्यावर किंवा 'शेअरधारक लाभ अधिकतमीकरण' करण्यावर HULनं कधीच लक्ष केंद्रित केलं नाही.

''हा आमचा उद्देश नाही, चांगल्या व्यवसायाचं ते फलित आहे!''

आज, उद्योग जगतातल्या नेतृत्वावरचा समाजाचा विश्वास कधी नव्हता इतका तळाला गेला आहे. त्याचं कारण असं आहे की, हे नेते स्वत:च्या स्वार्थासाठीच काम करताना आपल्याला दिसतात. नितीन यांना असं वाटतं की नेतृत्वाच्या निदर्शच चुकीचा उभा केला गेला आहे. एन्रॉनकडे पहा किंवा लेहमन ब्रदर्सकडे पहा – IQ बुद्ध्यंक पुरेसा नव्हता, EQ-1 भावनांकही पुरेसा नव्हता. त्याऐवजी कशाची गरज आहे, तर MQ - Moral Quotient नैतिकांकाची! म्हणजेच नैतिकतेची मोजपट्टी घेऊन काय चुकीचं आहे आणि काय बरोबर आहे याबाबत निर्णय घेण्याची क्षमता.

आणि व्यवसायापलीकडच्या, ऑफिसपल्याडच्या जगाचं काय, जे आकड्यात मोजता येत नाही? यशस्वी कारकीर्द असलेले अनेक जण त्यांच्या आयुष्यातल्या या पैलूशी झगडताना दिसतात. पण, नितीन याला सन्माननीय अपवाद ठरावेत. कारकिर्दीच्या सुरुवातीच्या वर्षांत, लग्नानंतर काही काळातच नितीन आणि त्यांची पत्नी शर्मिला यांना गंभीर कार अपघाताला तोंड द्यावं लागलं. नितीन यांच्या चेहऱ्यावर ४० टाके पडले तर शर्मिला यांना २००च्या वर. त्यांना तर एक डोळाही गमवावा लागला.

पुढची ३-४ वर्षं दोघांसाठीही खूप अवघड होती, नितीन यांना अपराधीपणाच्या भावनेनं ग्रासलं होतं.

"ती माणूस म्हणून किती खास आहे हे मी नाही सांगू शकत, कारण या संपूर्ण काळात तिनं मला कधीही हे जाणवू दिलं नाही की मी कार चालवत होतो, म्हणून मी दोषी होतो."

या वेदनादायी कालखंडातून हे दांपत्य अधिक कणखर होऊन बाहेर पडलं. त्या बदल्यात, नितीन यांना जे काही जाणवलं ते आपल्यातल्या बहुतेक जणांना खूप उशिरा लक्षात येतं.

'काम हा माझ्या आयुष्याचा एक महत्त्वाचा भाग आहे, पण तो फक्त एक भाग आहे. माझ्या कुटुंबाचं महत्त्व मी ओळखलं पाहिजे, त्यांना वेळ दिला पाहिजे.'

म्हणूनच, पद किंवा भूमिका कोणतीही असो, नितीन यांनी स्वत:साठी काही नियम घालून घेतले. पहाटे ५ वाजता उठून ते त्यांच्या दिवसाची सुरुवात लवकर करतात आणि सामान्यपणे संध्याकाळी ७ वाजेपर्यंत घरी येतात.

"माझी मुलं जेव्हा लहान होती, तेव्हा त्यांना शिकवायला मला आवडायचं!"

नितीन यांना स्क्वॅश खेळायलाही आवडायचं, पण मग नंतर त्यांचे गुडघे त्रास द्यायला लागले. त्यानंतर काहीतरी नवीन सुरू करायचं त्यांनी ठरवलं आणि धावायला सुरुवात केली. त्यांनी 'स्टॅन्डर्ड चार्टर्ड मुंबई मॅरॅथॉन'साठी प्रशिक्षण घ्यायला प्रारंभ केला. त्यांच्यामुळे व्यवस्थापन टीममधल्या इतरांनाही धावण्याची प्रेरणा मिळाली. २००८-०९ सालातल्या कठीण काळात एकमेकांशी घट्ट संबंध टिकवून ठेवायला खरंतर या धावण्याची मदतच झाली.

पण नितीन यांचा भाऊ या सगळ्यानं प्रभावित झाला नाही. तो म्हणाला, तुला खरंच काहीतरी 'नवीन' करायचं असेल तर ते खेळाच्या क्षेत्रात असता कामा नये. तुला स्वाभाविकपणे येत नाही ते तू करून दाखवलं पाहिजेस... जसं संगीत.

"एखादं वाद्य वाजवायला शीक! आम्हाला ओळखता येतील अशी काही

गाणी...'' विनोदानं कुटुंबीय म्हणाले.

नितीन यांनी खरंच एक गुरू शोधला, मेहनत घेतली आणि की-बोर्ड वाजावायला सुरुवात केली. सुरुवातीला काहीतरी सिद्ध करायचं म्हणून आणि कालांतरानं त्यात मजा वाटायला लागली म्हणून. कुटुंबीयांसमोर आणि मित्रांसमोर वादन करायलाही सुरुवात केली.

''मी शेकडो गाणी वाजवू शकतो – अर्थात खूप चांगल्या पद्धतीनं नाही – आणि मला त्यात खूप आनंद मिळतो!''

'पुढे काय' हा प्रश्न आपण व्यक्तिगतरीत्या आणि व्यावसायिक दृष्टिकोनातून स्वत:ला विचारत राहिलं पाहिजे. खरोखरच, 'कोणतीच गोष्ट शाश्वत नसते' २०१२ साली HUL बोर्डानं दुसऱ्यांदा नितीन परांजपे यांचं नाव CEO म्हणून सुचवलं. मात्र २०१३च्या ऑक्टोबरमध्ये त्यांच्यावर जागतिक पातळीवरची जबाबदारी सोपवण्यात आली – युनिलिव्हरच्या होम केअर व्यवसायाचा अध्यक्ष म्हणून आणि युनिलिव्हर लीडरशिप एक्झिक्युटिव्ह म्हणून (जागतिक स्तरावरील १५ सदस्यांच्या उच्च व्यवस्थापन गटात).

मात्र वर्षभरासाठी नितीन मुंबईतच थांबले, 'लवचीक कार्यपद्धती' (Agile Working philosophy) वापरून ८.९ कोटी डॉलर्सचा उद्योग सांभाळत राहिले– या कार्यपद्धतीत कर्मचारी जगाच्या कोणत्याही भागातून काम करू शकतात, 'अर्थात जोपर्यंत ते काम पूर्ण करू शकतात, तोपर्यंत.'

''माझा मुलगा रोहन आधीच यूएसमध्ये शिकायला गेला होता, पण माझी मुलगी अपर्णा १०वीत होती. ते तिचं महत्त्वाचं वर्ष होतं आणि आम्हाला त्या वर्षात तिला कुठेच हलवायचं नव्हतं.''

नंतर मात्र नितीन लंडनला राहायला गेले. पण, भारतापेक्षा जागतिक स्तरावरच्या गटाचं नेतृत्व करण्याचा अनुभव खूप वेगळा होता. तिथे 'प्रत्यक्ष उपस्थिती' नसते. नितीन यांच्या हाताखाली काम करणारे व्यवस्थापक जगभरात विखुरलेले आहेत – साओपावलो पासून ते थेट इस्तंबूलपर्यंत. ते वेगवेगळ्या भौगोलिक परिस्थितीतून, संस्कृतींमधून आले आहेत. मग... त्या सगळ्यांना सामायिक उद्दिष्टाशी जोडून घेणं कसं शक्य होतं?

''त्या सगळ्यांचं नेतृत्व करणं आणि त्यांना प्रेरणा देणं तितकंच कठीण असतं... पण पायाभूत तत्त्वं तर तीच असतात.''

शब्दांपेक्षा आकडे खूप काही सांगून जातात. नितीन यांच्या देखरेखीखाली होमकेअर उत्पादनांनी इतर युनिलिव्हरच्या विभागांपेक्षा वाढीचा सर्वांत जास्त दर नोंदवला. आणि नफा जवळजवळ दुप्पट कमावला.

ही कामगिरी नजरेआड झाली नाही. १ जानेवारी २०१८ रोजी नितीन परांजपेना

नवीन आणि आव्हानात्मक पद प्रदान करण्यात आलं – युनिलिव्हरच्या कम्बाईन्ड फूडस अ‍ॅन्ड रिफ्रेशमेंटचा प्रमुख.

हा विभाग नवीन काही करून दाखवण्याच्या, वाढीच्या, ‘काहीतरी चमत्कार करून दाखवण्याच्या’ दबावाखाली होता.

“मला अन्न प्रक्रिया क्षेत्राचा काही अनुभव नाही... त्यामुळे मी माझ्या कम्फर्ट झोनच्या बाहेर पडलो आहे. पण, माझा लोकांवरचा विश्‍वास आणि व्यवसाय चालवणाऱ्यांवरचा विश्‍वास मात्र तसाच आहे!”

A>>R ला पुन्हा अग्निदिव्य करायला लावण्याची वेळ आता आली आहे.

२०१९च्या मार्च महिन्यात युनिलिव्हर पब्लिक लिमिटेड कंपनीनं नितीन परांजपे यांची जागतिक मुख्य प्रचालन अधिकारी चीफ ऑपरेटिंग ऑफिसर COO म्हणून नेमणूक केली. त्यामुळे ते या ५७ कोटी डॉलर्सच्या अँग्लो-डच कंझ्यूमर गुड्स कंपनीचे उपमुख्याधिकारी झाले. या कंपनीची उत्पादनं १९० देशांमध्ये विकली जातात. ही लक्षणीय कारकीर्द आहे, असाधारण कामगिरी आहे. होम केअर विभागाची वाढ ४.९ टक्के इतकी झाली आणि २०१६-१७ या आर्थिक वर्षात १० कोटी युरोजचा महसूल त्यांना प्राप्त झाला.[२]

---

२. २०१६-१७ या आर्थिक वर्षात द होम केअर विभागाच्या व्यवसायात ४.९ टक्क्यांची वाढ पाहायला मिळाली आणि या विभागानं १० अब्ज पाऊंडचा नफाही नोंदवला.

करून दाखवू काहीतरी, परि न पदाचा हव्यास
निर्मितीचा आनंद फक्त, जाणवतो उल्हास
असते ती शक्ती आपल्या प्रत्येकाच्या आत
आत्ताच आहे ती वेळ - तुमच्यासाठी - करा सुरुवात

तरुण व्यवस्थापकांसाठी अनुभवाचे चार शब्द

पहिली गोष्ट ही की, अशी एखादी संघटना शोधा जिची मूल्यं तुमच्या मूल्यांशी जुळतात. ही फार महत्त्वाची गोष्ट आहे. कंपनी कोणत्यातरी दुसऱ्याच मूल्यांना मानते म्हणून तुम्ही तुमचं मूल्यं बाजूला ठेवून तडजोड करत आहात असं तुम्हाला वाटता कामा नये.

दुसरी गोष्ट अशी की, तुम्ही जे करता त्यात मोठं उद्दिष्ट नजरेसमोर ठेवणं हे तुमच्यासाठी महत्त्वाचं आहे. एक माणूस विचार करतो की, तो लाइफबॉय साबण विकतो, हे काम चांगलंच आहे, पण असंही नाही की तुमची छाती अभिमानानं फुलून यावी, ते केवळ एक काम आहे, नोकरी आहे.

दुसऱ्या एका माणसाला वाटतं की, लाइफबॉय साबण विकल्यामुळे तो इतरांची आयुष्य वाचवत आहे, लहान मुलांमध्ये अतिसार आणि कुपोषण यांचा धोका कमी करत आहे; कारण या साबणानं आणि पाण्यानं दिवसातून पाच वेळा हात धुतल्यानं तो कमी होतो (हे सिद्ध झालेलं तथ्य आहे). हा माणूस कोणत्यातरी कामगिरीवर निघाला आहे, तो थोडे जास्तीचे प्रयत्न करत आहे.

एक स्वीकारार्ह कामगिरी आणि विशेष परिणामकारक कामगिरी यामध्ये असा फरक असतो.

तुमच्या कारकिर्दीचं नियोजन करू नका. तुम्ही आज जे करत आहात तेच जीव ओतून करा, १०० टक्के प्रयत्न करा.

त्यांच्या पुढच्या नोकरीबाबत विचार करण्यात अनेक लोक त्यांचा खूप जास्त वेळ घालवतात. याउलट, आपल्या कामावर अधिक लक्ष केंद्रित करणारा माणूस चांगली कामगिरी करेल आणि म्हणून मग त्याला दुसरी नोकरी मिळेल.

तुमचं काम चांगल्या रीतीनं करा, कारण कामाच्या नैतिकतेशी आणि तुम्ही कोण आहात त्याच्याशी ते निगडित असेल, कारण खराब परिणाम समोर आलेले तुम्हाला आवडणार नाही.

शेवटचं सांगायचं म्हणजे, तुमच्या बुद्ध्यंकाला अति महत्त्व देऊ नका. बुद्धी महत्त्वाची आहेच, पण बहुतेक लोकांकडे ती असते आणि त्यामुळे तिच्यावर लोकांचं वेगळेपण ठरत नाही. तुमची कामाबाबतची मनोवृत्ती, दृष्टिकोन यामुळे तुम्हाला पुढे जाण्यासाठी मदत होईल.

आपल्यातले काहीजण, दुर्दैवानं, आपल्या स्वत:चं भलं कसं होईल हे पाहण्यासाठी जरा जास्तच बुद्धिमान असतात.

नि:स्वार्थी सेवा

मूल्यं आणि धैर्य यांची सत्त्वपरीक्षा

"खूप मोठा आवाज झाला... आम्हाला वाटलं की फटाकेच फुटले."

शेजारीच बाहेर भव्य प्रमाणात भारतीय विवाह सोहळा संपन्न होत होता.

पण दुसऱ्या मजल्यावरच्या बँक्वेट हॉलची २४ वर्षीय व्यवस्थापक मल्लिका जागड हिच्या लगेच लक्षात आलं की... काहीतरी वेगळं घडलं आहे, काहीतरी चुकतंय, भयंकर चुकतंय.

तिनं दाराला कडी घातली, काही फर्निचर ओढून दरवाजाला आतून लावलं आणि दिवे घालवले.

"कृपा करून टेबलाच्या खाली जाऊन बसा आणि तुमचे मोबाइल फोन्स बंद करा," तिनं सूचना केली.

हिंदुस्तान युनिलिव्हरचं उच्चस्तरीय व्यवस्थापन नितीन परांजपे, हरीश मनवानी, त्यांच्या पत्नी आणि सहकारी – यांनी निमूटपणे त्या सूचनेचं पालन केलं. युनिलिव्हरचे बाहेर जाणारे CEO पॅट्रिक सेस्काव हे देखील तिथे हजर होते. खरंतर, त्यांच्याच सन्मानार्थ हा निरोपाचा भोजन समारंभ आयोजित केला होता आणि येणाऱ्या जागतिक स्तरावरच्या नवीन CEOचं पॉल पोल्मन यांचं स्वागत करण्यासाठी.

त्या खोलीतली ती रात्र त्यांच्यापैकी कोणीही विसरू शकणार नव्हतं.

ती रात्र होती २६/११ची, जेव्हा दहशतवाद्यांनी मुंबईच्या ताजमहाल हॉटेलवर हल्लाबोल केला होता.

"तो सगळा वेळ किती भयंकर गेला असणार, असं प्रत्येकजण म्हणत असतो," नितीन यांना ते दुःस्वप्नासमान भासणारे तास आठवतात.

त्यांच्या स्मरणात रुतून बसली आहे ती एका लक्षणीय व्यक्तीची आठवण, जिनं तिच्या कामापलीकडे जाऊन परिस्थितीला तोंड दिलं. जिच्या कृतीमुळे आणि दूरदृष्टीमुळे, प्रसंगावधानामुळे त्या सगळ्यांचे प्राण वाचले.

"जेवण आणि पेय विभागाची 'खान-पान' विभागाची (F & B - Food and Beawerages) जबाबदारी सांभाळणारी ती तरुण मुलगी मला आठवते. एखाद्या मुत्सद्दी सेनापतीसारखं तिचं वागणं होतं, ती अगदी शांत आणि संतुलित होती आणि आपल्या कामाप्रति तिनं त्याही परिस्थितीत दाखवलेली बांधिलकी अचंबित करणारी होती."

दहशतवादी खरोखरच त्यांच्या दारापाशी आले आणि त्यांनी ते उघडायचा

प्रयत्न केला; पण ते उघडलं गेलं नाही. मग ते पुढे गेले आणि त्यांनी पुढच्या खोलीत जाऊन लोकांना ओलीस धरलं (त्यांना नंतर त्यांनी गोळ्या घालून ठार केलं).

"आम्हाला बंदुकांचे आवाज ऐकू येत होते, ऑटोमॅटिक शस्त्रांचे आणि ग्रेनेड्स फेकल्याचेही आवाज येत होते..."

काही तास ही मंडळी गुपचूप आवाज न करता कोंडाळं करून बसली होती. निराशा, भीती यांचा तिथे लवलेशही नव्हता.

"तिथले कर्मचारी याही परिस्थितीत आम्हाला हवं नको ते बघत होते, ही गोष्ट खरंच विश्वास ठेवण्याच्या पलीकडे आहे... पहाटे २ वाजता कोणीतरी पाणी मागितलं आणि ते ट्रेमधून आणण्यात आलं."

परंतु, पहाटे ३ वाजता आणीबाणीची परिस्थिती उद्‌भवली. खोलीबाहेर आग लागली होती. कोणीतरी प्रसंगावधान राखून नॅपकिन्सवर पाणी ओतून दारं घट्ट बंद करण्याचा प्रयत्न केला; पण तो पुरेसा नव्हता.

"नेते हे नेते का असतात ते मला बघायला मिळालं - आणि मी बघितलं की त्यातले काही जण विशेष नेते असतात – ज्या वेळी आम्हाला खिडकीची काच फोडून बाहेर उतरावं लागलं, कारण खोलीत धूर कोंडायला लागला होता."

नितीन यांना आठवतं की, ७५ वर्षांचे माजी अध्यक्ष तिथे उभे होते आणि म्हणत होते, "आपण शांत राहिलं पाहिजे."

ती रात्र जसजशी अवघड होत गेली, तसतसे ते अधिकाधिक शांत होत गेले. त्यांच्याकडे बघितल्यावर मनाला दिलासा मिळत होता.

प्रचंड धोकादायक आणि अनिश्चिततेच्या त्या कालखंडात, कोणताही गोंधळ नव्हता, हातघाई नव्हती. आधी स्त्रिया बाहेर पडल्या, त्यानंतर पाहुणे आणि नंतर इतर व्यवस्थापक.

"आणि अगदी त्या क्षणीसुद्धा मला आणि माझ्या पत्नीला संभाषणाची गरज पडली नाही... ती खोली सोडणारा मी शेवटचा माणूस असेन हे तिला पक्कं माहीत होतं."

याला नशीब म्हणा, किंवा नियतीची इच्छा किंवा देवाची कृपा. २६/११च्या दहशतवादी हल्ल्यात १६४ लोकांचे बळी गेले. त्यातले ३१ बळी ताजमध्ये गेले. पण, युनिलिव्हरची संपूर्ण टीम त्यातून वाचली, एकही ओरखडा न उमटता.

त्या जळणाऱ्या इमारतीच्या बाहेर ते उभे होते तेव्हा पॅट्रिक सेस्काव नितीन यांना म्हणाले, "तुम्हाला सांगू... मी वसंत ऋतूत परत येणार आहे. 'ते जेवण पूर्ण करू' आपण तेव्हा!"

२००९च्या मार्च महिन्यात पुन्हा तेच सगळे लोक एकत्र आले, त्याच

खोलीत, त्याच मेन्यूसह. पण या वेळी मि. सेस्काव आणि मि. पोल्मन यांनी ताजच्या व्यवस्थापकांना आणि कर्मचाऱ्यांना बसण्याची विनंती केली आणि त्यांनी स्वत: त्या सगळ्यांना जेवण वाढलं.

आर. मुकुंदन
टाटा केमिकल्स

'आपलं छान चाललंय' असं म्हणणाऱ्या एका महाकाय जहाजाला एखाद्या धाडसी, नवीन दिशेला तुम्ही कसं ओढून न्याल? टाटा केमिकल्सचा CEO – मुख्य कार्यकारी अधिकारी- म्हणून पदभार सांभाळताना आर. मुकुंदन यांच्यासमोर हे आव्हान होतं. गेल्या एक दशकभर, कंपनी स्वत:ला एक औद्योगिक रासायनिक सर्वेसर्वा या स्वरूपाकडून नावीन्याचा ध्यास घेतलेल्या ग्राहकाभिमुख स्वरूपाकडे हळूहळू घेऊन जात आहे, स्वत:मध्ये बदल घडवत आहे. कारण, जर तुम्ही स्वत:त बदल घडवलात, तरच तुमची प्रगती आणि भरभराट होऊ शकते.

किमयागार

एक तरुण माणूस इंग्लंडहून इंजिनिअरिंगची पदवी घेऊन येतो आणि टाटामध्ये नोकरी धरतो. त्यादरम्यान काम करत असताना तो भारताच्या सर्वाधिक प्रभावशाली नेत्याला भेटतो.

"मला माझ्या मातृभूमीची सेवा करायची आहे," तो तरुण इंजिनिअर म्हणतो.

तो नेता त्याला आपल्या पक्षात येण्याचं निमंत्रण देत नाही. त्याऐवजी तो म्हणतो, "राजकारण विसर. तू उद्योगविश्वाच्या वाढीसाठी मदत करूनही तुझ्या मातृभूमीची सेवा करू शकतोस..."

हे संभाषण स्टार्ट-अप इंडियाच्या परिषदेत झालं नाही, ते झालं होतं १९२० साली. तो नेता होता महात्मा गांधी आणि तो तरुण इंजिनिअर म्हणजे कपिल राम वकील.

वकील यांना एक 'देवदूतासमान गुंतवणूकदार' सापडला. (महाराजा सयाजीराव गायकवाड), त्यानं १७०० एकर जमीन त्यांना विनामूल्य देऊ केली. ती जमीन कच्छच्या आखाताच्या उत्तर-पश्चिम टोकावर होती. या ठिकाणी, 'समुद्रातून खनिजं काढण्याच्या' हेतूनं १९२६ साली 'ओखा सॉल्ट वर्क्स'चा जन्म झाला. हे सांगायला सोपं असलं तरी प्रत्यक्षात कठीण होतं.

अमेरिकन केमिकल इंजिनिअर एडगर टीपल एकदा म्हणाला होता, "सुरुवातीला हा प्रश्न अगदी साधा सोपा वाटतो, खूपच सोपा, कोणत्याही रसायनतज्ज्ञानं तो अगदी आत्मविश्वासानं आणि जंगलातल्या प्रसन्न पायवाटेनं फेरफटका मारायला

जावं इतक्या सहजतेनं सोडवायला घेतला असता...''

पण मग, तो रस्ता अवघड वळणं घेऊ लागतो, वाटेत अडचणींचे डोंगर उभे राहतात, वेगळं वळण घेऊन वाट शोधावी लागते...

१९३६ साली वकील यांनी आपल्या माजी मालकाला हा बुडत चाललेला उद्योग ताब्यात घेण्याची विनंती केली. २३ जानेवारी १९३९ रोजी टाटा केमिकल्सची बॉम्बे स्टॉक एक्स्चेंजमध्ये नावनोंदणी झाली.

त्यानंतर आठ दशकं गेली, आज ही कंपनी उच्चशिक्षित, गुणवत्ताप्राप्त व्यावसायिकांचा गट चालवत आहे; त्यांच्याकडे प्रणाली आहेत, पद्धती आहेत, प्रक्रिया निर्मितीची साधनं आहेत, भांडवल आहे. पण, तरीही 'जंगलातली ती रम्य वाट' अजून सापडलेली नाही.

अडथळे दूर करणं, वळसे घालून मार्ग सुकर करणं आणि नवीन रस्ते आखणं – हे काम आहे आर. मुकुंदन यांचं. एक इंजिनिअर, MBA झालेला आणि आपल्या आजवरच्या प्रवासाबद्दल बोलायला फारसा उत्सुक नसलेला माणूस.

असा प्रवास ज्यातून आपण धडे घेऊ शकतो. असे धडे जे व्यावसायिकतेच्या, उद्योजकतेच्या मार्गावरून जाणाऱ्यांना पथदर्शक ठरू शकतात.

केवळ पैसा मिळवणं हे ज्या कंपनीच्या रक्तातच नाही, जी कंपनी मूल्यांना हृदयाशी कवटाळते, जीवतोड प्रयत्न करणं आणि सेवा देणं हे जिचं ब्रीद आहे, ती कंपनी नेमकी आहे तरी कशी?

आर. मुकुंदन यांचा जन्म चेन्नईचा, पण ते वाढले दिल्लीत. ''खूप लोक त्यांची मातृभाषा विसरतात आणि आपली मुळं सोडून भरकटतात... पण माझ्या बाबतीत हे झालं नाही.''

मुकुंदन 'दिल्ली तमिळ एज्युकेशन सोयायटी'च्या शाळेत शिकले. तिथे ८व्या इयत्तेपर्यंत तमिळ भाषा अनिवार्य होती. पण, त्यासाठी त्यांना मुद्दाम त्या शाळेत घातलं होतं असं नाही; ती सगळ्यात जवळ असलेली शाळा होती– चांगली होती– चालत जाण्यासारखी होती. मुकुंदन वर्गात कधी पहिले यायचे नाहीत किंवा अगदी तळाशीही असायचे नाहीत – कुठेतरी अधेमध्ये त्यांचा क्रमांक असायचा.

मुकुंदन यांचे वडील एका खासगी कंपनीत काम करायचे, पण कुटुंबाची परिस्थिती मध्यम होती. सगळ्यात जास्त महत्त्व शिक्षणाला होतं. त्यांचे वडील तर्कशुद्ध आणि व्यवहारी विचारसरणीचे होते.

''मी ७व्या की ८व्या इयत्तेत होतो, तेव्हा त्यांनी मला टायपिंग शिकायला पाठवलं, जेणेकरून 'दुसरं काहीच जमलं नाही तर... तुला किमान स्टेनोग्राफर म्हणून तरी नोकरी मिळेल.''

रेमिंग्टन टाइपरायटरची बटणं दाबणं ही त्या काळी काही मजेची गोष्ट नव्हती. आणि आता तर स्टेनोग्राफर म्हणून कोणतीही नोकरी अस्तित्वातच नाही (आर्थिक सुरक्षिततेच्या बाबतीत याचा काही उपयोग झाला नाही!)

''पण, एवढं मात्र नक्की की मी माझ्या कॉम्प्युटरवर विजेच्या चपळाईनं टाइप करू शकतो... आणि तेही स्क्रीनकडे न बघता!'' मुकुंदन मनमोकळं हसतात.

त्यांच्या शालेय जीवनाकडे पुन्हा वळू या, मुकुंदन हे चांगले विद्यार्थी होते, पण वर्गात पहिले कधीच यायचे नाहीत. १२वीत त्यांना ७५ टक्के गुण मिळाले जे त्या वेळी चांगलेच मानले जायचे, 'डिस्टिंक्शन!'

त्या वर्षी रशियन पुस्तकांची मदत घेऊन त्यांनी आयआयटीची पण तयारी केली. ही पुस्तकं स्वस्तात उपलब्ध होती.

''विशेष शिकवणीची संकल्पना तेव्हा अस्तित्वात नव्हती... आणि स्पर्धेत ऊर फुटेपर्यंत धावण्याची मनोवृत्तीही नव्हती.''

१९८४ साली मुकुंदन आयआयटी रुरकी[१]च्या इलेक्ट्रिकल इंजिनिअरिंग

---

१. पूर्वीची युनिव्हर्सिटी ऑफ रूरकी आणि थॉमसन कॉलेज ऑफ सिव्हिल इंजिनिअरिंग; नंतर त्याचं रूपांतर २००१ साली आयआयटीत झालं.

अभ्यासक्रमासाठी दाखल झाले. तिथे शिकताना जगाकडे पाहण्याचा त्यांचा दृष्टिकोन अधिक व्यापक झाला. भारतीय शास्त्रीय संगीताला लोकप्रियता लाभावी यासाठी सुरू केलेल्या 'स्पिक-मॅके' (Spic-Macay)ची सुरुवात रूरकीला करणाऱ्या गटाचा एक भाग बनण्याची संधी मुकुंदन यांना मिळाली. ते ग्रंथालयात तासन्‌तास वाचत बसायचे; मुख्यत: साहित्यिक पुस्तकांचा त्यात समावेश असायचा. शिवाय, स्क्वॅश आणि बिलियर्ड्स सारखे खेळही खेळायचे.

"माझी भूमिका नेहमी एका भाग घेणाऱ्या व्यक्तीची होती, मी कधीही पुढारी झालो नाही... माझं व्यक्तिमत्व बहिर्गामी, 'चला मजा करू या' प्रकारचं नव्हतं."

रूरकीला अभ्यासक्रम पूर्ण होत आलेला असताना मुकुंदन यांना नोकरीचे ३ प्रस्ताव आले : टाटा मोटर्स, टाटा स्टील आणि व्होल्टासकडून. परदेशी शिकायला जाणं हा एक लोकप्रिय पर्याय होताच.

> मी टाटाशिवाय कोणत्याही कंपनीत कधी काम केलं नाही. पण, टाटामध्येच मला वेगवेगळ्या क्षेत्रांमध्ये काम करण्याची संधी आणि मुभा होती.

"त्या क्षणी मला महत्त्वाची निवड करायची होती, पण माझ्या मनात हे स्पष्ट होतं की मला भारतातच राहायचं आहे. आणि मी स्वत:कडे एक तांत्रिक, यांत्रिक क्षेत्रातला किंवा संशोधक म्हणून बघू शकत नव्हतो, त्यामुळे मी MBA करण्याचा निर्णय घेतला"

म्हणून मग मुकुंदन यांनी फॅकल्टी ऑफ मॅनेजमेन्ट स्टडीज दिल्ली (FMS) इथे प्रवेश घेतला. घरी राहणं हा सोयीचा पर्याय होता. अर्थात ४ वर्षं होस्टेलमध्ये काढल्यावर पुन्हा या आयुष्याशी जुळवून घेताना थोडं जड गेलं. शिवाय त्यांचे आई-वडील नॉयडाला राहायला गेले होते, त्यामुळे रोज खूप प्रवास करावा लागायचा. पण, हे श्रम सार्थकी लागले; कारण FMS मध्ये नवीन विषय आणि नवीन कल्पनांचं भलं मोठं जग त्यांना खुलं झालं.

"ज्या वेळी अमर्त्य सेन यांनी दिल्ली स्कूल ऑफ इकॉनॉमिक्सला भेट दिली, तेव्हा शेजारीच जाऊन त्यांना ऐकण्याची संधी मला साधता आली!"

FMS मधल्या शिक्षकांपैकी प्रा. नीलमेघम् यांचे सूक्ष्म विपणन (Fine Marketing) विषयाचे वर्ग त्यांना आठवतात. विशेषत: संकल्पनांच्या चौकटी, ३० वर्षांपूर्वीसारख्याच त्या आजच्या काळातही लागू पडतात.

हे प्रोफेसर कामाच्या आणि अभ्यासाच्या बाबतीत अत्यंत चोखंदळ आणि कडक होते. त्यांचं समाधान सहजासहजी होत नसे. मुकुंदन यांनी जेव्हा शेवटच्या वर्षाचा प्रकल्प अहवाल सादर केला, तेव्हा प्राध्यापकांनी तो परत केला आणि म्हणाले, "आणखी चांगला व्हायला हवा, तो समाधानकारक नाही."

"मला फार वाईट वाटलं... पण मला वाटतं, 'तू हे आणखी चांगल्या प्रकारे करू शकतोस' हे सांगण्याची त्यांची ही पद्धत होती."

तो अहवाल DCM मिल्सच्या रथ वनस्पती नावाच्या ब्रॅन्डसंबंधी होता.

अभ्यासक्रम संपत आला होता, त्यामुळे आता पुन्हा 'पुढे काय' याचा विचार करायची वेळ आली होती. एक गोष्ट मुकुंदन यांच्या मनात स्पष्ट होती, ती म्हणजे कोणत्याही वित्तक्षेत्राशी संबंधित कंपनीत ते जाणार नव्हते.

"फक्त पैशासोबत काम करण्यात मला काही रस नव्हता... मला कोणत्याही प्रकारच्या मूलभूत प्रचालनात रस होता."

म्हणून, मुकुंदन यांनी SRF लिमिटेड या कंपनीत उन्हाळी प्रशिक्षण घेतलं. आणि याच कारणासाठी ते (Tata Administrative Services) TAS- टाटा प्रशासकीय सेवेकडे आकर्षित झाले. टाटा कोणत्याही महाविद्यालयांमध्ये उमेदवार निवडीसाठी जायचे नाहीत. त्याऐवजी, ते उमेदवारांना ताज हॉटेलमध्ये दिवसभराच्या निवडप्रक्रियेसाठी बोलवायचे. या प्रक्रियेची सुरुवात लेखी परीक्षेनं व्हायची आणि मग तपशीलवार मुलाखत.

दिल्लीत झालेल्या फेरीत १० आणखी उमेदवार होते. मुकुंदन यांना सर्वांत शेवटी मुलाखतीसाठी बोलावण्यात आलं.

"म्हणून... माझी जवळजवळ खात्री पटली होती की, माझी निवड होणार नाही!"

प्रत्यक्षात असं घडलं की, दिल्लीतल्या उमेदवारांपैकी फक्त त्यांची एकट्याचीच निवड झाली. या प्रक्रियेचा पुढचा टप्पा मुंबईत होणार होता – ही 'संचालक फेरी' (Director's round) होती. टाटा कंपन्यांच्या संचालकांसमोर कसून मुलाखती झाल्यावर प्रत्येकाला ताजमध्ये स्वादिष्ट भोजनासाठी नेलं जातं, आणि त्यानंतर लगेचच ती घोषणा केली जाते जिची सगळेजण आतुरतेनं वाट बघत असतात.

मुकुंदन यांच्यासाठी ही 'चांगली बातमी' ठरली. इतर १३ जणांबरोबर त्यांची निवड झाली. सुरुवातीला पगार घसघशीत, म्हणजे ३,५०० रुपये असणार होता.

प्रत्येक गटासाठी औपचारिक प्रशिक्षण ठेवण्यात आलं होतं. पुण्याच्या टाटा मॅनेजमेन्ट ट्रेनिंग सेंटर (TMTC) मध्ये आठवडाभर वर्ग चालणार होते. त्यानंतर 'भारत दर्शन' हा दौरा आखण्यात आला होता, ज्यामध्ये वेगवेगळ्या टाटा उपक्रमांची झलक दाखवण्यात येणार होती. जमदेशपूरपासून (टाटा स्टील) ते मिठापूर (टाटा केमिकल्स) ते मुन्नार (टाटा टी).

TAS मधले प्रशिक्षणार्थी नंतर वर्षभर या कंपन्यांमध्ये प्रकल्प करणार होते. प्रत्येकाला ५ प्रकल्पांमध्ये काम करावं लागणार होतं.

"TASची महानता यामध्ये होती की वेगवेगळ्या क्षेत्रांमध्ये काम करून पाहण्याची मुभा प्रत्येकाला मिळणार होती!"

वर्ष संपल्यानंतर तुम्हाला अनेक टाटा कंपन्यांपैकी कोणत्यातरी कंपनीत नोकरी देण्यात येणार होती. तुम्ही एखादी विशिष्ट कंपनी निवडू शकणार होता किंवा कंपनी तुमची निवड करणार होती – दोन्हीचं मिश्रण असणार होतं.

मुकुंदन यांना इंडियन हॉटेल्स कंपनीत (जी 'ताज' ग्रूप या नावानं सर्वांना परिचित आहे) रुजू होण्यास सांगण्यात आलं. ते मुंबईतल्या ऑफिसला बांधील असणार होते आणि 'प्रकल्पां'वर (नवीन हॉटेल्स स्थापन करण्यासाठी) मुख्यत: काम करणार होते.

परंतु, १९९१ साली सगळ्या गुंतवणुका गोठवण्यात आल्या होत्या. गल्फ युद्धामुळे/ आखाती युद्धामुळे पर्यटन उद्योगाला मोठा फटका बसला होता.

त्यामुळे या तरुण प्रशिक्षणार्थीला दिल्लीला एका फारसं नाव नसलेल्या दुय्यम कंपनीत – पेप्सीसाठी बाटल्या तयार करणारी कंपनी – पाठवण्यात आलं.[२] तिथे फार काम नव्हतं. म्हणून, अखेरीस, मुकुंदन यांना आणखी एका उपकंपनीत काम करण्याचा पर्याय देण्यात आला. तिथे चामड्याची पादत्राणं बनवली जायची.

कारकिर्दीला लागलेल्या अशा वळणाची कोणी कल्पनाही केली नसेल! हे काही कोणाच्या स्वप्नातलं काम असू शकत नाही.

परंतु तुमचा दृष्टिकोन कसा आहे यावर तुमच्या आयुष्याची दिशा ठरत असते. लिंबू पिळून स्वादिष्ट सरबत बनू शकतं.

"तुलनेनं छोट्या आस्थापनात काम करणं याचा अर्थ तुम्ही सगळी कामं करता – उत्पादनाचं नियोजन, रसद विभाग, विपणन. हा खूप छान अनुभव होता."

कारखाना नॉयडाच्या निर्यात प्रक्रिया विभागात होता, पण मुकुंदन यांनी त्यांचा बराचसा काळ जर्मनीत जाऊन ग्राहक शोधण्यात घालवला. मित्र चिडवायचे, 'तू आता चप्पल-बूट विकणारा विक्रेता झाला आहेस.' पण 'आणखी काहीतरी' करायला मिळतय ही भावना जाणवत राहणं फार उत्साहवर्धक होतं. कंपनीला नुकसान होत होतं, त्यामुळे तिला अडचणीतून वर काढणं हे सगळ्यात पहिलं काम होतं.

मुकुंदन यांना आठवतं की, त्या वेळी भांडवलाची अत्यंत तातडीनं गरज होती, म्हणून त्यांनी इंडियन हॉटेल्स कंपनीचे अध्यक्ष आणि व्यवस्थापकीय

---

२. लेहर पेप्सी हा व्होल्टास, पेप्सी आणि पंजाब सरकार यांचा संयुक्त उपक्रम होता.

संचालक (MD) अजित केरकर यांना लिहिलं. मि. केरकर म्हणाले, ''ताबडतोब मुंबईला या.''

ते स्वत: मुकुंदन यांच्या बरोबर EXIM बँकेत तेरजानी वकील यांना भेटायला गेले. ते तेव्हा बँकेचे कार्यकारी संचालक होते. केरकर यांनी कर्ज देण्याचं त्यांना आवाहन केलं. वकील यांनी सेंट्रल बँकेत संपर्क साधून ताबडतोब पैसे देण्याची सूचना केली. पैसे जर उशिरा मिळाले असते – जे सामान्यत: घडायचं – तर कंपनीच्या हातून एक मोठी ऑर्डर गेली असती.

अजित केरकर यांना या भेटीसाठी येणं गरजेचं होतं का? कदाचित नाही. पण, त्यांच्या या कृतीमुळे या तरुण व्यवस्थापकाच्या हृदयावर कायमचा ठसा उमटला.

''अडचणीच्या प्रसंगी एक नेता म्हणून तुम्ही कसा पुढाकार घेतला पाहिजे याचा वस्तुपाठच मला मिळाला... अशा क्षणांनीच तुम्ही तुमच्यावर विश्वास ठेवणारा माणूस घडवत असता.''

मुकुंदन यांना पहिल्यांदाच कामगारांच्या संपाचाही अनुभव आला. कंपनीचा पवित्रा होता, 'आम्ही न्याय्य वागणूक देऊ, पण अवास्तव मागण्यांखाली दबून जाणार नाही.' परिस्थिती तणावाची झाली तरीसुद्धा सतत संपर्क होत होता, बोलणी सुरू होती. आणि तिथे मुकुंदन यांना एक गोष्ट कळली जी त्यांच्या कारकिर्दीत त्यांना फार उपयोगी पडली.

तुम्हाला नेतृत्व म्हणजे काय याची खरी जाणीव तेव्हा होते जेव्हा तुमच्यासमोर मी जिला 'परीक्षेची/कसोटीची घडी' म्हणतो, ती उभी राहते.

''बोलणं हे तुम्ही कमजोर असण्याचं चिन्ह नाही... तो हे सांगण्याचा एक मार्ग आहे की, 'माझ्या विचारांवर मी ठाम आहे,' पण तुमच्याबरोबर काम करण्याची माझी तयारी आहे. कसं, ते आपण बसून ठरवू!''

सरतेशेवटी कामगार कामावर परत आले आणि दोघांनाही मान्य असलेल्या, समान न्याय देणाऱ्या अटींवर तडजोड झाली.

या स्टार्ट-अप सारख्या नोकरीत साडेतीन वर्षं काम केल्यावर मुकुंदन यांनी बदलीसाठी अर्ज केला.[३] टाटा ग्रूपमध्ये तेव्हा काही उत्कंठावर्धक घडामोडी होत होत्या, त्यातली एक होती इंडिका या गाडीची निर्मिती. गाडी बनवून रत्यावर उतरवण्यासाठी TACO नावाची एक नवीन कंपनी (टाटा ऑटो कम्पोनंट्स)

३. ही कंपनी नंतर टाटा एक्पोर्ट्समध्ये विलीन झाली, जी आज टाटा इंटरनॅशनल म्हणून ओळखली जाते.

स्थापन करण्यात आली. या कंपनीत मुकुंदन रुजू झाले; पुन्हा एकदा अनोळखी वाटेनं जाण्यासाठी सज्ज झाले.

या गाडीला महत्त्वाच्या उपप्रणाली बसवायच्या होत्या : अंतर्गत सजावट, विद्युत उपकरणं, वातानुकूलन व्यवस्था, आसनव्यवस्था आणि आणखी बरंच काही. मुकुंदन यांचं काम होतं परदेशी कंपन्यांना भारतात आणून टाटासोबत संयुक्त विद्यमानं काम करवून घेणं, जेणेकरून पुरवठादारांचा भक्कम पाया तयार होईल. आणि सुरुवातीला हे काम करणं कठीण जात होतं. भारत लवकरच वर्षाला दहा लाख गाड्या विकल्या जातील अशी बाजारपेठ बनेल असा टाटांना विश्वास होता, तरीही ते ज्या कंपन्यांशी संधान बांधू पाहत होते, त्यांना याबाबत संदेह होता.

> जेव्हा एखादा मोठा फेरबदल घडवून आणायचा असतो, तेव्हा तो घडवण्यासाठी तुमच्या हातात सुमारे १२-१८ महिने असतात.

"ही गोष्ट होती १९९५ची... भारतात एक भारतीय कंपनी कार डिझाइन करू शकेल आणि तिचं उत्पादन करू शकेल यावर त्यांचा विश्वास नव्हता!"

पुण्यातल्या टाटा मोटर्सच्या कारखान्याला प्रत्यक्ष भेट दिल्यावरच तो संभाव्य भागीदार विश्वास ठेवायला तयार व्हायचा.

हे भागीदार अमेरिका, युरोप, जपान, कोरिया या देशांमधून, खंडांमधून यायचे – या प्रत्येक संस्कृतीची व्यवसाय करण्याची आपली एक पद्धत होती. अमेरिकन फर्म्सचा जास्त भर कायदेशीर आणि आर्थिक नियंत्रणांवर होता, जपानी लोक प्रचालन पद्धती आणि विशिष्ट कार्यपद्धतींनुसार काम करण्यावर लक्ष केंद्रित करायचे. आणि कोरियन लोकांचा भर आक्रमक अंमलबजावणीवर असायचा.

अशाप्रकारे, मुकुंदन यांना अनेक वेगवेगळ्या कार्यपद्धती आणि निर्णय-प्रक्रिया जवळून निरखण्याची संधी मिळाली. ही संधी पुढे येणाऱ्या वर्षांमध्ये फायदेशीर ठरणार होती.

"परिपूर्णतेचा दर्जा राखण्याची कसोशीनं घेतली जाणारी काळजी आणि किमतीवर, खर्चावर ठेवलं जाणारं नियंत्रण या फार मोलाच्या गोष्टी मला वाहन बनवणाऱ्या कंपन्यांकडून शिकायला मिळाल्या."

TACOनं अनेक संयुक्त उपक्रम स्थापन केले, त्यात टाटा ऑटो प्लॅस्टिक्स (Sommer Allibert या फ्रेंच कंपनीनं अनुज्ञापित केलेली) आणि टाटा जॉन्सन कंट्रोल्स (स्वचलित आसन व्यवस्थेसाठी) यांचा समावेश होता. कालांतरानं हे उपक्रम आकारानं वाढत गेले आणि काहींच्या बाबतींत त्यांच्या भागीदारांनी ते विकत घेतले.

२००१ साल उजाडेपर्यंत TACOची वाटचाल १००० कोटी रुपयांची कंपनी होण्यापर्यंत झाली होती. ५ वर्षं तिथे काम केल्यानंतर मुकुंदन यांना बढतीची स्वप्नं पडत होती. त्यांच्या बॉसनं स्पष्ट केलं की पुढचा बदल हा थोडा वेगळ्या बाजूला नेणारा असेल – एका संयुक्त उपक्रमातल्या कंपनीचं प्रमुखपद. पण या कंपन्या पुणे किंवा चेन्नई किंवा बडोदा इथे होत्या आणि आपल्या कथानायकाला यापैकी कोठेही जाण्यात विशेष रुची नव्हती.

“आम्हाला एक लहान मुलगा होता आणि मला माझ्या कुटुंबाचं बस्तान हलवण्याची इच्छा नव्हती...”

तर मग, या संदर्भातच मुकुंदन मनुष्यबळ खात्याच्या प्रमुखांना भेटायला गेले. सगळ्या पालकांना असते तशीच मुकुंदन यांनाही आपल्या मुलाच्या LKG (लोअर के.जी.) च्या प्रवेशाची काळजी होती. कदाचित टाटांचा एखाद्या नावाजलेल्या शाळेशी संबंध असेल? HR (मनुष्यबळ) प्रमुखांनी नकारार्थी मान हलवली – एकाही नाही, अधिकृतपणे. पण, ते काही नावं सुचवू शकत होते.

मुकुंदन जेव्हा जायला लागले तेव्हा HR प्रमुख म्हणाले, “तुम्ही TACOमध्ये ५ वर्षं काम करत आहात... तुम्हाला काही बदल हवा आहे का?”

त्यांच्या मनात जी कंपनी होती, ती होती टाटा केमिकल्स, ती जरा अडचणीच्या काळातून जात होती. आग, भूकंप आणि प्रचालनातल्या अकार्यक्षमता यामुळे या ७० वर्षं जुन्या उपक्रमानं १९३६ पासून प्रथमच तिमाहीत झालेल्या तोट्याची नोंद केली होती. (३७.६ दशलक्ष डॉलर्स). टाटा केमिकल्सचे व्यवस्थापकीय संचालक आणि मुख्य कार्यकारी अधिकारी (MD आणि CEO) प्रसाद मेनन यांच्यासमोर कंपनीला पुन्हा मूळपदावर आणण्याची अवघड कामगिरी होती.

“एकदा जा आणि प्रसाद यांना भेटा,” HR प्रमुख म्हणाले. “बघा तुम्हाला ते काम आवडतय का.”

ही जागा मुंबईत होती आणि तीत ‘जनरल मॅनेजर’ या पदापासून बढती मिळून ‘उपाध्यक्ष/ व्हाइस प्रेसिडेंट’ हे पद मिळणार होतं. मुकुंदन यांनी हा प्रस्ताव स्वीकारला. काम सुरू करून १ वर्ष होतं न होतं तोच एक नवीनच घडामोड झाली.

“आपल्या उत्पादनस्थळी मिठापूरला तुम्हाला काम करायला आवडेल?” प्रसाद मेनन यांनी विचारलं.

मुकुंदन यांच्या पत्नीनं या वेळी ‘हो’ म्हणण्याचा सल्ला दिला.

“दुसरीकडे बस्तान हलवण्याचा प्रश्न तुमच्यापुढे पुन्हा पुन्हा येतोय, कदाचित प्रत्यक्ष कामाच्या ठिकाणी जाऊन तुम्ही काम करावं हा नियतीचाच संकेत असेल!”

मुकुंदन मिठापूरला आले तेव्हा ते छोटं गाव परिवर्तनाच्या अवस्थेत होतं.

प्रसाद मेनन यांनी टाटा केमिकल्सला नवसंजीवन देण्याचं स्वप्न पाहिलं होतं आणि त्यानुसार त्यांनी कामाला सुरुवात केली होती. प्रक्रिया, धोरणं, सुरक्षा मानांकन, वेतन संरचना, सगळ्या विभागांमध्ये बदलाचे वारे वाहत होते.

काही बदल सहजपणे स्वीकारले गेले, तर काहींना विरोध झाला.

त्यामध्ये एक योजना होती 'ॲक्शन ५००' - १ टन सोडा ॲश ५०० रुपयांमध्ये बनवून उत्पादन खर्च कमी करण्याची ती खेळी होती. त्यामागची प्रेरणा टाटा स्टीलकडून आली होती. सर्वांत कमी उत्पादन खर्चात स्टील बनवणारी कंपनी बनण्याकडे तिची वाटचाल सुरू होती. मग, टाटा केमिकल्स सर्वांत कमी उत्पादन खर्चात सोडा ॲश बनवणारी कंपनी का बनू शकली नसती?

त्याचवेळी गुणवत्तेमध्ये मात्र कोणतीही तडजोड करता येणार नव्हती. प्रचालन पद्धतींतून येणाऱ्या परिणामांमध्ये सुधारणा घडवून आणण्याच्या उद्देशानं 'मंथन' नावाचा एक कार्यक्रम मॅकिन्सीच्या मदतीनं आखण्यात आला होता. मात्र बदलाचा वेग म्हणावा तसा नव्हता. मुकुंदन यांना तिथे घेऊन येण्याचा हेतूच मुळी 'गोष्टी वेगानं घडवून आणाव्यात' हा होता. किंवा कासवाच्या गतीनं चाललेली कामं 'मार्गी लावावीत' हा होता.

पण, मिठापूरला येऊन स्थिरस्थावर होईपर्यंतच खडबडून जागं करणारी एक घटना घडली... एक टाकी अंगावर पडून तीन कामगार जागीच ठार झाले.

''टप्प्याटप्प्यानं पुढे जाण्यासाठी वेळ नसल्याची जाणीव मला झाली... आम्हाला सगळ्या प्रकारच्या प्रश्नांना एकदमच तोंड द्यावं लागणार होतं.''

मुकुंदन यांनी पहिली गोष्ट केली, ती ही की, कामगार संघटनेशी संवाद साधला. संघटनेचा नेता गुजरातीत बोलला, पण जे बोलला ती शहाणपणाची भाषा होती.

''व्यवस्थापन आणि कामगार म्हणजे गाडी ओढत असलेले बैल,'' तो म्हणाला. ''दोघांनीही एकाच गतीनं, एकाच दिशेनं धावायची गरज आहे.''

शिवाय, तो कामगार नेता म्हणाला की त्यांना मिठापूरची अवस्था ACCच्या द्वारकाच्या कारखान्यासारखी व्हायला नको आहे. तो कारखाना बंद करण्याची पाळी आली होती.

''आमच्या बाजूनं आम्ही शक्य ते सगळं करू,'' संघटना म्हणाली, ''मात्र त्यासाठी कष्ट आणि फायदा यांचा समान वाटा व्यवस्थापन आणि कामगार यांना उचलावा लागेल.''

याचा परिपाक म्हणून मोठी कामगारकपात करण्यात आली – व्यवस्थापन विभागातली कर्मचारी संख्या ८०० परून ४०० वर आली अणि कामगार विभागातली ३५०० वरून १७०० वर आणण्यात आली.

पृथक्करणाच्या अटी न्याय्य आणि उदार दृष्टिकोन बाळगून तयार केल्या गेल्या. आणि कोणतीही कटुता न येऊ देता त्या स्वीकारल्या गेल्या.

'आपण सगळे एक आहोत' – ही केवळ तोंडी घोषणा न ठेवता आपण तिचं पालन करू या. व्यवस्थापक आणि कर्मचारी यांच्यासाठी वेगवेगळी प्रवेशद्वारं होती, ती पद्धत बंद करण्यात आली – पर्यावरण रक्षण आणि सुरक्षा यावर सर्वांत जास्त भर दिला गेला. उपकरणं आणि तंत्रज्ञान यांच्यावर खर्च केला गेला.

"आम्ही गावातही गुंतवणूक केली, जेणेकरून लोकांना असं वाटावं की कारखान्यात खर्च कमी करण्याचेही फायदे असतात."

सगळ्याच गोष्टी सुरळीत पार पडल्या असं नाही. मतभेद झाले, ओढाताण झाली, काही पावलं पुढे तर काही मागे घेतली गेली. प्रत्येक जण दिवसातले १०-१२ काम करत होता. शिकत होता आणि आधी शिकलेलं विसरून नवीन गोष्टी आत्मसात करत होता.

"मागे वळून पाहताना, मी कदाचित जास्त कठोरपणे आणि नवखेपणानं वागत होतो असं आता वाटतं... पण शेवटी, सगळं काही सुरळीत झालं. आम्ही कामगिरी करून दाखवली आणि आम्ही बदलही घडवला!"

अगदी मनाच्या तळापासून हे करून दाखवण्याची बांधिलकी, समर्पित वृत्ती हेच यामागचं गुपित होतं. 'आपली कंपनी यशस्वी व्हावी' हीच अतीव इच्छा यामागे होती.

एखादा उद्योग काळाच्या कसोटीवर दीर्घकाळ टिकवायचा असेल तर उद्दिष्टाची व्यापक जाणीव तुम्हाला असावी लागते.

त्या काळात सुरुवातीला झालेली एक मीटिंग मुकुंदन यांना आजही आठवते, तिच्यात त्यांनी टीमला म्हटलं होतं, "हा प्रवास खूप वेदनादायी असणार आहे... आपण तो करण्यासाठी तयार आहोत का?"

एक सहकारी उठला, बोर्डजवळ गेला आणि म्हणाला, "मला तुमच्याबद्दल माहीत नाही – तुम्ही मुंबईहून आला आहात – पण मी हा कारखाना बंद पडू देणार नाही."

बाकीच्या टीमनं जोरदार सहमती दर्शवली, सगळं वातावरण उत्साहानं भरून गेलं. या प्रसंगातून टीमचं चारित्र्य दिसून आलं, तसंच मिठापूरशी असलेलं त्यांचं खास नातंही दिसलं.

हे नातं समजून घेण्यासाठी आपल्याला काही वर्षं मागे जावं लागेल. या कंपनीचे मूळ संस्थापक डॉ. कपिल राम वकील टाटा सन्ससाठी 'प्रमुख सल्लागार रसायज्ञ' (chief consulting chemist) म्हणून काम करायचे. गुजरातच्या किनारपट्टीची त्यांनी कसून पाहणी केली होती आणि नंतर भारताची पहिली क्षार

उत्पादक कंपनी 'श्री शक्ती अल्कली वर्क्स' स्थापन करण्यासाठी सौराष्ट्र संस्थानाबरोबर काम केलं.

त्यांचं ज्ञान आणि अनुभव पाहता, बडोदा संस्थानाचे महाराज सयाजीराव गायकवाड यांनी डॉ. वकील यांना त्यांच्या अधिकार क्षेत्रात 'मीठ आणि क्षार उद्योगाचा विकास करण्याची जबाबदारी' घेण्यासाठी आमंत्रित केलं.

"द्वारकेतल्या लोकांसाठी तुम्ही काही करू शकता का?" महाराज म्हणाले, "यासाठी मी जमिनीचा एखादा तुकडा दान करण्यासाठी तयार आहे."

त्यांनी तीन बाजूंनी समुद्रानं वेढलेली क्षारयुक्त शुष्क जमीन या नवीन प्रकल्पासाठी ओखा मंडळ इथे निवडली; तिच्याजवळच नव्यानं विकसित झालेलं बंदर होतं. अशाप्रकारे १० सप्टेंबर १९२६ रोजी 'ओखाई सॉल्टवर्क्स' नावाची खासगी कंपनी सुरू झाली. परंतु, शर्थीचे प्रयत्न करूनही या कारखान्याला नुकसानच सोसावं लागलं. एक दशक पूर्ण झाल्यावर डॉ. वकील यांनी जे. आर. डी. टाटांना एक पत्र लिहून ते काही गुंतवणूक करू शकतात का याबाबत विचारणा केली.

टाटांनी त्यांची उद्यमशील तत्परता दाखवली आणि बोर्डवर आले. कंपनी अजूनही नुकसानच सोसत होती, पण टाटांचे याबाबचे विचार अगदी स्पष्ट होते: टाटा जिथे-जिथे जातात तिथे-तिथे लोकांच्या आकांक्षा जागवतात.

"आपण अचानक असं सोडून जाऊ शकत नाही, आपण काहीतरी मार्ग शोधून काढला पाहिजे..." ते म्हणाले.

म्हणून मग ते तिथे टिकून राहिले, महागड्या चिनी, जर्मन आणि अमेरिकन इंजिनिअर्सना कामावर घ्यायला लागले. 'सॉल्व्हे' प्रक्रिया (Solvay process) कशी माहीत करून घ्यायची हा मोठा प्रश्न होता, हे एक असं औद्योगिक गुपित होतं जे फक्त मूठभर लोकांनाच ज्ञात होतं. अमेरिकेत शिकलेला एक अत्यंत हुशार तरुण केमिकल इंजिनिअर १९४७ साली कंपनीत दाखल झाला. त्याचं नाव होतं दरबारी सेठ[४] आणि तो अपयशानं सहजासहजी खचून जाणाऱ्यातला नव्हता.

मूलभूत विचार ही फक्त विदेशी लोकांचीच मक्तेदारी आहे, यावरही त्याचा विश्वास नव्हता.

हळूहळू, ओखाई सॉल्टवर्क्सचं रूपांतर एका विश्वासू कंपनीत, म्हणजे टाटा केमिकल्समध्ये झालं. पुढच्या ५० वर्षांमध्ये मिठापूरनं अत्यंत मौल्यवान

---

४. दरबारी सेठ यांनी पुढे जाऊन टाटा केमिकल्स, टाटा टी यांचं नेतृत्व केलं आणि TERIची स्थापना केली.

पुंजी जमा केली, ती म्हणजे 'माणसं'. मिठापूरमध्येच वाढलेल्या अनेक कामगारांच्या दुसऱ्या आणि तिसऱ्या पिढ्याही तयार झाल्या; त्या तिथेच वाढल्या, शिकल्या आणि त्यांनी कंपनीसाठीच काम केलं.

आता, अडचणीच्या काळात ते 'जे पडेल ते करायला तयार होते'.

त्याशिवाय तरुण रक्ताचीही गरज होती. कंपनीनं ७० स्नातक इंजिनिअर प्रशिक्षणार्थींना - केमिकल आणि मेकॅनिकल कामावर घेतलं. हे सगळे ३० वर्षांच्या आतले तरुण होते.

हे नव्या-जुन्याचं, खालून वर जाणारं आणि वरून खाली येणारं, प्रक्रिया आणि उद्देश यांचं मिश्रण होऊन एक जादुई वस्त्र विणलं गेलं. २००४-०५ हे आर्थिक वर्ष संपताना कंपनीची वार्षिक उलाढाल ३२० कोटींवर पोचली आणि कंपनीला ३२ कोटी रुपयांचा नफा झाला. या सगळ्या प्रयत्नांमध्ये प्रसाद मेनन द्रष्टा होते तर मुकुंदन यांनी उत्प्रेरकाची भूमिका निभावली.

"मला वाटतं... तुमचा उद्देश जेव्हा सकारात्मक असतो, तेव्हा जगातली प्रत्येक शक्ती एकत्र येऊन तो सफल व्हावा यासाठी प्रयत्न करते!"

१२ ते १८ महिन्यांमध्ये कंपनीच्या कामाची पद्धत, संस्कृती बदलली– आजपर्यंत कामाची पद्धत पितृकल्पीय होती, म्हणजे वरिष्ठांनी सांगितलेली कामं फक्त करायची, पण आता सगळे कर्मचारी सगळ्या निर्णयांची आणि परिणामांची जबाबदारी घ्यायला लागले, बांधिलकी मानायला लागले. आता घरी परत जाण्याची वेळ आली होती.

केमिकल उद्योगांच्या प्रमुखपदी जबाबदारी घ्यायला मुकुंदन यांना मुंबईला बोलावून घेण्यात आलं आणि त्यापेक्षाही जास्त महत्त्वाचं, नवीन संधींची चाचपणी करणाऱ्या टीमचं नेतृत्व करायला सांगण्यात आलं. २००० साली टाटांनी 'टेटली टी' कंपनी खरेदी केल्यामुळे प्रत्येक ग्रूप कंपनीला भारताबाहेर पंख पसरण्याची प्रेरणा मिळाली. आणि टाटा केमिकल्सनं आपला मोर्चा केनयातल्या Magadi soda Ash कडे वळवला होता.

लेक मगाडी (Magadi) मधून काढण्यात येणाऱ्या क्षारांच्या स्फटिकांपासून मगाडी कंपनी नैसर्गिक सोडा ॲश बनवत असे. त्यांचा उत्पादन खर्च टनाला ७० कोटी डॉलर्स इतका होता, तर मिठापूरला कृत्रिम सोडा ॲशचा उत्पादन खर्च टनाला १५० डॉलर्स इतका यायचा.

या कंपनीची मालकी ब्रुनर मॉंड या ब्रिटिश कंपनीकडे होती, ही कंपनी पूर्वी ICI (Imperial Chemical Industries)चा एक भाग होती आणि त्यांच्या 'मुकुटातला हा कोहिनूर' देऊन टाकण्याचा त्यांचा कोणताही मानस नव्हता.

एखाद्या कंपनीचा ताबा मिळवणं म्हणजे एक प्रेमकथाच असते. तुम्ही तुमच्या

'त्या तिथे पलीकडे एक जंगल आहे' - रणथंबोर राष्ट्रीय उद्यान.

प्रेमपात्राकडे प्रेमाची याचना करता आणि तुम्हाला झिडकारलं जातं. पण एक प्रेमविव्हल प्रेमिका कधीच मागे हटत नाही.

''आम्ही आमच्या 'लक्ष्याची' इत्थंभूत माहिती काढण्यात कित्येक महिने घालवले... आणि वाट बघण्याची आमची तयारी होती.''

आमच्या ब्रुनर मॉंडला खूश करण्यात, तिच्या मनाची तयारी करण्यात आणि तिचं मन वळवण्यात चार वर्षांचा कालावधी गेला.

२००५च्या डिसेंबरमध्ये तीन देशांमधल्या प्रचालनाचा ताबा घेण्याबद्दल टाटांनी दिलेला ७.९८ अब्ज डॉलर्सचा प्रस्ताव त्यांनी अखेरीस स्वीकारला. त्यामुळे टाटा केमिकल्स ही १ अब्ज डॉलर्सची कंपनी बनली आणि तिचा क्षमता वर्षाला ३ दशलक्ष टन इतकी झाली (जगातली तिसऱ्या क्रमांकाची सर्वांत मोठी कंपनी).

ब्रुनर मॉंड ही एकेकाळी ICI चा भाग होती आणि नंतर तिचा ताबा उद्योग भांडवलदार गटानं घेतला. त्या भागधारकांचा केमिकल उद्योगाशी काहीच संबंध नव्हता. भीती ही होती की नवा खरेदीदार निष्ठुर आणि स्वार्थलोलुप असेल की काय? टाटा केमिकल्स अगदी याच्या विरुद्ध होती आणि ही गोष्ट त्यांच्यापर्यंत पोचवणं आवश्यक होतं.

करारावर सह्या झाल्या-झाल्या होमी खुस्रोखान यांनी एक 'स्वागत पत्र'

तयार केलं. त्यात त्यांनी 'टाटा' या नावाचा अर्थ, 'टाटा' हे नाव कशासाठी घेतलं जातं, ते कशाचं प्रतीक आहे; या सगळ्या बाबी स्पष्ट केल्या.

"आम्ही स्वत:ला त्यांना 'विकलं... त्यांच्या प्रश्नांची उत्तरं दिली, त्यांच्या शंकांचं निरसन केलं."

ब्रिटिश आणि डच लोकांचं मन सहजपणे वळवता आलं, पण केनयाच्या बाबतीत ही जरा कठीण कामगिरी होती.

पूर्णपणे गोऱ्या लोकांचं वर्चस्व संपुष्टात येऊन मगाडी सोडा ॲशचा ताबा दुसऱ्यांकडे जायला १९९५साल उजाडलं. टायटस नायकुनी हे कंपनीचे पहिले आफ्रिकन प्रमुख झाले. भारताबद्दलचं त्यांचं मत हे केनयातल्या व्यापाऱ्यांच्या अनुभवांवर आधारलेलं होतं; त्यांनी आफ्रिकेत स्वत:ची भरभराट साधली असली तरी स्थानिक समाजाशी ते नेहमी अंतर राखून असायचे.

ब्रिटिशांनी स्थापन केलेल्या हॉस्पिटल्स, शाळा आणि शिष्यवृत्त्यांना नवीन मालक आपला पाठिंबा तसा ठेवतील का? त्यांच्या कामावर विश्वास ठेवता येईल का?

मगाडीच्या एका शिष्टमंडळाला मुंबई आणि मिठापूरला भेट द्यायला बोलवण्यात आलं आणि त्यांना स्वत:चं मत बनवण्याची मुभा देण्यात आली. त्या पाहुण्यांमध्ये एक होते जोएल ओले सोयिंका. ते मगाडी प्रदेशातल्या मसाई जमातीचे 'ज्येष्ठ प्रमुख' होते. त्यांच्या भेटीच्या शेवटच्या टप्प्यात सोयिंका प्रसाद मेनन यांना भेटायला बॉम्बे हाउसमध्ये आले, तेव्हा त्यांनी मसाई योद्ध्यासारखा पेहराव परिधान केला होता.

वयानं मोठ्या असलेल्या सोयिंका यांनी आपला भाला प्रसाद यांना भेट म्हणून दिला आणि एवढंच म्हणाले – "मी आता तुमचा भाऊ झालो आहे."

टाटा केमिकल्सनं आपलं लक्ष आता अमेरिकेतल्या वायोमिंग/ व्योमिंग (Wyoming) राज्यातल्या ग्रीन रिव्हर बेसिनकडे वळवलं – नैसर्गिक सोडा ॲशचा हा खजिनाच म्हटला पाहिजे. त्या प्रदेशात पाच कंपन्या होत्या, त्यातल्या २ या विकत घेण्यासारख्या होत्या, त्यांना लक्ष्य केलं गेलं. या वाटाघाटींचं नेतृत्व होमी खुस्रोखान आणि आर. मुकुंदन करणार होते. त्यांचा निशाणा होता जनरल केमिकल इंडस्ट्रियल प्रॉडक्ट्स (GCIP).

या वेळी ही कामगिरी एखाद्या सुमो कुस्तीच्या सामन्यासारखी होती, दोन वजनदार खेळाडू रिंगणात होते, एकमेकांच्या ताकदीचा अंदाज घेत होते. कोण कोणाला हरवणार होतं?

(GCIP) ब्रुनर मॉंडचा ताबा घेण्याच्या शर्यतीत होती, पण ती संधी टाटा केमिकल्समुळे त्यांच्या हातातून गेली. म्हणून २००५ साली, त्यांनी टाटा केमिकल्स

विकत घेण्याचा प्रस्ताव मांडला, पण तो नाकारण्यात आला.

२००७च्या डिसेंबर महिन्यात ९५० दशलक्ष डॉलर्सना GCIP विकत घेण्याचा प्रस्ताव टाटा केमिकल्सनं मांडला. तोही नाकारण्यात आला. त्यांनी १ अब्ज डॉलर्सचा नवा प्रस्ताव मांडला, पण GCIP नं त्यापुढेही मान तुकवली नाही.

या टप्प्यावर, टाटा केमिकल्सनं निर्णायक ठोसा लगावला. हार्बिंजर कॅपिटल पार्टनर्स (Harbinger Capital Partners) हा हेज फंड (Hedge fund) GCIचा सगळ्यात मोठा भागधारक होता.

"आम्ही हार्बिंजर बोर्डच्या प्रत्येक सभासदाला पत्र लिहून आम्ही दिलेल्या दोन प्रस्तावांची माहिती दिली..."

आणि मग नुसता हलकल्लोळ माजला. एक गट कंपनी विकण्यासाठी प्रयत्न करू लागला तर दुसऱ्याला कंपनी हातची जाऊ द्यायची नव्हती. दरम्यान, मुकुंदन आणि खुस्रोखान मॅनहॅटनमध्ये ठिय्या देऊन बसले होते. त्यांच्यासोबत ९० लोकांची टीम होती, ती दिवसरात्र प्रयत्नांची पराकाष्ठा करत होती. असं दिसत होतं की GCIPला लवकरच धोबीपछाड मिळणार होती...

आश्चर्यकारकरीत्या हार्बिंजरनं शेवटचा १.०५ अब्ज डॉलर्सचा प्रस्ताव नाकारला. या निराशाजनक दिवशी, मुकुंदन यांनी ठाम पवित्रा घेतला. आता कोणतीही सौदेबाजी नाही, की धाकदपटशा नाही.

"मला असं वाटतं की, वाटाघाटींमधून कधी माघार घ्यायची हे तुम्हाला माहीत असायला हवं..."

रात्री ८ वाजता खलबतखान्याची आवराआवर करण्यात आली आणि मुकुंदन जेएफके आंतरराष्ट्रीय विमानतळाकडे निघाले. त्यांनी नुकताच त्यांच्या पत्नीला फोन केला होता आणि तिला सांगितलं होतं – मी घरी यायला निघालो आहे.

त्याच वेळी हार्बिंजरकडून फोन आला, आणखी एकदा भेटण्यासंबंधी विचारणा करणारा.

"ही टाटांची व्यवसाय करण्याची पद्धत नाही," त्यांनी उत्तर दिलं. "आम्ही ५०-१०० लाख डॉलर्ससाठी घासाघीस करणाऱ्यातले नाही."

आपण आता यापुढे जास्त मागणी करू शकत नाही, याची जाणीव होऊन हार्बिंजरनं टाटांचा प्रस्ताव स्वीकारला.

२००८ च्या मार्चमध्ये टाटा केमिकल्स कंपनी GCIPची सगळ्यात मोठी भागधारक बनली आणि त्यायोगे जगातली दुसऱ्या क्रमांकाची सोडा ॲश उत्पादक कंपनी झाली.

काम करण्याच्या पद्धतीत एकात्मता साधण्याचं आव्हान आता होतं. अमेरिकन

लोकांना तिमाही नियोजनाप्रमाणे काम करण्याची सवय होती, तर भारतीय लोकांना भविष्यात ५ ते १० वर्षं पुढची स्वप्नं बघण्याची. पर्यावरण रक्षणासंबंधी काही नियम ठरवण्याची वेळ आली तेव्हा GCIP कंपनीनं गरजेपुरते किमान नियम पुरेसे असल्याचं नमूद केलं. तर टाटा केमिकल्सचा 'आणखी जास्त' नियम घालून देण्याकडे कल होता.

मतभेदाचा मोठा मुद्दा होता, तो म्हणजे 'समाजसेवा.' ही संकल्पना समजून घेणं कित्येकांना जड गेलं. "जेवढा जास्त नफा मिळवता येईल तेवढा मिळवण्यासाठी आपण हा उद्योग सुरू करणार आहोत," ते म्हणाले. बाकी काय करायचं ते सरकार करेल – आपण कर कशासाठी भरतो? हळूहळू, त्यांचं मतपरिवर्तन झालं आणि ते 'टाटांच्या पद्धतीचं' कौतुक करायला लागले.

सांस्कृतिक तफावत असतानाही टाटा केमिकल्स नॉर्थ अमेरिका या कंपनीची भरभराट झाली आहे. कंपनीसाठी हे सर्वांत जास्त नफा कमावणारं अभिग्रहण सिद्ध झालं आहे, त्यांच्या वार्षिक महसुलातला जवळजवळ ३० टक्के महसूल या कंपनीकडून येतो.

७० दशकं जुनी असलेल्या कंपनीसाठी हा काळ किती प्रगतीचा आणि भरभराटीचा गेला! आता, आणखी काही बदल समोर उभे ठाकले होते. २००६ साली होमी खुस्रोखान यांनी टाटा केमिकल्सचे व्यवस्थापकीय संचालक (MD) म्हणून सूत्रं हाती घेतली होती. २ वर्षांनंतर ही जबाबदारी आर. मुकुंदन यांच्या खांद्यावर सोपवण्यात आली. त्या वेळी त्यांचं वय फक्त ४२[५] वर्षं होतं, एखाद्या टाटा उपक्रमाचा प्रमुख होण्याकरता हे वय फारच कमी मानलं जातं.

तो काटेरी मुकुट परिधान करण्यासाठी तो जरा कठीणच काळ होता. सोडा ॲश उद्योग आधीच तणावाखाली होता; आणि लेहमन ब्रदर्सच्या दिवाळखोरीनंतर परिस्थिती आणखी बिकट झाली.

"उत्पादन खर्च आणि नफा यावरून लक्ष काढून घेऊन ते आम्ही उत्पादन खर्च आणि रोख रक्कम याकडे वळवलं..."

कंपनीनं ADAPT (Action Plan for Downturn Alleviation and Profiting in Turbulence) नावाचं धोरण अमलात आणलं. सगळ्या स्तरांवरच्या आणि ठिकाणांवरच्या कर्मचाऱ्यांना याबद्दलची माहिती देण्यात आली. एक उद्दिष्ट समोर ठेवण्यात आलं – आर्थिक वर्ष संपताना खातेवहीत १०० कोटी रुपयांची रक्कम जमा झाली पाहिजे. याचाच अर्थ वेतन पुनरीक्षण आणि अतिरिक्त खर्च यात कपात केली गेली; परंतु कोणालाही नुकसान होणार नाही याची पुरेशी

---

५. त्या वेळी टाटा कंपन्यांचे बहुतेक CEO हे त्यांच्या पन्नाशीत किंवा साठीत होते.

काळजी घेऊन.

मुकुंदन यांच्यासह सगळ्या व्यवस्थापन टीमनं भारतातल्या भारतात सामान्य वर्गानं प्रवास करण्याचं धोरण अवलंबलं. आणि बहुतेक शहरांमध्ये असलेल्या कंपनीच्या विश्रामगृहात मुक्काम करण्यावर भर दिला.

"परिणामी, लोकांनी केलेल्या त्यागामुळेच मंदीच्या या लाटेचा आम्ही सामना करू शकलो.

आश्चर्य म्हणजे, ही मंदी टाटा केमिकल्ससाठी अनपेक्षितपणे लाभदायी ठरली.

कठीण समय लोकांना एकत्र आणतो, त्यांना एकत्रितपणे एका ठरावीक उद्दिष्टाच्या दिशेनं घेऊन जातो. जागतिक आर्थिक मंदीमुळे लोक देशांच्या आणि संस्कृतींच्या सीमा उल्लंघून समान पातळीवर आले.

"जागतिक केमिकल्सचा व्यावसायिक गट आता अधिक मजबूत टीम म्हणून समोर आला आहे!"

मी नेहमी माझ्या टीमला सांगत असे – तुम्हाला माहीत आहे का, की आपणच आपल्याला वाचवलं पाहिजे. बाहेरून कोणीही ते करण्यासाठी येणार नाही...

कोणत्याही संकटकाळात एका नेत्याची भूमिका ही आगीशी दोन हात करणाऱ्या शिलेदाराची असते. एकाच वेळी तो चिंतनशील असला पाहिजे आणि गतावलोकीही. पूर्वी घडून गेलेल्या घटनांमधून नेमके धडेही त्याला घेता आले पाहिजेत.

'आपण कोठे आहोत' आणि 'आपल्याला कोठे जायची इच्छा आहे' हे ओळखण्याची ही 'कार्य-स्वप्नं/ 'प्रेषण-परिकल्पना' साधना आहे.

२००८-०९ साली, टाटा केमिकल्सचा महसूल तीन ढोबळ वाटांनी येत होता : (१) उद्योगाभिमुख (सोडा ॲश, क्षार). (२) कृषिअभिमुख (खतं आणि शेतकी रसायने) आणि (३) ग्राहकाभिमुख (मीठ). प्रत्येक उद्योग वेगवेगळ्या प्रकारे आणि स्वतंत्रपणे चालत होता; परंतु सगळ्यांची पायाभूत मूल्यं सारखीच असल्याची जाणीव सतत होती. पण, भूतकाळात जे धोरण यशस्वी ठरलं ते भविष्यात यश देईलच हे सांगता येत नाही...

"MD म्हणून माझं काम आहे – बदलाला कसं तोंड द्यायचं हे ठरवणं. त्या बदलाशी सुसंगत वागण्यासाठी संघटनेला तयार करणं."

याचा आरंभ करताना, मुकुंदन आणि त्यांच्या टीमनं धोरणांचा सखोल आढावा घेतला. त्यांनी स्वत:लाच काही कठीण प्रश्न विचारले आणि त्यांची नवीन उत्तरं शोधण्याचा प्रयत्न केला.

सोडा ॲश बनवणाऱ्या जगातल्या दुसऱ्या क्रमांकाच्या टाटा केमिकल्स कंपनीनं जगातली सगळ्यात मोठी सोडा ॲश बनवणारी कंपनी बनण्याची महत्त्वाकांक्षा ठेवावी का? सोडा ॲशची मागणी तशी स्थिर होती, वर्षाला फक्त २-३ टक्के. स्पष्टच होतं की, टाटा केमिकल्सला नवीन व्यवसाय क्षेत्रं शोधून काढण्याची, प्रगतीच्या गाडीला नवीन इंजिन जोडण्याची गरज होती.

जगातल्या आघाडीच्या २० केमिकल कंपन्यांचा अभ्यास केल्यावर असं लक्षात आलं की, ग्राहकोपयोगी वस्तूंपेक्षा (ज्यात नैसर्गिक संसाधनं आणि कार्यक्षमता या प्रमुख गोष्टी असतात) विशेष रसायनांकडे (विज्ञान आणि नवप्रवर्तनांनी शोधून काढलेली) कल वाढत आहे. आणि रसायनशास्त्राचं भविष्य हे रसायनशास्त्र आणि भौतिकशास्त्र यांचा मेळ, रसायनशास्त्र आणि जीवशास्त्र यांचा मेळ असं असणार आहे.

"आम्ही दोन क्षेत्रांवर लक्ष केंद्रित करायचं ठरवलं : नॅनोटेक्नॉलॉजी आणि बायोकेमिस्ट्री. आणि त्यातून कोणती उत्पादनं बाहेर येतील याची आम्हाला तेव्हा काहीच कल्पना नव्हती."

असं झालं की, टाटा केमिकल्सला संशोधन आणि विकास प्रयोगशाळेची (R & D Lab) अगदी प्रारंभापासून उभारणी करण्याची गरज भासली नाही.

२००४ सालापासून, कंपनी पुण्यात नवप्रवर्तन केंद्र (innovation centre) चालवत होती. मात्र, अनेकांच्या अपेक्षांना छेद देत ते अत्यंत मितव्ययी थाटात चालवलं जात होतं. तिथे सुरुवातीला शास्त्रज्ञ लीला बिझनेस पार्कमधून काम करायचे. नंतर ते बाणेरच्या एका २ बेडरूमच्या घरात स्थलांतरित झाले आणि नंतर पुण्याबाहेरच्या एका मंगल कार्यालयात!

प्रत्यक्ष पायाभूत सुविधांची संरचना जरी बदलती आणि तात्पुरती असली, तरी बौद्धिक पाया भक्कम होता.

प्रमुख शास्त्रज्ञ डॉ. मुरली शास्त्री हे जगातल्या नॅनोटेक्नॉलॉजीमधल्या सर्वोत्तम तज्ज्ञ शास्त्रज्ञांपैकी एक होते.

या केंद्रातून पहिलं उत्पादन बाहेर पडलं होतं 'स्वच्छ'- ज्यामध्ये तांदळाच्या भुशाची राख आणि नॅनो सिल्व्हर कण यांचं मिश्रण पाणी शुद्ध करण्यासाठी वापरलं होतं आणि विजेचा वापर अजिबात केला नव्हता. 'स्वच्छ'कडे भारतानं भारतासाठी बनवलेलं उत्पादन, या दृष्टीनं बघितलं गेलं.[६] पारंपरिक ज्ञान आणि आधुनिक विज्ञान यांचा उत्तम मेळ यात घातला गेला होता. सामान्य माणसासाठी

---

६. 'स्वच्छ' हा टाटा केमिकल्स इनोव्हेशन सेंटर आणि टाटा रिसर्च डिपार्टमेंट ॲन्ड डिझाइन सेंटर, पुणे यांचा संयुक्त उपक्रम होता.

सुरक्षित पिण्याचं पाणी पुरवणं हा यामागचा हेतू होता.

"RnT (रतन टाटा) म्हणायचे... जगातली उच्चतम प्रमाणकं गाठण्याचं समाधान मिळवून केवळ चालणार नाही... आपलं तंत्रज्ञान तळागाळापर्यंत पोचलं पाहिजे ही बाबही तितकीच महत्त्वाची आहे."

आज, 'स्वच्छ'ची विक्री वर्षाला ३ लाखांपेक्षा जास्त आहे, त्याची किंमत जाणीवपूर्वक कमी ठेवण्यात आली आहे. म्हणून, महसूलही मर्यादित आहे. पण खरोखरच, 'स्वच्छ' ही आपल्यासाठी अभिमानाची गोष्ट आहे.

या उत्पादनाचा प्रसार नियमित आणि पर्यायी विपणन वाहिन्यांमार्फत केला जातो, जसे NGOs (सेवाभावी अशासकीय संस्था) आणि ग्रामीण स्तरावरचे उद्योजक. हा प्रसार आणखी पुढे नेण्यासाठी, टाटा केमिकल्सनं कंपनी अधिनियम सेक्शन ८ खाली स्थापन केलेल्या 'एन्करेज सोशल एंटरप्राइझ फाउंडशेन' (Ncourage Social Enterprise Foundation) या संस्थेमार्फत काम करण्यात येणार आहे.

प्रयोगशाळेत तुम्ही अनेक अणु-रेणु तयार करू शकता, पण हे विज्ञान माणसाच्या आयुष्याला कशाप्रकारे स्पर्श करू शकेल? हे मोठ्या प्रमाणावर करण्यासाठी आणि एक व्यवसाय म्हणून करण्यासाठी – शास्त्रज्ञांनी विक्रेत्यांशी संपर्क स्थापित करायला हवा.

उदाहरण घ्यायचं झालं तर न्यूट्रास्यूटिकल्सचं (पोषकमूल्य युक्त आहार) घेऊ. टाटा केमिकल्स इनोव्हेशन सेंटर काम करत असलेलं हे आणखी एक क्षेत्र. २००७ ते २०११ च्या दरम्यान, संशोधन आणि विकास गट FOS (Fructo - oligosaccharide) या पोषकमूल्यांवर काम करत होता. हा एक ज्ञात असलेला अणुकण होता. एक असा आहार तंतू जो साखरेप्रमाणे काम करू शकतो. (साखरेची जागा घेऊ शकतो. पण अस्तित्वात असलेली तंत्रं FOS चं उत्पादन पुरेशा प्रमाणात आणि पुरेशा शुद्ध स्वरूपात करू शकत नाही.

"प्रयोगशाळेत आमच्यासमोर आव्हान होतं ते उच्च प्रतीचं, लगेच वापरता येण्याजोगं FOS तयार करण्यासाठी सूक्ष्मजीवांचा योग्य मेळ साधण्याचं. आणि... आम्ही ते करू शकलो!"

इनोव्हेस्टा (Innovesta) २०११ - टाटा ग्रूपच्या अंतर्गत होणारा एक नवप्रवर्तन आव्हान कार्यक्रम (Innovation challenge event) मध्ये टाटा केमिकल्सनं FOS संबंधी केलं गेलेलं आपलं काम सगळ्यांसमोर आणलं. त्यासाठी त्या टीमला मानाचा पुरस्कार मिळाला. हे 'काहीतरी नवीन' होतं, काहीतरी 'आश्वासक' काम होतं. पण, याची परिणती अर्थक्षम व्यवसायात होऊ शकणार होती का, याचं उत्तर शोधून काढण्यासाठी आता विपणन टीमनं मैदानात

उतरण्याची वेळ झाली होती!

हे आव्हान स्वीकारायला सगळ्यात आधी पुढे सरसावले ते राहुल गुप्ता, जे पारंपरिक व्यवसायासाठी (सुमारे ४५० कोटी रुपयांचा) खूप मोठ्या प्रमाणावर आणि जागतिक स्तरावर ग्राहक हाताळत होते. पण, एखादं पोषकमूल्य असणारं उत्पादन विकण्यासाठी मनोवृत्तीत पूर्णत: बदल घडवणं आवश्यक होतं. ही नवीन संकल्पना होती, ज्यासाठी ग्राहक शोधावे लागणार होते आणि त्यांना संयम बाळगून प्रोत्साहन द्यावं लागणार होतं.

राहुल आणि त्यांच्या टीमनं त्यासाठी शेफ/ आचारी/ स्वयंपाकी आणि अन्नधान्य तंत्रज्ञ/ पाकशास्त्रज्ञ यांना आमंत्रित केलं, जे ग्राहकांसोबत काम करून असे खाद्यपदार्थ बनवू शकतील जे चवीला चांगले आहेत आणि विकलेही जातील. कोणत्याही कंपनीशी संपर्क साधण्यासाठी प्रथमत: गाठलं गेलं ते तिथल्या संशोधन आणि विकास प्रमुखाला. या ठिकाणी, संभाषणचा मुख्य विषय होता (FOS) मागचं विज्ञान. एकदा संशोधन आणि विकास टीमला ही गोष्ट पटल्यानंतर व्यावहारिक चर्चेला सुरुवात झाली.

कोणत्याही प्रक्रियेमध्ये त्या प्रक्रियेलाच प्रश्न विचारण्याची पद्धत असणं आवश्यक आहे, जेणेकरून ती स्वत:च स्वत:मध्ये सुधारणा घडवून आणू शकते.

दरम्यानच्या काळात, टीमच्या हे लक्षात आलं की FOS बेकरी पदार्थांसाठी फारच उपयुक्त आहे. पण, एके दिवशी, एक ग्राहक म्हणाला, ''आरोग्याविषयी जागरूक असणाऱ्या गिऱ्हाइकासाठी तुम्ही आइस्क्रीम बनवू शकता का?'' ती विशिष्ट चव गाठण्यासाठी आणि एकूणच सर्वांच्या पसंतीला उतरेल असं उत्पादन तयार करण्यासाठी एक वर्षापेक्षा जास्त कालावधी जावा लागला. पण, शास्त्रज्ञ आणि शेफ्स यांनी ते करून दाखवलं. हे उत्पादन आता बाजारात 'अमूल प्रो-लाइफ ॲन्ड शुगर-फ्री आइस्क्रीम' या नावानं विक्रीसाठी उपलब्ध आहे.

परंतु, न्यूट्रास्यूटिकल्सची (पोषकमूल्य असलेला पदार्थ) बाजारपेठ ही मोठमोठ्या कंपन्यांपलीकडे, ISO प्रमाणित कारखान्यांपलीकडे विस्तारलेली आहे.

''भारतीय मिठाई आणखी आरोग्यदायी बनवण्याची संधी आम्हाला दिसली, विशेषत: मधुमेह हा प्रश्न उग्र रूप धारण करत असताना.''

म्हणून आज जेव्हा तुम्ही इंदोरच्या आकाश स्वीट्समधून किंवा कोलकात्याच्या केसी दास कडून 'लो कॅलरी' मिठाई विकत घेता तेव्हा तुम्ही FOSचं सेवन करत असता. हे पोषकमूल्य भुकटीच्या स्वरूपात आणि द्रवरूपात विकलं जातं आणि हलवायांना ते 'कसं वापरायचं' याचं प्रशिक्षण दिलं जातं. या धोरणाची

चांगली फळं मिळाली आहेत. विक्रीतून मिळणाऱ्या नफ्याचा मोठा वाटा (६०टक्के) छोट्या उद्योजकांकडून येतो, तर उरलेला मोठ्या कंपन्यांकडून.

बाजारात पाया रोवण्यासाठी पाच वर्षांचा कालावधी गेल्यानंतर टाटा केमिकल्सला आता FOSशी संबंधित उद्योगाबाबत निश्चिंतता वाटू लागली आहे. कंपनीनं अलीकडेच नेल्लोर इथे एक भव्य, सर्व सुविधांनी युक्त असा कारखाना उभारण्यासाठी २७० कोटी रुपये गुंतवले आहेत; तिथे Fructo-oligosaccharide मोठ्या प्रमाणावर बनवलं जात आहे. जागतिक बाजारपेठेवर नजर ठेवून हा प्रकल्प उभारण्यात आला आहे.

ही न्यूट्रास्यूटिकलची कथा 'बिरबलच्या खिचडी' सारखी आहे, १० वर्षं हळूहळू उकळी फुटत-फुटत या व्यवसायाला आता खळखळून उकळी फुटली आहे. परंतु, कंपनी उभारत असलेल्या व्यवसायांपैकी केवळ हाच एक नवा उद्योग नव्हता... कारण मुकुंदन आणि त्यांच्या टीमनं ही ग्राहकोपयोगी उत्पादनांमध्ये एक संधी हेरून ठेवली होती. टाटा केमिकल्सनं या क्षेत्रात आधीपासूनच आपलं सशक्त अस्तित्व दाखवून दिलं होतं – केवळ एका ब्रॅन्डच्या आधारे – ते म्हणजे 'टाटा मीठ'.

पूर्वी, म्हणजे १९८३ मध्ये, टाटा केमिकल्सनं मीठ उत्पादनाच्या व्यवसायात प्रवेश केला होता, ते त्या वेळी मिठापूरच्या कारखान्यात तयार होणारं उप-उत्पादन होतं. साधारण त्याच सुमारास भारत सरकारनं आयोडीनयुक्त मिठाचा कार्यक्रम राबवायचं ठरवलं होतं. त्या वेळी निर्वात बाष्पीकरण पद्धतीनं मीठ तयार करणारी टाटा केमिकल्स ही एकमेव कंपनी होती.

"आम्ही आयोडीनयुक्त मिठाच्या या मोहिमेला पाठिंबा देण्यासाठी पुढे सरसावलो आणि या क्षेत्रात पाय ठेवणारा पहिला ब्रॅन्ड ठरलो."

विलयनं (mergers) आणि अधिग्रहणं (acquisitions) यशस्वी ठरतात की अयशस्वी ते रसायनशास्त्र/ रसायन विज्ञान ठरवतं.

तीन दशकांनंतर टाटा नमक हे 'देश का नमक' ठरलं. मिठाच्या ब्रॅन्डेड बाजारपेठेतला निर्विवादपणे जास्त हिस्सा त्यानं काबीज केला. गेल्या काही वर्षांत कंपनीनं मजबूत वितरण साखळी उभारली आहे. ही बाब कंपनीसाठी महत्त्वपूर्ण ठरली. असा विचार करून बघा – जी वितरणव्यवस्था ग्राहकांपर्यंत एक उत्पादन पोचवते, तिचा उपयोग करून अन्नपदार्थांसारख्या व्यापक क्षेत्रातली इतरही अनेक उत्पादनं पोचवता येऊ शकतात.

टीमनं बाजारपेठेचं सर्वेक्षण केलं, दरमहा नियमितपणे मोठ्या प्रमाणावर विकल्या जाणाऱ्या वस्तू कोणत्या याचा अभ्यास केला. त्यांनी तेल, गहू आणि

तांदूळ या उत्पादनांचा विचार केला, पण शेवटी डाळींवर सगळ्यांचं एकमत झालं. त्यामागचं तर्कशास्त्र असं होतं की, डाळ हा भारतीय आहारातला पोषणमूल्य असलेला एक महत्त्वाचा घटक आहे. सगळ्या राज्यांमध्ये कमी-जास्त प्रमाणात डाळींचा वापर होतो आणि मोठ्या प्रमाणावर असलेल्या शाकाहारी लोकांसाठी तर त्या जास्त उपयुक्त असतात.

''यामागे आमचा विचार असा होता की, डाळ हे पारंपरिक अन्नधान्य आहे, जे आधुनिक पद्धतीनं सादर करता येईल.''

यामध्ये अडचणीची गोष्ट ही होती की, डाळीच्या मागणीइतका पुरवठा होऊ शकत नाही. भारतीय लोकांना दरवर्षी १८ दशलक्ष टन इतक्या डाळी लागतात, तर त्यांचं उत्पादन फक्त १५ दशलक्ष टन इतकं होतं. हा पडणारा फरक भरून काढण्यासाठी डाळी आयात केल्या जातात आणि त्यामुळे किमती अस्थिर होतात. हा धोका कमी करण्याकडे कोणाचाही कल असणं स्वाभाविक आहे.

ही समस्या सोडवण्यासाठी टाटा केमिकल्सनं आपली उपकंपनी रॅलीस इंडिया (Rallis India) बरोबर काम करायला सुरुवात केली, तिचा शेतकऱ्यांशी निकटचा संपर्क आहे.

''आम्ही शेतकरीवर्गाला 'अधिक डाळी पिकवा'[७] (Grow more pulses) कार्यक्रम राबवण्यासाठी प्रोत्साहित करू शकलो, जो पब्लिक प्रायव्हेट पार्टनरशिप प्रोग्राम (सार्वजनिक खासगी भागीदारी कार्यक्रम) च्या अखत्यारीत येतो.''

२०११ साली, कंपनीनं i shakti (आय-शक्ती) ही ब्रॅन्डेड डाळींची शृंखला बाजारात आणली, बाजारात मिळालेल्या प्रतिसादानं उत्साहित होऊन २०१५ साली टाटा केमिकल्सनं नवीन तयार केलेल्या अम्ब्रेला ब्रॅन्डखाली मसाले बाजारात आणले – 'संपन्न'. अलीकडेच, रेडी-टू-कुक विभागात कंपनीनं 'चिल्ला मिक्स' (धिरडी पीठ) आणि बहुधान्यांची 'खिचडी मिक्स' ही उत्पादनं सादर केली आहेत.

तर मग, कोणतं उत्पादन तयार करायचं हे कसं ठरवलं जातं?

२०१७च्या नोव्हेंबर महिन्यात शेफ संजीव कपूर यानं वर्ल्ड फूड काँग्रेसमध्ये ९१८ किलो खिचडी बनवण्याचा विक्रम केला. ही बाब संपन्नच्या टीमसाठी प्रेरणादायी ठरली.

अशिम मलिक हे सध्याचे टाटा केमिकल्स इनोव्हेशन सेंटरचे[८] प्रमुख म्हणतात की योग्य चव आणि पोत मिळवणं हे एक प्रचंड मोठं आव्हान होतं. शिवाय,

---

७. डाळी मिळवण्यासाठी टाटा केमिकल्स सध्या ४ राज्यांमधला १,५०,००० शेतकऱ्यांशी करारबद्ध आहे.

८. पुण्याजवळ दरावली इथे आता सर्व सुविधांनी युक्त असं केंद्र आहे.

बाजरीसारखी तृणधान्यं प्रयोग करण्यासाठी कठीण आहेत. मात्र, या कामाचा ध्यास घेतलेल्या निश्चयी बहुविषयक टीमनं खिचडी मिक्स केवळ ५२ दिवसात यशस्वीपणे बाजारात सादर केलं.

पूर्वी, कंपनी कोणतंही उत्पादन किराणा दुकानांच्या मार्फत बाजारात आणायची. पण आज, 'ऑनलाइन आधी' हे धोरण अमलात आणलं जातं, जेणेकरून ग्राहकांचा प्रतिसाद कसा आहे हे लवकर समजतं.

"शिजवण्यासाठी तयार पदार्थ (रेडी मिक्स) आम्ही ॲमेझॉन आणि बिग बास्केटवर विकायला ठेवतो. खिचडीचा प्रयोग यशस्वी झाला पण भज्यांच्या पिठाचा प्रयोग फसला... ते पीठ आता बदल करून पुन्हा नव्यानं तयार करण्यात येत आहे!"

आपल्या अवतीभोवती दिसत असलेल्या वास्तवातून निर्माण झालेल्या कल्पनाच यशस्वी ठरतात. आणि या कल्पना कोठूनही येऊ शकतात. मुकुंदन यांना नागपूरच्या बाजारपेठेला दिलेली एक भेट आठवते.

त्यांनी एका किरकोळ विक्रेत्याला विचारलं, "कसा चालला आहे धंदा... आपण आणखी काय करू शकतो?"

त्या विक्रेत्यानं उसळून उत्तर दिलं, "तुम्ही नीट नियोजन करत नाही!"

CEO महोदयांना कुतूहल वाटलं... याचा अर्थ काय?

"सर, तुम्ही चण्याची डाळ बाजारात आणलीत," तो म्हणाला.

"पण बेसन ही खरी अडचण आहे. बेसनात भेसळ असू शकते."

टाटा हा ब्रॅन्ड म्हणजे विश्वासाचं प्रतीक, त्यानं निदर्शनास आणून दिलं. 'तुमचं बेसन लोक घेतील.'

बेसन बनवण्याची योजना भविष्यासाठी ठेवली गेली होती, पण या निरीक्षणामुळे या उत्पादनाची प्रक्रिया जलदगतीनं केली गेली आणि आज संपन्नच्या उत्पादनांपैकी ३० टक्के वाटा हा बेसनानं (चण्याच्या डाळीच्या पिठानं) उचलला आहे.

कोणत्याही नव्या व्यवसायात उतरणं सोपं नाही. तुम्ही चुका करणारच आणि त्या चुका महागात पडू शकतात.

काळजीपूर्वक विचार केल्यानंतर, संपन्न टीमच्या डोक्यात एक कल्पना आली – 'सुगीच्या मोसमात डाळींची खरेदी' करण्याची. त्यामागे तर्कशास्त्र हे होतं की तुम्ही वर्षातून एकदाच मोठ्या प्रमाणावर खरेदी करायची आणि वर्षभर त्यांची विक्री करायची. त्यामुळे, ग्राहकांना तुम्ही स्थिर किमतीनं विकू शकता. मात्र, सरकारनं जेव्हा अधिप्राप्ती/ खरेदी धोरणात बदल केले, तेव्हा हे मॉडेल/ निदर्श अनिश्चिततेच्या भोवऱ्यात सापडलं.

संपन्न टीमला यापासून एक महत्त्वाचा धडा मिळाला आणि त्यांनी आपल्या

धोरणात काही फेरबदल केले. आता कंपनी मोठ्या प्रमाणावर साठा करून ठेवत नाही. मात्र, या दरम्यानच्या काळात, २०१७च्या दुसऱ्या तिमाहीत, कंपनीला ४० कोटी रुपयांचा तोटा झाला. कोणत्याही कंपनीसाठी हा खूप मोठा फटका ठरला असता. पण, टाटा केमिकल्सनं हा धक्का पचवला.

सोडा ॲशच्या व्यवसायात फार मोठ्या प्रगतीची अपेक्षा नसली तरी कंपनीच्या महसुलांपैकी ६० टक्के वाटा या व्यवसायाचा आहे आणि नफ्याचासुद्धा मोठा भाग तिच्याकडून येतो. ही अशी एक 'कामधेनू' आहे जी इतर नव्या उद्योगांना पाठबळ देते... एक असा अंतर्गत भांडवल पुरवठादार ज्याच्याकडे कोणत्याही बाहेरच्या गुंतवणूकदारापेक्षा खूप जास्त संयमाचा साठा आहे.

ही चांगली गोष्ट आहे, कारण प्रयोगशाळा ते बाजारपेठ हा अवघड रस्ता आहे. त्यासाठी स्वत:वरचा विश्वास आणि खात्री दृढ असावी लागते.

आणि 'लगे रहो' दृष्टिकोनही.

एक CEO म्हणून तुम्ही तुमच्या बोर्डाला, तुमच्या अध्यक्षांना आणि तुमच्या भागधारकांना बांधील असता. हे सगळं सांभाळणं ही एक तारेवरची कसरत असते.

'कमी वजनाच्या' कार्स बनवण्यासाठी शास्त्रज्ञांकडे 'नॅनो प्लॅस्टिक' उपाययोजना आहे. पण, ती घ्यायला कोणी नाही.

त्यांनी 'नॅनो सिमेंट' तयार केलं, ज्याची मजबुती वेगळ्या प्रकारची आहे; पण ते कधी चाललंच नाही.

'नॅनो फर्टिलायझर (खत)' ही फार छान संकल्पना होती. शेतकऱ्यांनी ती कधीच उचलून धरली नाही.

म्हणून, आव्हान हे आहे की एखादं तंत्रज्ञान घ्यायचं आणि ते 'चपखल बसेल' असा एखादा उद्योग शोधायचा.

"तुम्ही जर सिलिकाचं उदाहरण घेतलं तर आमचे शास्त्रज्ञ तिचा वेगवेगळ्या रूपात वापर करू शकतात... ती कागद बनवण्यासाठीही वापरता येते, आणि प्रसाधन उद्योगातही..."

पण, सीएट - CEAT सारख्या टायर उत्पादकांनी त्यांच्या उत्पादनात HDSचा (Highly Dispersible Silica) वापर करण्यात रस दाखवला. म्हणून, गेल्या ३ वर्षांपासून टाटा केमिकल्स त्यांच्यासह एक उपयोजना विकसित करण्यासाठी काम करत आहे. ते मोठ्या प्रमाणावर करण्यासाठी कंपनीनं २९५ कोटी रुपयांची गुंतवणूक केली आहे, त्यामध्ये तमिळनाडूतल्या कुड्डलोर इथे एका सिलिकाच्या कारखान्याचा ताबा घेण्याचाही समावेश आहे.

मुळापासून एखादा कारखाना उभारण्याऐवजी, एखादा तयार कारखाना विकत घेण्यामागे, एखाद्या संकल्पनेचं परीक्षण करण्यापासून ते तिचं व्यावसायिक उत्पादन

करेपर्यंत जो वेळ लागतो तो वाचावा हे एकमेव उद्दिष्ट असते.

तरीही, सध्याच्या स्टार्ट-अपच्या जगात, ही वाटचाल सावकाश चालली आहे असं वाटतं. मुकुंदन यांचं यावरचं तात्त्विक विवेचन असं आहे :

'जहाज पूर्णपणे वळवण्यासाठी वेळ लागतो... एकदा का नवीन दिशा ठरली की ते जलदगतीनं जाऊ शकतं. मला वाटतं, आम्ही अजून जहाज वळवण्याच्या अवस्थेत आहोत...'

टाटांचा उत्क्रांतवादी विकासमूलक पद्धतीवर विश्वास आहे. पण, आवश्यक असेल तिथे ते क्रांतिकारी मार्गही अवलंबतात.

खतांचा उद्योग विकण्याच्या निर्णयावरून ही गोष्ट स्पष्ट दिसून येते. या उद्योगामुळे टाटा केमिकल्सची वार्षिक उलाढाल १७,७०८.१४ कोटी रुपयांवरून (२०१५-१६ या आर्थिक वर्षात) १०,३४५.३६ कोटी रुपयांवर (२०१७-१८ या आर्थिक वर्षात) आली.

एखादी कंपनी अशी कठोर पावलं का बरं उचलेल? हे समजून घेण्यासाठी, घड्याळाचे काटे थोडे उलटे फिरवू या.

१९९४ साली उत्तर प्रदेशातल्या बाबराला इथे टाटा केमिकल्सनं युरिया आधारित एक खत कारखाना उभारला होता. कंपनीनं नंतर पश्चिम बंगालमध्ये हल्दिया इथे असलेला युनिलिव्हर कंपनीचा फॉस्फेट - आधारित कारखाना विकत घेतला. पण, तटस्थपणे जवळून निरीक्षण केल्यावर एक गोष्ट स्पष्ट झाली. हा भांडवलाचा पूर्ण क्षमतेनं केलेला उपयोग नव्हता.

"आम्हाला जाणवलं की खतउद्योग हा सवलतींवर आधारित उद्योग आहे आणि २ दशकांनंतर आमचा बाजारातला हिस्सा ३ टक्क्यांपेक्षाही खाली घसरला."

म्हणून, हा खतउद्योग विकण्याचा निर्णय घेण्यात आला. ही प्रक्रिया पूर्ण व्हायला ३-४ वर्षं लागली, कारण टाटा केमिकल्सचा 'योग्य खरेदीदार' मिळवण्यावर भर होता. अखेरीस, २०१८ साली बाबराला आणि हल्दिया इथले कारखाने अनुक्रमे यारा आणि इंडोरामा यांना विकण्यात आले. या नवीन वास्तवाशी जुळवून घेण्याचा प्रयत्न कर्मचारी करत आहेत, 'टाटा कुटुंबा'चा एक भाग असण्याची जाणीव हळूहळू बोथट होत आहे.

एखादा माळी जशी झाडांच्या फांद्यांची प्रेमानं छाटणी करतो, तशीच एक CEO आपल्या व्यवसायरूपी झाडाचीही छाटणी करतो. त्या व्यवसायाला नवीन धुमारे फुटण्यासाठी असं करणं गरजेचं असतं.

खतउद्योगातून झालेल्या नुकसानीमुळे प्रत्यक्षात टाटा केमिकल्सच्या नफ्यात भरच पडली. २०१५-१६ या आर्थिक वर्षात नफा होता ७८०.१६ कोटी रुपये तर २०१७-१८ या आर्थिक वर्षात तो झाला २७०२.४९ कोटी रुपये. सोडा

ॲशचा पारंपरिक व्यवसाय आणि उपकंपनी असलेल्या रॅलीस इंडियाचा कृषिरासायनिक व्यवसाय वर्चस्व कायम राखून असताना पुढच्या ३ ते ५ वर्षात हे चित्र बदलेल.

"आमचे नवीन व्यवसाय एकूण नफ्यामध्ये ५० टक्के ते ६० टक्के वाटा उचलतील अशी आमची अपेक्षा आहे!"

यासंदर्भात, बंगळुरूच्या रॅलीस इनोव्हेशन केमिस्ट्री लॅबचा उल्लेख केलाच पाहिजे. ही प्रयोगशाळा पर्यावरणस्नेही कृषी उत्पादनांवर संशोधन करते. बियाण्यांच्या संकरित प्रजातींवर काम करणारी एक तरुण बायोटेक कंपनी मेटाहेलिक्स लाइफ सायन्सेस, रॅलीस इंडियानं अधिग्रहित केली आहे.

'हवेत वर उडवलेले' चेंडू बरेच आहेत... त्या सगळ्यांवर नजर ठेवणं हे कौशल्याचं काम आहे. आणि 'कामाव्यतिरिक्त असलेल्या आयुष्याचं' काय? सगळ्याचा समतोल कसा साधला जातो...

"मला वाटतं, काम आणि आयुष्य यांचा समतोल वगैरे असं काही नसतंच," मुकुंदन म्हणतात.

"या दोघांमध्ये कमी-जास्त अशी तुलना होत नसते, दोन्ही गोष्टींना तुम्हाला जास्त महत्त्व द्यावंच लागतं."

अर्थात, हे सांगणं सोपं असलं तरी करणं कठीण असतं, आंतरराष्ट्रीय स्तरावर अनेक भेटीगाठी सुरू असताना मुकुंदन यांना प्रवासाचं नियोजन करावं लागतं. आणि रात्री उशिरा फोनवरही बोलावं लागतं.

या सगळ्या धामधुमीत मुकुंदन यांच्या व्यायामाच्या नियमिततेचा बळी मात्र गेला आहे. वानखेडे स्टेडिअमला १० चकरा मारण्यावरून हा व्यायाम आता सकाळचं फिरणं आणि थोडाफार योग यावर आला आहे. सकाळी फिरताना संगीत ऐकण्याची त्यांना आवड आहे – जुन्या हिंदी गाण्यांपासून ते नवीन हिंदी गाण्यांपर्यंत आणि जॅझपर्यंत – हे सगळं बोस (Bose)च्या हेडसेटमध्ये वाजत असतं.

वाचन हा आणखी एक आवडता छंद. त्यांनी अलीकडेच वाचलेलं आणि त्यांना प्रभावित करून गेलेल्या पुस्तकाचं शीर्षक फारच रोमहर्षक आहे : 'All I Want to Know Is Where I'm Going To Die so I'll Never Go There : Buffett & Munger - A Study in Simphicity and Uncommon, Common Sense.' या पुस्तकाची शिफारस टाटा केमिकल्सच्या एका भागधारकानं, 'गोष्टी आणखी चांगल्या प्रकारे कशा कराव्यात' याबाबत मार्गदर्शन व्हावं म्हणून केली होती!

त्यांचा मुलगा अमेरिकेत शिक्षण घेत असल्यामुळे 'बाळ जातो दूर देशी...' ('Empty nest' syndrome) अशी घराची अवस्था आहे.

काळजीपूर्वक नियोजन करून कुटुंबाबरोबर सुट्या घालवल्या जातात. त्या ८ किंवा १० दिवसांपुरत्याच मर्यादित असल्या तरी त्यातून जास्तीत जास्त आनंद लुटण्याचा मानस असतो.

"भेट देण्याआधी कोणत्याही ठिकाणाबद्दल माहिती मिळवायला मला आवडतं... त्यामुळे प्रवासाचा अनुभव अधिक समृद्ध होतो!"

भारताबाहेर असले तरी ते सतत 'भारतीय पद्धतीच्या भोजना'च्या शोधात असतात अशी त्यांच्या पत्नीची तक्रार असते. मुकुंदन त्यावर नुसतेच हसतात... तसेच आहेत ते.

पांढरे शुभ्र ढग आणि निळंशार आकाश
मनासारखं योग्य काम करून मिळतो समाधानाचा
प्रकाश आणि मी मलाच सांगतो मग...
किती अद्‌भुत आहे हे जग

तरुण व्यवस्थापकांसाठी अनुभवाचे चार शब्द

मी फक्त एवढंच सांगेन की तुम्ही काम केलं पाहिजे, त्याच वेळी तुम्ही जे करता यातून तुम्हाला आनंद मिळाला पाहिजे.

आणि दुसरी गोष्ट म्हणजे अशा लोकांबरोबर काम करावं जे तुमच्या मूल्यांसारखीच मूल्यं मानणारे असतात. असं असेल तर तुमच्या मनाचा गोंधळ उडत नाही.

या दोन गोष्टी जर जागच्या जागी असतील तर तुमचं पद, तुमच्यावरच्या जबाबदाऱ्या, सगळं काही आपसूक येतं.

एका कंपनीचा प्रमुख म्हणून तुम्हाला हे जाणवतं की तुमच्या टीमचे सदस्य हे त्यांच्या क्षेत्रातले तज्ज्ञ आहेत आणि तुम्ही जी महत्त्वाची गोष्ट करता ती ही की तुम्ही त्या सगळ्यांना एकत्र सांधण्याची - एका 'डिंका'ची - भूमिका बजावता... म्हणजेच, एखाद्या उद्दिष्टावर आमचं सगळ्यांचं एकमत होतं आणि मी जास्तीत जास्त काय करू शकतो, तर त्या उद्दिष्टाच्या जाणिवेचं संयोजन करतो, सगळे एकदिलानं, एका सुरात काम करत आहेत ना हे पाहतो. बस् बाकी जास्त काही नाही.

जग फार झपाट्यानं बदलत चाललं आहे, म्हणून तुमच्या कनिष्ठांचं, भागधारकांचं, पुरवठादारांचं म्हणणं कान उघडे ठेवून ऐका, खुल्या दिलानं स्वीकारा – कोणी सांगावं, एखादी महान कल्पना कोणत्या दिशेनं येईल ते!

सगळं काही प्रफुल्लित / उज्ज्वल आणि सुंदर

अगदी एखाद्या CSR (corporate social responsibility) निगमित सामाजिक जबाबदारीलाही भरभराटीसाठी व्यावसायिक विचार आणि नेतृत्व यांची गरज असते.

आणि काही वेळा व्यवस्थापिकेला मॉडेल म्हणूनही भूमिका निभावावी लागते

१९९६ साली, कच्छ प्रदेशाला भीषण दुष्काळाचा सामना करावा लागला. त्या वेळी, टाटा केमिकल्स सोसायटी फॉर रूरल डेव्हलपमेन्टनं (TCSRD) आजूबाजूच्या खेड्यांमधल्या स्त्रियांबरोर काम करायला सुरुवात केली.

ओखामंडलच्या अरंभाडा खेड्यातल्या रामीबेन नांगेश या त्यातल्याच एक.

"... तेव्हा २० भगिनींसोबत गावात जाऊन काम सुरू केलं..." त्या आठवण सांगतात.

त्या सगळ्या २० महिला राबरी जमातीच्या होत्या. वैशिष्ट्यपूर्ण गोंदण पद्धतीसाठी, दागिने आणि हातानं केलेल्या भरतकामानं आणि ॲप्लिक वर्क (applique work) यांनी युक्त पेहरावासाठी ही जमात ओळखली जाते.

मग, हीच कौशल्यं वापरून थोडीफार कमाई का करू नये?

ही चांगली कल्पना होती, पण त्यात अनेक अडथळे होते. पहिला अडथळा

होता की त्या महिला त्यांची घरं सोडून केंद्रावर जाऊन काम करायला इच्छुक नव्हत्या, मग आता काय करायला हवं?

"आम्ही वितरण पद्धतीनं उत्पादन करायचं ठरवलं... कच्चा माल, सामान आणि उत्पादनाबद्दलच्या सूचना आम्ही रिक्शानं घराघरात पोचवायला आणि काम पूर्ण झाल्यावर ते प्रत्येक घरी जाऊन घेऊन यायला सुरुवात केली."

२००२ साली TCSRDनं 'ओखाई' नावाची एक सामूहिक संस्था सुरू करून या उपक्रमाला एक अधिकृत ओळख प्राप्त करून दिली. अधिकाधिक महिला या संस्थेच्या बोर्डावर यायला लागल्या.

"आम्ही गांधीनगरच्या NIFT या संस्थेत जाऊन डिझायनिंग, विपणन, मूल्यांकन आणि दर्जा नियंत्रण म्हणजे काय हे शिकलो!" रामीबेन सांगतात. त्या आता ओखाईच्या वरिष्ठ कारागीर आणि बोर्ड सदस्य आहेत.

तयार माल 'ओखाई' या ब्रॅन्डखाली मिठापूर आणि जमशेदपूर (या टाटा टाउनशिप्समध्ये) आणि अहमदाबादच्या किरकोळ विक्री केंद्रामध्ये विकायला ठेवला.

परंतु, २०१५ च्या जूनमध्ये हे सगळं बदललं. कीर्ती पूनिया ही एक तरुण इंजिनिअर होती. तिनं TCS, TAS आणि टाटा केमिकल्समध्ये काम केलं होतं. तिनं एक धाडसी आणि असाधारण निर्णय घेतला.

"मला नेहमीच फॅशन जगताबद्दल आकर्षण वाटत आलं होतं... म्हणून, एका बोर्ड सदस्याच्या विनंतीवरून मी ओखाईसोबत ३ महिन्यांचा प्रकल्प करण्याची आपण होऊन इच्छा दर्शवली," ती सांगते.

याची सुरुवात करताना, जिथे ओखाईची उत्पादनं बनायची त्या सगळ्या ठिकाणांना कीर्तीनं भेट दिली, जेणेकरून त्या कारागिरांना चांगल्या पद्धतीनं समजून घेता यावं.

"मला असं जाणवलं की, कोणत्याही फॅशन ब्रॅन्डप्रमाणे ओखाईनंही जोशात काम करायला हवं!"

यासाठी एक मार्ग होता की त्या कारागिरांना जगासमोर आणायचं – त्यांना दिल्ली, मुंबई आणि बंगळुरू इथल्या प्रदर्शनांमध्ये भाग घ्यायला लावायचं. म्हणजे त्यांना त्यांचे ग्राहक पाहायला मिळतील आणि त्यांच्याशी थेट संवाद साधता येईल.

हळूहळू, त्या महिलांमध्ये आत्मविश्वास जागृत झाला आणि 'काय विकलं जाईल' याचा अंदाज त्यांना आला.

दुसरा मार्ग होता ओखाईची उत्पादनं सगळीकडे उपलब्ध करून देण्याचा, हे आता ई-कॉमर्स मार्फत शक्य होणार होतं. परंतु, एकही पैसा हाताशी नसताना ग्राहकांचा ओघ कसा वळवायचा?

कीर्तीनं फेसबुक आणि इन्स्टाग्रामवर अकाउंट्स उघडली. ती केवळ ओखाईची 'सोशल मीडिया मॅनेजर'च झाली नाही, तर तिनं त्यासाठी मॉडेल म्हणून दुहेरी जबाबदारी उचलली.

''एका फोटोत मी माझ्या सेलफोनवर बोलत आहे, काम करत असल्याचा बहाणा करत आहे, तर एक कारागीर माझ्या कपड्यांवर अजूनही काम करत आहे...''

अशा प्रकारच्या गमतीदार आणि रंगीबेरंगी पोस्ट्सनं खूप जणांना आकर्षित केलं. (२९.६ हजार इन्स्टावर आणि १०८.७ हजार फेसबुकवर) आणि लोकप्रियतेबरोबरच ओखाईच्या वेबसाइटवरच्या विक्रीत अचानक मोठी वाढ झाली.

आज, ओखाईशी भारतभरातल्या १४०० महिला जोडल्या गेल्या आहेत आणि २०१९ हे आर्थिक वर्ष संपताना ३ कोटी रुपयांवर विक्रीचा आकडा नेण्यासाठी ओखाई सज्ज झाली आहे.

भारतातल्या सगळ्या भागांमधल्या कारागिरांना बोर्डावर घेण्याची आणि ओखाईच्या व्यासपीठावरून किरकोळ विक्री करण्याची योजना आहे.

हा ३ महिन्यांचा प्रकल्प अधिकृतरीत्या कधी संपलाच नाही – कीर्ती पूनिया ही आता प्रकल्पप्रमुख आहे. ही नोकरी आहे असं आता ती मानत नाही. हे तिचं कर्तव्य आहे असं तिला वाटतं.

लहान मुलगी असताना शाळेच्या वहीच्या मागच्या पानावर कीर्तीनं एकदा 'व्यावसायिक योजने'चा आराखडा तयार केला होता. तिला फॅशन व्यवसाय सुरू करायचा होता. पण आज ते करण्याची गरज तिला वाटत नाही.

''एक उद्योजक बनण्यात जितकी मजा आहे तितकीच मजा आंतरउद्योजकतेमध्ये सुद्धा आहे. एका भल्या मोठ्या संघटनेची ताकद माझ्या मागे असताना... मी कितीतरी आणखी गोष्टी करू शकते!''

हर्ष भानवाला
नाबार्ड

आज एक बँकर असणं हे मोठं जिकिरीचं मानलं जातं. हर्ष भानवाला हे अशा काही मोजक्या लोकांपैकी एक आहेत ज्यांचं मस्तक अभिमानानं उंचावलेलं आहे. त्यांच्या कार्यकाळात, NABARD चा ताळेबंद २१३,००० कोटी रुपयांपासून वाढत जाऊन ३५४,००० कोटी रुपयांपर्यंत गेला आहे, आणि NPAs (Non-Performing Assets) शून्य आहेत. शिवाय त्याची कार्यकक्षा कर्ज देण्यापुरती मर्यादित राहिली नसून विस्तार होत होत भारतातल्या शेतकऱ्यांच्या समस्या सोडवण्यापर्यंत गेली आहे.

मातीचा सुपुत्र / भूमिपुत्र

NABARD (National Bank for Agricultural and Rural Development - शेती आणि ग्रामीण विकास राष्ट्रीय बँक)चं कार्यालय म्हणजे बांद्रा कुर्ला कॉम्प्लेक्समधली एक चक्रव्यूहासारखी रचना असलेली इमारत आहे.

तिथे मोकळी जागा आहे, खूप मोकळी जागा आहे. मुंबईसारख्या शहरात ही बाब विरळच.

मी राहत असलेल्या घरापेक्षाही अध्यक्षांचं कार्यालय मोठं आहे. ते मोकळंढाकळं आहे, प्रभावी आहे.

एका भल्या मोठ्या टेबलामागे एक असा माणूस बसलेला असतो, जो एका जागी स्थिर बसलेला असतानाही उत्साह आणि ऊर्जा यांची प्रभा त्याच्या भोवती जाणवत राहते. त्याच्या चेहऱ्यावर एक प्रामाणिक, मनापासून आलेलं हास्य विलसत असतं आणि डोळ्यात असते चमक.

एक तरुण आयआयएम पदवीधर असताना हर्ष भानवाला यांनी एक असाधारण निर्णय घेतला. एखाद्या वलयांकित बहुराष्ट्रीय कंपनीची वाट न धरता कमी वलय असलेल्या सार्वजनिक संस्थेचा रस्ता पकडला.

आणि २० वर्षांनंतर, अशा नोकरीतली सुरक्षितता आणि फायदे सोडून खासगी क्षेत्रात जाण्याचा अनन्यसाधारण निर्णय घेतला.

आणि काही वर्षांनी ते पुन्हा परतले ते तिचा अध्यक्ष म्हणून.

स्वत:बद्दलचा विश्वास आणि खात्री ठासून भरलेला हा माणूस. पण एक

असाही माणूस जो आपल्या मुळांना विसरला नाही. 'खरा भारत' त्याला समजला आहे आणि तो त्याची अजूनही पर्वा करतो.

आपण हवामानातल्या बदलांची चर्चा करत असतो. हर्ष मला सांगतात की, 'ग्रीन क्लायमेट फंड' कडून मान्यता मिळालेली NABARD नाबार्ड ही एकमेव राष्ट्रीय संस्था आहे.

माझं शंकेखोर मन मला स्वस्थ बसू देत नाही. कितीतरी संस्था अशा प्रश्नांवर दिखाऊ काळजी/ वरवरची काळजी असल्याचं दाखवतात. ते ऐकायला छान वाटतं आणि वार्षिक अहवालात वाचायलाही छान वाटतं.

पण मग ते शेरा मारतात, ''तुम्ही आणि मी छान वातानुकूलित खोलीत बसून बोलत आहोत, बाहेरच्या उकाड्याचा आपल्याला त्रास होत नाही. वातावरणातल्या बदलाचा सगळ्यात जास्त परिणाम गरिबांवर होतो.''

आणि ते त्यांच्या दृष्टीनं खूप महत्त्वाचं आहे. मोठमोठ्या आकड्यांशी संबंध येणारा आणि मोठमोठे निर्णय घेणारा माणूस आपले खरे 'ग्राहक' कोण आहेत हे कधीच विसरत नाही, ही गोष्ट खूप महत्त्वाची आहे.

एक शेतकरी, एक जिवंत माणूस. तो कागदावरचा केवळ एक आकडा नसतो.

कितीही उंच भरारी घेतलीत तरी नम्र रहा, पाय जमिनीवरच ठेवा.

अशी माणसं बनावीत आणि टिकून राहावीत एवढीच माझी प्रार्थना आहे/ एवढंच माझं मागणं आहे.

हरयाणाच्या सोनपत जिल्ह्यातल्या कसंधी गावात हर्ष भानवाला यांचा जन्म झाला.

"आम्ही शेतकरी समुदायातले असलो तरी माझे आई-वडील शिक्षक होते आणि माझ्या आईचा माझ्यावर खूप मोठा प्रभाव होता."

ती जिल्ह्यातली बहुधा पहिलीच महिला पदवीधर होती, इतकंच नाही तर खानपूर कलान मधल्या कन्या गुरुकुलाची मुख्याध्यापिकाही होती.[१] अत्यंत शिस्तीची असलेली माझी आई आर्य समाजाची परंपरा पाळणारी होती. ती रोज सकाळी यज्ञ करायची. हर्ष आणि त्यांच्या ३ बहिणी रोज पहाटे ५ वाजता उठतील याकडे तिचा कटाक्ष असायचा, मग उन्हाळा असो की हिवाळा.

"नित्यकर्म/ रोजची आन्हिकं उरकल्यानंतरच आम्हाला न्याहरी मिळायची!"

पण, फक्त काम आणि खेळणं वगैरे नाही, असं मुळीच नव्हतं. लहान असताना हर्ष गावाच्या सभोवती असलेल्या शेतांमध्ये मनसोक्त हुंदडायचे. कुटुंबाची ५ एकर शेती होती, त्यामध्ये वेगवेगळी पिकं घेतली जायची. हिवाळ्याच्या दिवसांमध्ये फुलणारं पिवळ्या-पिवळ्या फुलांचं मोहरीचं शेत आणि गव्हाच्या ओंब्या यांच्या आठवणी त्यांच्या मनात खोलवर रुजलेल्या आहेत.

"प्रत्येक पिकाचा आपला असा एक गंध असायचा आणि निसर्गाच्या इतक्या जवळ असण्याच्या जाणिवेचं तर वर्णन करणंच अशक्य... मला तिथे राहायला खूप आवडायचं!"

७व्या इयत्तेत हर्ष यांना मोतीलाल नेहरू स्कूल ऑफ स्पोर्ट्‌समध्ये प्रवेश मिळाला. ही हरयाणा सरकारनं सुरू केलेली एक निवासी शाळा होती. क्रीडा विभागाकडून मिळालेल्या अनुदानावर ही शाळा चालवण्यात येत होती, परंतु तिथे सर्वप्रकारचं शिक्षण दिलं जायचं. दिल्ली पब्लिक स्कूल आणि मेयो कॉलेजमध्ये दिलं जातं त्याप्रमाणे हे शिक्षण होतं, अगदी किमान शुल्क आकारून.

"सगळे विद्यार्थी ग्रामीण पार्श्वभूमी असलेले होते, हरयाणाच्या विविध भागांमधून ते आले होते... आमच्यातल्या बहुतेक जणांना इंग्लिश बोलता येत नसे."

या शाळेनं खूप नवे अनुभव दिले : वादविवाद, वक्तृत्व, सांघिक खेळ. दह्याची चव हीसुद्धा एक नावीन्यपूर्ण गोष्ट होती. वर्षातून दोन वेळा मुलं हिमाचल किंवा उत्तराखंडात गिर्यारोहण करायला जायची. १५ किमी चालणं, तेही पाठीवर सामान आणि तंबू घेऊन, ही काही साधी गोष्ट नव्हती. पण, संघभावना त्यांना पुढे जायला उद्युक्त करायची.

---

१. आता ते हरयाणातल्या सोनपत जिल्ह्यातलं महात्मा भगतफुलसिंग महिला विद्यापीठ म्हणून ओळखलं जातं.

"आम्ही गाणी गात असू, एकमेकांचं मनोधैर्य वाढवत असू. अगदी छोटी-छोटी उद्दिष्टं गाठल्यावरही काहीतरी साध्य केल्याचं समाधान मोठं असायचं."

वर्षातून दोनदा, सुट्ट्यांच्या काळात, गावी जायला मिळायचं. तिथे कसा वेळ घालवला जायचा? एकमेकांना विनोद सांगणं, पत्ते खेळणं (पाच-तीन-दोन सारखे खेळ). सगळी भावंडं एकत्र बसून भेंड्या खेळायची आणि नकला करायची. मित्र, शिक्षक, मोठी मंडळी कोणीही यातून सुटायचं नाही! पण, विनोदही असे केले जायचे की कोणी दुखावलं जायचं नाही.

एक विद्यार्थी आणि घराचा कर्णधार म्हणून काही वर्षं पार पडल्यावर कॉलेजमध्ये जाण्याची वेळ आली. त्यासाठी न कोणाचं मार्गदर्शन होतं, न करिअर समुपदेशन.

"मला एकच गोष्ट माहीत होती – 'व्यावसायिक अभ्यासक्रम घ्यायचा आहे.' कारण, त्यामुळेच मला नोकरी मिळणार होती!"

हर्ष यांच्या १२वीच्या गुणांमुळे त्यांना राज्यातल्या आघाडीच्या इंजिनिअरिंग कॉलेजमध्ये आणि राष्ट्रीय दूध उत्पादन संशोधन संस्था, कर्नाल (NDRT - National Dairy Research Institure) इथे प्रवेश मिळाला. एका हितचिंतकानं सांगितलं की तू जर दूध उत्पादन प्रक्रिया शिकलास तर तुला नक्की नोकरी मिळेल. त्यामुळे त्यांनी ४ वर्षांच्या दूध-उत्पादन तंत्रज्ञान या अभ्यासक्रमासाठी NDRI मध्ये प्रवेश घेतला. त्यामध्ये रसायनशास्त्र, जीवरसायनशास्त्र, आनुवंशिकी विज्ञान, अभियांत्रिकी आणि अन्नप्रक्रिया या विषयांचा समावेश होता.

> माझं संगोपन आणि शिक्षण यामुळे माझा दृष्टिकोन अतिशय सकारात्मक आणि व्यापक झाला होता. मी शाळेतून उत्तीर्ण होऊन बाहेर पडलो तेव्हा मला 'जात' हा काय प्रकार असतो ते माहीत नव्हतं.

तिसऱ्या वर्षात प्रत्येक विद्यार्थ्याला इंटर्नशिप पूर्ण करणं अनिवार्य होतं. हर्ष यांना सहारनपूर इथल्या इंडो-डॅनिश दूध उत्पादन कारखान्यात पाठवण्यात आलं. याचाच अर्थ, रात्रपाळीत काम करावं लागणार होतं आणि स्वच्छतागृह, वसतिगृह अत्यंत अविकसित, प्राथमिक अवस्थेत होतं. हा अनुभव डोळे उघडणारा होता.

"मला अशा ठिकाणी काम करायची इच्छा नाही!" त्यांच्या मनात विचार आला.

नोकरी महत्त्वाची आहेच, पण कोणतीही जुनाट नोकरी नाही चालणार. "मला माझ्या जिजाजींसारखी नोकरी पाहिजे."

हर्ष यांच्या मोठ्या बहिणीचा विवाह अहमदाबादच्या आयआयएममधून MBA झालेल्या सद्गृहस्थांशी झाला होता. ते एका बहुराष्ट्रीय कंपनीत होते, गाड्यांमधून आणि विमानानं प्रवास करायचे. ते जेव्हा क्षेत्र भेटींसाठी जायचे तेव्हा त्यांच्यासोबत

नेहमीच २-३ कनिष्ठ कर्मचारी असायचे. हर्ष यांनी ठरवलं – बस्स, हेच खरं आयुष्य! त्यांनी जिजाजींचा सल्ला विचारला – CAT साठी कशी तयारी करायची?

तो ८०च्या दशकाचा सुरुवातीचा काळ होता, कोचिंग क्लासेसचा सुळसुळाट तेव्हा झाला नव्हता. त्यामुळे, हर्ष यांनी आपली शब्दसंख्या वाढवण्यावर, भाषा सुधारण्यावर भर दिला, वाचनाचा वेग वाढवायला सुरुवात केली.

"माझ्याकडे खिशात मावेल अशी छोटी डायरी होती. मी जर एखाद्या मासिकातलं संपादकीय वाचलं तर त्यातलं मला समजलेलं मी माझ्या शब्दात लिहून ठेवायचो."

B.Tech पदवीधारक असल्यामुळे गणित चांगलं होतं. हर्ष यांनी पहिल्याच प्रयत्नात CATची परीक्षा पार केली आणि आयआयएम अहमदाबादच्या २ वर्षांच्या पदव्युत्तर SPA अभ्यासक्रमासाठी (Specialisation in Agriculture) कृषी विशेषज्ञता, प्रवेश घेतला. SPA चं पहिलं वर्ष हे नियमित MBA अभ्यासक्रमासारखं सगळ्यांसाठी समान असतं; दुसऱ्या वर्षी संपूर्ण भर हा ग्रामीण विभागावर दिला जातो.

आयआयएममध्ये प्रवेश घेणाऱ्या प्रत्येकाला बसतो तसा हर्ष यांनाही थोडा धक्का बसलाच. तिथे तुम्हाला आयत्या नोट्स कोणी देत नाही, घोकंपट्टी नसते. तुम्ही वाचावं, केस स्टडीजची तयारी करावी, वर्गातल्या चर्चांमध्ये भाग घ्यावा अशी अपेक्षा असते. आणि प्राध्यापकांना जेव्हा आणि जसं वाटेल तसे ते अचानकपणे कोड्यात टाकणारे प्रश्न विचारायचे, कूटप्रश्नांची उकल करायला सांगायचे.

"मला MSM (Mathematics & Statistics in Management)- व्यवस्थापनातील गणित आणि संख्याशास्त्र या विषयातला एक कूटप्रश्न अजूनही आठवतो. ते प्रो. व्ही. एल. मोटे यांनी तो विचारला होता. वर्गातल्या १८० पैकी जवळजवळ १३० विद्यार्थी नापासच झाले होते असं म्हणायला पाहिजे!"

अर्थात, लवकरच विद्यार्थ्यांना या नवीन शिक्षण पद्धतीची सवय होते, ते रुळतात. हर्ष यांचा क्रमांक कधीच वरचा नसायचा, ते अधेमध्ये कुठेतरी असायचे. कॉलेजमध्ये चालणाऱ्या, असणाऱ्या खेळविषयक विविध सुविधांचा मात्र हर्ष यांनी पुरेपूर उपयोग करून घेतला आणि सगळ्यात जास्त चर्चेत असणारा छात्रावास D18 चा रहिवासी असण्याची मजाही लुटली.

"आमच्याकडे सगळ्यात जास्त I-Schols (स्कॉलर्स - हुशार विद्यार्थी) होते आणि आठवड्याच्या शेवटी होणाऱ्या, सगळ्यात जास्त 'हल्लागुल्ला' असलेल्या पार्ट्याही आमच्याकडेच व्हायच्या!"

दुसऱ्या वर्षात, स्टुडंट्स अफेअर्स कौन्सिलचा सर्वसाधारण सचिव (जनरल सेक्रेटरी) म्हणून हर्ष यांची निवड झाली. विद्यार्थ्यांच्या कल्याणासाठी 'काम करण्यात'

आणि त्यासाठीचे निर्णय घेताना त्यांना मजा आली. खेळातही बरंच काही करता आलं – आंतर आयआयएम स्पर्धा जिंकणं, अहमदाबाद ते गांधीनगर (नुकतंच उदयाला येत असलेलं शहर) ही पहिलीवहिली मॅरॅथॉन धावणं, वगैरे.

सर्वसाधारण सचिव म्हणून काम करताना हर्ष यांनी आंतरछात्रावास दहीहंडी सुरू केली आणि केळी खाण्याची स्पर्धाही सुरू केली. हो – २ मिनिटात तुम्ही किती केळी खाऊ शकता याची स्पर्धा! कोणाकडेच फार पैसे नसायचे, तुम्ही सारखे चित्रपट पाहायला किंवा बाहेर हॉटेलमध्ये खायला जाऊ शकायचा नाही. त्यामुळे मौजमजा करण्याचे इतर मार्ग शोधावे लागायचे!

"GKR (गन्ने का रस - उसाचा रस) हे आमचं आवडतं पेय होतं," हर्ष मोठ्यानं हसतात.

कारकिर्दीच्या आघाडीवर म्हणाल तर हर्ष यांनी त्यांचा उन्हाळी प्रकल्प ब्रुक बॉण्डबरोबर केला आणि खासगी क्षेत्रातल्या कंपन्यांकडून त्यांना नोकरीचे प्रस्ताव आले. पण त्यांनी NABARDचा पर्याय स्वीकारला – नॅशनल बँक फॉर ॲग्रिकल्चरल ॲन्ड रूरल डेव्हलपमेंट). १९८२ साली सरकारनं ही संस्था स्थापन केली होती.

यामागे २ कारणं होती. NABARD ही नवी संस्था/ कंपनी होती, त्यामुळे इथे प्रगतीच्या भरपूर संधी मिळतील, अशी हर्ष यांची अटकळ होती. दुसरं कारण भावनिक होतं.

"मला वाटलं की मी ग्रामीण भागासाठी काम करेन... आणि शेवटी, मी तर ग्रामीण भागातूनच आलो आहे ना. म्हणून, तो भाग भावनांशी निगडित होता."

५ नोव्हेंबर १९८५ रोजी 'ब' श्रेणीचा (B Grade) अधिकारी म्हणून हर्ष भानवाला NABARD मध्ये रुजू झाले. त्यांना लखनऊमध्ये जावं लागलं. त्या शहराच्या ते बघताक्षणीच प्रेमात पडले. मोठ्या शहरांसारख्या सुविधा असलेल्या त्या शहराचं हृदय मात्र लहान शहरासारखं होतं. तुम्ही 'गंजिंग' करत असताना, म्हणजेच हजरतगंजमध्ये उगीचच फिरत असताना ५ लोक तरी तुम्हाला ओळखायचे आणि अभिवादन करायचे.

"कोणाशीतरी जोडले जाण्याची ही भावना, आपणही कशाचा तरी भाग असल्याची भावना – एका समुदायाशी किंवा लोकांच्या मोठ्या गटाशी - माझ्या बालपणीच्या दिवसांपासून माझ्यासोबत आहे."

बँकांना मुदतीची कर्जं मंजूर करण्यासाठी असलेल्या प्रकल्प मूल्यांकन विभागात हा तरुण अधिकारी काम करू लागला. हे प्रकल्प अन्न प्रक्रिया आणि ग्रामीण विकास यांच्याशी संबंधित असायचे. आठवड्यातच हर्ष यांचा काहीसा भ्रमनिरास झाला. त्यांच्याकडे मंजुरी देण्याचे अधिकार नव्हते. ते फक्त त्यांच्या वरिष्ठांकडे

फाइल्स पाठवायचे आणि वरिष्ठच काय तो निर्णय घ्यायचे.

"हा खूप मोठा धक्का होता... कारण तुम्ही जेव्हा आयआयएममधून बाहेर पडता, तेव्हा 'मी काहीतरी करून दाखवेन' हे तुमचं स्वप्न असतं. 'माझं म्हणणं ऐकलं जाईल', 'मी गोष्टी बदलून दाखवेन', असं तुम्हाला वाटत असतं."

पण, लवकरच त्यांना समजलं की एखाद्या मोठ्या संघटनेत काम करत असताना अशा गोष्टी घडतच असतात. तुम्ही जरी फक्त सहयोग देत असलात तरी तुम्ही बदल घडवू शकता. त्याचवेळी, खूप काही शिकायलाही मिळालं. बँक कशी चालते, ग्रामीण विकास आणि राज्य सरकारच्या कारभाराविषयी.

वास्तविक नोकरीत रुजू झाल्याच्या काही महिन्यांतच या तरुण MBAला खुस्रो कमिटीला मदत करण्यासाठी, माहिती पुरवण्यासाठी नियुक्त करण्यात आलं. या कमिटीनं पुढे जाऊन ग्रामीण कर्जपुरवठा या विषयावर लक्षणीय अहवाल सादर केला. कारकिर्दीच्या सुरुवातीला, हर्ष यांना प्रादेशिक ग्रामीण बँक- Regional Rural Bank - (RRB) च्या संचालक मंडळावरही पाठवण्यात आलं. म्हणूनच, प्रगती आणि प्रत्यक्षण या दृष्टीनं ही संधी असाधारण होती.

परंतु, MBA पदवीधारकांची संख्या कमी असलेल्या एका संघटनेत MBA म्हणून काम करणं आव्हानात्मक नव्हतं का?

"मी दोन गोष्टीं सांगू इच्छितो," हर्ष म्हणतात, "तुमचे अर्धे प्रश्न तुमच्या स्वत:मुळेच निर्माण होतात, आणि उरलेले अर्धे इतरांमुळे तयार होतात."

कोणत्याही प्रकारे प्रश्न निर्माण झाले, तरी उपाय एकच असतो तो म्हणजे सकारात्मक दृष्टिकोन. 'ब' श्रेणीच्या काही ४५-५० वर्षांच्या अधिकाऱ्यांच्या पोटात दुखत असायचं; की हा कालचा पोरगा 'ब' श्रेणीचा अधिकारी कसा काय बनला. पण, एकंदरीत, वयानं मोठे असलेले हे अधिकारी मार्गदर्शनही करायचे. अर्थात, अधिकृतपणे कोणी 'मार्गदर्शक' म्हणून पाठीशी उभं राहिलं नाही.

> संघटनेच्या अगदी तळाशी असलात तरीही तुम्ही अहवाल कसे लिहिता, तुम्ही सगळ्यात स्वत:ला सहभागी कसं करून घेता, ही सृजनशीलता तुमच्या हातात असते.

कारकिर्दीच्या आरंभीच्या काळात काही प्रसंग हर्ष यांच्या मनावर कोरले गेले आहेत. हर्ष यांच्या कामाचा एक भाग होता बँकेच्या विविध शाखांना भेट द्यायची; तिथे पैसे संवितरित केले जायचे. ज्या प्रकल्पांसाठी पैसे दिले जायचे ते कसे चालले आहेत ते बघण्याचं कामही त्यांच्याकडे होतं. अशी एक शाखा उत्तर प्रदेशातल्या सहारनपूर जिल्ह्यात होती. ९०च्या दशकाचा तो सुरुवातीचा काळ होता. सरकारनं तेव्हा पहिल्यावहिल्या 'कर्जमाफी'ची घोषणा केली होती.

“लोकांमध्ये सर्वसाधारणपणे अशी भावना होती की, आता तर पैसे परत करायचे नाहीतच!”

असं असतानाही, स्टेट बँक ऑफ इंडियाच्या एका क्षेत्र अधिकाऱ्यानं ९० टक्क्यांपेक्षा जास्त वसुली केली. हर्ष अचंबित झाले, हे कसं शक्य होतं?

यामागचं रहस्य होतं, त्या अधिकाऱ्याचा त्याच्या ग्राहकांशी असलेला प्रचंड मोठा संपर्क. तो त्यांच्या कुटुंबाची, मुलांची, प्रकृतीची विचारपूस करायचा.

“काही धान्य विकलं गेलं? कितीला विकलं?”

आणि मग हळूच विचारायचा, “काही परतफेड देणार का? मी येऊन घेऊन जाऊ?” अगदी विपरीत परिस्थिती असली तरी माणसामाणसांशी असलेला तुमचा संपर्क तुमच्या व्यवसायात प्रचंड सकारात्मकता आणू शकतो. हा धडा आपला तरुण अधिकारी कधीही विसरणार नव्हता.

दुसऱ्या एका वेळी, हर्ष यांनी एकात्मिक ग्रामीण विकास कार्यक्रमाची Integrated Rural Development Program (IRDP) पाहणी करण्यासाठी आणि मूल्यमापन करण्यासाठी गोरखपूर जिल्ह्यात गेले होते. एक खेड्यात ते गेले असता दारिद्र्याची भीषणता पाहून सुन्न झाले. त्यांना माहीत असलेल्या खेड्यातल्या आयुष्यापेक्षा हे चित्र भलतंच वेगळं होतं.

“मी लहान/ तरुण मुली पाहिल्या... त्यांना घालायला नीटसे कपडे नव्हते. त्यामुळे त्या त्यांच्या झोपड्यांमधून बाहेर यायला बिचकायच्या.”

एक शेळी, काही मातीची भांडी, एक खाट – त्यांच्याकडे एवढंच सामान होतं.

“मी स्वत:शीच विचार केला, अरे देवा, यात खूपच सुधारणा व्हायला हवी...!”

इथे क्षणभर बोलणं थबकतं, कारण ती स्मृतिचित्रं अजूनही भावनांना हात घालतात. “आजही मी जेव्हा किती व्याज आकारावं याचा विचार करतो, तेव्हा ती गरीब स्त्री मला आठवते... ती किती रकमेची परतफेड करू शकेल, मला प्रश्न पडतो.”

बऱ्याचदा आपण कोणाला कर्ज देत आहोत याचा आपल्याला विसर पडतो, कारण ती (महिला) देयादेय फलकावर (बॅलन्स शीट) प्रत्यक्ष दिसत नसते.

कणखर स्त्रिया असलेल्या घरात लहानाचे मोठे झाल्यामुळे हर्ष यांना लिंगभेदाची जाणीव नव्हती. पण आता हे वास्तव सूर्यप्रकाशाइतकं प्रखर दिसू लागलं होतं.

“मी खेड्यांमध्ये ज्या स्त्रियांना भेटलो त्यांना हे माहीतंच नव्हतं की त्यांनाही पुरुषांच्या बरोबरीन समान हक्क मिळू शकतात... हा विचारच त्यांच्यासाठी नवीन होता!”

अशाप्रकारे, बँकिंग आणि कर्ज याविषयी जाणून घेता-घेता या तरुण व्यवस्थापकाला सामाजिक आणि मानवताविषयक जाणिवांचंही भान आलं. ही नोकरी निवडली तेव्हा हे कोठे माहीत होतं!

NABARDमध्ये एकच उणीव होती, ती म्हणजे तिथला पगार खासगी क्षेत्रापेक्षा कमी होता. पण या गोष्टीचा हर्ष यांच्यावर विशेष परिणाम झाला नाही. आर्य समाजाची शिकवण हे सांगते की, तुम्ही जे काही मिळवता, त्यातला काही भाग तुम्ही समाजाकार्यासाठी दिला पाहिजे. गरजा मर्यादित होत्या. इच्छा फार नव्हत्या. एक छोटं घर, एक बजाज स्कूटर...

''मग जेव्हा माझं लग्न झालं, तेव्हा मला एखादी कार असावी असं वाटलं, ज्यात बसून मी पत्नी आणि बाळासह आरामात प्रवास करू शकेन... देवानं तीही इच्छा पूर्ण केली.''

संघटना सोडण्यामागे आणखी थोडे पैसे मिळवणं हे कारण कधीच नव्हतं. भूमिका/ काम आणि जबाबदारी या दोन गोष्टींनी हर्ष यांना पुढे जाण्याची प्रेरणा दिली.

१९९० साली, हर्ष यांना बढती मिळाली आणि जिल्हा विकास व्यवस्थापक म्हणून त्यांची मीरतला नियुक्ती झाली. २१ जिल्ह्यांसाठी २१ व्यवस्थापकांना निवडलं गेलं, कर्जाचं प्रमाण वाढवण्यासाठी सरकारी संस्थांबरोबर काम करणं ही त्यांची मुख्य जबाबदारी होती. तसंच, शेतकऱ्यांची मंडळं स्थापन करणं आणि स्व-मदत गट तयार करणं अशा प्रकारची विकासकामं सुरू करणं हाही त्यांच्या कामाचा एक भाग होता.

''मूलत: 'सामाजिक भांडवल उभारणी' म्हणजे काय हे मी इथे शिकलो.''

त्यांची पत्नी रोहटकच्या गव्हर्नमेंट डिग्री कॉलेजमध्ये असिस्टंट प्रोफेसर असल्यामुळे हर्ष यांनी हरयाणात बदली व्हावी म्हणून प्रयत्न केले. राज्यात ७ वर्षं काढल्यानंतर त्यांची डेप्युटी जनरल मॅनेजर म्हणून (DGM) बढती झाली आणि दिल्लीला बदली झाली. तिथे एक असाधारण संधी त्यांच्यासमोर आली. त्या वेळी, दिल्ली स्टेट को-ऑपरेटिव्ह बँक झगडत होती.

त्यांच्या कुटुंबाच्या एका स्नेह्यांनी, जे मंत्रीही होते, हर्ष यांना विचारलं, ''तुम्ही काही मदत करू शकाल?''

ती बँक खरोखरच 'आजारी' होती आणि सारासार विवेकबुद्धीनं सांगितलं असतं की यापासून दूर रहा. पण, हर्ष यांनी या परिस्थितीकडे वेगळ्या नजरेनं बघितलं. NABARDचा एक भाग म्हणून ते आजवर इतर संस्थांना सतत पुढे जाण्यासाठी प्रोत्साहन देत आले होते.

''आता स्वत:च काहीतरी करून दाखवण्याची संधी चालून आली होती...

तुम्ही कोणाची सेवा करता आहात हे कधीही विसरू नका.

काम कठीण होतं, आव्हानात्मक होतं, पण माझा उत्साह वाढवणारं होतं!''

१९९९च्या डिसेंबर महिन्यात हर्ष दिल्ली स्टेट को-ऑपरेटिव्ह बँकेचे व्यवस्थापकीय संचालक (MD) म्हणून रुजू झाले. या बँकेचे ग्राहक होते कामगार समित्या, ग्राहक समित्या, निवासी संस्था, ग्रामीण सहकारी संस्था आणि माणसं. कर्जवसुलीचा दर ५० टक्क्यांपेक्षाही कमी होता आणि नुकसान मोठं होतं.

ठेवी वाढत नव्हत्या. कर्मचाऱ्यांचं नीतिधैर्य रसातळाला गेलं होतं.

अच्छा, तर मग तुमचं काम होतं एका आजारी संस्थेला पुनरुज्जीवित करणं. पण तुम्ही सुरुवात कोठून केली?

''माझ्याकडे कोणतीही योजना नव्हती,'' हर्ष म्हणतात. ''मी जमिनीवर पाय असलेला, साधा आणि व्यवहारी विचार करणारा माणूस आहे. छोटे छोटे परिणाम दाखवत मी सुरुवात केली.''

बँकेची प्रकृती दाखवणारा अगदी प्राथमिक निदर्शक म्हणजे ती किती पैसा उभारते हा. म्हणून, हर्ष यांनी सुरुवातीला निधीचं अधिक चांगलं व्यवस्थापन करण्यावर लक्ष केंद्रित केलं.

यावर उपाय होता मोठ्या रकमेच्या ठेवी ठेवायला लोकांना उद्युक्त करणं. हे जलदगतीनं करण्याचा मार्ग होता व्याजदर थोडे वाढवणं आणि रोजच्या रोज अतिरिक्त बोजाचं व्यवस्थापन करणं.

"मी काही पैसा अशा गुंतवणूक पर्यायात गुंतवला ज्यात खरेदी-विक्रीची संधी होती आणि आम्हाला थोडा नफा झाला."

यामुळे सकारात्मकतेची लहर उठली, उत्साह संचारला. दुसऱ्याच दिवशी, २ कर्मचारी त्यांच्या ऑफिसमध्ये येऊन धडकले, अत्यंत उत्साहानं आणि आनंदानं ते म्हणाले, "आज इतके पैसे झाले." दुसऱ्या दिवशी ५ कर्मचारी आले.

या संधीच्या खिडकीचा फायदा हर्ष यांनी सुज्ञपणे घेतला. बरेचदा व्यवस्थापक त्यांच्याकडे यायचे आणि म्हणायचे, "माझं काही खासगी काम आहे, मला कृपया सुट्टी द्या."

MD उत्तर द्यायचे, "जा आणि लेखी अर्ज द्या, मी तुमची रजा मंजूर करतो. पण एका अटीवर. आजचा 'इकॉनॉमिक टाइम्स' मिळवा आणि मला व्याजदरासंबंधीची बातमी सांगा."

प्रत्येकाला, बँक दर, पुनर्खरेदीचा दर, CBLO (Collateralised Borrowing and Lending Obligation) दर आणि मागणी मुद्रा दर (call money rate) यांची माहिती काढायला सांगितलं जाई आणि मगच रजेचा अर्ज मंजूर केला जाई. आणि अशाप्रकारे लोक त्यांच्या कामात हळूहळू रस घ्यायला लागले. वर्तमानपत्राचं वाचन करून, इतर बँका काय करत आहेत ते जाणून घेऊन.

MDनं आणखी एक महत्त्वाची गोष्ट केली ती म्हणजे परिसर स्वच्छ करून त्याची शोभा वाढवण्याचा निर्णय घेतला. जिन्यात, पायऱ्यांवर पानाच्या पिचकाऱ्यांचं रंगकाम ही आता भूतकाळातली गोष्ट झाली. नीटनेटकेपणा, स्वच्छता हा आजचा मंत्र झाला.

एक तरुण माणूस MDकडे आला आणि त्यानं कृतज्ञता व्यक्त केली, "सर, मी तुमचा खूप आभारी आहे. तुम्ही ऑफिस छान केलंत आणि माझा साखरपुडा झाला!"

हळूहळू संस्कृती रूप बदलायला लागली. काही कागद फक्त इकडेतिकडे सरकावून आपला पगार खिशात टाकण्याची वृत्ती बदलून 'अधिक काहीतरी' करण्याची इच्छा जागृत झाली. नवीन भरती झाली, बँकेच्या शाखा २७ वरून ४५वर गेल्या. परंतु, काही टोचके काटे तसेच होते. काही निर्लज्ज लोक रजिस्टरवर सही करून इकडेतिकडे टवाळक्या करत वेळ घालवायचे. कारण त्यांचे राजकीय लागेबांधे होते. आणि काम करण्याचा त्यांचा मुळीच मानस नव्हता. अडचण ही होती की त्यांच्या तिथे असण्याचा इतर प्रत्येकावर वाईट

प्रभाव पडायचा.

MD नी त्यांच्यासमोर एक प्रस्ताव मांडला. आपण वरच्या मजल्यावर एक जागा तयार करू, तुम्ही तिथे चहा पिऊ शकाल, गप्पा मारू शकाल... ऑफिसमध्ये असा, पण इतर कर्मचाऱ्यांचं लक्ष विचलित करू नका.

अगदी गरिबातल्या गरिबांबरोबर कसं काम करायचं, रोजानं काम करणाऱ्यांना आपण स्वयंपूर्ण उद्योजक वर्गात कसं घेऊन यायचं? मी विचार करत राहायचो...

शिवाय त्याचबरोबर तुम्ही काहीतरी काम करू शकता. बोला, कोणतं काम तुम्ही करू शकाल?

त्यातल्या एका माणसानं क्षणभर विचार केला आणि उत्तर दिलं, ''सर, मी वसुली करू शकतो.''

ठीक आहे, त्याच्या बोलण्यात काही तथ्य होतं. त्या माणसाची समाजात वट होती, प्रतिष्ठा होती. फक्त एकच अडचण होती, ती म्हणजे तो चतुर्थ श्रेणीचा कर्मचारी होता. प्यून होता.

''साहेब, लोक मला चपरासी समजले तर काम होणार नाही.''

मनात संभ्रम असला की, नियमपुस्तिका काय सांगते ते बघावं. हर्ष यांनी सहकारी संस्थाचे नियम आणि कायदे वाचून पाहिले आणि काही माहीत नसलेले मुद्दे त्यांना सापडले. ब्रिटिशांच्या काळात एक पद होतं – बेलिफ. बेलिफ हाही चतुर्थ श्रेणी कर्मचारीच असायचा, पण जिल्हाधिकारी/ उपजिल्हाधिकारी यांच्याकडून आलेली सूचनापत्रं वसुलीसाठी जारी करायचा.

त्याशिवाय, त्या कायद्यानुसार सहकारी संस्थांमधला रजिस्ट्रार/ नोंदणी अधिकारी बँकेसारख्या संस्थांमधल्या कर्मचाऱ्याला 'उपजिल्हाधिकाऱ्याचे' अधिकार प्रदान करू शकायचा.

तो त्रास देणारा प्यून या नव्या 'पदा'मुळे खूश झाला आणि कामाचं स्वरूप पाहून त्याला स्वतःचा अभिमान वाटला. त्याची आणखी एक मागणी होती.

''साहेब, एक जीप पाहिजे. तिच्यामुळे कसा योग्य तो प्रभाव पडेल, की वसुली अधिकारी आले आहेत.''

MD नं उत्तर दिलं, ''मला काहीतरी काम करून दाखवा, मी तुम्हाला जीप मिळवून देईन.'' आणि अशा अपारंपरिक पद्धतीनं जुनी कर्जं चुकती झाली.

आजारी माणसाला कधीतरी हॉस्पिटल सोडावं लागतं. आणि तब्येत चांगली करण्याकडे आणि पोषक आहार घेण्याकडे लक्ष द्यावं लागतं. बँकेसाठी हा पोषक आहार म्हणजे नवीन व्यवसाय.

२००० साली सुप्रीम कोर्टानं असा आदेश काढला/ निवाडा दिला की दिल्लीत धावणाऱ्या सगळ्या बसेस CNGवर धावतील. ही बातमी आली तेव्हा

तिच्यात हर्ष यांना नवीन संधी सापडली.

ते त्यांच्या टीमला म्हणाले, "आपण या नवीन उपक्रमाला निधी पुरवू या."

आणि अन्य कोणत्याही व्यावसायिक बँकांनी या स्पर्धेत उडी घेण्यापूर्वीच दिल्ली स्टेट को-ऑपरेटिव्ह बँक संबंधित विभागाशी करार करून मोकळी झाली होती!

जेव्हा उद्योगांना दिल्लीच्या बाहेर हलवण्याचे आदेश देण्यात आले, तेव्हा सरकारनं नरेला आणि त्याच्या आजूबाजूच्या गावांचं रूपांतर औद्योगिक वसाहतीत करायचं ठरवलं. पुन्हा एकदा, या संधीचा फायदा उठवण्यासाठी दिल्ली स्टेट को-ऑपरेटिव्ह बँक आघाडीवर होती. तिनं त्रिपक्षीय करारांच्या मदतीनं जागांचा/जमिनींचा ताबा मिळवण्यासाठी निधी पुरवला, उत्तम वसुलीची खात्री करून घेतली.

"आमच्या आधीपासूनच्या ग्राहकांमध्ये आम्हाला प्रचंड मोठ्या संधी दिसल्या."

दरवर्षी फेब्रुवारी आणि मार्च महिन्यात, सरकारी कर्मचाऱ्यांना प्राप्तिकर भरावा लागायचा. त्यातल्या बऱ्याच जणांनी यासाठी पैसा बाजूला ठेवलेला नसल्यामुळे ते बँकेकडून कर्ज घ्यायचे. हर्ष यांनी पुढचं तर्कशुद्ध पाऊल उचलायचं ठरवलं – कर्मचाऱ्यांना त्यांच्या पायाभूत पगाराला जोडली जाणारी क्रेडिट कार्ड्स द्यायची. ही योजना भलतीच यशस्वी ठरली.

हळूहळू पण निश्चितपणे, बँक अधिक नफ्यात यायला लागली आणि निरोगी व्हायला लागली, सशक्त व्हायला लागली.

"मी एकट्यानंच हा मोठा बदल घडवून आणला असं मी म्हणणार नाही," हर्ष म्हणतात. "यात प्रत्येकाचा वाटा होता."

पण, असे काही प्रश्न, मुद्दे होते की जे फक्त MDच सोडवू शकेल. एकटा. निवडणुका जवळ आल्या आणि बँकेला नवीन संचालक मंडळ लाभलं. इथे कोणाची सत्ता चालते हे त्यांना दाखवून द्यायचं होतं. त्यांची एक मागणी होती, "अतिरिक्त निधी गुंतवला जाईल तेव्हा त्यावर आमचं नियंत्रण असेल," त्यामागे, आपापल्या ओळखीतल्या माणसांवर मेहेरनजर करता येईल अशी कल्पना होती.

MD म्हणाला, "ठीक आहे. पण मी हा निर्णय घेऊ शकत नाही. गुंतवणूक समिती जो निर्णय घेईल त्यासोबत मी असेन."

या समितीत बँकेचे व्यवस्थापक होते. अनेक गुंतवणूकदारांकडून बोली / निविदा मागवायच्या हे त्यांचं काम होतं.

"तुम्ही सुचवलेल्या गुंतवणूकदारांनी इतर बोली लावणाऱ्यांपेक्षा १ पैसा जरी जास्त दिला तरी मी त्यांना व्यवसाय देईन." असा पवित्रा हर्ष यांनी घेतला.

ही मागणी करणाऱ्या संचालक मंडळातल्या सदस्यांनी ३-४ सभांना हजेरी लावली. आणि मग, त्यांनी येणं बंद केलं. त्यांना जाणीव झाली की ही सगळी प्रक्रिया न्याय्य आणि पारदर्शी होती. MD बँकेच्या हिताचेच निर्णय घेत होता. त्यामागे त्याचे काही छुपे हेतू नव्हते किंवा वैयक्तिक हितसंबंध नव्हते. निहित स्वार्थ मुकाट्यानं मागे हटले.

"जर तुमचा वैयक्तिक स्वार्थ नसेल, तर तुम्ही तुमचा मुद्दा मंडळापर्यंत नक्कीच पोचवू शकता, आणि मी ते वरचेवर केलं. बँकेच्या हिताचं रक्षण करण्यासाठी केलं."

अर्थात, अशा प्रकारच्या लढायांची निवड काळजीपूर्वक करणं आवश्यक असतं. आणि सगळा वेळ शांत आणि व्यावसायिक दृष्टिकोन बाळगून राहताना आपल्याला ठामही राहावं लागतं.

बोर्ड सदस्यांचा विश्वास प्राप्त केल्यावर हर्ष यांना २ वेळा मुदतवाढ मिळाली आणि काही प्रमाणात स्वातंत्र्यही. MD म्हणून त्यांच्या साडेपाच वर्षांच्या कारकिर्दीत दिल्ली स्टेट को-ऑपरेटिव्ह ठेवी २०० कोटी रुपयांपासून वाढून ७०० कोटी रुपये झाल्या. याशिवाय वसुलीतही मोठी वाढ होऊन ती ७० टक्क्यांपेक्षा वर गेली.

"संचयी नुकसान निपटून टाकण्यात आलं, खरंतर आमच्याकडे १०० कोटी रुपये शिल्लक पडले."

त्यामुळे बोर्डाला लाभांश जाहीर करता आला आणि सभासदांना आणखी बरेच फायदे देता आले. बँकेच्या फायद्यात त्यांचाही फायदा होता. पण, ती योग्य पद्धतीनं चालवण्यासाठी, नफा कमावण्यासाठी तुमच्याकडे योग्य प्रकारचं मनुष्यबळ असणं अत्यंत आवश्यक असतं. बऱ्याचदा बोर्ड आपली ओळखीची माणसं नेमण्याचा सोपा मार्ग निवडतं आणि सोन्याची अंडी देणारी कोंबडी कापण्याची घाई करतं.

"माझ्यासाठी, हा व्यावहारिक, प्रत्यक्ष बँकिंगचा समाधान देणारा क्रियाशील अनुभव होता."

२००५ साली हर्ष पुन्हा NABARDकडे परतले. लवकरच त्यांची बदली दिल्लीहून कोलकात्याला झाली. आणि हा बदल काही त्यांना मानवला नाही. त्या ठिकाणाचा काही प्रश्न नव्हता, पण त्यांच्या पत्नीची नोकरी ही बदलीची नव्हती. त्याशिवाय, त्यांच्या वयोवृद्ध आईवडिलांच्या प्रकृतीच्या गंभीर तक्रारी होत्या.

"माझी पुन्हा दिल्लीला बदली करावी अशी मी NABARDला विनंती केली, पण त्यांनी ती मान्य केली नाही. म्हणून मी अभ्यासासाठी रजा घेऊन माझी डॉक्टरेट पूर्ण केली."

पुढची अडीच वर्षं हर्ष त्यांच्या कुटुंबासमवेत रोहतकला राहिले. आणि त्यांचा प्रबंध लिहिला – 'ग्रामीण बँकेच्या शाखांच्या कामावर माहिती तंत्रज्ञानाचा प्रभाव' (Impact of IT on working of rural bank branches) ते एका विद्यार्थ्याच्या भूमिकेत होते आणि शिक्षकाच्याही. रोहतकला महर्षी दयानंद युनिव्हर्सिटीत MBA विभागात ते शिकवायचे.

२००८ साली जेव्हा ते पुन्हा NABARDमध्ये रुजू झाले तेव्हा त्यांना पुन्हा एकदा कोलकात्याला धाडण्यात आलं. या वेळी, हर्ष यांनी ऐच्छिक निवृत्ती घेण्याचं ठरवलं.

आम्हाला सुरुवातीपासूनंच शिकवलं गेलं होतं की तुम्ही जितकं कमावता त्याचा काही हिस्सा दान करावा. सतत फक्त काहीतरी मिळवत राहण्याची इच्छा आम्हाला कधीच झाली नाही.

''एकच तर आयुष्य आहे... माझ्या पद्धतीनं ते मी जगेन, हेच माझं तत्त्वज्ञान राहिलं आहे!''

३० एप्रिल २००८ रोजी हर्ष यांनी NABARD ची नोकरी सोडली. ४ दिवसांनंतर, त्यांनी वरिष्ठ उपाध्यक्ष म्हणून जयपूरच्या IL & FS ग्रूपमध्ये पदभार स्वीकारला. त्यांनी 'IL & FS वॉटर' या व्यवयाय अनुलंबासोबत काम सुरू केलं; त्यामध्ये सांडपाणी, सिंचन आणि पिण्याचं पाणी या क्षेत्रात प्रकल्प विकसित केले जायचे आणि त्यांची प्रत्यक्ष अंमलबजावणी केली जायची.

हा एक नवा आणि उत्कंठावर्धक अनुभव होता, खासगी क्षेत्रात काम करण्याचा. इथली कार्यसंस्कृती वेगळी होती – जास्त मोकळं, खुलं वातावरण, जास्त बांधिलकी जपणारी. तिथे ताणतणाव होते, कामाचा दबाव होता – आणि (आर्थिक) प्रोत्साहन होतं – लोकांनी कामं करावीत, परिणाम दाखवावेत यासाठी. तर दुसरीकडे, NABARD ला राज्य सरकारसोबत काम करताना अधिक आदरानं वागवलं जायचं.

''IL & FS ला वेगळ्या प्रकारची वागणूक मिळायची, म्हणजे, तुम्ही एक व्यवसाय/धंदा करणारी खासगी कंपनी असता म्हणून. परंतु, मला कोणत्याही प्रकारची दुविधा किंवा त्रिशंकू अवस्था अनुभवाला आली नाही.''

हा शिकण्याचाही काळ होता, कारण हर्ष यांनी कधीही पायाभूत सुविधांना निधी मंजूर करण्यासंबंधी/ प्रकल्प व्यवस्थापनाचं काम केलं नव्हतं. IL & FS नवीन निदर्श (Models) विकसित करत होती, जसे BOOT (Build-Own-Operate-Transfer)- म्हणजेच, बनवा – आपलंसं करा – प्रचलित करा – हस्तांतरित करा. हा निदर्श रस्त्यांच्या बाबतीत यशस्वीपणे अमलात आणल्यानंतर पुढची पायरी होती पाणी.

अशा प्रकारचा पहिला कारखाना होता तिरुपती वॉटर सप्लाय प्रोजेक्ट–तिरुपूर पाणी पुरवठा प्रकल्प. त्या अंतर्गत तिरुपूर वस्त्रउद्योग नगरीत ९ सामायिक प्रवाही उपचार कारखाने Common Effluent Treatment Plants (CETP) उभारण्यात आले. हे कारखाने 'झीरो लिक्विड डिस्चार्ज' – शून्य द्रव उन्मोचन' या तत्त्वावर आधारित होते. मग अशी बातमी आली की, इंडियन ऑईल (IOCL) परादीप इथे एक शुद्धीकरण कारखाना उभारत आहे.

''कच्चं तेल शुद्ध करण्यासाठी खूप मोठ्या प्रमाणावर पाणी लागतं... IOCLच्या कारखान्याजवळ गोड्या पाण्याचा कोणताही स्रोत नव्हता. त्यामुळे ही एक चांगली संधी चालून आली होती.''

हर्ष यांनी या प्रकल्पाचा अभ्यास केला, योजना बनवली, त्यासाठी ७०० कोटी रुपयांचा निधी उभारला आणि कटकमधल्या महानदीपासून १००(MLD) पाणी वाहून नेण्यासाठी पाइपलाइन बसवली. या आणि अशाच इतर पायाभूत प्रकल्पातून मिळणाऱ्या नफ्याचा कालावधी असतो २५ वर्षं. या इतक्या मोठ्या कालावधीत काहीही होऊ शकतं... मग असं असताना यातली जोखीम कमी कशी करता येते?

हे एक मोठं आव्हान होतं. सर्वसाधारणपणे अशा प्रत्येक प्रकल्पाचं व्यवस्थापन करण्यासाठी एक SPV (स्पेशल पर्पज व्हेइकल) किंवा संयुक्त विद्यम निर्माण केला गेला. अचूक कायदेशीर मसुदा तयार केला गेला, त्यात निर्धारित क्षमता, अस्थिर खर्च/ परिवर्तनीय व्यय आणि अधिनिर्णय यांच्याशी संबंधित अनुच्छेद टाकले गेले. हा प्रकल्प आर्थिकदृष्ट्या यशस्वी होण्यासाठी हे करणं महत्त्वाचं होतं. पण आणखी बऱ्याच गोष्टींची गरज होती...

२००८ साली, भारत सरकारनं इंडिया इन्फ्रास्ट्रक्चर फायनान्स कंपनी लिमिटेड (IIFCL) नावाची नवीन कंपनी स्थापन केली. ही कंपनी दीर्घ मुदतीचं भांडवल उभं करून, BOOT पद्धतीच्या पायाभूत प्रकल्पांना निधी उपलब्ध करून देण्याचं काम करणार होती.

''मी अर्ज केला आणि दिल्लीसाठी माझी चीफ जनरल मॅनेजर म्हणून निवड झाली.''

पुन्हा एकदा हर्ष त्यांना माहीत असलेल्या आणि आवडणाऱ्या क्षेत्रात काम करणार होते – अर्थसाहाय्य. या वेळी, प्रकल्पाच्या बाजूनं काम करतानाचे अनुभव जमेस घेऊन. पायाभूत प्रकल्प क्षेत्रातल्या प्रश्नांपैकी एक प्रश्न हा असतो की नवीन तयार झालेल्या SPVsकडे साठा नसतो. याचाच अर्थ, त्यांना कर्ज देण्याबाबत बँका नाखूश असतात आणि त्यांना रोख्यांद्वारे जास्त व्याजदरानं पैसा उभा करावा लागतो.

AAA मूल्यांकन असलेल्या IIFCL सारख्या संघटनांनी विकासक्षम प्रकल्पांची काही अंशी जबाबदारी/ हमी घेतली तर? या विचारानं हर्ष आणि त्यांच्या टीमनं भारताचा पहिलावहिला 'ऋण वर्धन करार' एशियन डेव्हलपमेंट बँकेसोबत (ADB) केला. गुंतवणूकदारांनी ५ वर्षांच्या पलीकडचा असामान्य विचार करण्याची ही घटना विरळच म्हटली पाहिजे.

"या हमीमुळे, व्याजदर अधिक परवडण्याजोगे झाले, आणि दीर्घकाळासाठी रोखे बाजार अधिक व्यापक आणि सखोल होताना आम्हाला दिसत आहे."

पहिला करार GMR जडचेरला एक्सप्रेसवेसाठी केला गेला, हे एक SPV होतं ज्याला नॅशनल हायवे ऑथॉरिटी ऑफ इंडियाकडून (भारतीय राष्ट्रीय महामार्ग प्राधिकरण) आंध्र प्रदेशातल्या फारुखनगर आणि जडचेरला दरम्यान ५३ किमीचा रस्ता बांधण्याचे आदेश प्राप्त झाले होते. IIFCLकडून हमी मिळाल्यामुळे (GMR) नं आपलं मूल्यांकन A पासून AA असं मजबूत केलं आणि म्हणून कमी व्याजदरानं त्यांना पैसे कर्ज म्हणून घेता आले.

सरकारी संघटना असली तरी IIFCL ही एखाद्या स्टार्ट-अपसारखी होती. हा एक कोरा कॅनव्हास होता ज्यावर चमकदार रंगांनी चित्र रेखाटता येणार होतं. हर्ष यांना त्यांचं काम आणि जबाबदाऱ्या आवडत होत्या. ६ महिन्यांच्या आतच त्यांना बोर्डात कार्यकारी संचालक म्हणून पदोन्नती मिळाली आणि त्यानंतर लवकरच ते अध्यक्ष आणि व्यवस्थापकीय संचालक झाले.

एका सकाळी त्यांनी वर्तमानपत्रात जाहिरात पाहिली : 'NABARD अध्यक्षपदासाठी अर्ज मागवत आहे.' ही आयुष्यभरासाठीची संधी होती. ही जबाबदारी मुंबईला जाऊन घ्यावी लागणार होती, म्हणजेच दिल्लीपासून, कुटुंबापासून दूर जावं लागणार होतं. पण, कुटुंबातल्या सदस्यांचा या गोष्टीला पाठिंबा होता.

"तुम्ही ज्या संस्थेत कामाला सुरुवात केली, तिचा प्रमुख म्हणून परत येणं ही अभिमानाची गोष्ट होती आणि तिच्यासाठी थोडा त्याग करावा लागला तरी तो सार्थ होता..."

१८ डिसेंबर २०१३ रोजी हर्ष भानवाला यांनी NABARDची सूत्रं हाती घेतली तेव्हा जणूकाही दूर गेलेला, हरवलेला मुलगा परत घरी आल्याची भावना होती. यातला उपरोध असा होता की, ते जर संघटना सोडून गेले नसते, तर ते कदाचित अध्यक्ष झाले नसते. त्यांच्या अन्य सहकाऱ्यांप्रमाणेच ते बहुधा चीफ जनरल मॅनेजर पदापर्यंत पोचू शकले असते...

तुम्ही जेव्हा एखाद्या संघटनेत येता तेव्हा विचार करता, "मी जर वरच्या पदावर असतो तर मी अमुक तमुक बदल केले असते!" तुम्ही जेव्हा आणि जर त्या पदावर पोचलात तर तोच उत्साह, आवेश तुमच्यात असतो का? हर्ष

मी ज्याप्रकारे आयुष्य व्यतीत केलं ते पाहून माझ्या तरुणपणीचा मी समाधानी असेन? माझ्या तरुणपणीच्या मला अभिमान वाटला असता?

भानवाला यांच्यात तर नक्कीच तो आहे. उच्चपदावरच्या ४ वर्षांत त्यांनी NABARDचं काम आणखी व्यापक स्तरावर नेलं आहे.

"कोणा एकाला श्रेय देता कामा नये... आपल्याला त्या भव्य, विस्तृत चित्राकडे डोळे उघडून बघायला हवं; सगळ्याच गोष्टी लक्षात घ्यायला हव्यात."

पाण्याचंच उदाहरण घ्या : जगाच्या लोकसंख्येपैकी १८टक्के लोकसंख्या भारतात आहे आणि ४ टक्के गोडं पाणीही. या पाण्याचा ८५टक्के हिस्सा हा शेतीसाठी खर्च होतो.

"भारताचा पाणी प्रश्न सोडवण्यासाठी, आपल्याला गुंतवणूक करावी लागेल आणि सिंचन पद्धतीत बदल करावे लागतील. या कारणासाठी आम्ही प्रयत्न करत आहोत."

अलीकडेच, भारत सरकारनं एक लाँग टर्म इरिगेशन फंड (LTIF) हा या विषयाला समर्पित निधी स्थापन केला. त्यात सुरुवातीला २०,००० कोटी रुपयांची तरतूद करण्यात आली (२०१६-१७च्या अर्थसंकल्पात जाहीर केल्याप्रमाणे) NABARD ही यासाठी मुख्य भागीदार आहे. अपूर्ण असलेल्या मोठ्या आणि मध्यम सिंचन प्रकल्पाला अर्थसाहाय्य करणं आणि त्यांच्या प्रत्यक्षीकरणाला गती

देणं हा यामागचा उद्देश आहे.

“दशकापेक्षाही जास्त काळ रेंगाळत राहिलेल्या प्रकल्पांसाठी आम्ही ९००० कोटी रुपये वितरित केले आहेत... १००० पटींनी यांचा खर्च वाढला आहे!”

सरकारनं ऋणमूल्य ८ टक्क्यांवरून ६ टक्क्यांवर आणायला मदत केली आहे. सगळ्या प्रकल्पांवर पाणी संसाधन मंत्रालय आणि NABARD बारकाईनं देखरेख करत आहेत. २०१७च्या अर्थसंकल्पात ५००० कोटी रुपयांचा निधी सूक्ष्म सिंचनासाठी दिला गेला आहे. छोट्या शेतकऱ्यांसाठी ‘मोअर क्रॉप पर ड्रॉप’ - ‘एका थेंबात जास्त पीक’ हे ध्येय ठरवण्यात आलं आहे.

एक शिखरावर असलेली संस्था म्हणून NABARD नं नेहमीच धोरणाची अंमलबजावणी आणि कर्जवाटप बँकाच्या मार्फत केलं आहे. आता, अधिक क्रियाशील आणि व्यावहारिक दृष्टिकोन अमलात आणला जात आहे.

“आम्ही अडचणी सोडवण्यासाठी राज्य सरकारांना मनापासून पुढे होऊन मदत करत आहोत. अर्थात, NABARD अजूनही बँकांमार्फतच काम करते, पण हा काही एकमेव मार्ग नाही.”

प्रत्येक अडचणीत एक संधी लपलेली असते. तुम्ही जर GDP (Gross Domestic Products) सकल घरगुती उत्पादनाच्या आकड्यांकडे बघितलं तर गेली काही वर्षं शेतीचा वाटा कमी होताना दिसतो. पण शेतीक्षेत्रात सगळ्यात जलदगतीनं विकास होणारा भाग आहे, तो म्हणजे दूध. मात्र, अमूलचा अपवाद वगळता दुसरी कोणतीही संस्था प्रगती करताना दिसत नाही. बहुतेक सगळे सहकारी दूध संघ ३० वर्षांपेक्षाही जुने आणि मागासलेले आहेत.

असो, आता सरकारनं ‘दूध प्रक्रिया आणि पायाभूत सुविधा विकास निधी’ - ‘Dairy Processing & Infrastructure Development Fund’ स्थापन केला आहे, त्यासाठी १० वर्षांसाठी १०,८८१ कोटी रुपयांची तरतूद केली आहे. सहकारी तत्त्वावर चालणाऱ्या दूध उत्पादनाचा विस्तार आणि आधुनिकीकरण यासाठी ते खर्च केले जाणार आहेत. अशा प्रकारचा निधी उभारण्यात यावा ही सूचना NABARDनं केली होती.

हे सगळं काम तर महत्त्वाचं आहेच, पण अधूनमधून हर्ष भानवाला स्वत:ला याची आठवण करून देतात की, खरोखच काय महत्त्वाचं आहे.

“मला अजूनही गोरखपूरमधल्या त्या महिलेचा चेहरा आठवतो आणि मी विचार करतो... तिच्या आयुष्यात किती सुधारणा घडून आली असेल?”

NABARDच्या आघाडीच्या कार्यक्रमांपैकी, ग्रामीण भागातील महिलांच्या प्रश्नांना हात घालणारा कार्यक्रम आहे स्व-मदत गट (self-help group- SHG) आणि बँक यांना जोडणं. हा कार्यक्रम १९९२ साली सुरू केला गेला. जगातला

हा सगळ्यात मोठा अल्पपतपुरवठा कार्यक्रम आहे, अर्थात अंमलबजावणीच्या बाबतीत तो जरा वेगळा आहे.

"जेव्हा 'ग्रामीण बँक ऑफ बांगलादेश' म्हणाली, 'सगळ्यांना कर्ज हा अधिकार आहे'. तर आम्ही म्हणालो, 'जे परतफेड करू शकतात त्यांना कर्ज'... सगळ्यांना नाही."

या योजनेअंतर्गत, सुरुवातीचे ६ महिने, SHG सभासदांनी त्यांचे स्वत:चे पैसे भरायचे असतात. एकदा का त्यांनी बचत करण्याची आणि संसाधनांचं व्यवस्थापन करण्याची क्षमता दाखवून दिली की मग बँक त्याचं संवर्धन/ अभिवर्धन करते. हा प्रयोग सुरुवातीला १ वर्ष फक्त ५०० SHGs ना घेऊन सुरू झाला. ही योजना कमालीची यशस्वी झाली, आता तिच्या अंतर्गत ८० लाखांच्या वर SHGs आहेत. प्रत्येक गटात सरासरी १० सभासद असल्यानं जवळजवळ ८ कोटी (८० दशलक्ष) लोकांना याचा लाभ होतो. त्यापैकी ९० टक्के गट हे फक्त महिलांचे आहेत.

"या योजनेचं वैशिष्ट्य हे आहे की ती तुमच्या दाराशी बँकिंग सुविधा घेऊन येते. ती एक आजीविका असते, सामाजिक कृती असते, ती प्रतिबंधावर काम करते, नारी उत्थानावर काम करते."

सभासदांनी बचत केलेल्या रकमेच्या ४ पट रकमेचं व्यक्तिगत कर्ज त्यांना मिळू शकतं. त्यामुळे ते त्यांच्या कोणत्याही उद्दिष्टपूर्तीसाठी ती रक्कम वापरू शकतात. या SHGs द्वारा बचत केली गेलेली एकूण रक्कम ३७,००० कोटी रुपये इतकी प्रचंड आहे, तर त्यांना दिली गेलेली कर्जं ५७,००० कोटी रुपयांची आहेत.

> मी माझ्या ग्राहकांबरोबरचे संबंध थेटपणे सुधारू शकलो नाही किंवा काउंटरवर दिल्या जाणाऱ्या सेवांमध्ये प्रत्यक्षपणे सुधारणा घडवू शकलो नाही... पण मला हे दाखवायचं होतं की, आपल्याला भविष्य आहे, आणि भविष्यात आशा आहे.

अर्थशास्त्रात आपण शिकतो की पैसे वापरून झाल्यावर जे वर उरतात ते पैसे आणि बचत करणं याचा अर्थ एकच असतो. पण, या महिलांच्या नशिबी ही अशी चैन खरोखरच असते का?

"ही त्यांची काटकसर असते," हर्ष म्हणतात, "पोटाला चिमटा घेऊन त्या पैसे वाचवतात."

या कणखर आणि निश्चयी महिलांसाठी आणखी काय करता येईल या प्रश्नाचा भुंगा हर्ष भानवाला यांचा मेंदू पोखरत होता. आकड्यांवरून असं दिसून आलं की, ८० लाख SHGs पैकी फक्त ४५ लाख SHGs ना कर्जयोजनेचा लाभ मिळाला. याचं उत्तर तंत्रज्ञानाकडून आलं – SHGsचं डिजिटायझेशन Eshakti (https: // eshakti.nabard.org/) या पोर्टलद्वारा करण्यात आलं.

प्रत्येक SHGचे आणि त्याच्या सभासदांचे तपशील त्यात नोंदले गेले आहेत : मोबाइल क्रमांक, आधार कार्ड, ग्रूपवर चालणारे उपक्रम, जमा झालेले आणि काढून घेतलेले पैसे इ. यावर आधारित कर्ज देण्याबाबतचे गुणवत्ता निश्चयन प्रत्येक SHGला दिलं जातं. आता बँक व्यवस्थापक आपापल्या जागांवर बसल्या-बसल्या त्याच्या क्षेत्रातल्या A- गुणवत्ताधारक आणि B- गुणवत्ताधारक SHG कोणत्या ते जाणून घेऊ शकतात.

"तुम्ही पाहताच की बँक व्यवस्थापकांवर आधीच कामाचा किती ताण असतो : जन धन, अटल पेन्शन आणि आणखी काय-काय. त्यामुळे त्यांचं काम थोडं हलकं व्हावं असा आम्ही प्रयत्न करतो."

झारखंडमधल्या रामगढ या मागासलेल्या जिल्ह्यापासून या प्रारंभीच्या प्रकल्पाची सुरुवात जुलै २०१५मध्ये झाली. याचा परिणाम संपर्क स्थापनेमध्ये प्रचंड सुधारणा होण्यात झाला. दुसरा असाच प्रकल्प महाराष्ट्रातल्या धुळे जिल्ह्यात झाला, त्यानंतर २३ जिल्ह्यांत तो राबवण्यात आला. नंतर, प्रायोगिक तत्त्वावर १०० जिल्ह्यांमध्ये राष्ट्रीय पातळीवर तो राबवण्यात आला.

२०१८ च्या मार्च महिन्यापर्यंत झालेल्या नोंदणीत २.७ लाखांपेक्षा जास्त SHGsना (३० लाख महिला) याचा लाभ मिळाला.

"दुसरी एक समस्या म्हणजे, १३ कोटी जमीनधारकांपैकी ८५ टक्के हे छोटे शेतकरी आहेत."

या छोट्या शेतकऱ्यांची उत्पादन क्षमता अगदी कमी असते, त्यामुळे ते आपलं उत्पादन व्यापाऱ्यांना/ दलालांना/ मध्यस्थांना विकतात आणि त्यामुळे त्यांना अगदी अल्प फायदा मिळतो. पण, जर हे छोटे शेतकरी एकत्र येऊ शकले तर - जसे सहकारी दूध संघात येतात तसे? त्यांना अधिक चांगली किंमत तर मिळेलच, पण शिवाय ते एकत्रितपणे खतं विकत घेऊ शकतील आणि ट्रॅक्टर्स भाड्यानं घेऊ शकतील.

हे लक्षात घेऊन NABARD नं २०००च्या वर शेतकी उत्पादक संघटना Farmer Producer Organizations (FPOs) स्थापन केल्या आहेत[२] – त्यातल्या अनेकांची नोंदणी उत्पादक कंपन्या म्हणून झाली आहे आणि स्वत: शेतकरीच त्या चालवतात. या संघटनांच्या कामांचा आढावा, नोंद समर्पित पोर्टलद्वारे ठेवली जाते आणि त्यांना इतर आवश्यक ते साहाय्य दिलं जातं. कोणतीही गोष्ट स्थापन करणं हे जरी सोपं काम असलं, तरी रोजच्या रोज कंपनी चालवणं हे

---

२. उत्पादक कंपन्या या नोंदणीकृत संस्था असतात, SHGs तशा नसतात.

एक आव्हानच असतं.

या उत्पादक संघटनांच्या मुख्य कार्यकारी अधिकाऱ्यांसाठी (CEOs) लखनऊला असलेल्या NABARDच्या 'ग्रामीण विकास संस्थेनं' (Institute of Rural Development) एक प्रशिक्षण कार्यक्रम सुरू केला आहे.

"आम्ही त्यांना CEOs म्हणून संबोधतो, पण ते स्थानिक लोकच आहेत – त्याच्या स्वत:च्या प्रचालनांविषयी अधिक जाणून घेण्याची इच्छा असणारे आणि मदत करणारे."

बहुतांश सहकारी संस्थांबाबत एक अडचण अशी दिसून येते की, त्यांच्यावर देखरेख करायला, अंकुश ठेवायला कोणी नसतं. सभासदांच्या बाबतीत आपली काहीएक बांधिलकी आहे, असं मानणारं कोणी नसतं. म्हणून, अफरातफर, घोटाळे होण्याची शक्यता जास्त वाढते.

हर्ष यांचं निरीक्षण आहे, "सभासदांचं प्रबोधन, शिक्षण चांगलं झालेलं असेल, तर तिथे असे घोटाळे होत नाहीत... म्हणूनच आम्ही जेव्हा एखादी उत्पादक कंपनी स्थापन करतो तेव्हा आम्ही ती एखाद्या संस्थेला/ NGOला जोडतो."

देशभरातल्या स्थानिक NGOs सोबत NABARD काम करते; त्यांच्या कार्मचाऱ्यांना ती शेतकऱ्यांना मार्गदर्शन देण्याबाबत आणि शेतकऱ्यांनी चालवलेल्या कंपनीच्या प्रगतीचा आढावा घेण्याबाबत प्रशिक्षण देते. खूप ठिकाणी याचा चांगला उपयोग झाला आहे. पुढच्या ३-५ वर्षांत १०,००० उत्पादक संघटनांचं उद्दिष्ट ठेवण्यासाठी यामुळे बँकेला आत्मविश्वास मिळाला आहे.

त्याशिवाय, NABARDच्या एका उपकंपनीचं NAB - KISAN Finance Ltd. या कंपनीत रूपांतर झालं आहे – या कंपनीचं उद्दिष्ट केवळ उत्पादक कंपन्या आणि त्यांच्या अर्थसाहाय्याच्या वेगळ्या गरजा हेच आहे. कारण, सामान्य बँका देत असलेली कर्जं त्यांना सहजासहजी उपलब्ध होत नाहीत.

"सुरुवाती सुरुवातीला अशा संघटनांना अनुदान स्वरूपात अर्थसाहाय्याची गरज असते, की चला, काम तर सुरू होऊ शकेल. यानंतर दीर्घ मुदतीच्या परतफेड कालावधीचं गौण कर्ज दिलं गेलं पाहिजे."

गुलाबाची बाग बहरून येण्यासाठी जशी निपुण माळ्याची निगराणी गरजेची असते, तशी एखाद्या उत्पादक कंपनीला काळजीपूर्वक आणि संयमानं केलेली देखरेख आणि संगोपन आवश्यक असतं. बाग बहरून येण्यासाठी आणि तिचा सुगंध दाही दिशांना पसरवण्यासाठी.

अलीकडेच झालेलं एक नवप्रवर्तन अध्यक्षांच्या अगदी हृदयाजवळचं आहे, ते म्हणजे 'संयुक्त दायित्व गट' 'Joint Liability groups'. जे शेतकरी त्यांच्या मालकीची नसलेली जमीन कसतात त्यांना संस्थात्मक कर्ज पुरवणारी ही यंत्रणा

आहे. एकाच गावातून आलेले एका गटाचे सभासद एकमेकांच्या कर्जांची हमी घेतात.

"ही यंत्रणा चांगलं काम करत आहे; १२ लाखांपेक्षा जास्त गट यासाठी कधीच पुढे आले आहेत आणि वसुलीचा आकडाही समाधानकारक आहे!"

शेतीक्षेत्राचं भविष्य पॉलीहाउसेस, सूक्ष्म-सिंचन (micro-irrigation) आणि अचूक शेती (Precision agriculture) यात आहे असं हर्ष यांना वाटतं. परंतु, शेतकरी या क्षेत्रांमध्ये पुरेशी गुंतवणूक करत नाहीत असं हर्ष यांचं म्हणणं आहे. पिकांसाठी कर्ज घेण्याचं प्रमाण वाढत आहे, तर पायाभूत सुविधा निर्माण करण्यासाठी मुदतीची कर्जं घेण्याचं प्रमाण मात्र त्यामानानं कमी आहे. यावर उपाय शोधण्याचा प्रयत्न बँक करत आहे.

बृहत् पातळीवर, हवामान बदलाच्या क्षेत्रात होत असलेल्या संशोधनाला NABARD साहाय्य करते. कारण, हवामानात होणाऱ्या बदलांचा मोठा परिणाम कृषिक्षेत्रावर आणि ग्रामीण भागावर होतो.

"हुशारीनं शेती केली नाही तर निसर्गसुद्धा गरिबांना मदत करणार नाही : सेंद्रिय पद्धतीनं शेती करण्याची हुशारी, कार्बन उत्सर्जन कमी करण्याची हुशारी, ऊर्जा योग्य पद्धतीनं हाताळण्याची हुशारी, ज्ञानाचा हुशारीनं वापर करणं!"

एखाद्या बाबतीत जर तुमचा निहित स्वार्थ असेल, तर तुम्ही कुठेच उभे राहू शकत नाही. सार्वजनिक संस्थांबरोबर काम करत असताना लक्षात ठेवण्याचं हे अगदी पहिलं मूलभूत तत्त्व आहे.

हे क्षेत्र खूप विशाल आहे आणि त्याची व्याप्ती आणखी वाढत जाणार आहे. ही महत्त्वाकांक्षा ठेवणं शक्य होत आहे, कारण स्वत: बँक अत्यंत सुज्ञ विचार करते आणि त्यामुळे सुस्थितीत आहे. बुडीत कर्ज आणि कर्ज निर्लेखित करण्याच्या या जमान्यात NABARDकडे एकूण शून्य NPAs (non-performing assets) अनुत्पादक मालमत्ता आहे. आणि हर्ष भानवाला यांच्या कार्यकाळात बँकेचा ताळेबंद २,१३,००० कोटी रुपयांपासून वाढत जाऊन ३,५४,००० कोटी रुपये झाला आहे.

IDBI, SIDBI आणि EXIM यांच्यासारखी NABARD ही एक स्वायत्त संस्था आहे. तिथली कार्यसंस्कृती ही एखाद्या सरकारी कार्यालयासारखी नसून एखाद्या कॉर्पोरेट कंपनीसारखी आहे.

"माझ्याबरोबर उत्तम काम करणाऱ्या लोकांची टीम आहे, आव्हान आहे ते नव्या आणि जुन्या विचारपद्धतींची सांगड घालण्याचं, जेणेकरून आम्ही समस्या निवारण करू शकू."

बँकेवर परंपरागत पद्धतीनं, जमाखर्चाचा विचार करणाऱ्यांचं वर्चस्व आहे. खातेविभाग, अर्थविभाग आणि जोखीम विभाग हे नियम आणि अधिनियम यांची

अंमलबजावणी करतात, नियमन आणि संतुलन राखतात. त्याच वेळी, काही असे विभाग आहेत ज्यांना सामाजिक भान असलेल्या उद्योजकांप्रमाणे विचार करावा लागतो, कृती करावी लागते. त्यांना विकास घडवून आणण्यासाठी आणि परिणाम दाखवण्यासाठी अधिक स्वातंत्र्याची गरज असते.

कार्यालयातला वेळ वगळता, हर्ष यांना तंदुरुस्तीची/ व्यायामाची आणि वाचनाची अतोनात आवड आहे. या दोन्हीसाठी सकाळचा वेळ त्यांनी राखून ठेवलेला असतो.

"हे लहानपणीचे संस्कार आहेत... सकाळी लवकर उठण्याची शिस्त मी आजही पाळतो."

मुंबईत राहणाऱ्या काही सुदैवी लोकांपैकी हर्ष हे एक आहेत. ते BKC (बांद्रा-कुर्ला कॉम्प्लेक्स)मधल्या त्यांच्या घरापासून BKC तच असलेल्या ऑफिसमध्ये चालत जाऊ शकतात. आणि रोजच्या व्यायामासाठी MCA क्लबमध्येही चालत जातात.

मात्र, त्यांची पत्नी अजूनही रोहतकमध्ये शिकवण्याचं काम करते आणि मुलं जगभर विखुरलेली आहेत : सगळ्यांत मोठी मुलगी US मध्ये काम करते, तिच्यापेक्षा लहान असलेली मुलगी मणिपालला MBBS करत आहे आणि मुलगा दिल्ली युनिव्हर्सिटीत अर्थशास्त्र (Hons) शिकत आहे. महिन्यातून दोन वेळा हर्ष दिल्ली आणि रोहतकला जाऊन येतात.

"आम्ही आमच्या कुटुंबाला 'डिजिटल कुटुंब' म्हणतो. रोज रात्री फेसटाइम/ स्काइप/ व्हॉट्सॲपवर एकमेकांशी बोलणं होतं आणि एकमेकांची खबरबात कळते."

आयुष्य साधं आहे, आयुष्य चांगलं आहे. (NABARD)चा अध्यक्ष म्हणून काही फायदे आणि सुविधा, विशेषाधिकार नक्कीच आहेत. लोक सलाम करतात आणि महत्त्व देतात. पण, हर्ष यांचे पाय नेहमीच जमिनीवर असतात.

"सरकारमध्ये थोडी व्हीआयपी ट्रीटमेन्ट मिळते; पण तुम्ही विनयशील राहिलात तर नंतर काही अडचण येत नाही, सगळं काही ठीकठाक राहतं!"

सत्ता आणि पद येतं आणि जातं. तुम्ही या ब्रह्मांडाच्या/ नियतीच्या योजनेत तुमची भूमिका निभावता. आणि एक दिवस सन्मानानं, उजळ माथ्यानं निघून जाता.

तुमचं नाव कधी इतिहासात नोंदलं जातं तर कधी दुर्लक्षित राहतं. पण, तुमच्या शब्दांचा, कृतींचा, विचारांचा आणि हेतूंचा प्रभाव जाणवत राहतो.

तुम्ही शक्य तितकं उत्तम देण्याचा प्रयत्न केलेला असतो – आणि बहुधा तुम्ही एवढंच करू शकता.

सारे जहाँ से अच्छा
हिंदोस्ताँ हमारा...

उसमें एक छोटासा

योगदान हमारा...

तरुण व्यवस्थापकांसाठी अनुभवाचे चार शब्द -

हे पहा, काहीही मिळवण्यासाठी माणसात दृढ निश्चय असला पाहिजे... निश्चयाशिवाय, निर्धाराशिवाय यश नाही.

निश्चय कायम ठेवण्यासाठी तुम्हाला सतत प्रयत्न करावे लागतात, कारण निश्चयापासून माणूस सहजपणे ढळू शकतो.

प्रत्येक दिवशी सकाळी मी फिरायला जातो आणि दर सकाळी पहिला राउंड हा कसाबसा पाय ओढत पूर्ण केला जातो. पण, २-३ फेऱ्यांनंतर तुम्हाला लय सापडते आणि तुम्ही फिरण्यातला, चालण्यातला आनंद लुटायला लागता. तुम्ही मनाशी ठरवलेलं अंतर पूर्ण करण्याचा निश्चय केलेला असतो... म्हणजेच सुरुवातीची अनिच्छा ही आपल्यापैकी प्रत्येकातच असते. आणि तुम्हाला ज्या दिशेला जायचं असतं, तिच्याबरोबर विरुद्ध दिशेला ती तुम्हाला घेऊन जाण्याचा प्रयत्न करते.

सातत्यानं प्रयत्न करणं गरजेचं असतं... आणि तुम्ही ते एकट्यानं करू शकत नाही. तुम्हाला आधारासाठी मित्रांची आणि सहकाऱ्यांची गरज असते, त्यांच्याकडून मिळणाऱ्या आदराची तुम्हाला गरज असते. त्यांच्याशी चांगले संबंध राखा.

तुम्ही सातत्यानं प्रयत्न करत असलात तरी संघटनात्मक वास्तवाचं भान असू द्या. कष्टानं काम करणं जितकं महत्त्वाचं आहे तितकंच महत्त्वाचं आहे 'हुशारीनं काम' करणं. संधींच्या शोधात रहा.

सतत प्रयत्न करण्यासाठी सजग मन आणि सुदृढ शरीर असणं आवश्यक आहे. आव्हानं स्वीकारण्यासाठी तुम्ही सक्षम असला पाहिजे. आणि जेव्हा आव्हानांना तोंड देण्याची वेळ येईल तेव्हा हार मानू नका, पाठ फिरवू नका.

प्रत्येक दिवशी २०-२५ मिनिटं स्वत:साठी राखून ठेवा, व्यायाम

करा, योग करा. ईश्वरानं तुम्हाला अद्‍भुत शरीर दिलं आहे. ही अनमोल भेट (शरीर) आयुष्य पूर्णपणे उपभोगण्यासाठी वापरा आणि तुमच्याभोवती निर्माण होणाऱ्या समस्याचं निराकरण करण्यासाठी वापरा – तुमच्या संघटनेतल्या आणि एकूणच समाजातल्या समस्या.

बालपणी मिळालेली ही साधी, सोपी शिकवण आहे : सक्रिय रहा, सकारात्मक विचार करा आणि नेहमी हसत रहा!

आपलेपणा महत्त्वाचा आहे, नातेसंबंध महत्त्वाचे आहेत... विश्लेषणही महत्त्वाचं आहे, पण तुम्ही कसं वागलं पाहिजे, इतरांशी कसे संबंध प्रस्थापित केले पाहिजेत, उद्दिष्टं कशी गाठली पाहिजेत हे तुम्हाला आकडेवारी किंवा गोळा केलेली माहिती सांगू शकणार नाही. ही व्यवस्थापन कला आहे. जिच्यासाठी आयुष्यभर सतत प्रयत्न करावे लागतील!

विभाग : ३
सेवा

एका सरकारी अधिकाऱ्याच्या हाती प्रचंड ताकद असते, जी मोठा बदल घडवून आणू शकते. धाडसी आणि प्रभावी पावलं उचलली तर त्याद्वारे केलं जाणारं काम ही खरी देशसेवा आणि लोकसेवा ठरेल.

अमिताभ कांत

NITI आयोग

भारतीय प्रशासकीय सेवेतली नोकरी (IAS) म्हणजे आरामाची नोकरी असं बहुतेक लोकांना वाटतं – थोड्या, अगदी थोड्या लोकांना ती बदल घडवण्याची एक संधी आहे असं वाटतं. मलबारच्या किनारी प्रदेशात उपजिल्हाधिकारी असल्यापासून, अमिताभ कांत स्वत:कडे 'बदल घडवणारा' म्हणून पाहत आले आहेत. ही मनोवृत्ती त्यांच्या संपूर्ण कारकिर्दीत त्यांच्यासोबत कायम राहिली, प्रत्येक नोकरीच्या ठिकाणी, प्रत्येक विभागात, प्रत्येक सरकारसोबत काम करताना. कारण, जिथे इच्छा असते तिथे मार्ग सापडतोच.

मृदू शक्ती

अमिताभ कांत हे मृदुभाषी आहेत, पण त्यांचं म्हणणं/ त्यांचा आवाज लोकांपर्यंत पोचतो, ऐकला जातो.

त्यांच्या ३८ वर्षांच्या कार्यकाळात त्यांनी हरेक प्रकारच्या राजकारण्यासोबत काम केलं आहे – कम्युनिस्ट, भांडवलदार/ पुंजीप्रधान, समाजवादी. जे करणं आवश्यक आहे, ते ते करतात, तेवढंच त्यांच्या दृष्टीनं महत्त्वाचं असतं.

केरळ संवर्गातील तरुण (IAS) अधिकारी म्हणून त्यांनी स्थानिक मच्छीमारांचा रोजगार वाढावा यासाठी नावीन्यपूर्ण कल्पना राबवल्या. आणि कालिकत विमानतळाच्या उभारणीसाठी सामाजिक सहयोगातून निधी उभारण्याच्या कामी पुढाकार घेतला.

एखाद्या उद्योजकाला शोभेल असा ध्यास आणि उद्दिष्टांचा पाठपुरावा करण्याची तळमळ त्यांच्या कृतीत दिसून येते.

'गॉड्स ओन कंट्री' ('God's own country') आणि 'इन्क्रेडिबल इंडिया' ('Incredible India) या प्रकल्पांवर काम करण्यासाठी त्यांनी उत्कृष्ट सर्जनशील मनांना राजी केलं. आणि पुराणमतवादी, जुनाट विचारांच्या मंत्र्यांच्या गळी हे स्वप्न उतरवलं.

कोणत्याही उपक्रमात भांडवल गुंतवायला लावण्यापेक्षा हे काम जास्त जिकिरीचं होतं.

IAS अधिकारी 'काहीतरी करण्याचा' प्रयत्न करतात आणि म्हणून मग त्यांची बदली होते किंवा त्यांना बाजूला सारलं जातं असं आपण नेहमी वाचतो.

अमिताभ कांत हे त्यातले नाहीत. ते तुम्हाला एक वेगळा मार्ग दाखवतात.

आहे त्या परिस्थितीला आव्हान द्या. पण सकारात्मक भावनेनं, नम्रपणानं.

अमिताभ कांत यांना कलेची आवड आहे, कलाकारांची कदर आहे, हा निव्वळ योगायोग नाही असं मला वाटतं.

अशा प्रकारची आवड असलेला माणूस कठोर, हटवादी किंवा आपल्या कल्पनांवर जरा जास्तच ठाम असणारा, अडून बसणारा असा असूच शकत नाही..

कारण कलेला दिलखुलासपणा भावतो. कला दृष्टिकोनाला व्यापक बनवते. ती आत्म्याची भाषा बोलते.

कलाकार वेगवेगळ्या प्रकारचे असतात – कोणी कागदावर कलानिर्मिती करतं, तर कोणी कापडावर. कधीतरी, असा एखादा कलाकार निर्माण होतो जो प्रशासकीय सेवेचा भव्य कॅनव्हास निवडतो.

कुंचल्याच्या आत्मविश्वासपूर्ण आणि ठसठशीत फटकाऱ्यांनी नूतन भारताचं चित्र रंगवतो.

ज्ञानाचं मोल जाणणाऱ्या एका कुटुंबात वाराणसी इथे अमिताभ कांत यांचा जन्म झाला.

"माझे वडील जज होते तर आई बनारस हिंदू युनिव्हर्सिटीत (BHU) राज्यशास्त्राची प्राध्यापक होती. नंतर ती फुलब्राइट शिष्यवृत्ती मिळून US मध्ये शिकवायला गेली..."

१९६० च्या दशकाच्या मध्यावरच्या त्या काळात ही फारच असाधारण गोष्ट होती आणि निश्चितच अमिताभ आणि त्यांचे बंधू रवि कांत यांच्यासाठी त्यांची आई हा फार मोठा आदर्श होती.

अमिताभ चवथ्या इयत्तेत असताना त्यांच्या वडिलांची दिल्लीला बदली झाली. तिथे ते बाराखंबा रस्त्यावरच्या मॉडर्न स्कूलमध्ये जायला लागले. मुख्याध्यापक मि. एम.एन.कपूर यांचं तत्त्वज्ञान होतं – 'अष्टपैलू बना'. अभ्यासात काहीतरी चांगलं करा, खेळांचा आनंद लुटा आणि अभ्यासबाह्य एकातरी उपक्रमामध्ये पूर्णपणे सहभागी व्हा.

"माझ्यासाठी याचा अर्थ होता, खूप क्रिकेट खेळणं आणि नाटक करणं! शेवटच्या वर्षी भारताच्या इतिहासावर आधारित एका सुंदर सांगीतिक सादरीकरणात मी प्रमुख भूमिकेत होतो."

सेंट स्टीफन्स कॉलेजमधून इकॉनॉमिक्स ऑनर्स पूर्ण केल्यानंतर 'पुढे काय' याबाबत अमिताभ यांच्या मनात किंचितही संदेह नव्हता. त्यांचं लक्ष्य होतं 'भारतीय प्रशासकीय सेवा' (IAS). प्रवेशाची संधी बळकट करण्यासाठी अमिताभ 'आंतरराष्ट्रीय संबंध' या विषयात एम.ए. करण्यासाठी (JNU) जवाहरलाल नेहरू युनिव्हर्सिटीत दाखल झाले. (गुण मिळवायच्या दृष्टीनं हा एक सोपा विषय होता!)

एम.ए. करत असताना, ते UPSC परीक्षांना बसले आणि १९८० साली IAS साठी त्यांची निवड झाली. पण मग एक मोठा धक्का बसला. पक्के उत्तर भारतीय असलेल्या अमिताभ यांना 'केरळ संवर्गा'त टाकण्यात आलं.

ही माझी पहिली आवड नव्हती... खरंतर, हा अगदी शेवटचा पर्याय होता. मी खूप निराश झालो.

असं असलं तरी, १९८१च्या सप्टेंबरमध्ये हा तरुण केरळ एक्सप्रेसमध्ये चढला, दिल्लीहून त्रिवेंद्रमला पोचायला तिला ४८ तास लागले. त्रिसूरला झालेल्या प्रशिक्षणादरम्यान, केरळ हे कसं वेगळं राज्य आहे याची झलक त्यांना पाहायला मिळाली. सत्तेवर मार्क्सवादी सरकार होतं आणि अतिशय मजबूत कामगार संघटना होत्या.

तुम्ही रेल्वे स्टेशनवर उतरल्यावर तुमचं सामान तुम्ही स्वत: जरी उचललंत तरी कामगार संघटना 'नोक्कू-कूली' ची मागणी करायची (तुम्ही सामान स्वत: उचलत असताना ते केवळ पाहण्याचं शुल्क). हा फार मोठा सांस्कृतिक धक्का होता.

१९८२ साली अमिताभ कांत यांची पहिली नियुक्ती तेलीचेरी उपविभागात झाली. मलबार प्रांताचा हा पारंपरिक बालेकिल्लाच म्हणता येईल. कन्नूर ते कसरगोड असा पसरलेल्या या प्रांताचा इतिहास अत्यंत समृद्ध आहे. उपजिल्हाधिकाऱ्याला दिलं गेलेलं निवासस्थान हे लॉर्ड वेलस्ली यांनी बांधलं होतं (जे नंतर ड्यूक ऑफ वेलिंग्टन झाले). अरबी समुद्राकडे तोंड करून असलेलं हे घर एका छोट्या टेकडीवर बांधलेलं आहे.

"हळूहळू, मी केरळच्या प्रेमात पडायला लागलो. तिथले लोक, तिथली संस्कृती, तिथलं निसर्गसौंदर्य..."

आणि शिवाय, कामासोबत येणारी उत्कंठा, पुढे काय होणार या बाबतची उत्सुकता.

तेलीचेरी गावातला मासळीबाजार गावाच्या अगदी मध्यभागी होता, तिथून फार दुर्गंधी यायची. नवीन उपजिल्हाधिकाऱ्यांनी कामावर रुजू झाल्यावर पहिला निर्णय घेतला तो मासळीबाजार किनारी प्रदेशात हलवण्याचा. ही स्वच्छता मोहीम तिथेच थांबली नाही, त्यांनी ती आणखी पुढे नेली. रस्ते रुंदीकरण, अतिक्रमणं हटवणं – त्यासाठी कठोर कारवाया कराव्या लागल्या, काही वेळा नाराजी पत्करून.

> आयुष्यात चांगलं काही करून दाखवणारे लोक फक्त अभ्यासातच हुशार असतात असं नाही तर त्यांना विविध विषयांमध्ये रुची असते.

पण जेव्हा तुम्ही तरुण आणि उत्साही असता, तेव्हा तुम्ही परिणामांचा विचार करण्यासाठी थांबत नाही.

"मी ते करू शकलो, कारण तेलीचेरीच्या लोकांचा मला पाठिंबा होता..."

आणि कुठेतरी ते बीज त्या तरुण प्रशासकीय अधिकाऱ्याच्या मनात रुजलं. की, चांगलं काम करणं 'शक्य आहे', त्याची दखल घेतली जाते, कौतुक केलं जातं.

एका संध्याकाळी एक माणूस समुद्रात पडल्याची खबर आली. उपजिल्हाधिकारी त्या ठिकाणी धावले, त्याच्या सुटकेच्या कामावर जातीनं लक्ष दिलं आणि त्याची रवानगी स्थानिक हॉस्पिटलमध्ये केली. जिल्हा प्रशासनानं हॉस्पिटलच्या खर्चाची जबाबदारी उचलण्याचं आश्वासन दिलं. परंतु, डॉक्टरनं उपचार सुरू करण्यास

विलंब केला. कारण त्याला आगाऊ पैसे मिळाले नाहीत आणि परिणामी तो रुग्ण दगावला.

उपजिल्हाधिकाऱ्यांनी औषध निरीक्षकांना बोलावणं धाडलं आणि त्यांनी डॉक्टरच्या क्लिनिकवर धाड घातली. त्यात कितीतरी अवैध आणि मुदत संपलेली औषधं सापडली. डॉक्टरवर गुन्हा दाखल करण्यात आला.

"हे प्रकरण चिघळलं. सगळे डॉक्टर्स एकत्र आले. एक तरुण उपजिल्हाधिकारी म्हणून मी माझ्या अधिकारांचं उल्लंघन केलं असं त्यांचं म्हणणं होतं."

त्यानंतर डॉक्टरांनी मंत्र्यांकडे एक याचिका पाठवली, त्यांनी पुढील कारवाईला स्थगिती दिली. अमिताभ कांत यांना स्पष्टीकरण मागण्यात आलं. दरम्यान, आणखी एक आणीबाणीची परिस्थिती निर्माण झाली. नक्षलवाद्यांच्या एका गटानं क्लिनिकला घेराव घातला आणि त्यांनी 'सार्वजनिक खटला' सुरू केला. उपजिल्हाधिकाऱ्यांनी त्या ठिकाणी धाव घेतली आणि त्या डॉक्टरची सुटका केली.

अखेरीस, मंत्र्यांनी हस्तक्षेप करूनही डॉक्टरला तेलीचेरीमधलं क्लिनिक बंद करणं भाग पडलं. स्थानिक जनतेनं हार मानायला ठाम नकार दिला.

केरळमधल्या 'जनशक्ती'चा आणि जनतेमधल्या जाणीवजागृतीचा प्रत्यय देणारी ही आणखी एक मोठी शिकवण होती.

या कार्यकाळाची एक सौम्य आणि मधुर बाजूही होती, ती म्हणजे 'तेलीचेरी कार्निव्हल' भरवण्यात उपजिल्हाधिकाऱ्यांनी घेतलेला पुढाकार. हिंदू, मुस्लीम आणि ख्रिश्चन लोकांना एकाच सांस्कृतिक व्यासपीठावर एकत्र आणण्याची कल्पना त्यामागे होती.

व्यक्तिगत पातळीवर या कार्यकाळनं त्यांना काय दिलं? तर या छोट्या किनारी शहरानं तरुण जिल्हाधिकाऱ्यांना आणि त्यांची पत्नी रंजिता यांना आयुष्यभरासाठी काही मित्र मिळवून दिले. मूसा आणि त्यांची पत्नी फैजा यांच्या सहवासात त्यांच्या ब्रिटिशकालीन देखण्या हवेलीत अनेक आनंददायी रात्री त्यांनी व्यतीत केल्या.[१] काही अत्यंत चविष्ट 'मोपला' पदार्थांचा आस्वाद त्यांनी तिथे घेतला : शिंपले/कालवं, शंखमीन, ऑयस्टर्स, माशांचे पराठे.

"विख्यात पाककला निपुण फैजा यांच्याकडून माझ्या पत्नीनं केरळी पाकशास्त्राचे पहिले धडे गिरवले!"

१९८४ साली सप्टेंबर महिन्यात अमिताभ कांत यांची पुढची नियुक्ती झाली

---

१. अरबी समुद्राचं मनोहारी दर्शन देणारी 'आयेशा मंझिल' ही वास्तू आता एक उच्चभ्रू हॉटेल म्हणून दिमाखात उभी आहे.

तर मच्छीमार कल्याण मंडळांच्या शिखर संघटनेचा - 'मत्स्यफेड'चा व्यवस्थापकीय संचालक म्हणून. खरंतर हा एक स्टार्ट-अप होता. त्याची नोंदणी होऊन फक्त ६ महिने झाले होते. पारंपरिक मच्छीमारी करणाऱ्या लोकांच्या आयुष्यात सुधारणा घडवून आणण्याचं त्यांचं उद्दिष्ट होतं. आर्थिक आणि सामाजिक विकासातून हे साध्य करण्याचा त्यांचा हेतू होता.

"मला अचानक जाणीव झाली की मला काहीतरी केलंच पाहिजे... माझ्या डोक्यात असंख्य कल्पना धुमाकूळ घालू लागल्या..."

कोणत्याही उपाययोजनेकडे जाण्यासाठी सर्वप्रथम मूळ समस्येची निश्चित व्याख्या करणं गरजेचं असतं. मच्छीमारांच्या समस्येची व्याख्या एका शब्दात करता येण्यासारखी होती – 'मध्यस्थ' – व्यापारी – दलाल. मच्छीमारांना त्यांनी पकडलेल्या मासळीच्या बाजारातील विक्रीचा केवळ २५ टक्के हिस्सा मिळायचा. मासळीच्या व्यापारावर १४-१५ बड्या धेंडांचं वर्चस्व होतं, जे संपूर्ण बाजार त्यांच्या मुठीत ठेवायचे.

या दलालांचं वर्चस्व संपवण्यासाठी 'किनारी पातळीवरचा लिलाव' ही संकल्पना मांडण्यात आली. यामुळे मागणी आणि पुरवठा आमनेसामने येण्यास मदत झाली आणि प्रत्यक्ष उत्पादकाला त्याच्या दैनंदिन मालाची जास्त किंमत मिळण्यात कोणतीही अडचण राहिली नाही. त्याशिवाय, मच्छीमारांना बँकेत खाती उघडून देण्यात आली, त्यामुळे त्यात विक्री झाल्यावरची रक्कम थेट जमा होऊ लागली.

त्या काळी, बँकेत खातं उघडणं हे मोठं जिकिरीचं काम असायचं, त्याला ७-८ महिने लागायचे; पण हे करणं अत्यंत आवश्यक होतं. बँकेत खातं असल्यामुळे मच्छीमारांना नव्या फायबरग्लासच्या बोटी खरेदी करण्यासाठी कर्ज घेणं सोपं झालं. या बोटींना बाहेरच्या बाजूला मोटर/ इंजिन बसवलेलं होतं आणि 'डिस्को नेट्स' (जाळ्या) लावलेल्या होत्या. त्या जास्त खोल समुद्रात जाऊ शकायच्या आणि त्यामुळे मोठ्या प्रमाणावर मासे पकडता यायचे.

"एका मासेमारी करणाऱ्या गावातून दुसऱ्या मासेमारी करणाऱ्या गावात मी भ्रमंती केली, मच्छीमारांशी बातचीत केली, स्व-मदत गट बनवले... प्रकल्पासाठी त्यांची अनुमती/ सहमती मिळवली."

परंतु, उत्तर भारतातून आलेल्या एका सेंट स्टीफन्स पदवीधारकानं मल्याळी मच्छीमारांचा विश्वास कसा काय प्राप्त केला? एका गुप्त 'महाशक्ती'च्या मदतीनं.

सुरुवातीलाच अमिताभ कांत यांनी स्थानिक भाषेवर प्रभुत्व मिळवलं. त्यांची सार्वजनिक भाषणं इंग्लिश किंवा हिंदी नव्हे तर उत्तम मल्याळम भाषेत दिली जायची. यामुळे सर्वसामान्य लोक प्रभावित व्हायचे आणि ते त्यांचा 'आपला माणूस' होऊन गेले.

अर्थात, त्यांनी प्रस्तावित केलेल्या योजनेची गुणवत्ता, फायदे निर्विवादपणे लोकांना पटत होते, ही गोष्ट जास्त महत्त्वाची होती.

लिलावात विकल्या गेलेल्या माशांच्या विक्रीतून आलेल्या प्रत्येक १०० रुपयांमधले ५० रुपये त्या मच्छीमाराच्या बँक खात्यात जाणार, उरलेली ५० टक्के रक्कम कर्जफेडीसाठी वापरली जाणार होती.[२]

एखाद्या प्रकल्पाची आर्थिक जडणघडण कशी आहे यावर त्या प्रकल्पाचं यशापयश अवलंबून असतं. अमिताभ कांत यांच्या नेतृत्वाखाली भविष्यात आणल्या गेलेल्या कित्येक प्रकल्पांचा एक आधारस्तंभ हा वर मांडलेला विचार असणार होता.

मी अशा निष्कर्षाला आलो आहे की, जेव्हा अधिकारी एखादा उपक्रम सुरू करतात, जेव्हा त्यांना चांगली कामं करायची असतात, तेव्हा त्यांना चहूबाजूंनी मदत मिळते.

आणखी एका प्रश्नाला - विशेषत: कोळिणींना सामोरं जावं लागलं, तो म्हणजे मासळी किनारी प्रदेशातल्या गावांमधून शहरांकडे घेऊन जाण्याचा. त्यांच्या मासळीनं भरलेल्या टोपल्या घेऊन सर्वसाधारण बसमधून प्रवास करणं फारच त्रासदायक होतं. म्हणून मग, 'मत्स्यफेड'नं कोळिणींसाठी एक खास बस सुरू केली, तिच्यात मागच्या बाजूला त्यांच्या टोपल्यांसाठी जागा ठेवण्यात आली होती. ही सोय लोकांना खूप आवडली आणि त्यानंतर अशा अनेक बसेस रस्त्यांवर धावू लागल्या.

"ते दिवस उत्साहानं भारलेले दिवस होते... मी जेव्हा मागे वळून पाहतो तेव्हा ते माझ्या आयुष्यातले सर्वोत्तम दिवस होते असं मला वाटतं!"

१९८७ साली, अमिताभ कांत यांची बदली नवी दिल्ली इथे वाणिज्य मंत्रालयात झाली. त्यांनी मानवीय आधारावर या बदलीसाठी अर्ज केला होता, कारण त्यांच्या वडिलांचं अकाली निधन झालं होतं. ४ वर्षांच्या त्यांच्या तिथल्या कार्यकाळात त्यांनी चहा, कॉफी, रबर आणि सागरी उत्पादनांच्या क्षेत्रात उल्लेखनीय काम केलं. या कार्यकाळाच्या दरम्यान या तरुण अधिकाऱ्याला भारतातल्या लागवडीच्या पिकांविषयी/ मळ्यांमध्ये केल्या जाणाऱ्या लागवडीविषयी सखोल ज्ञान आणि शिकवण मिळाली.

विशेषत: उत्पादकता वाढवण्यात संशोधन आणि विकास कार्याची काय भूमिका असते ते समजलं आणि किरकोळ विक्री विपणनातून मूल्यवर्धन कसं

---

२. ३० टक्के रक्कम ही अनुदानातून मिळालेली होती, तर ७० टक्के रक्कम मच्छीमारांच्या गटाला कर्ज म्हणून दिली गेली होती.

निर्माण करायचं तेही शिकता आलं.

त्यानंतर, पुन्हा पहिल्या संवर्गाकडे, म्हणजे केरळमध्ये काही काळासाठी बदली झाली ती ग्रामीण विकासासाठीचे आयुक्त म्हणून. स्वमदत गट (SHGs) विकसित करणं आणि ग्रामीण महिलांच्या उत्पादनांना बाजारपेठ उपलब्ध करून देण्याचं हे काम उत्साहवर्धक होतं. या क्षेत्रात सर्वप्रथम आघाडी घेणारं राज्य होतं केरळ आणि त्यानं उर्वरित भारतासमोर हा आदर्श ठेवला.[३]

१९९२ साली जून महिन्यात, अमिताभ कांत यांनी कालिकतचे जिल्हाधिकारी म्हणून पदभार स्वीकारला. या त्यांच्या नियुक्तीच्या काळात त्यांनी आपल्या कार्यपद्धतीनं मोठा प्रभाव पाडला. आजही स्थानिक रहिवासी या गोष्टीचा कृतज्ञतापूर्ण उल्लेख कातात, आठवण काढतात.

वापरकर्त्यांकडून घेतल्या गेलेल्या विकास शुल्कातून आणि खासगी-सार्वजनिक भागीदारीतून बांधला गेलेला कालिकत हा पहिलावहिला विमानतळ होता... हा फारच आगळावेगळा प्रकल्प होता.

१४९८ साली वास्को द गामा कालिकत इथे आला. असं म्हटलं जायचं की, जर वास्को द गामा परत इथे आला तर त्याला हे शहर तो सोडून गेला अगदी त्याच स्थितीमध्ये पुन्हा दिसेल! रस्ते अगदी अरुंद, शहरांचं कोणत्याही प्रकारचं आधुनिकं पद्धतीनं नियोजन नाही. शहरात कोणत्याही प्रकारची मनोरंजनाची केंद्रं नाहीत की सार्वजनिक ठिकाणं नाहीत, ही बाब अमिताभ कांत यांना विशेष- करून खटकली. हा त्यांच्या दृष्टीनं सर्वांत जास्त प्राधान्य असलेला प्रकल्प होता.

कालिकत शहराच्या अगदी मध्यावर मननचिरा मैदान आहे; ज्यावर अतिक्रमणांनी आक्रमण करून त्याची अगदी गळचेपी केली होती. जिल्हाधिकाऱ्यांनी त्यांचे अधिकार वापरले आणि शंभरेक बेकायदेशीर बांधकामं जमीनदोस्त केली. त्याचवेळी मलबार प्रदेशातला पारंपरिक जांभा खडक वापरून मैदानाचं सुशोभीकरण केलं. मैदानात सर्वत्र दिवे लावून त्याचं सौंदर्य खुलवलं आणि एक आगळंवेगळं संगीतकारंजं बसवून ते आणखी वृद्धिंगत केलं.

'मननचिरा मैदान म्हणजे जणू शहराची 'फुप्फुसं' बनली... अशी एक जागा जिथे प्रत्येकजण जाऊन बसू शकेल आणि रम्य संध्याकाळचा आनंद लुटू शकेल!''

कालिकतमधले अरुंद रस्ते रुंद करण्याचं कठीण कामही जिल्हाधिकाऱ्यांनी

---

३. आज देशभरात ७,००,०००च्या वर महिलांचे स्व-मदत गट (SHGs) आहेत. गरीब जनतेच्या, विशेषत: महिलांच्या सामाजिक प्रगतीमध्ये त्यांचा महत्त्वाचा वाटा आहे.

हाती घेतलं. २६ रस्त्यांचं रुंदीकरण झालं आणि मोठी व्यक्तिगत जोखीम पत्करून कालिकत बायपास विकसित करण्यात आला. त्यांनी सिंचन विभागाच्या आणि स्टेट बँक ऑफ इंडियाच्या अनधिकृत इमारती जमीनदोस्त करण्याचे आदेश दिले.

मल्याळी लोकांना कायद्याच्या लढाया लढायला आवडतं आणि अमिताभ कांत यांनी आमिषांना आणि दबावांना बळी पडायला साफ नकार दिल्यामुळे काही काळ त्यांना केरळ हायकोर्टात, कोर्टाचा अवमान केल्याबद्दल अनेक खटले लढावे लागले होते.

शहरात राबवलेली अतिक्रमणविरोधी मोहीम मागे घ्यावी यासाठी त्यांच्यावर प्रचंड दबाव आणला गेला. परंतु, शेतजमिनीवर बेकायदेशीर कब्जा करणाऱ्यांच्या विरोधात जिल्हाधिकाऱ्यांनी ही मोहीम हाती घेतली होती, ते दबावाला बधले नाहीत.

सुदैवानं, स्थानिक जनता आणि प्रसारमाध्यमं यांचा प्रचंड पाठिंबा त्यांना मिळाला. अत्यंत साक्षर आणि जागरूक समाजाबरोबर काम करण्याचे मोठे फायदे त्यांना मिळाले. त्यावेळचे मुख्यमंत्री के. करुणाकरन यांचाही पाठिंबा मिळाला. कोणताही राजकीय हस्तक्षेप होणार नाही याची त्यांनी ग्वाही दिली. अखेरीस, सगळे खटले मागे घेण्यात आले.

आणि या सगळ्या प्रक्रियेदरम्यान, कालिकतला पूर्वीपेक्षा चांगले रस्ते मिळाले आणि आवश्यक असणारा बायपासही मिळाला. आजही त्यामुळे शहर सुस्थितीत राहायला मदत होत आहे.

पण, सगळ्यात मोठी, बदल घडवून आणणारी खेळी होती कालिकत विमानतळाचं आधुनिकीकरण आणि अद्ययावतीकरण/ सुधारणा. एका टेकडीवर स्थित असलेल्या या विमानतळाच्या धावपट्टीवर केवळ छोटी विमानंच उतरू शकायची. त्यामुळे, सौदी अरेबिया आणि ओमान इथे नोकरीला असलेल्या स्थानिक लोकांना मुंबईमार्गे प्रवास करून यावं-जावं लागायचं. याचाच अर्थ, अंत:प्रवसन/ स्थलांतरण (immigration) व सीमाशुल्क अधिकारी आणि दलाल यांच्या छळवणुकीला सामोरं जाणं. आणि प्रवासात एक रात्र जास्त घालवणं.

नागरी विमानोड्डाण मंत्री गुलाम नबी आझाद यांनी करुणाकरन यांची भेट घेतली आणि पुरेशा निधीअभावी विमानतळाचा विस्तार करण्यात असमर्थतता दर्शवली.

''आपण आपलाच स्वत:चा निधी का उभारू नये?'' असा प्रस्ताव अमिताभ कांत यांनी मुख्यमंत्र्यांसमोर मांडला. असं काही यापूर्वी कधी घडलं नव्हतं. निदान केरळमध्ये तरी नाही – पण प्रयत्न करून पाहण्यासाठी तर हे खूपच सबळ

कारण होतं!

आखाती देशांमध्ये काम करणाऱ्या मल्याळी लोकांमध्ये या प्रस्तावामुळे चैतन्याची लाट आली – आर्थिक सहयोग देण्याची त्यांनी तयारी दाखवली, कारण त्यांच्यापैकी बरेच जण मलबार प्रांतातले होते. या निधींची सुयोग्य व्यवस्था ठेवण्यासाठी 'मलबार इंटरनॅशनल एअरपोर्ट डेव्हलपमेन्ट सोसायटी' ही विशेष उद्देश्य संस्था (SPV- Special Purpose Vehicle) स्थापन करण्यात आली.

या संस्थेचे पहिले CEO अमिताभ कांत[४] यांनी विमानतळासाठी अर्थसाहाय्य उभं करण्याचा आणखी एक नवीन मार्ग सुचवला. प्रत्येक प्रवाशाकडून 'वापरकर्ता विकास शुल्क' (User Development Fee) म्हणून ५०० रुपये घेणारा कालिकत विमानतळ हा देशातला पहिला विमानतळ ठरला. धावपट्टीचा ९००० फुटांपर्यंत विस्तार करण्यासाठी HUDCOकडून जे १२० कोटी रुपयांचं कर्ज घेण्यात आलं होतं ते फेडण्यासाठी हे पैसे वापरण्यात आले.

या नवीन विमानतळावरून, मलबार प्रांतातले लोक थेट सौदी, ओमान, कतारला जाऊ लागले आणि त्यांना तिथून थेट त्यांच्या घरी येणं शक्य झालं. आखाती देशांचा प्रवास अशा रीतीनं सोपा आणि कटकटींपासून मुक्त झाला.

स्थानिक हज समितीचा अध्यक्ष म्हणून जिल्हाधिकाऱ्यांनी आजूबाजूच्या जिल्ह्यातील यात्रेकरूंचा ओघ कालिकत विमानतळाकडे वळवण्यात यश मिळवलं. दर आठवड्याला १०० पेक्षा जास्त विमानांच्या फेऱ्या आखाती देशात होऊ लागल्या.

१९८०च्या दशकाच्या उत्तरार्धात, कालिकतचा विमानतळ पायाभूत सुविधा निर्माण करण्यात जनतेचा सहभाग कसा असतो हे दर्शविणारं एकमेवाद्वितीय उदाहरण म्हणून जगासमोर आलं. त्यापासून प्रेरणा घेऊन एक खासगी प्रकल्प म्हणून कोचीन विमानतळाचाही विकास झाला आणि नंतर कन्नूर विमानतळ अस्तित्वात आला. ४ कार्यान्वित आंतरराष्ट्रीय विमानतळ असलेलं केरळ हे आज देशातलं एकमेव राज्य आहे!

याच काळात कालिकतनं सांस्कृतिक पुनरुज्जीवनचाही अनुभव घेतला. मननचिरा मैदानाच्या शेजारी एक जीर्णावस्थेतली इमारत होती आणि तीत एक विस्मरणात गेलेलं ग्रंथालय होतं. अमिताभ कांत यांनी ती संपूर्ण इमारत पाडली आणि अगदी अनोख्या विचारांनी ती पुन्हा एकदा नव्यानं बांधली. खालच्या मजल्यावर आता दुकानं होती. त्यांच्याकडून भरपूर भाडं मिळत होतं. या पैशातून वरच्या मजल्यांवर नवीन जागतिक दर्जाचं ग्रंथालय उभं राहिलं.

---

४. कालिकतचे जिल्हाधिकारी हे 'मलबार एअरपोर्ट डेव्हलपमेन्ट सोसायटी'चे CEO असतात.

कालिकतनं काही महान मल्याळी लेखक निर्माण केले होते – बशीर, पोट्टेक्कट्ट, थायकोडियन, एम. टी. वासुदेवन नायर. स्थानिक लोकांना मल्याळी साहित्य आणि लेखक यांचा प्रचंड अभिमान होता. लवकरच, शहरातल्या सगळ्या लेखकांचं आणि बुद्धिवंतांचं ग्रंथालय हे भेटायचं ठिकाण बनलं.

दगड-विटांपलीकडे जाऊन, जिल्हाधिकाऱ्यांनी 'मलबार महोत्सव' भरवण्यात पुढाकार घेतला. अमजद अली खान, झाकीर हुसेन, अल्लारखाँ, शिवकुमार शर्मा आणि शिवमणी यांच्यासारख्या प्रख्यात कलाकारांनी समुद्रकिनारी सतरंज्या अंथरून बसलेल्या – बहुतांश स्थानिक लोकांचा भरणा असलेल्या प्रचंड समुदायासमोर त्यांची कला सादर केली. संस्कृतींच्या अशाप्रकारे झालेल्या संगमानं उत्कृष्टतेचा कळस गाठला.

जिल्हाधिकारी म्हणून कालिकतमधल्या कार्यकाळात सगळ्यात कसोटीचे क्षण होते ते ६ डिसेंबर १९९२ रोजी कायदा आणि सुव्यवस्था हाताळण्याचे. बाबरी मशीद पाडल्याचा तो दिवस होता. तणाव खूप वाढला होता आणि शांतता प्रस्थापित करण्यासाठी सैन्याला पाचारण करण्यात आलं होतं. जिल्हाधिकाऱ्यांनी विविध समाजांच्या नेत्यांच्या भेटी घेतल्या.

"आपण काहीतरी वेगळं, काहीतरी खास करावं, जेणेकरून परिस्थिती निवळेल, असं मी ठरवलं..."

अमिताभ कांत यांनी केरळमधल्या आघाडीच्या कलाकारांना कालिकतमध्ये बोलावलं. रंगांच्या कुंचल्यांमधून 'सामाजिक ऐक्या'ची कल्पना साकारण्यासाठी हे निमंत्रण होतं. १०० मीटर लांबीचा कॅनव्हास मागवण्यात आला आणि समुद्रकिनाऱ्यावर मांडण्यात आला. हा कार्यक्रम रविवारी सकाळी ११ वाजता करण्याचं ठरलं होतं. त्यापूर्वी २ दिवस अमिताभ कांत यांना एम. एफ. हुसेन यांचा वैयक्तिक टेलिफोन नंबर मिळाला.

> व्यवस्थेबरोबर वाहत जाण्यात काही अर्थ नसतो, तुम्ही मागे कसा ठसा सोडता, ते महत्त्वाचं असतं.

त्या सुप्रसिद्ध कलाकारानं कालिकतला येऊन चित्र चितारण्याचं आयत्या वेळी मिळालेलं ते निमंत्रण स्वीकारलं. त्यांच्या उपस्थितीनं आणि व्यक्तिमत्त्वानं वातावरण चैतन्यमय झालं. हुसेन यांच्या नेतृत्वाखाली कलाकारांना शांतता आणि ऐक्यासंबंधी चित्रं रंगवताना पाहण्यासाठी हजारो नागरिक किनाऱ्यावर लोटले. परिणामी, कोणतीही अनुचित घटना घडली नाही.

या त्यांच्या भेटीदरम्यान, एम. एफ. हुसेन यांनी एका कॅनव्हासवर तीन हत्ती आणि एका पक्ष्याचं चित्र काढलं. २ मोठे हत्ती म्हणजे अमिताभ कांत आणि त्यांची पत्नी रंजीता होते तर छोटा हत्ती म्हणजे त्यांची मोठी मुलगी (वेदिका)

एका वेगळ्या सहलीवर : पंतप्रधान वाजपेयींसोबत, गॉड्स ओन कन्ट्रीमध्ये.

आणि पक्षी म्हणजे त्यांची नुकतीच जन्मलेली मुलगी (वंशिका) होत्या. त्यानंतरच्या वर्षांमध्ये, हा चित्रकार केरळला अधूनमधून येत असे आणि तिथून प्रेरणा घेऊन जात असे.

"एम. एफ. हुसेन नेहमी आमच्या घरीच उतरायचे... आमच्या कुटुंबाचे ते सदस्यच झाले होते."

३ वर्षं कालिकतमध्ये प्रभावी काम केल्यानंतर अमिताभ कांत यांची नियुक्ती 'केरळ स्टेट इंडस्ट्रियल डेव्हलपमेन्ट कॉर्पोरेशन' (KSIDC)चे व्यवस्थापकीय संचालक म्हणून झाली. या कार्यकाळातली ठळक कामं म्हणजे अनेक पायाभूत प्रकल्प होते जसे BSES विद्युत प्रकल्प, वल्लारपदम कंटेनर टर्मिनल आणि सदर्न गॅस ग्रिड. हे सगळे प्रकल्प सार्वजनिक - खासगी (PPP) भागीदारीतून उभारले गेले.

कोचीनची मुख्य भूमी आणि विलिंग्डन आयलंड यांना जोडणारा दुसरा पूल बांधण्यातही त्यांचा हात होता.[५] बांधा - वापरा - हस्तांतर करा या तत्त्वावर बांधलेला मॅटनचेरी (Mattancherry) हा राज्यातला पहिला पूल होता. प्रकल्पाची

५. पहिला पूल १९४० साली सर रॉबर्ट ब्रिस्टो यांनी बांधला होता आणि आता त्यावरून फक्त दुचाकी आणि तीनचाकी वाहनं जातात.

व्यवहार्यता तपासून पाहण्यात आली आणि तो गॅमन (Gammon) इंडियाला २५.८० कोटी रुपयांच्या बोलीवर देण्यात आला.

केरळचा मूळ गाभा हा कारखाने किंवा तत्सम उद्योग नसून पर्यटन आहे हे जाणून अमिताभ कांत यांनी पर्यटन व्यवसायातल्या उद्योजकांना अर्थसाहाय्य आणि मदत द्यायला सुरुवात केली. केरळमधली बहुतेक प्रयोगशील पर्यटनस्थळं ही याच उपक्रमाचं फलित म्हणून विकसित झाली आहेत.

याला नशीब म्हणा किंवा विधिलिखित, १९९७ च्या सप्टेंबर महिन्यात अमिताभ कांत केरळ सरकारच्या पर्यटन विभागाचे सचिव म्हणून नियुक्त झाले. या नियुक्तीमुळे त्यांच्या कारकिर्दीला वेगळंच वळण मिळणार होतं...

आज, पर्यटकांची पहिली पसंती केरळला असते. पण ८० आणि ९०च्या दशकांकडे वळून पाहिलं तर भारतीय लोकांसाठी आणि परदेशी पर्यटकांसाठी काश्मीर आणि राजस्थान ही दोन मुख्य आकर्षणं होती.

तर मग, हे छोटंसं किनारी राज्य पर्यटनाचं प्रमुख केंद्र कसं काय बनलं?

आपल्याला यामागची जी कहाणी ज्ञात आहे ती १९८९ साली सुरू झाली. त्या वेळी केरळ पर्यटन विभागानं पर्यटकांना आकर्षित करण्यासाठी एक प्रचार मोहीम आखण्याची कामगिरी 'मुद्रा कम्युनिकेशन'ला दिली होती. अनेक वेगवेगळ्या श्रेयपंक्ती/ घोषवाक्यं (taglines) सुचवण्यात आल्या – 'व्हेअर द सीझन नेव्हर एन्ड्स' (where the season never ends) आणि 'पॅराडाईज अनटच्ड' (Paradise untouched).

सर्जनशील निर्देशक वॉल्टर मेंडिस यांनी मग आता विशेषरूपानं प्रसिद्ध झालेला वाक्यांश सुचवला – 'गॉड्स ओन कंट्री' (God's own country)-

ही कल्पना त्यावेळचे पर्यटन सचिव के. जयाकुमार यांना फार आवडली. फक्त, एक कट्टर कम्युनिस्ट असलेल्या मंत्र्यांच्या गळी ही कल्पना उतरवणं हे एक आव्हान होतं. टीका करणारे बरेच लोक होते...

"तुम्ही फक्त यात्रेकरूंनाच लक्ष्य का करत आहात?"

"देव तुमच्या मालकीचा कसा होऊ शकतो?"

"बाकीचं जग मग कुणाचं आहे – सैतानाचं?"

परंतु, आपल्या वैयक्तिक श्रद्धा-अश्रद्धा बाजूला ठेवून कॉम्रेड पी. श्रीनिवासन यांनी अनुमती दर्शवली. आणि बाकीचा तर सगळा इतिहासच आहे...

१९९५ साल उजाडेपर्यंत, परदेशी पर्यटकांची संख्या दुपटीनं वाढली, तर भारतीय पर्यटकांची सहा पटींनी. स्थानिक उद्योजकांनी हे आव्हान पेललं. आणि ते त्यांनी खास केरळी शैलीत पेललं.

यापैकी एक नवीनतम गोष्ट होती 'सूर्य समुद्र बीच गार्डन'. हे कोवालमजवळ

होतं. मद्रास आयआयटीच्या प्रो. क्लॉस स्क्ल्यूस्नर यांच्या डोक्यातून ही सुपीक कल्पना निर्माण झाली. त्यांनी २००-३०० वर्षं जुनी थरवडं/ थरावंड (पारंपरिक लाकडी घरं) मोठ्या कष्टानं पूर्णपणे मोडून, पुन्हा नव्यानं जोडून त्यांची उभारणी केली. निसर्गसौंदर्यानं नटलेल्या प्रदेशाच्या मध्यभागी एक ऐशआरामी पर्यटनस्थळ उदयाला आलं.

त्याच सुमाराला, CGH अर्थ ग्रूपचे CEO जोस डॉमनिक यांनी कुमाराकोम इथे एक कोकोनट लगून आणि थक्काडी इथे एक स्पाइस व्हिलेज उभं केलं. त्यासाठी त्यांनी पारंपरिक वास्तुरचनेच्या पद्धतींचा अवलंब केला आणि स्थानिक कारागिरांची मदत घेतली.[६]

> पाश्चात्त्यांचं अंधानुकरण करण्यापासून आम्ही स्वत:ला लांब ठेवलं... केरळमधली पर्यटनस्थळं हा स्थानिक कारागिरी, कौशल्य आणि स्थानिक वारसा यांचा परिपाक आहे.

''सगळीकडे दिसणारी पंचतारांकित हॉटेल्स बांधण्याऐवजी आपल्या परंपरेकडे जाणारं, मुळांकडे जाणारं केरळ हे खरंच पहिलं राज्य होतं!''

आधुनिकतेचा (आणि ऐशआरामाचा) मुलामा देण्यासाठी डॉमनिक यांनी त्यांच्या पर्यटनस्थळांवर 'पूल व्हिलाज' उभारले.

पण खरा चेहरामोहरा बदलून टाकला तो हाउसबोटींच्या निर्मितीनं. अनेक शतकांपासून, केरळच्या बॅकवॉटर्समध्ये या मालवाहू लाकडी केट्टूव्होलम पडून असायच्या. स्थानिक उद्योजकांनी या भात/तांदूळ वाहून नेणाऱ्या बोटींचा उपयोग पर्यटनासाठी केला. १९९१ साली व्यावसायिक तत्त्वावर हाउसबोट क्रूझेस सुरू करण्यात आल्या आणि लवकरच त्या पर्यटकांचं मोठं आकर्षण ठरल्या.

पर्यटन विभागानंही यात मोठी भूमिका बजावली. त्यांनी टर्मिनलसाठी इमारती बांधल्या, सुंदर माहितीफलक लावले आणि क्षेत्रीय निर्बंध जारी केले.

''आम्ही सांगितलं की, बॅकवॉटर्समध्ये तुम्हाला नारळाच्या झाडापेक्षा उंच एकही इमारत बांधता येणार नाही!''

अमिताभ कांत यांनी पदभार स्वीकारला तोपर्यंत बरंचसं काम झालं होतं पण तरीही बरंच काम बाकी होतं. आकडे जरी चांगले दिसत असले, तरी ते सगळी कहाणी सांगत नव्हते. खूप मोठ्या संख्येनं परदेशी, विशेषत: यूकेहून (इंग्लंड), पर्यटक चार्टर विमानांनी येत होती. या पर्यटकांना स्वस्तातली हॉटेल्स, स्वस्त मद्य हवं होतं आणि स्थानिक संस्कृतीबद्दल त्यांना विशेष आस्थाही नव्हती.

''माझ्यासमोर पहिलं आव्हान हे होतं की – तुम्ही केरळला महत्त्वाचं स्थान

---

६. CGH अर्थ ग्रूप आता १५ पर्यावरणस्नेही पर्यटनस्थळं चालवतो.

कसं प्राप्त करून देणार, केरळचं मूल्य कसं वाढवणार, पैसा खर्च करायला आणि जास्त दिवस राहायला तयार असलेल्या पर्यटकांना तुम्ही कसं आकर्षित करणार...''

'गॉड्स ओन कंट्री' हा ब्रॅन्ड जागतिक स्तरावर नेणं हे उद्दिष्ट होतं. हे केवळ सरकारला करणं शक्य नव्हतं, ते सार्वजनिक - खासगी भागीदारीतून करणं गरजेचं होतं.

पर्यटन विभागानं खासगी उद्योजकांना हाताशी धरून कथकली, थय्यम आणि कलारीपयट्टू हा मार्शल आर्टचा प्रकार हे कलाप्रकार पुढे आणले. आयुर्वेद हा केवळ 'एक मसाज नसून' २१ दिवसांची उपचारपद्धती असल्याचा प्रचार केला. आणि नारळ आणि करी (सांभार/रस्सम) वर आधारित खास केरळी खाद्यपदार्थ - अप्पम आणि फिश मोली - यांना अभिमानबिंदू म्हणून घोषित करण्यात आलं.

पेरियारच्या वाघ अभयारण्यात वन विभागाच्या सहयोगानं एक आगळावेगळा प्रकल्प हाती घेण्यात आला. पर्यावरण -पर्यटन विकास कार्यक्रमाअंतर्गत २१ माजी शिकाऱ्यांना जंगलातले मार्गदर्शक - गाइड्स म्हणून प्रशिक्षण देण्यात आलं. हे सगळं करण्यासाठी खूप मोठ्या प्रमाणात सकारात्मक विचार आणि पद्धतशीर देखरेख करावी लागली, तेव्हा कुठे ही जगावेगळी कल्पना प्रत्यक्षात आली.

दुसरी एक भन्नाट संकल्पना होती 'झाडावरच्या झोपड्या' – 'ट्री हट्स' (Tree huts), वायनाड या डोंगराळ भागातल्या स्थानिक लोकांनी त्या विकसित केल्या. अशा प्रकारचे नावीन्यपूर्ण पर्यटनाचे अनुभव समाजावर प्रभाव टाकणाऱ्या व्यक्तींना, माध्यमांना दाखवण्याचं काम केरळ पर्यटन विभागानं केलं.

''Conde Nast Traveller आणि National Geographic सारख्या नावाजलेल्या पत्रिकांच्या संपादकांना केरळमध्ये आमंत्रित केलं... 'गॉड्स ओन कंट्री'चा प्रत्यक्ष अनुभव घेण्यासाठी.''

याचा कळसाध्याय साधला गेला १९९९ सालच्या नोव्हेंबर महिन्यात, जेव्हा 'नॅट जिओ ट्रॅव्हलर'च्या (Nat Geo Traveller) सहस्रकाच्या आवृत्तीत केरळचा समावेश आयुष्यात एकदातरी भेट देण्यासारख्या ५० ठिकाणांमध्ये केला गेला. लेखकानं समारोप करताना लिहिलं की हे राज्य म्हणजे जणू 'स्वर्गच पृथ्वीवर अवतरला' आहे असं वाटतं – ते फक्त मनमोहक आणि सुंदरच नाही तर पहिल्या जगातल्या कोणत्याही देशांची बरोबरी करू शकेल इतकं ते बौद्धिक आणि सामाजिकदृष्ट्या समृद्ध आहे.

जगाच्या पर्यटन नकाशावर अखेरीस 'गॉड्स ओन कंट्री'नं स्थान मिळवलं होतं.

आता, आखीवरेखीव समाजमाध्यम मोहीम राबवून हे सगळं जगाला ढोल पिटून सांगण्याची वेळ आली होती. पण, यासाठी लागणारा पैसा कोठून येणार होता? अमिताभ कांत यांनी प्रस्ताव तयार केला आणि तो वित्त/ अर्थ सचिव, मुख्य सचिव, पर्यटनमंत्री, अर्थमंत्री आणि मुख्यमंत्री यांच्याकडे पाठवून दिला.

एकमत/ सहमती झाल्याशिवाय हे काम होणार नाही हे त्यांना पक्कं माहीत होतं. परंतु, सगळ्यांचं एकमत होणं ही सोपी गोष्ट नसते. तुम्हाला फायलींचं युद्ध लढावं लागतं, तोंडी युद्धही लढावं लागतं.

''त्यांना तुमचं म्हणणं पटवून द्यावं लागतं याअर्थी 'युद्ध लढावं लागतं' असंच म्हणवं लागेल आणि हे तुम्ही तेव्हाच करू शकता जेव्हा त्या गोष्टीचा तुम्हाला ध्यास असतो, तळमळ असते.''

जोडीला आकडेवारी, माहिती असेल तर आणखीनंच उत्तम. या बाबतीत, 'टाटा कन्सल्टन्सी सर्व्हिसेस' (TCS) नं 'पर्यटनाचा ठसा/ प्रभाव' (Impact of Tourism) या विषयावर केलेला अभ्यास फार महत्त्वाचा ठरला. या अभ्यासातून एक महत्त्वाची गोष्ट समोर आली, ती म्हणजे पर्यटनामुळे सुमारे ४.५ लाख रोजगार निर्माण झाले. उद्योगांची अगदी नगण्य म्हणता येईल अशी पार्श्वभूमी असणाऱ्या राज्यासाठी ही प्रगती अगदी स्वागतार्हच होती. अगदी मार्क्सवादी सरकारसाठीसुद्धा.

''पुढे जात रहा, तुम्हाला आणखी काही निर्माण करायचं असेल तर करा,'' पर्यटन विकास मंत्री ई. चंद्रशेखरन नायर म्हणाले.

खरंच एखादी प्रेरणादायी मोहीम राबवायची असेल तर तुम्हाला एखाद्या प्रेरित कलाकाराची गरज असते.

अत्यंत तल्लख बुद्धीच्या चित्रपट - छायाचित्रकार (सिनेमॅटोग्राफर) संतोष सिवनवर अमिताभ कांत यांची नजर होती.

त्यांना याची पूर्ण जाणीव होती की, संतोष सिवन सामान्यत: जे मानधन आकारतात ते केरळ पर्यटन विभागाला परवडण्यासारखं नव्हतं.

> लोक म्हणतात की IAS अधिकारी काही विशेष कामगिरी करून दाखवत नाहीत, पण त्यांच्यासमोर अनेक आव्हानांपैकी एक मोठं आव्हान असतं ते म्हणजे त्यांना लाभलेला अल्प कार्यकाळ.

परंतु, त्यांना हे ही माहीत असतं की, एखादा खरा कलाकार सगळ्यात आधी मनापासून काम करण्याला प्राधान्य देतो. एखादी गोष्ट त्याच्या हृदयाला भिडली की मग अन्य बाबी त्याच्यासाठी गौण असतात. म्हणून मग ते दोघं जेव्हा मुंबईला ताजच्या कॉफीशॉपमध्ये भेटले,

तेव्हा अमिताभ कांत यांनी भावनिक आवाहन केलं.

"तुम्ही केरळचे आहात, केरळला जगासमोर सादर करण्यासाठी तुम्ही आम्हाला मदत करू शकाल?"

बाकीची सगळी कामं सोडून केरळला चित्रीकरण करण्यासाठी येण्याविषयी सिवन यांचं मन वळवायला फक्त २० मिनिटं लागली. जादुई मॉन्सूनच्या काळात, त्यांनी १०० सहकाऱ्यांना सोबत घेऊन २० ठिकाणी जाऊन २० दिवस चित्रीकरण केलं. या सगळ्याचं फलित म्हणजे १ मिनिटाची लघुचित्रफीत 'वॉटर कलर्स बाय गॉड' आणि अनेक त्यापेक्षाही छोट्या चित्रफिती. त्यांच्यामध्ये केरळची हिरवाई, शांतता, संस्कृती, खाद्यसंस्कृती आणि आयुर्वेद यांचं मनोहारी चित्रण होतं.

या चित्रफिती ७० लाख रुपयांचं नाममात्र अर्थसाहाय्य घेऊन बनल्या होत्या, तेवढीच रक्कम माध्यमांवर खर्च झाली होती. एखाद्या राज्याच्या पर्यटनविभागानं एखादी जाहिरात कंत्राटी पद्धतीनं बनवून घेण्याची ही पहिलीच वेळ होती. ती जाहिरात टीव्हीवर, चित्रपटगृहांमध्ये आणि ऑनलाइन दाखवण्यात आली. चित्रफितीच्या शेवटी दिल्या गेलेल्या टेलिफोन क्रमांकावर खूप मोठ्या प्रमाणावर चौकशीचे फोन आले.

Tripadviser किंवा Booking.com नसण्याच्या त्या काळात पर्यटनस्थळांची निवड करण्यात ट्रॅव्हल एजंट्स महत्त्वाची भूमिका बजावायचे. म्हणून, केरळ पर्यटन विभागानं 'वर्ल्ड ट्रॅव्हल मार्ट्स'मध्ये भाग घ्यायला सुरुवात केली. हीसुद्धा पुन्हा एकदा सार्वजनिक - खासगी भागीदारी होती, ज्यात प्रत्येकाच्या भूमिका स्पष्टपणे अधोरेखित केल्या होत्या.

"सरकार सुविधा पुरवणाऱ्याची आणि मध्यस्थाची भूमिका निभावेल आणि ठिकाणांची जाहिरात करेल, तर उद्योजक त्या-त्या ठिकाणी आगळावेगळा अनुभव देण्याचं, निर्माण करण्याचं काम करतील, अशी कामांची विभागणी झाली."

ही सर्व बाजूंनी, सर्वांसाठी फायदेशीर ठरणारी भागीदारी होती जिची परिणती २००० सालच्या ऑक्टोबर महिन्यात 'केरळ ट्रॅव्हल मार्ट' भरवण्यात झाली. ४ दिवस चाललेल्या या कार्यक्रमात पर्यटन उत्पादनांचे १५० हून अधिक 'विक्रेते' आणि जगभरातून ३०० पेक्षा जास्त 'खरेदीदार' एकत्र आले होते. नंतर हा एक वार्षिक कार्यक्रमच बनला. सगळ्यांसाठी व्यवसाय - निर्मितीचं एक ठिकाण - अगदी बड्या हॉटेल्सच्या साखळीपासून ते लहान घरगुती निवासव्यवस्थांपर्यंत.

सुरत, अहमदाबाद, हैदराबाद आणि बंगळुरू या शहरांमधल्या स्थानिक व्यावसायिकांना आणि माहितीतंत्रज्ञान (IT) उद्योगातल्या नोकरदारांना लक्ष्य करून केरळ पर्यटन विभागानं रोड शोज आयोजित केले. 'आयुर्वेदाचे फायदे मिळवण्यासाठी

मॉन्सूनच्या काळात केरळला या' हे 'कमी गर्दीच्या काळात' (off season) पर्यटकांना आकर्षित करण्यासाठीचं आणखी एक धोरण आखलं गेलं.[७] (आणि ते सफलही झालं!)

त्यानंतर मग, २००१ हे नवीन वर्ष सुरू होण्याच्या पूर्वसंध्येला गॉड्स ओन कंट्रीला एका खास पाहुण्यानं भेट दिली...

'सगळ्यात कमी बोली'च्या विरोधात माझा युक्तिवाद अगदी सोपा होता – सर्जनशील क्षेत्रात तुम्ही जर चणे-फुटाणे देणार असाल तर फक्त माकडंच गोळा होणार.

ती रविवारची दुपार होती. दुपारच्या साखरझोपेत असलेले अमिताभ कांत एका फोनमुळे खाड्कन जागे झाले. दुसऱ्या बाजूचा आवाज बोलला, "हा फोन पंतप्रधानांच्या कार्यालयातून आहे." पंतप्रधान अटल बिहारी वाजपेयी यांचे मुख्य सचिव ब्रजेश मिश्रा फोनवर होते.

"श्री. वाजपेयी केरळला सुट्टी घालवायला येणार आहेत... तुम्हाला त्यासंबंधीची सगळी व्यवस्था करायची आहे."

ही अगदी पूर्णपणे खासगी भेट होती, ना कोणाच्या भेटीगाठी, ना कोणता विषय, ना राजकारण्यांशी आणि मंत्र्यांशी चर्चा-बैठका.

ख्रिसमसच्या दुसऱ्या दिवशी पंतप्रधान कोची विमानतळावर उतरले आणि कुमाराकोमला रवाना झाले. तिथे ते १०० वर्षांच्या ब्रिटिशकालीन हवेलीत - 'बेकर्स बंगलो'[८] मध्ये ७ आरामदायी दिवस घालवणार होते.

त्यातल्या एका दिवशी, अमिताभ कांत यांनी एका हाउसबोटीवर बॅकवॉटर्समध्ये सहल आयोजित केली होती. पंतप्रधानांना संगीताची आवड असल्यामुळे त्या संध्याकाळी जगजित सिंग यांची मैफल ठेवली होती.

रात्रीच्या भोजनाच्या समयी, ब्रजेश मिश्रा पंतप्रधान वाजपेयींकडे झुकून म्हणाले, "या तरुण अधिकाऱ्यानी केरळच्या पर्यटनासाठी खूप काही केलं आहे... याला आपण दिल्लीला नेलं पाहिजे, याच्याकडून आपण इंडिया टुरिझम करून घेतलं पाहिजे."

पंतप्रधानांनी अमिताभ कांत यांच्याकडे बघितलं आणि विचारलं, "तुम्ही दिल्लीला पोस्टिंगसाठी अर्ज केला आहे?"

---

७. आयुर्वेदातल्या सूत्रांच्या अनुसार, कायाकल्प करण्यासाठी वर्षा ऋतू हा आदर्श काळ मानला जातो.

८. या बंगल्याचा उल्लेख 'गॉड ऑफ स्मॉल थिंग्ज' या कादंबरीत 'हिस्टरी हाउस' म्हणून केला गेला आहे.

कांत यांनी त्यावर नकारार्थी उत्तर दिल्यावर पंतप्रधान गमतीनं म्हणाले, "तुम्ही अर्ज नका करू, कारण ब्रजेश मिश्राजी तुम्हाला टुरिझमच्या ऐवजी महिला आणि बालकल्याण खात्यात पाठवून देतील."

सगळे हास्यकल्लोळात बुडाले आणि विषय तिथेच संपला.

१४ महिन्यानंतर, कांत यांनी केंद्रीय संवर्गासाठी अर्ज केला आणि त्यांना वित्त मंत्रालयात नियुक्तीचा आदेश मिळाला. आणखी एका झोपाळू सुट्टीच्या दिवशी त्यांना पंतप्रधान कार्यालयातून फोन आला.

पुन्हा एकदा ब्रजेश मिश्रा फोनवर होते, पण वेगळ्या कारणासाठी.

"तुम्हाला ती गोष्ट आठवते का... जेव्हा वाजपेयीसाहेब तिकडे आले होते?"

पुढे ते जे बोलले ते म्हणजे आश्चर्याचा मोठा धक्काच होता. अमिताभ कांत यांची संयुक्त सचिव म्हणून पर्यटन विकास मंत्रालयात नियुक्ती होणार होती.

"पण सर... त्या विभागामध्ये जागा रिकामी नाही," कांत म्हणाले.

"त्याच्याशी तुम्हाला काय करायचं आहे?" उत्तर आलं.

तिथे असलेल्या एका अधिकाऱ्याची बदली करण्यात आली, जागा तयार केली गेली.

अशाप्रकारे अमिताभ कांत योग्य वेळी, योग्य ठिकाणी जाऊन पडले – आणि योग्य कौशल्यांसकट – पर्यटन विकास मंत्रालयाची सर्वांत यशस्वी मोहीम चालवण्यासाठी : 'इन्क्रेडिबल इंडिया'.

अशा प्रकारच्या गोष्टी नेहमी घडतात का, मला प्रश्न पडला. एखाद्या अधिकाऱ्यानं राज्य पातळीवर केलेल्या कामाची दखल घेतली जाते का... त्या अधिकाऱ्याला त्याचा किंवा तिचा अनुभव राष्ट्रीय पातळीवर वापरण्याची संधी मिळते का? दुर्दैवानं, याचं उत्तर 'नाही' असं आहे. पंतप्रधान वाजपेयी केरळला गेले आणि राज्यकर्त्यांच्या नजरेला अमिताभ कांत यांचं काम पडलं या निव्वळ योगायोगाच्या, नशिबाच्या गोष्टी होत्या.

"मी या निष्कर्षाला आलो आहे की, अपार कष्टांसोबतच नियतीचा तुमच्या आयुष्यात फार मोठा हात असतो..."

ही बाबही लक्षात घेतली पाहिजे की, सरकारी धोरणांच्या दृष्टीनं पाहायला गेलं तर अमिताभ कांत यांचा केरळ पर्यटन विभागातला साडेतीन वर्षांचा कार्यकाळ हा खूप मोठा म्हटला पाहिजे. त्याशिवाय, आधीच्या उद्देशात सातत्य राखलं गेलं, तोच उद्देश आणखी पुढे नेला गेला. आधीचे पर्यटन सचिव के. जयाकुमार यांनी केलेलं चांगलं काम अमिताभ कांत यांनी अधिक जोमानं पुढे नेलं आणि अष्टपैलू प्रतिभेच्या टी. बालकृष्णन आणि डॉ. व्ही. वेणू यांनी ते समर्थपणे पुढे चालवलं.

दरम्यान, पुढे जाण्याची वेळ झाली होती...

२००१ सालच्या जुलै महिन्यात केंद्रीय पर्यटन विकास मंत्रालयाचा संयुक्त सचिव म्हणून पदभार स्वीकारल्यावर अमिताभ कांत यांच्यासमोरची पहिली कामगिरी होती ती मुख्यमंत्र्यांची परिषद आयोजित करणं, ही. या परिषदेच्या १ दिवस आधी न्यू यॉर्क शहरात अल् कैदानं ट्विन टॉवर्सवर आत्मघातकी हल्ला केला. सगळं जग स्तंभित होऊन या दुर्दैवी घटनेकडे बघत असताना आणखी काही दुर्दैवी घटना घडल्या.

१३ डिसेंबर २००१ रोजी संसदेवर हल्ला झाला, त्यामुळे भारत-पाकिस्तान सीमेवर तणाव वाढला. आणि मग अफगाणिस्तानमध्ये युद्धाला सुरुवात झाली. अनेक देशांच्या दूतावासांनी भारताला भेट न देण्याचे सल्ले आपापल्या देशांच्या नागरिकांना दिले. परिणामी, हॉटेल व्यावसायिकांचा व्यवसाय २५-३० टक्क्यांपर्यंत घसरला, तर एकूणच पर्यटकांची संख्या झपाट्यानं रोडावली. अचानक उभ्या ठाकलेल्या या समस्येचं स्वरूप अक्राळविक्राळ होतं.

म्हणून, या कंपन्यांनी काढलेल्या माहितीपत्रकांमधल्या जाहिराती विकत घेण्याचा प्रस्ताव पर्यटन मंत्रालयानं मांडला.

''तुम्ही सगळं माहितीपत्रकच विकत घेऊ शकता.'' त्यांनी खांदे उडवले. ''पण कोणीही भारतात प्रवास करायला तयार होणार नाही...''

सिंगापूर, मलेशिया आणि थायलंड यांनीही आपल्या जाहिराती कमी केल्या होत्या. भावना बधिर झाल्या होत्या – जगभरातला पर्यटन व्यवसाय थंडावला होता.

पण, जिथे अडचणी असतात, तिथेच संधीही असतात. अडचणींनी कळस गाठलेला असतानाच अमिताभ कांत यांनी आता लोकप्रिय झालेली, लोकांच्या गळ्यातील ताईत बनलेली 'इन्क्रेडिबल इंडिया' मोहीम सुरू करण्याचा निर्णय घेतला.

२००२ साली, विदेशांमध्ये भारताची १८ पर्यटन कार्यालये होती. पण, त्या सगळ्यांनी काय संदेश जगापर्यंत पोचवायचा हे स्पष्टपणे निर्देशित केलं गेलं नव्हतं, सगळ्यांचं मिळून एकच ब्रँन्डिंग झालेलं नव्हतं. एक विदेशी कार्यालय 'आध्यात्मिक भारता'ची जाहिरात करत होतं, तर दुसरं 'सांस्कृतिक भारता'चा प्रचार करत होतं.

मलेशियाच्या ('Truly Asia') आणि थायलंडच्या ('Amazing Thailand') सारख्या आपल्या मोहिमा सुबक आणि देखण्या नव्हत्या, आपल्या जाहिराती या नेहमीच्या घिस्यापिट्या जाहिराती होत्या, त्यात भावनिक आवाहन नावालाही नव्हतं.

'गॉड्स ओन कंट्री'चं लखलखीत उदाहरण डोळ्यांसमोर होतं. या मोहिमेमुळे, काय चालू शकेल आणि काय चालू शकणार नाही या बाबतचे आडाखे बांधण्याचा आत्मविश्वास अमिताभ कांत यांना आला होता.

शंका उपस्थित करणारा प्रश्न लिहून ती फाइल सारखी-सारखी परत येत होती... शेवटी, मंत्र्यांच्या केवळ तोंडी अनुमतीवर 'इन्क्रेडिबल इंडिया' मोहीम सुरू करण्यात आली.

"केरळच्या अनुभवातून मला खूप काही शिकायला मिळालं... त्यामुळेच मी उत्साहानं झटपट कामाला लागू शकलो!"

पहिला धडा हा होता की, एखादी मोठी मोहीम उघडायची असेल, तर तुम्हाला उत्कृष्ट व्यावसायिकांबरोबर काम करण्याची गरज असते. पण, अगदी कमीत कमी बोली लावणाऱ्या लोकांना प्राधान्य देणाऱ्या व्यवस्थेबरोबर काम करताना ही गोष्ट तुम्ही कशी साध्य करू शकणार?

"मी फाइलवर लिहिलं की, आपण जर सर्वांत कमी बोली लावणाऱ्या कंपनीची निवड केली, तर एम. एफ. हुसेन यांच्या चित्राऐवजी मी रंगवलेल्या चित्राची निवड केल्यासारखं होईल."

शिवाय, त्यांनी युक्तिवाद केला, एखादी सर्जनशील एजन्सी निवडताना ८० टक्के महत्त्व हे 'दर्जाला', 'गुणवत्तेला' दिलं गेलं पाहिजे आणि फक्त २० टक्के महत्त्व 'किमतीला' दिलं पाहिजे. विचार करण्याची ही अगदी वेगळी पद्धत होती आणि तिला बऱ्याच मोठ्या प्रमाणावर विरोध झाला. अंतर्गत अर्थ/ वित्त विभाग हा कमी बोलीवरच अडून बसला होता. अमिताभ आपल्या मुद्द्यावर ठाम राहिले.

ती फाइल थेट अर्थमंत्र्यांकडे गेली. शेवटी, इन्क्रेडिबल इंडिया मोहिमेनं QCB मॉडेलवर (म्हणजे Quality-cum-cost) आधारित निविदा मागवल्या.

परिणामी सर्जनशक्ती ठासून भरलेली ओगिल्व्ही अँन्ड मॅथर (Oliglvy and Mather - O & M) ही कंपनी मंडळावर आली. 'इन्क्रेडिबल इंडिया'ची छापील माहितीपत्रकं सर्जनशील दिग्दर्शक व्ही. सुनील यांच्या संकल्पनेतून साकार झाली. प्रत्येक चित्र एक कहाणी सांगत होतं आणि या नेहमीच्या रटाळ कहाण्या नव्हत्या. त्याच वेळी, मनाला स्पर्शून जाणारी 'इन्क्रेडिबल इंडिया' ही चित्रफीत तयार करण्याचं काम भारतबाला प्रॉडक्शन्स या कंपनीला देण्यात आलं.

"सगळेच भारतीय काही सभ्य, आतिथ्यशील आणि शाकाहारी नसतात," ('रॉयल बेंगॉल टायगर'चं शब्दचित्र!) ही आणि अशाप्रकारची शब्दचित्रं नवीन आशावादी आणि बहिर्मुखी अशा नवीन भारताची संकल्पना रेखाटत होती.

मात्र, केंद्रीय पर्यटन विकास मंत्री जगमोहन यांच्या मनात संदेह होता. त्यांचं मत असं होतं की, कोणतीही जाहिरात करण्यापूर्वी आपल्याला पायाभूत सुविधांवर

काम करणं आवश्यक आहे.

"पर्यटनाची जाहिरात करणारे तुम्ही लोक जास्त सोपा पर्याय निवडत आहात," जगमोहन म्हणाले. आणि त्यांचा मुद्दा बरोबर होता.

पण, बघा, हा 'अंडं आधी की कोंबडी' असा अनादिकालापासून चालत आलेला वाद होता.

"तुम्ही जाहिरात करायला सुरुवात करायला पाहिजे... आणि जसे लोक यायला लागतात.. तशी तुम्ही सुधारणा करायला लागता, असं माझं मत आहे."[९]

हा विषय सारखा मागे-पुढे होत राहिला. एक मध्यवर्ती विपणन मोहीम सुरू करणं गरजेचं आहे ही बाब जगमोहन यांच्या गळी उतरवण्यासाठी निर्धारपूर्वक त्यांचं मन वळवण्याचे प्रयत्न करावे लागले.

चर्चेच्या अनेक फेऱ्या झाल्यावर, त्यांनी हे मान्य केलं की, हो, 'आपण हे करू या.' पण त्यांनी फाइलवर याची लेखी संमती दिली नाही. म्हणून मग केवळ तोंडी होकारावर अमिताभ कांत आणि तेव्हाच्या सचिव रति विनय झा यांनी 'इन्क्रेडिबल इंडिया' मोहिमेला हिरवा कंदील दाखवला. ही एक जोखीम होती – कदाचित मोठी जोखीम, पण अशी जोखीम जी स्वीकारण्याची या अधिकाऱ्यांची तयारी होती.

मोहीम सुरू झाल्यानंतर थोड्याच काळानं जगमोहन यांनी आदेश दिले की घोषवाक्य बदलून 'द वंडर दॅट इज इंडिया' (A. L. Basham यांची अभिजात कलाकृती 'The Wonder That Is India' वर आधारित) असं करण्यात यावं. त्यांना सौम्यपणे, पण ठामपणे ही माहिती देण्यात आली की बाजारपेठेच्या केलेल्या/ ग्राहकांविषयी केलेल्या संशोधनात असं आढळून आलं आहे की 'इन्क्रेडिबल इंडिया' हे जास्त मनाला भिडणारं आणि चित्ताकर्षक आहे.

तथ्यं समोर आल्यावर मंत्रीमहोदयांनी आपली वैयक्तिक आवडनिवड बाजूला ठेवली आणि मूळ घोषवाक्य होतं तसंच राहिलं. 'इन्क्रेडिबल इंडिया'ची ३६० कोनातली मोहीम २००२ सालच्या मध्यावर सुरू झाली. तिचा सुरुवातीचा खर्च होता १५.७ कोटी रुपये आणि लक्ष्य केंद्रित होतं अमेरिकन बाजारपेठेवर.

२००३ साल संपता-संपता या मोहिमेचा प्रभाव दिसायला लागला होता. पहिल्याच वर्षी, 'इन्क्रेडिबल इंडिया' मोहिमेमुळे पर्यटकांच्या संख्येत १६ टक्के

---

९. १९८० च्या दशकाच्या उत्तरार्धात जेव्हा केरळनं आपली पहिली छापील मोहीम सुरू केली, तेव्हा प्रत्येकानं त्यांची खिल्ली उडवत म्हटलं, "ITDC - Indian Tourism Development Corporation च्या हॉटेलशिवाय कोवालमला दुसरं आहे तरी काय?"

वाढ झाली. जसजशी मोहीम लोकप्रिय व्हायला लागली, जगमोहन यांची सगळीकडून प्रशंसा होऊ लागली; पण त्यांनी कधीच स्वत:कडे याचं श्रेय घेतं नाही. उलट प्रत्यक्षात, आपल्या शब्दाला जागून पर्यटन विकास मंत्र्यांनी पायाभूत सुविधांमध्येच सुधारणा घडवून आणण्याचं काम हाती घेतलं.

सगळ्या खात्यांमधल्या अधिकाऱ्यांना क्षेत्रभेटींसाठी ते भारतभर घेऊन गेले आणि विविध वारसास्थळांच्या विकासासाठी कृतियोजना बनवली. जगमोहन यांनी पर्यटन विकास मंत्रालयाचं कार्य आर्किऑलॉजिकल सर्व्हे ऑफ इंडिया (ASI) आणि केंद्रीय सार्वजनिक बांधकाम विभाग (Central Public Works Department - CPWD) यांच्या कामांशी जोडून घेतलं.[१०]

"पर्यटन खात्याचा भार सांभाळताना त्यांनी १ वर्षात जे केलं ते कोणत्याही मंत्र्यानं ३० वर्षांत जे केलं होतं त्यापेक्षाही जास्त होतं!"

त्यांच्या अल्प कार्यकाळात (२००२-०४), महाबलिपुरम्, कुंभालगढ आणि हरिद्वार यांचा संपूर्ण कायापालट झाला. यावरून हेच दिसून येतं की बदल करणं शक्य असतं. आणि एखाद्या प्रकल्पाचा संचालक जेव्हा देखरेख करतो आणि विविध सरकारी अभिकरणांशी समन्वय साधतो, तेव्हा उत्तम परिणाम साधता येतात. राज्याच्या मुख्य सचिवांनी सातत्यानं आढावा घेत राहणंही तितकंच महत्त्वाचं असतं.

यामुळे पैसा आणि वेळ यांची बचत होते. अजिंठा-वेरूळ संवर्धन प्रकल्पाच्या बाबतीत हेच घडलं; त्या प्रकल्पाचं नेतृत्व (MTDC - Maharashtra Tourism Development Corporation) महाराष्ट्र पर्यटन विकास महामंडळाचे त्यावेळचे व्यवस्थापकीय संचालक आशिष सिंग यांनी केलं होतं. घड्याळाच्या काट्यांबरहुकूम अचूक काम करत, हा प्रकल्प २००३ साली पूर्ण झाला. यासाठी जॅपनीज बँक फॉर इंटरनॅशनल को-ऑपरेशन (JBIC) याचं सहकार्य लाभलं होतं.

जपानी लोक या कामामुळे इतके प्रभावित झाले की त्यांनी दुसऱ्या टप्प्यासाठी ४०० कोटी रुपयाचं अर्थसाहाय्य मंजूर केलं.

२००४ सालच्या मे महिन्यात वाजपेयी सरकारला सर्वसाधारण निवडणुकांमध्ये हार पत्करावी लागली. मात्र, नवीन सरकारच्या कार्यकाळातही पर्यटन व्यवसायाची घोडदौड सुरूच राहिली.

५ वर्षं पूर्ण झाल्यानंतर, 'इन्क्रेडिबल इंडिया'वर केला जाणारा खर्च होता १०० कोटी रुपये आणि या पैशांचा योग्य विनियोग केला जात होता. २००२

---

१०. जम्मू आणि काश्मीरचे राज्यपाल म्हणून जगमोहन यांनी वैष्णवदेवी मंदिराचा जीर्णोद्धार करण्यात मोठी भूमिका बजावली.

साली फक्त २.४ दशलक्ष विदेशी पर्यटकांनी भारताला भेट दिली होती. २००७ साली हा आकडा ५.५ दशलक्ष इतका झाला. त्याशिवाय बड्या धेंडांनी भारतात पर्यटनाला पसंती दिल्यामुळे कमाई ३ अब्ज डॉलर्स पासून (२००२) वाढत जाऊन ११ अब्ज डॉलर्सपर्यंत (२००७) जाऊन पोचली.

हे जाणून घेणं महत्त्वाचं आहे की, 'इन्क्रेडिबल इंडिया' ही फक्त एक जाहिरात नव्हती, तर त्यापेक्षाही अधिक काहीतरी होती! हा ब्रॅन्ड कसा तयार झाला? तर आमच्या सहल प्रचालकांशी (tour operators), संपादकांशी आणि सहलींची वर्णनं लिहिणाऱ्या लेखकांशी वैयक्तिक संबंध दृढ करून, तसंच अनेक भागीदाऱ्या, प्रसार-प्रचार मोहिमा, स्पर्धा आणि व्यापारी प्रदर्शनांमधला सहभाग यांच्या माध्यमातून याला पूरक ठरले ते काही हुशारीनं आखलेले जनसंपर्क उपक्रम.

कारण एखाद्या स्पर्धेत तुम्ही जास्त पैसे खर्च करून मात देऊ शकत नसाल, तर तुम्हाला वैचारिक पातळीवर आघाडी घेणं अनिवार्य असतं.

अशी एक संधी चालून आली जेव्हा यूकेच्या एका लोकप्रिय 'टीव्ही शो' मध्ये 'सेलिब्रिटी बिग ब्रदर ५' मध्ये शिल्पा शेट्टी सहभागी झाली होती. त्या

घरात राहणाऱ्या जेड गूडी हिनं शो दाखवला जात असताना भारताबद्दल काही अपमानास्पद उद्‌गार काढले. त्याला प्रत्युत्तर म्हणून लंडनमधल्या भारतीय पर्यटन कार्यालयानं 'जेड गूडी आणि मित्रमंडळी'च्या नावे एक अनावृत्त पत्र प्रसारित केलं, त्यात त्या सगळ्यांना भारतभेटीचं निमंत्रण दिलं.

आघाडीच्या ब्रिटिश दैनिकांमध्ये हे पत्र प्रसिद्ध झालं आणि वृत्तपत्रं, आकाशवाणी, दूरदर्शन आणि ऑनलाइन माध्यमांमध्ये चर्चेचा विषय ठरलं.

''या प्रसिद्धीचा परतावा म्हणून सुमारे ५ दशलक्ष पौंड आम्हाला मिळाले असा अंदाज आहे. जाहिरातींवर तर आम्ही फक्त ५०,००० पौंड खर्च केले होते.''

२००२ ते २००७ या काळात देशांतर्गत पर्यटनानं मोठी उसळी घेतली. कमी खर्चाच्या विमानसेवांनी बाजारात प्रवेश केला, त्याच सुमारास दिल्ली, मुंबई, हैदराबाद आणि बंगळुरू या शहरांमध्ये नवीन विमानतळ उभारले गेले. भारतीय आकाशात विमानांची घरघर वाढायला लागली तशी हॉटेल्सच्या खोल्यांची मागणी गगनाला भिडली. आघाडीच्या आंतरराष्ट्रीय हॉटेल्स साखळ्यांनी आणि स्थानिक उद्योजकांनी आपापल्या व्यवसायांचा जोमानं विस्तार सुरू केला.

याला समांतर उपक्रम म्हणून पर्यटन विकास मंत्रालयानं NCR विभागात १०,००० खोल्यांच्या क्षमतेची 'बेड ॲन्ड ब्रेकफास्ट' योजना सुरू केली. २००६ साली ऑक्टोबर महिन्यात ही योजना कार्यान्वित झाली. २०१० साली होणाऱ्या कॉमनवेल्थ गेम्ससाठी येणाऱ्या पाहुण्यांना कमी खर्चातली निवासव्यवस्था अपुरी पडू नये याचा आधीच अंदाज घेऊन ही योजना राबवण्यात आली होती.

'बेड ॲन्ड ब्रेकफास्ट' योजना राज्यांमध्ये भलतीच यशस्वी ठरली, तिथे स्थानिक प्रशासनांनी महत्त्वाची भूमिका बजावली.

अमिताभ कांत पर्यटन विभागाचे संयुक्त सचिव म्हणून ६ वर्षं कार्यभार सांभाळत राहिले. एखाद्या IAS अधिकाऱ्यासाठी हा असाधारण कालावधी होता. या कालावधीत त्यांनी विविध प्रकारच्या भागधारकांबरोबर काम केलं : गृह मंत्रालय (व्हिसासाठी) राज्य सरकारं (टॅक्सीचालकांसाठी), सीमाशुल्क आणि स्थानांतरण विभाग (Customs and immigration), सहल प्रचालक, भारतीय पुरातत्त्व विभागाचे अधिकारी.

''वरपासून खालपर्यंत प्रत्येकजण आपला ब्रॅन्ड ॲम्बॅसॅडर असला पाहिजे असं मला जाणवलं. पर्यटन ही एक लोकचळवळ झाली पाहिजे. तो प्रत्येकाचा व्यवसाय झाला पाहिजे.''

या विचारापासून 'अतिथी देवो भव' या मोहिमेचा जन्म झाला, त्यामध्ये प्रशिक्षण, रोड शोज आणि प्रसारमाध्यमांद्वारे संपर्क यांचा समावेश होता. पहिल्या

टप्प्यामध्ये (जानेवारी ते मार्च २००५) ७ शहरांमधल्या २६,००० पेक्षा जास्त भागधारकांना प्रशिक्षित करण्यात आलं. आमिर खाननं केलेल्या जाहिरातीतून लोकांना पारंपरिक भारतीय श्रद्धेची आठवण करून देण्यात आली की, 'अतिथीला देव मानावं.'

अमिताभ कांत यांचा कार्यकाळ संपायच्या आधी त्यांनी इन्क्रेडिबल इंडिया @60 (IncredibleIndia@60) या रोडशोची संकल्पना मांडली आणि न्यू यॉर्क या जगाच्या आर्थिक राजधानीत ती प्रत्यक्षात आणली, या कार्यक्रमाचे संयुक्त पुरस्कर्ते होते पर्यटन विकास मंत्रालय आणि कॉन्फेडरेशन ऑफ इंडियन इंडस्ट्री (CII). सगळ्या मॅनहॅटनभर भारताचाच गाजावाजा होता – वॉल स्ट्रीटपासून ते फिफ्थ ॲव्हेन्यूपर्यंत – जाहिरात फलकांवर, दिव्यांच्या खांबांवर आणि बसेसवर.

४० वेगवेगळ्या ठिकाणी – रेल्वे स्टेशन्सवर, सार्वजनिक बागांमध्ये आणि रस्त्यारस्त्यांच्या कोपऱ्यांवर/ नाक्यांवर – भारताच्या सगळ्या भागांमधून आलेल्या कलाकारांनी, हस्तकलाकरांनी, कारागिरांनी, लोकनृत्य करणाऱ्या नर्तकांनी आणि पाकशास्त्रनिपुण स्वयंपाक्यांनी न्यू यॉर्कवासीयांना अक्षरश: मंत्रमुग्ध केलं.

"आमचे कार्यक्रम इतस्तत: पसरवण्यापेक्षा मोठा धमाका करण्याची कल्पना आम्हाला जास्त भावली."

याबरोबरच, आता पुन्हा पुढे जाण्याची वेळ आली होती.

२ वर्षं राज्य संवर्गात घालवल्यानंतर, कांत हे 'दिल्ली मुंबई इंडस्ट्रिअल कॉरिडॉर डेव्हलपमेन्ट कॉर्पोरेशन (DMICDC) चे CEO म्हणून २००९ साली केंद्रात परतले. औद्योगिक नियोजन आणि प्रसार विभागानं - Department of Industrial Planning and Promotion नं सुरू केलेल्या या प्रकल्पात दिल्ली आणि मुंबईदरम्यान एक समर्पित मालवाहू मार्ग/ छन्नमार्ग/ जोडमार्ग/ कॉरिडॉर परिकल्पित केला होता.[११]

उत्तर भारतातून पश्चिम किनाऱ्यावरच्या बंदरांपर्यंत माल वाहून न्यायला सुमारे १४ दिवस लागतात. या मालवाहू कॉरिडॉरमुळे यासाठी फक्त १४ तास लागणार होते. याचं प्रत्यक्ष काम भारतीय रेल्वे करणार असली तरी ते मुळात DIPPचं अपत्य होतं. आणि म्हणून, DMICDCचे पहिले CEO म्हणून अमिताभ कांत यांची नियुक्ती झाली होती.

"ब्रिटिशांच्या काळापासून भारतात सुयोग्य रीतीनं शहरीकरण झालंच नाही. नवीन शहरं उभारण्याची आणि ती योग्य पद्धतीनं उभारण्याची ही खूप मोठी

---

११. असाच एक मालवाहू कॉरिडॉर अमृतसर आणि कोलकाता या शहरांदरम्यान परिकल्पित केला आहे.

संधी होती!''

जमीन घ्यायची आणि तिचा अगदी योजनाबद्ध रीतीनं आणि अगदी शास्त्रोक्त पद्धतीनं विकास करायचा असा उद्देश होता. अगदी सुरुवातीपासून १,४८३ किमीच्या रेल्वेमार्गाला लागून २४ औद्योगिक क्षेत्रं उभारायची अशी कल्पना होती.

हा खूपच महत्त्वाकांक्षी प्रकल्प होता. म्हणूनच त्या प्रकल्पाचे छोटे-छोटे भाग पाडण्यात आले, जेणेकरून तो टप्प्याटप्प्यानं पूर्ण करता येईल. पहिल्या टप्प्यात ७ क्षेत्रं विकास कामांकरता निवडण्यात आली. गुजरातमध्ये ढोलेरा/ धोलेरा, महाराष्ट्रात शेंद्र - बिडकिन (औरंगाबादजवळ), विक्रम उद्योगपुरी (मध्य प्रदेशात उज्जैनजवळ) आणि ग्रेटर नॉएडा. इतर ठिकाणं हरयाणा आणि राजस्थानमध्ये आहेत.

या प्रकल्पासाठीचा सुरुवातीचा निधी केवळ १० कोटी रुपये होता. आणि सगळी कामं खासगी क्षेत्राकडून करून घ्यायची अशी योजना होती. पण ती क्षेत्रं सार्वजनिक स्वरूपाच्या पायाभूत सुविधा, उदा. जलनि:सारण, सांडपाणी व्यवस्थापन आणि रस्ते उभारण्यासाठी गुंतवणूक का करतील? हे उपक्रम काही उत्पन्न देणारे नव्हते, तर अगदी 'पायाभूत क्षेत्रं' होती ज्यासाठी फक्त सरकारच अर्थसाहाय्य देऊ शकतं.

प्रकल्पाची प्रत्यक्ष सुरुवात करण्यापूर्वी अर्थ मंत्रालयाकडून १८,५०० कोटी रुपयांचं अर्थसाहाय्य मंजूर करण्यासाठी चर्चेच्या ६५ फेऱ्या कराव्या लागल्या. सरकारचे DMICDC मध्ये ४९ टक्के समभाग होते तर उरलेले समभाग इन्फ्रास्ट्रक्चर लीजिंग ॲन्ड फायनान्शियल सर्व्हिसेस (IL & FC) या कंपनीकडे आणि IDFC बँकेकडे होते. या कंपन्यांची योजना, वीज, पाणी आणि वाहतूक या अनुवाही प्रकल्पांसाठी बोली लावण्याची होती. त्यामुळे हितसंबंधांमध्ये मोठ्या प्रमाणावर विसंवाद, संघर्ष उभा राहिला.

''आम्ही सर्वसाधारण समभागांची (Equity Shares) पुनर्रचना केली... आंतरराष्ट्रीय सहकार्यासाठी समभागधारक म्हणून आम्ही जपान इंटरनॅशनल बँकेला घेऊन आलो. त्यासोबत HUDCO, IIFCL आणि LIC यांनाही घेण्यात आलं.''

नवीन औद्योगिक आणि शहर वसाहती विकसित करताना आव्हान हे असतं की, जेव्हा सरकार रस्ते बांधतं आणि पाणीपुरवठ्याची सोय करतं, तेव्हा जमिनीच्या किमती गगनाला भिडतात. पण, याचा फायदा राजकारणी आणि बांधकाम व्यावसायिक/ बिल्डर्स उठवतात. त्याऐवजी जर हा फायदा पुन्हा त्या शहरालाच मिळाला

> शहरं घडवायला ३०-४० वर्षं लागतात. पण तुम्ही त्यांची आखणी, नियोजन कसं करता... पायाभरणी कशी करता, हे फार महत्त्वाचं असतं.

तर? असा नमुना/ योजना बनवण्यासाठी SPV (Special Purpose Vehicle) किंवा विशेष उद्देश संस्था निर्माण करण्यात आली.

SPVs ही केंद्र आणि राज्य यांच्या व्यावसायिक संस्थांदरम्यान असतात. या मॉडेल अंतर्गत, जमीन उपलब्ध करून देण्याची जबाबदारी राज्याची असते. या जमिनीच्या विकासासाठी तिच्या दर्जाला योग्य असा निधी मग केंद्र देईल. एकदा का ती जमीन विकसित झाली की तिचं गुंतवणूकदारांमध्ये वाटप होतं. यातून उभा राहिलेला पैसा पुढच्या जमिनीच्या विकासासाठी वापरला जातो. अशाप्रकारे चांगल्या कामांचं हे चक्र फिरत राहतं.

मात्र, ही प्रक्रिया फार सावकाश गतीनं चालू आहे. DMIC ची कल्पना प्रथम २००७ साली मांडण्यात आली, २००९ साली CEOची नियुक्ती झाली. परंतु मंत्रिमंडळाची अनुमती मिळायला २०११ साल उजाडलं. अशा परिस्थितीत एखादा माणूस काय करणार?

२ पर्याय असतात : हतबल आणि निराश होणं किंवा काहीतरी विधायक मार्ग शोधून काढणं.

"शहरीकरणाची प्रक्रिया कशी असते याचा अभ्यास करण्यात आणि जगभरात अशाप्रकारे झालेल्या कामांविषयी जाणून घेण्यात हा वेळ मी सत्कारणी लावला."

शंभर वर्षांपूर्वी जेव्हा अमेरिकेनं शहरीकरणाची प्रक्रिया केली तेव्हा गॅस आणि पाणी कमी किमतीत उपलब्ध होतं. त्यामुळे, मोठमोठी शहरं उभारण्याची चैन त्यांना परवडण्यासारखी होती. आज, या गोष्टींचं दुर्भिक्ष जाणवतं. त्यामुळे, आजची शहरं आटोपशीर असणं गरजेचं झालं आहे, पाण्याचा आणि सांडपाण्याचा/ कचऱ्याचा पुनर्वापर करणं आवश्यक झालं आहे. आणि गाड्या वापरण्याऐवजी शक्य असेल तेव्हा लोकांनी चालत जाण्याचा, सायकल वापरण्याचा आणि सार्वजनिक वाहतूक व्यवस्थेचा वापर करण्याचा पर्याय स्वीकारला पाहिजे.

अमिताभ कांत यांच्या मनात एक गोष्ट स्पष्ट होती : आपण सरकारी थाटात काम करू शकत नाही. म्हणून, मुख्य योजना/ मास्टर प्लॅन जगातल्या काही उत्कृष्ट प्रकल्प व्यवस्थापन तज्ज्ञांकडून बनवून घेण्यात आला. त्यातले बहुतांश तज्ज्ञ हे आशियातले आहेत. सिंगापूरकडून पाणी व्यवस्थापनाची कला, बृहत् योजना/ मास्टर प्लॅनिंग बनवण्याचं शास्त्र चीनकडून आणि स्मार्ट सिटी संकल्पना कोरिया आणि जपानकडून.

२,३९६ चौरस किमी क्षेत्रफळावर ७ शहरं वसवण्यात येणार होती, त्यातलं ढोलेरा हे सिंगापूरपेक्षाही मोठं असणार होतं.

२०४० सालापर्यंत DMICDC मधली गुंतवणूक १०० अब्ज डॉलर्सचा आकडा गाठणार असा अंदाज आहे, त्यामुळे हा जगातला 'सर्वात मोठा पायाभूत

सुविधा प्रकल्प' ठरणार आहे. हा प्रकल्प खूपच गुंतागुंतीचा आहे, असा प्रयत्न यापूर्वी कोणीही केलेला नाही... त्यामुळे स्वाभाविकपणे त्याच्या समोरची आव्हानंही असाधारण असणार आहेत.

इकॉनॉमिक्स टाइम्सला दिलेल्या एका मुलाखतीत (जुलै २०११) अमिताभ कांत म्हणाले, "राज्यांनी जलद गतीनं हालचाली केल्या पाहिजेत!"

त्यानंतर सुमारे ८ वर्षं गेली तरी आश्वासन दिल्याप्रमाणे जमिनी ताब्यात घेण्यासाठी राज्य अजूनही संघर्ष करत आहे. गुजरात आणि मध्य प्रदेशमध्ये प्रकल्पग्रस्त शेतकरी हायकोर्टात फिर्याद घेऊन गेले आहेत. विकासकामांसाठी केंद्रानं राज्यांना १५,००० कोटी रुपये मंजूर केले असले तरी, स्वीकृती आणि मंजुरी मिळवण्याकरता अनेक सरकारी अभिकरणांशी आणि मंत्र्यांशी चर्चा करण्यात आणि वाटाघाटी करण्यात आणखी वेळ जातो.

जपाननं या प्रकल्पासाठी देऊ केलेली ४.५ अब्ज डॉलर्सची रक्कम वापरणं अजून बाकी आहे. तरीही तज्ज्ञांच्या मते, भारतीय प्रमाणकानुसार DMIC हे कासव नसून ससा आहे. या प्रकल्पाचा पहिला टप्पा, ७ पैकी प्रत्येक शहरातील (म्हणजे ४०-५० चौरस किमी) क्षेत्र २०१९ पर्यंत तयार असेल अशी अपेक्षा होती. कदाचित ते काम पूर्ण व्हायला अजून काही दिवस लागतील... परंतु, नजीकच्या भविष्यकाळात, या सगळ्याचा खूप मोठा प्रभाव पडणार आहे.[१२]

या प्रकल्पाचा सगर्भता काळ मोठा असला, म्हणजे हा प्रकल्प प्रत्यक्षात यायला दीर्घ कालावधी लागत असला तरी CEOचा कार्यकाळ त्याच्याशी मेळ खात नाही. २०१४च्या मार्च महिन्यात अमिताभ कांत यांची DIPPच्या सचिवपदी नियुक्ती झाली. निवृत्तीला केवळ २ वर्षं उरलेली असताना कोणाला काहीही सिद्ध करून दाखवायला उरलेलं नसतं. परंतु, आहे त्या स्थितीत राहणं ही या अधिकाऱ्याची शैली नाही!

मग, तुम्ही दोन वर्षांत काय साध्य करू शकता? खूप काही, जर त्याबाबत तुमच्या मनात स्पष्टता असेल तर, कारकिर्दीच्या सुरुवातीलाच अमिताभ कांत यांना जाणीव झाली होती की एका सर्वसाधारण IAS नियुक्तीचा कालावधी खूप कमी असतो. म्हणून प्रत्येक नवीन नोकरीच्या वेळी त्यांनी 'मला २ वर्षांत काय साध्य करायचं आहे,' याची रूपरेषा मनात आखणं, स्वप्नं बघणं सुरू करायची सवय स्वत:ला लावून घेतली.

नंतर प्रत्येक दिवशी, ते एक नोंद करायचे, 'हे साध्य करण्यासाठी मला

---

१२. २०४० पर्यंत १,४८३ किमी लांब रेल्वे मार्गाच्या दुतर्फा अगदी प्रारंभापासून २४ शहरं उभी करण्याचा बृहत् प्रकल्प आहे.

काय-काय करावं लागेल.'

हो, दैनंदिन कामं आणि फायली तपासणं तर झालंच पाहिजे.

"माझ्यासाठी फाइल्स म्हणजेच सगळं काही नसतं, मी रोज रात्री माझ्या फायलींची कामं संपवतोच, पण दिवसाचा वेळ माझ्या स्वप्नांची पूर्तता करण्याच्या कामी मी घालवतो...."

आणि अशा प्रकारचं कोणतंही स्वप्न पूर्ण करण्याकरता जोडीला राजकीय इच्छाशक्तीची गरज असते.

कांत DIPPचे सचिव बनल्यानंतर थोड्याच काळात भाजपचं सरकार सत्तेत आलं आणि त्यासोबत नवीन ऊर्जा आणि उत्साह. लाल किल्ल्याच्या भिंतीवरून केलेल्या आपल्या पहिल्या भाषणात पंतप्रधानांनी 'मेक इन इंडिया' उपक्रमाची घोषणा केली, ज्यामध्ये गुंतवणुकीला आकर्षित करून, प्रोत्साहन देऊन देशाला जागतिक उत्पादन केंद्र बनवण्याचं उद्दिष्ट प्रतिपादित करण्यात आलं.

हे उद्दिष्ट 'प्रत्यक्षात आणण्याची' जबाबदारी DIPP वर सोपण्यात आली.

२५ सप्टेंबर २०१४ रोजी हा 'मेक इन इंडिया' कार्यक्रम अधिकृतपणे सुरू करण्यात आला, त्याचं बोधचिन्ह (Logo) होतं दबक्या पावलांनी भ्रमंती करणारा सिंह. या योजनेचं इतकं झटपट अनावरण होण्यामागे हात होता अमिताभ कांत यांचा, त्यांनी असं काम यापूर्वीही केलं होतं. त्यांनी ताबडतोब, 'इन्क्रेडिबल इंडिया' मोहिमेची सृजनात्मक बाजू सांभाळणाऱ्या प्रतिभावान व्ही. सुनील यांना पाचारण केलं.

"पंतप्रधानांना सादर केलेल्या मूळ डिझाइनमध्ये आम्ही हत्तीची प्रतिमा वापरली होती. त्यांनी आम्हाला सिंहाचं चित्र वापरण्याची सूचना केली, जे अशोकचक्राचा एक भाग आहे..."

परंतु, 'मेक इन इंडिया'चा समाजाला दिसणारा चेहरा हा फक्त एक छोटासा घटक होता. बहुतेक काम कठीण हे पडद्यामागे घडत होतं.

मुक्त होण्यापूर्वी भारतीय अर्थव्यवस्था म्हणजे एक बोजड ॲम्बॅसिडर कार होती जी गुंतवणूक वर्तुळात स्पर्धा करू शकतच नव्हती. मग, अर्थव्यवस्था खुली झाली आणि म्हणाली, 'मी एक फेरारी आहे.' पण, अजूनही तिची इंजिन्स म्हणावी तेवढी तापली नव्हती. म्हणून मग, DIPP मधल्या 'मेकॅनिक्स'ना ती खोलावी लागली, त्यातल्या त्रुटी शोधाव्या लागल्या आणि त्या दुरुस्त करण्याचं काम हाती घ्यावं लागलं.

पहिला मुख्य प्रश्न समोर आला तो FDI च्या (Foreign Direct Investment) परदेशी थेट गुंतवणुकीच्या पद्धतीचा. ती फार गुंतागुंतीची होऊन बसली होती. तो गुंता सोडवण्यासाठी तब्बल २२ 'कॅबिनेट नोट्स'ची आणि

डझनभर आंतरमंत्रालयीन सल्लामसलतींची गरज पडली, पण अखेरीस एकेक क्षेत्र खुलं होत गेलं. ई-कॉमर्स, संरक्षण उत्पादनं, विमा, निवृत्तिवेतन निधी...

मात्र, गुंतवणूकदारांच्या (आणि स्थानिक व्यावसायिकांच्या) काही मोठ्या तक्रारी होत्या. त्यातलीच एक ही होती की, काम करण्यासाठी भारत हा खूप कठीण आणि गुंतागुंतीचा देश आहे. जागतिक बँकेनं जारी केलेल्या 'व्यवसाय करण्यासाठी सुलभ' असणाऱ्या देशांच्या वार्षिक मानांकन यादीत याचं प्रतिबिंब पडलेलं दिसलं. २०१४ साली १८९ देशांच्या यादीत भारताचा क्रमांक १४२ असा शोचनीय होता.

कोणत्याही प्रकारच्या नोकरीत मी असलो तरी मी नेहमी एक गोष्ट करतो ती ही की – मला काय साध्य करायचं आहे त्याची रूपरेषा आखतो. २ वर्षांच्या काळात मला काय करायचं आहे ते ठरवतो.

म्हणून मग, लक्ष पुरवण्यासाठी हा दुसऱ्या क्रमांकाचा प्रश्न ठरला. पण, नियम, निर्बंध, कार्यप्रक्रिया आणि कागदपत्रं तयार करणं या सगळ्या जंजाळातून बाहेर कसं पडता येणार? तर, विवेकबुद्धीचा वापर करून आणि शक्य असेल तिथे तंत्रज्ञानाची मदत घेऊन. शिवाय, वेगवेगळ्या मंत्रालयांसोबत राहून काम करून आणि आवश्यकता भासल्यास संसदीय प्रक्रिया पार पाडून.

"या सगळ्याला वेळ लागतो, पण तुम्हाला सतत पाठपुरावा करत राहावं लागतं, नाहीतर ते काम होत नाही..."

उदाहरणार्थ, कॉर्पोरेट व्यवहार मंत्रालयानं एखादा व्यवसाय सुरू करण्यासाठीचे २६ नियम आणि ५ कार्यपद्धतींमध्ये कपात आणि सुसूत्रीकरण करून फक्त १ नियम बनवला आहे. त्यामुळे, एखादी कंपनी सुरू करण्यासाठी लागणारा वेळ १५ कामाच्या दिवसांवरून ०.६ दिवसांवर आला आहे. घटनात्मक बाजू बघितली, तर संसदेनं दिवाळखोरी आणि नादारी कायदा (२०१६) (Bankruptcy and Insolvency Act) संमत केला आहे.

शिवाय, नॅशनल इंटलेक्चुअल प्रॉपर्टी राइट्स (IPR) धोरण मंत्रिमंडळानं संमत केलं, त्यामुळे पेटंट्स आणि ट्रेडमार्क्स यांना मंजुरी देण्यासाठी लागणाऱ्या वेळेची बचत झाली.

भारतासारख्या आकारानं मोठ्या असलेल्या देशात, राज्य सरकारं काय करतात यावर बऱ्याच गोष्टी अवलंबून असतात. त्यासाठी २०१५ साली DIPP नं 'व्यवसाय करण्यासाठी सुलभ' या निकषावर राज्यांना गुणवत्ता क्रमांक देण्यासाठी एक नियमावली जारी केली.

पहिल्याच वर्षी या निकषांमध्ये गुजरातचा पहिला क्रमांक लागला. पण

दुसऱ्या वर्षी तेलंगणा आणि आंध्र प्रदेश यांनी गुजरातला मात दिली. तर छत्तीसगढ आणि झारखंडसारख्या राज्यांनी औद्योगिकदृष्ट्या प्रगत असलेल्या महाराष्ट्र आणि तमिळनाडू या राज्यांना मागे टाकलं. या धोरणाचा निश्चित फायदा असा आहे की : तुमचा गुणानुक्रम जेवढा वरचा तेवढी गुंतवणुकीला आकर्षित करण्याची संधीही जास्त.

आम्ही १३०० कायदे कालबाह्य ठरवून रद्द केले आहेत, त्यामुळे भारतात व्यवसाय करणं लोकांसाठी थोडं सोपं झालं आहे.

"माझा असा विश्वास आहे की, स्पर्धा, राज्यांना त्यांच्या कामगिरीनुसार प्रशंसा आणि टीका यांच्या तराजूत तोलणं, त्यांच्या कामांचं जाहीररीत्या मोजमाप करणं यामुळे प्रशासन सुधारायला मदतच होते."

आणखी एक चर्चेत राहिलेला DIPP चा उपक्रम म्हणजे, १६ जानेवारी २०१६ रोजी पंतप्रधान मोदी यांनी शेकडो तरुण उद्योजकांच्या उपस्थितीत यांनी सुरू केलेला 'स्टार्ट-अप इंडिया' हा उपक्रम. या कार्यक्रमात एका प्रश्नोत्तराच्या सत्राचा समावेश होता, ज्याचं शीर्षक होतं 'धोरणकर्त्यांच्या बरोबर आमने-सामने' (Face-to-face with policy-makers) स्टार्ट-अप परिव्यवस्था देण्यासाठी आपण 'काय' करत आहोत हे त्यादरम्यान विविध सरकारी मंत्रालयांमधल्या सचिवांनी उद्योजकांना सांगायचं, असं या कार्यक्रमाचं स्वरूप होतं.

त्यानंतर काही दिवसांतच, मुंबईत 'मेक इन इंडिया' आठवडा साजरा करण्यात आला. या कार्यक्रमाचा अथपासून इतिपर्यंत तपशील अमिताभ कांत यांनी ठरवला होता. ४ राज्यांचे प्रमुख आणि ६५ देशांमधल्या व्यापार आणि व्यवसाय खात्याच्या मंत्र्यांची २५ शिष्टमंडळं यात सहभागी झाली होती. संरक्षण क्षेत्रापासून ते ऑटोमोबाइल ते अन्नप्रक्रिया आणि पायाभूत सुविधा क्षेत्रांपर्यंत १० प्रमुख क्षेत्रांमध्ये कारखाने उभारण्यासाठी उद्योजकांना आकर्षित करण्याची कल्पना यामागे होती.

या कार्यक्रमाची जाहिरात वगैरे करण्यासाठी, आणि प्रत्यक्ष कार्यक्रमासाठी १०० कोटी रुपयांची तरतूद केली होती, त्यातून २२२ कोटी डॉलर्सपेक्षाही जास्त गुंतवणुकीची आश्वासनं मिळाली. अमिताभ कांत यांच्या कारकिर्दीचं हे जीवनगौरव गीत ठरणार होतं; सर्वोच्च बिंदू ठरणार होता.

निवृत्तीला फक्त २ महिने शिल्लक असताना ते भारताच्या स्पर्धा आयोगात/ कॉम्पिटिशन कमिशनमध्ये काम करण्याची आशा बाळगून होते. तिथे काम कमी आणि गोल्फ खेळण्यासाठी भरपूर वेळ असणार होता...

त्याचवेळी पंतप्रधान कार्यालयाकडून NITI आयोगाचं CEO पद सांभाळण्याचा आदेश हाती पडला.

पूर्वी नियोजन आयोग किंवा प्लॅनिंग कमिशन या नावानं ओळखला जाणारा हा आयोग २०१५ साली अस्तित्वात आला. NITI म्हणजे नॅशनल इन्स्टिट्यूशन फॉर ट्रान्स्फॉर्मिंग इंडिया. 'पंचवार्षिक योजना' बनवण्याचं समाजवादी युग आता मागे पडलं. त्याऐवजी, सरकारी धोरणं आणि व्यूहरचना यांना मार्गदर्शन करणाऱ्या तज्ज्ञ समूहासारखा NITI आयोग काम करतो. सगळ्या क्षेत्रांमधल्या विकासकामांवर देखरेख ठेवतो आणि त्यांचं मूल्यमापन करतो.

वास्तविक, गेली २ वर्षं ही अमिताभ कांत यांच्यासाठी अतिशय समाधानाची ठरली आहेत.

२०१६ च्या मे महिन्यात, NITI - नीती आयोगानं 'अटल इनोव्हेशन मिशन'ची सुरुवात केली, हे मिशन शाळांमधल्या 'टिंकरिंग लॅब्ज'ना (Tinkering Labs) साहाय्य करतं. याकरता अनुदान मिळवण्यासाठी शाळा एकमेकांशी स्पर्धा करतात ही यातली विशेष लक्षणीय बाब.

"या योजनेच्या अनुषंगानं एकूण धोरणात एक मुख्य बदल केला तो हा की, आम्ही 'आव्हान पद्धत' वापरतो."

प्रत्येक शाळेनं १५०० चौरस फूट जागा देणं अनिवार्य आहे, प्रयोगशाळेवर देखरेख करण्यासाठी शिक्षकांची नेमणूक करणं आणि या कामाप्रति संपूर्ण बांधिलकी दाखवणं या बाबीसुद्धा अत्यावश्यक आहेत. अर्ज करणाऱ्या हजारो शाळांमधून फक्त उत्कृष्ट शाळांचीच निवड होते.

आतापर्यंत देशभरात अशा ३००० टिंकरिंग लॅब्ज उभारण्यात आल्या आहेत. या लॅब्जमध्ये/ प्रयोगशाळांमध्ये विविध प्रकारची इलेक्ट्रॉनिक, रोबोटिक आणि IOT (इंटरनेट ऑफ थिंग्ज) उपकरणं बसवण्यात आली आहेत आणि 'तुम्ही स्वत: करून बघा'/ 'डू इट युवरसेल्फ किट्स - उपकरण संचांवर इथे भर दिला जातो. बालपणापासून विज्ञान आणि तंत्रज्ञान विषयांमध्ये गोडी निर्माण व्हावी हा यामागचा उद्देश आहे. येणाऱ्या काळात ही बीजं पेरल्यानंतर त्यांना कोंब फुटून ती रुजतील, वाढतील... आणि बहरून येतील.

नीती आयोग २५ 'उद्भवन/ उबवण केंद्रांना' ही (Incubation centres) साहाय्य करतो आणि 'ग्रॅन्ड इनोव्हेशन चॅलेंज' उपक्रम राबवतो. त्यात स्मार्ट शेती, कचरा, सांडपाणी व्यवस्थापन आणि अनेक इतर क्षेत्रांसाठीच्या उपाययोजना सुचवणाऱ्यांना आमंत्रित केलं जातं.

मात्र, नीती आयोगाचं एकमात्र महत्त्वाचं काम म्हणजे देखरेख करणं. प्रत्यक्ष आणि आर्थिक व्यवहारांवर देखरेख ठेवण्याचं काम बाजूला सारून आता प्रत्यक्ष परिणामांवर देखरेख करण्याचं काम आता हा आयोग करतं. ही व्यवस्था सगळ्या क्षेत्रांसाठी राबवण्यात आली आहे. विविध आघाडीच्या, नवीन योजना राबवण्यात

झालेल्या प्रगतीचं सादरीकरण दर महिन्याला नीती आयोगाचे CEO करतात.

"पंतप्रधानांबरोबर अगदी जवळून काम करण्याचा आनंद मला मिळाला आहे."

बदल जरी घडत असला, तरी तो बऱ्याचदा अगदी हळूहळू होत आहे असं वाटतं, तर कधीकधी तो घडताना दिसतच नाही. असं वाटतं की 'दोन भारत' आहेत जे दोन वेगळ्या जगांमध्ये वसलेले आहेत.

याची नोंद घेऊन, २०१८च्या जानेवारी महिन्यात, नीती आयोगानं 'ट्रान्स्फॉर्मेशन ऑफ ॲस्पिरेशनल डिस्ट्रिक्ट्स' 'महत्वाकांक्षी जिल्ह्यांचा कायापालट' हा कार्यक्रम सुरू केला. ४९ सूचकांच्या आधारे भारतातल्या सर्वांत मागासलेल्या जिल्ह्यांवर देखरेख करण्याची कल्पना यामागे आहे. या सूचकांमध्ये/ निर्देशकांमध्ये आरोग्य, शिक्षण, पोषण आणि आर्थिक अंतर्वेश यांसारख्या बाबींचा समावेश आहे. भारतातल्या ७१२ जिल्ह्यांपैकी असे ११५ जिल्हे शोधून काढण्यात आले आहेत.

परंतु या निर्देशांकांसाठीची/ सूचकांसाठीची आकडेवारी, माहिती ही अगदीच कालबाह्य झाली आहे आणि चुकीची आहे. प्रत्यक्ष त्या ठिकाणी जाऊन त्रयस्थ व्यक्तींकडून ती मिळवणं हा यावरचा उपाय होता. या माहिती मिळवण्याच्या प्रक्रियेतले सहभागीदार आहेत टाटा ट्रस्ट, बिल आणि मेलिंडा गेट्स फाउंडेशन आणि पिरामल फाउंडेशन. हे सगळे सरकारसाठी हे काम नि:शुल्क करत आहेत.

"यामध्ये खूप मोठ्या प्रमाणावर बिगरसरकारी संस्था - (NGOs) कार्यरत आहेत; कारण ही आव्हानं एकट्या जिल्हाधिकाऱ्याच्या आवाक्याबाहेरची आहेत, असं मला वाटतं."

२०१८ च्या एप्रिल महिन्यात जेव्हा महत्वांकाक्षी जिल्ह्यांचा पहिला गुणानुक्रम जाहीर झाला, तेव्हा काही धक्कादायक तथ्यं समोर आली. भारतातला सगळ्यात खराब कामगिरी करणारा जिल्हा होता हरयाणातला मेवात, तो गुरगावपासून फक्त ५० किमी अंतरावर आहे. महिलांची अत्यंत शोचनीय अवस्था आणि खाप पंचायत यामुळे आरोग्य आणि शिक्षण या क्षेत्रात हा जिल्हा अगदीच तळाला गेला आहे.

पण, यानंतर काय झालं हे जाणून घेणं फारच उद्बोधक ठरेल. हरयाणा सरकार खडबडून जागं झालं आणि त्यानं कंबर कसण्यासाठी स्थानिक प्रशासनावर दबाव आणला. माहिती आणि आकडेवारी प्रत्यक्ष त्या क्षणी (रिअल टाइम) गोळा केलेली असल्यामुळे बदलही ज्या क्षणी घडेल त्या क्षणी नोंदला जातो. म्हणून अगदी खराब कामगिरी करणारा जिल्हासुद्धा 'डेल्टा रँकिंग'मध्ये वर चढण्याचा संभव असतो. (डेल्टा रँकिंग वाढीव प्रगतीचा लेखाजोखा ठेवतं).

"एखाद्या विशिष्ट जिल्ह्यात जर लसीकरण झालं नाही, तर तो पैशांचा प्रश्न

नसतो, तर प्रशासनाचा प्रश्न असतो...''

आणि 'नाव घेणं आणि टीका करणं'सुद्धा कामी येत आहे. जिल्हाधिकाऱ्यांमध्ये ही निकडीची, तातडीनं काम करण्याची भावना दिसून येते. जी स्थानिक प्रशासकांना आपापलं काम करण्यास उद्युक्त करत आहे. त्याशिवाय, जेव्हा पंतप्रधान त्या-त्या ठिकाणांना भेट देतात तेव्हा ते या तरुण अधिकाऱ्यांना आवर्जून भेटतात. त्यांच्याबरोबर वेळ घालवतात आणि उच्चपदस्थ व्यक्तीकडून पाठीवर शाबासकीची थाप मिळण्यासारखं दुसरं प्रोत्साहन कोणतंच नसतं.

> ज्या लोकांना मला भेटायची इच्छा असते, त्यांना भेटण्याचा मी प्रयत्न करतो, कारण सरकारी अधिकाऱ्यांपर्यंत पोचता येत नाही असं कोणी म्हणू नये असं मला वाटतं... आणि मला त्या लोकांकडून खूप काही शिकायलाही मिळतं.

कितीतरी काम करण्यासारखं आहे, आणि वेळ मात्र थोडा. अमिताभ कांत अहोरात्र कामात बुडालेले असतात, सगळे शनिवारही कामात जातात आणि काही वेळा रविवारसुद्धा. पण मग, त्यांचा कार्यकाळ संपल्यावर पुढे काय?

प्रशासनात व्यवस्था निर्माण करणं आणि तुम्ही करत असलेलं काम प्रणालीबद्ध करणं ही गोष्ट महत्त्वाची असते. त्यामुळे कोणा एका व्यक्तीवर सगळं अवलंबून नसतं. तुम्हाला योग्य माणसं निवडावी लागतात, एखादी संरचना आखावी लागते आणि देखरेखीची एक पद्धत बनवावी लागते. भक्कम पाया असलेली एखादी इमारत भूकंपातही तग धरू शकते... संस्थांनाही हेच तत्त्व लागू पडतं.

कॉर्पोरेट जगताप्रमाणेच प्रशासनातल्या नेत्याकडेही द्रष्टेपण, स्वप्न बघण्याची ताकद असावी लागते, आपल्याबरोबर काम करणाऱ्या संपूर्ण टीमला ते स्वप्न दाखवून तिला सदैव प्रेरित ठेवावं लागतं. आणखी एक महत्त्वाची गोष्ट म्हणजे तुम्ही जे करत असता त्याला लोकचळवळीचं, लोकसहभागाचं स्वरूप द्यावं लागतं. त्यासाठी एका सरकारी सेवकानं, नागरी समुदाय, NGOs आणि प्रसारमाध्यमं यांचं सहयोजन करणं आवश्यक असतं.

''कारण तुम्हाला बऱ्याच मोठ्या विरोधाचा सामना करावा लागतो... त्यामुळे बदलाच्या बाजूनं दबाव-गट तयार करणं गरजेचं होऊन बसतं. यशस्वी होण्याचा हा एकच मार्ग आहे.''

सरकारमध्ये मनुष्यबळ विकास धोरणात मूलभूत बदल झाले आहेत. ३५ वर्षांपेक्षा कमी वयाचे व्यावसायिक कंत्राटी तत्त्वावर नीती आयोगात दाखल होत आहेत. ते त्यांच्याबरोबर संघटनेमध्ये प्रचंड प्रमाणावर ऊर्जा आणि उत्साह घेऊन येतात. कामाची सगळी पद्धतच बदलून टाकतात.

महत्त्वाकांक्षी जिल्ह्यांच्या उत्थान कार्यक्रमांचा किंवा 'अटल इनोव्हेशन मिशन'चा परिणाम, प्रभाव दीर्घकाळानंतर जाणवायला लागेल. कारण, सामाजिक बदल हा सावकाश होत असतो.

आर्थिक आघाडीवर, विविध प्रकारे केलेल्या प्रयत्नांची फळं दिसायला लागली आहेत. गेल्या चार वर्षांत 'व्यवसाय करण्यासाठी सुलभ' देशांच्या यादीमध्ये भारताचा क्रमांक लक्षणीयरीत्या वर सरकला आहे.[१३] विदेशी थेट गुंतवणुकीचा (FDI) चा ओघ वर्षाला ६२ अब्ज डॉलर्स इतका वाढला आहे, जो चीनपेक्षा जास्त आहे. आज, २८ दूरसंचार कंपन्या भारतात उत्पादन करतात आणि जगभरात निर्यात करतात.

मात्र, अमिताभ कांत हे ताबडतोब कबूल करतात की, 'मेक इन इंडिया'चं काम अजून बाकी आहे, ते अजून पूर्णत्वाला गेलं नाही.

''आणखी खूप काम होणं आवश्यक आहे... पण मी एक चिरकाल आशावादी असलेला माणूस आहे, ते नक्की होणार याची मला खात्री आहे.''

चार दशकं सरकारमध्ये काम करून अनेक अधिकारी रुक्ष होऊन जातात किंवा त्यांच्या स्वभावात कटुता येते. अमिताभ कांत हे त्यांच्यापैकी नाहीत. अर्थात, राजकारण्यांशी त्यांचेही बऱ्याचदा खटके उडाले आहेत. एका प्रसंगी, एका राज्याच्या अधीन असलेल्या व्यापारसंघाच्या/ निगमाच्या MD - व्यवस्थापकीय संचालक पदावरून त्यांना हटवण्यात आलं होतं. (मंत्र्यांच्या बेकायदेशीर आदेशांचं पालन केलं नाही म्हणून).

''माझं नीतिधैर्य त्या वेळी खचलं होतं आणि मी दुसऱ्या विभागात बदली मागितली होती.''

ती बदली नाकारण्यात आली. त्यांना सांगण्यात आलं, ''आम्ही तुम्हाला जाऊ देणार नाही... तुम्ही खूप उत्तम काम करत आहात!''

त्यानंतर लगेच, मंत्रिमंडळात फेरबदल झाले. आणि त्या मंत्र्यांला दुसरं खातं सोपवण्यात आलं.

''या अडचणी, समस्या मार्गात येतच असतात, त्यांना तुम्ही सहजपणे तोंड द्यायला शिकलं पाहिजे, हा धडा मी घेतला आहे...''

उच्च कोटीचा प्रामाणिकपणा आणि निष्ठा असलेला अधिकारी जर योग्य कृती करत असेल तर त्याला विरोध हा होणारच, पण व्यवस्थेमध्ये असेही लोक असतात जे तुम्हाला पाठिंबा देतात.

मनाचा कणखरपणा आणि प्रचंड सकारात्मक ऊर्जा यांची मात्र तुम्हाला

---

१३. या यादीत २०१८ साली भारत ७७व्या स्थानावर होता.

गरज असते. म्हणूनच, रोज सकाळी २ तास अमिताभ कांत आपल्या बॅटरीज चार्ज करायला घेतात! सकाळी ६ ते ८ ते घरी किंवा हॉटेल अशोकाच्या अमात्रा जिममध्ये व्यायाम करतात.

नंतर थोडासा योग आणि शक्य असल्यास गोल्फ. जर काही कारणानं हा दिनक्रम चुकला तर त्यांचा दिवस चांगला जात नाही.

"मला मग अगदी थकायला होतं... म्हणून हा दिनक्रम माझ्या अस्तित्वाचाच एक भाग बनून गेला आहे. हा वेळ मी फक्त माझ्यासाठीच राखून ठेवतो."

काही दिवस, ते पहाटे ४ वाजता उठतात आणि लेखन करतात. मग ते एखाद्या वर्तमानपत्रातलं सदर असेल किंवा डायरीत काही नोंदी करणं असेल (भाषण लिहिताना या नोंदी कामाला येतात). या बाबतीत त्यांचं प्रेरणास्थान बहुधा त्यांची आई आहे; डॉ. सीता श्रीवास्तव, या १८ वर्षं मैत्रेयी कॉलेजच्या प्राचार्या होत्या आणि त्यांनी हिंदी भाषेत २२ पुस्तकं लिहिली.

मोठी मुलगी वेदिका ही त्यांच्या पावलांवर पाऊल ठेवत पुढे चालली आहे – तिचं पहिल्या महायुद्धावर 'If I die here, who will remember me' ('इफ आय डाय हिअर, हू विल रिमेंबर मी?') हे पुस्तक प्रकाशित झालं आहे. ती सध्या व्हार्टन (Wharton) इथे MBA चा अभ्यासक्रम पूर्ण करत आहे. धाकटी मुलगी वंशिका हिनं नुकतंच ऑक्स्फर्ड इथे तिचं शिक्षण पूर्ण केलं आहे. मुलींची अशी तक्रार आहे की त्यांचे वडील घरी पुरेसा वेळ देत नाहीत. त्यांनी तसा प्रयत्न करून पाहिला आहे, पण...

त्यांची पत्नी रंजीता ही एक चित्रकार आहे. अमिताभ कांत जेव्हा कामात व्यग्र असतात तेव्हा रंजीता पेंटिंग करण्यात मश्गुल असतात. ही व्यवस्था दोघांच्याही पथ्यावर पडली आहे!

अमिताभ कांत यांना नीतीचे CEO म्हणून ३० जून २०१९ पर्यंत मुदतवाढ मिळाली आहे. एका दीर्घ आणि प्रभावी कारकिर्दीमधली ही बहुधा शेवटची नियुक्ती ठरावी.

शेक्सपिअर म्हणाला आहे की हे जग म्हणजे एक रंगभूमी आहे आणि आपण सगळे वेगवेगळ्या भूमिका निभावणारे नट. एखाद्या IAS अधिकाऱ्याच्या सिद्धान्ताची थोडक्यात व्याख्या करायची झाली, तर ती असेल 'प्रणालीत बदल करा'. म्हणजे मग तुम्ही जरी या जगातून गेलात किंवा नोकरीतून निवृत्त झालात तरी तुमचं काम अमर राहील.

नाम गुम जाएगा, चेहरा ये बदल जाएगा
मेरा काम ही पहचान है, बस याद रहे

तरुण व्यवस्थापकांसाठी अनुभवाचे चार शब्द :

मला वाटतं, पहिली गोष्ट म्हणजे – तुम्ही जे काम कराल ते उत्कृष्टच करायचा प्रयत्न करा.

दुसरं म्हणजे 'जैसे थे' स्थितीत राहू नका. नेहमी व्यवस्थेत काही चांगले बदल करता येतात का यासाठी प्रयत्न करून पहा. काहीतरी नवीन करत रहा.

तुम्ही जे काही काम करू इच्छित असाल, त्यात तुम्ही वेगळं करू शकता का याचा विचार करा... तुमचा कार्यकाळ संपेल तेव्हा लोकांना ते वेगळेपण जाणवायला हवं.

आणि चवथी गोष्ट म्हणजे, हे तुम्ही एक चांगली टीम मदतीला असल्याशिवाय करू शकत नाही. म्हणून तुमच्या टीमला तुम्ही प्रेरणा आणि प्रोत्साहन द्यायला हवं.

सार्वजनिक क्षेत्राबाबत बोलायचं, तर सरकार तुम्हाला जी संधी देतं तशी संधी खासगी क्षेत्रातल्या नोकरीत तुम्हाला मिळणार नाही. तुमच्या कामाचं प्रमाण आणि व्याप्ती - ती संधी - ही केवळ प्रचंड मोठी असते.

कोणतंही काम जलदगतीनं आणि उत्साहानं करणं गरजेचं असतं. कोठेही गेलात तरी तुमची कृतियोजना तयार असायला हवी आणि ती प्रत्यक्षात उतरवायला हवी.

पुन्हा एकदा हे समजून घेणं आवश्यक आहे की हे सगळं तुम्ही एकटे करू शकत नाही, तुम्हाला त्यासाठी टीम्स उभाराव्या लागतात. दुसरं म्हणजे, तुमच्या वरिष्ठांना तुम्ही करत असलेल्या कामांची संपूर्ण माहिती द्यायला हवी, त्यांना तुमच्या योजनेचा एक भाग बनवायला हवं. तुमचं स्वप्न हे त्यांचंही स्वप्न बनू द्या, आणि जर ते त्या स्वप्नाचा भाग बनले, तर सगळं काही सुरळीत पार पडेल.

चित्रा गुप्ता

झीनत महल सर्वोदय कन्या विद्यालय क्रमांक २

एक शिक्षक म्हणून चित्रा गुप्ता यांनी उत्तमतेचा ध्यास घेतला आणि आपल्या वर्गासाठी अप्रचलित, अपारंपरिक कल्पना राबवून नवनवीन प्रयोग केले. अडीच दशकांच्या कारकिर्दीनंतर, मुख्याध्यापिका म्हणून नियुक्ती झाल्यावर चित्रा यांनी एक धाडसी, नवीन स्वप्न प्रत्यक्षात उतरवलं. एका विशेष प्रगती न करणाऱ्या मुलींच्या सरकारी शाळेचं रूपांतर त्यांनी एका उत्कृष्ट संस्थेत केलं.

विचारांची शाळा

तुम्ही जर नशीबवान असाल तर आयुष्यात तुम्हाला असे शिक्षक/ शिक्षिका लाभले असतील.

कडक इस्त्रीच्या कॉटन साडीत, नेहमीच वेळेवर वर्गात हजर असणाऱ्या. आपल्या विद्यार्थ्यांची मनापासून काळजी करणाऱ्या, पण तुमच्या हृदयात धडकी भरवणाऱ्या. चांगल्या अर्थी.

'तुझ्याकडून ही अपेक्षा नव्हती,' हे सांगण्यासाठी त्यांचं एक भुवई उंचावणं फक्त पुरेसं होतं.

आणि मग, पुढचे ६ महिने तुम्ही मनापासून अभ्यास करण्याचा प्रयत्न करणार, त्यांच्या उच्च कोटीच्या अपेक्षांच्या कसोटीवर उतरण्यासाठी...

आणि, 'शाब्बास बेटा', असं म्हणत त्यांनी पाठीवर थाप मारल्यावर आनंदानं उजळून निघालेला तुमचा चेहरा!

दिल्लीच्या झीनत महल केंद्रीय विद्यालय क्रमांक २च्या शेकडो विद्यार्थिनींसाठी चित्रा गुप्ता अशा प्रकारच्या मार्गदर्शक आणि बदल घडवून आणणाऱ्या शिक्षिका होत्या.

मांजरीची नखं जशी तिच्या पिलांना लागत नाहीत तशा, बाहेरून कठोर वाटणाऱ्या पण आतमध्ये हृदय मात्र लोण्यासारखं मऊ आणि शुद्ध सोन्यासारखं झळाळणारं. चित्रा गुप्ता या ठरावीक साच्यातल्या सरकारी शिक्षकासारख्या वागू शकल्या असत्या. रजिस्टरवर सही करा, अभ्यासक्रम पूर्ण करा आणि घरी पळा.

पण सुरुवातीपासून त्यांनी आणखी काहीतरी करण्याचा निर्णय घेतला.

आधी एक शिक्षक म्हणून आणि मग मुख्याध्यापिका म्हणून, आपल्या विद्यार्थिनींचं कल्याण हे बाकी कशाहीपेक्षा त्यांनी महत्त्वाचं मानलं. त्यांनी सगळ्या प्रकारच्या युक्त्या, क्लृप्त्या वापरल्या – अधिकारवाणीनं सांगण्यापासून ते प्रेमळपणे समजावण्यापर्यंत, भावनांना आवाहन करण्यापासून ते शक्कल लढवण्यापर्यंत – तोपर्यंत दुर्लक्षित असलेल्या शाळेत याआधी कधी न घडलेला बदल घडवण्यासाठी. १०वी आणि १२वीचे निकाल ५० टक्क्यांच्या आसपास रेंगाळत असलेल्या त्या शाळेनं २०१० साली १०० टक्के निकाल दाखवत सगळ्यांना आश्चर्याचा मोठा धक्का दिला.

परंतु, मुख्याध्यापिका चित्रा गुप्ता यांचं कार्य तिथेच संपलं नाही.

त्यांनी आपल्या मुलींना दिल्ली युनिव्हर्सिटीच्या काही उत्कृष्ट कॉलेजांमध्ये प्रवेश घेण्यासाठी प्रोत्साहन दिलं, त्यांचं मन वळवलं आणि ते साध्य करण्यासाठी हरप्रकारे मदतही केली. त्या मुलींच्या पालकांपेक्षा त्यांचं भविष्य अधिक चांगलं आणि उज्ज्वल असावं अशी महत्त्वाकांक्षा मुलींच्या मनात जागवली.

शाळेच्या CEO म्हणून चित्रा गुप्तांनी मुलींच्या मनात स्वनांची बीजं रोवली. काहीतरी करून दाखवण्याची तळमळ जागवली आणि या सगळ्याला कृतीची जोड दिली. दिल्लीतल्या आणि दिल्लीबाहेरच्या सुद्धा सरकारी शाळांच्या प्राचार्यांसाठी प्रशिक्षण कार्यक्रमात 'झीनत महल मॉडेल ऑफ स्कूल मॅनेजमेन्ट' हा विषय अभ्यासक्रमात समाविष्ट करण्यात आला आहे.

गेल्या ३ वर्षांच्या कालावधीत, दिल्लीतल्या सरकारी शाळांच्या कारभारात पद्धतशीर बदल घडून आला आहे. ही फार क्वचित आढळणारी आणि सुंदर गोष्ट आहे.

पण लक्षात ठेवा, तुम्ही स्वतःच एक व्यवस्था आहात. म्हणून चांगल्यासाठी लढा, जे योग्य वाटतं ते करा.

कोणीतरी दुसरं येऊन करेल, असा विचार नका करू.

पुढे जात रहा, लढत रहा.

चित्रा गुप्ता यांचा जन्म दिल्लीला झाला, पण त्या वाढल्या ओरिसातल्या कटक इथे. तिथे त्यांच्या वडिलांनी एक छोटा व्यवसाय सुरू केला होता.

"मी एक चांगली विद्यार्थिनी होते, पण फार महत्त्वाकांक्षी नव्हते. माझं काही खास ध्येय वगैरे नव्हतं."

१०व्या इयत्तेत राज्याच्या बोर्ड परीक्षेत हिंदी विषयात सगळ्यात जास्त गुण मिळाल्यामुळे त्यांना शिष्यवृत्ती मिळाली होती. ही शिष्यवृत्ती त्यांनी बी.ए. (इतिहास) पूर्ण करेपर्यंत मिळत होती, त्या वेळी त्यांचा विद्यापीठात पाचवा क्रमांक आला होता.

"मला भुवनेश्वरला एम.ए. (इतिहास) करायला जायची इच्छा होती. पण वडिलांनी शहराच्या बाहेर जाण्याची परवानगी दिली नाही."

खरंतर सगळ्या मोठ्या लोकांचं म्हणणं होतं की, बी.एड्. करावं आणि शिक्षकाची नोकरी पत्करावी. परंतु, चित्रा आपल्या म्हणण्यावर ठाम राहिल्या. त्यांना एम.ए. करायचंच होतं – मग त्यासाठी त्यांची विषय बदलून 'होम सायन्स' हा विषय घ्यावा लागणार होता तरीही.

"बी.एड्. केल्यानं माझं भविष्य फार काही उज्ज्वल होणार नाही, मला वाटलं, मी फक्त एक शाळेतली शिक्षिका बनून राहीन."

एम.ए.च्या परीक्षेत चित्रा यांनी उत्कल युनिव्हर्सिटीचं सुवर्णपदक जिंकलं. आणि नंतर सिटी विमेन्स कॉलेजमध्ये कटक इथे विशेष अध्यापक म्हणून रुजू झाल्या. त्यांनी नंतर ओरिसा पब्लिक सर्व्हिस कमिशनच्या परीक्षेला बसल्या आणि कायमस्वरूपी अध्यापकपद त्यांना मिळालं.

"मला सरकारी कॉलेजमध्ये नोकरी मिळाली, पण ते फार लांब होतं, जवळजवळ आंध्र प्रदेशला लागून. शिवाय कॉलेजमध्ये स्वच्छतागृह नव्हतं! ते काही मला जमलं नाही."

या वेळेपर्यंत चित्रा २३ वर्षांच्या झाल्या होत्या आणि त्यांचे पालक त्यांच्या लग्नाच्या चिंतेत होते. सगळ्यांना असं वाटलं की त्यांनी दिल्लीला जाऊन नोकरी बघावी हे उत्तम आणि शिवाय नवराही.

"कैलाश भागाच्या पूर्वेला मी माझ्या आजोबांकडे (आईचे वडील) राहिले. मी मुलाखत दिली आणि शिक्षण संचालनालयाद्वारा PGT (पोस्ट ग्रॅज्युएट टीचर) पदव्युत्तर शिक्षक म्हणून माझी निवड झाली."

१९८१ साली, चित्रा यांनी स्वामी दयानंद सर्वोदय कन्या विद्यालय, जुनं राजेन्द्रनगर इथे नोकरी पत्करली. ११वी आणि १२वीच्या वर्गांना त्या होम सायन्स शिकवणार होत्या. ही गोष्ट थोडी उपरोधिक होती.

परंतु, चित्रा यांनी परिस्थितीशी लगेच जुळवून घेतलं. एखादा विषय जाणणं आणि तो शिकवणं यात काय फरक असतो, ते त्यांना लवकरच कळलं.

“मला शिकवणं आवडायला लागलं आणि माझ्या वर्गाचा/ विषयाचा निकाल नेहमीच १०० टक्के लागायचा. अगदी पहिल्या दिवसापासून.”

नोकरीत २ वर्षं झालेली असताना चित्रा यांचा विवाह झाला; परंतु हा विवाह फार काळ टिकला नाही. त्या फक्त ३ महिन्यांच्या संसारानंतर विभक्त झाल्या, तेव्हा त्या गर्भवती होत्या. एकटी, काम करणारी माता म्हणून हा काळ त्यांच्यासाठी खूप कठीण होता.

घटस्फोट मिळायला ५ वर्षं लागली. आणि मग, सूर्यकिरणांसारखा डॉ. राजेन्द्र गुप्ता (राजन) यांनी त्यांच्या आयुष्यात प्रवेश केला.

मुलांना वाटलं की आपण थोडं मोकळेपणानं बोललो तरी या मॅडम ऐकून घेतील.

“राजन यांची बहीण माझ्याच शाळेत शिक्षिका होती... तिनं आम्हाला एकत्र आणलं. ते माझी काळजी घ्यायचे, माझा आदर करायचे आणि त्यांनी माझ्या ५ वर्षांच्या मुलीचा स्वत:ची मुलगी म्हणून स्वीकार केला.”

चित्रा यांचं सासर गाझियाबादला होतं, म्हणून त्यांनी बदलीसाठी अर्ज केला. त्यांना देण्यात आलेली शाळा दिल्ली आणि उत्तर प्रदेशच्या सीमेवर झोपडपट्टी असलेल्या भागात होती. जुन्या राजेन्द्रनगरच्या शाळेपेक्षा ही शाळा खूपच वेगळी होती.

“मला त्यात काहीच अडचण नव्हती. कारण मला माहीत होतं : मला काम करायचंच आहे, कोणतीही शाळा मिळाली तरी मी काम करणार.”

याआधीच्या शाळेत व्यावसायिकांच्या, उद्योजकांच्या मुली होत्या. अभ्यासाच्या बाबतीत त्यांचा दृष्टिकोन फार गंभीर नव्हता, कारण नंतर लग्नच तर करायचं आहे असा त्यांचा विचार असायचा. परंतु, त्या व्यवस्थित, चांगले कपडे घालून यायच्या आणि चांगले गुण मिळवायच्या.

नंद नगरीत झोपडपट्टी भागातल्या शाळेतली परिस्थिती खूप वेगळी होती. मुलं लहानशा कोंदटलेल्या खोल्यांमध्ये दाटीवाटीनं राहायची. त्यांचे पालक अशिक्षित होते आणि शाळेशिवाय, कुटुंबाला घरखर्चासाठी हातभार लागावा म्हणून या मुलांना हरप्रकारची कामं करावी लागायची.

घरी जाण्यासाठी बस पकडायला त्या मोहल्ल्यातून चालत जाताना चित्रा यांना शाळेच्या गणवेशातल्या मुली कपाळाला लावायच्या टिकल्या तयार करताना दिसायच्या. बाकीच्या मुली हिरवे चणे सोलताना दिसायच्या.

"मुलं मला सांगायची की, एकदा घरी गेलो की आम्ही अभ्यास करूच शकत नाही. आमच्याकडे अभ्यासासाठी वेळ नसतो."

चित्रा आवर्जून या मुलांशी बोलायच्या, त्यांच्या अडचणी समजून घ्यायच्या. हळूहळू त्यांनी मुलांचा विश्वास संपादन केला.

एक दिवस, एक मुलगी त्यांच्याकडे आली आणि म्हणाली, "मॅडम, कामाच्या/शाळेच्या शेवटच्या दिवशी मी प्रयोगशाळेत येऊन तुम्हाला काही विचारू शकते का?"

"आत्ता मला वेळ आहे, आत्ताच सांग काय ते," चित्रा म्हणाल्या.

ती मुलगी म्हणाली, "मॅडम, माझ्या घरी अभ्यासाला जागा नाही आणि मला शिकायचं आहे."

चित्रा लगेच तयार झाल्या. आपल्या विद्यार्थ्यांसमोर काय अडचणी आहेत हे त्या मुलीच्या साध्या विनंतीवरून त्यांच्या नजरेसमोर स्पष्ट झाल्या. चित्रा यांनी आपल्या वर्गाला खुलं निमंत्रण दिलं : ज्या वेळी तुम्हाला तास नसेल, तेव्हा तुम्ही प्रयोगशाळेत या आणि अभ्यास करा.

यानंतर, शाळा सुटल्यावर रोज १ तास जास्त वेळ शाळेत थांबण्याची सवयच चित्रा यांनी स्वत:ला लावून घेतली. त्या त्यांचं दैनंदिन प्रशासकीय काम पूर्ण करत बसायच्या आणि त्या वेळात मुलं वाचन, लेखन आणि अभ्यास करू शकायची.

"संपूर्ण शाळा माझ्या ताब्यात नव्हती, पण माझ्या स्वत:च्या वर्गांच्या बाबतीत मी त्या मुलांची परिस्थिती सुधारण्याचा प्रयत्न केला."

कारण, बदल घडवताना एक महत्त्वाची गोष्ट लक्षात ठेवली पाहिजे की, तुम्ही जिथे असाल तिथून सुरुवात केली पाहिजे.

२ वर्षांनी त्या दिल्ली युनिव्हर्सिटीच्या परिसरात स्थलांतरित झाल्या. तिथे त्यांच्या प्राध्यापक असलेल्या पतींना सरकारी निवासस्थान मिळालं होतं. चित्रा यांनी बदलीसाठी अर्ज केला. आदर्शनगरच्या एका शाळेमध्ये त्यांची बदली झाली, तिथे त्यांनी ७ वर्षं काम केलं.

या शाळेत वेगवेगळ्या आर्थिक गटातली मुलं होती : काही सुखवस्तू घरातली होती तर काही निम्न आर्थिक गटातली होती. पण हे दोन गट एकमेकांमध्ये मिसळत नसत. वर्गातसुद्धा ते वेगवेगळे बसत असत.

"मी हे पाहिलं आणि विचार केला – हे नाही चालणार."

प्रथमत: चित्रा यांना त्यांची आसनव्यवस्था बदलली. एक इकडे, एक तिकडे, एक इकडे, एक तिकडे. प्रकल्पाच्या आणि प्रयोगशाळेच्या कामासाठी त्यांनी प्रत्येकी ४ मुलांचे उपगट बनवले. प्रत्येक गटात दोन श्रीमंत मुलं आणि दोन

शिक्षिकेचं काम वर्गातच संपत नाही.

निम्न आर्थिक गटातली मुलं घेतली.

चित्रा यांनी आणखी एक पद्धत सुरू केली. दर आठवड्याला एका वर्गासाठी त्यांनी 'मॉक टेस्ट' घ्यायला सुरुवात केली; 'लुटुपुटुची परीक्षा'! त्यामध्ये अर्धा वेळ विद्यार्थी उत्तरं लिहायचे आणि अर्धा वेळ एकमेकांच्या उत्तरपत्रिका तपासायचे.

"दुसऱ्याची चूक काढण्याचा अर्थ, तो विद्यार्थी ती चूक परत कधी करणार नाही," हे त्यामागे चित्रा यांचं तत्त्वज्ञान होतं.

होम सायन्सच्या प्रयोगशाळेत, चित्रा यांनी रोजच्या वापरातले पदार्थ वापरून पौष्टिक स्वयंपाक शिकवण्यावर भर दिला. असे पदार्थ जे त्यांच्या विद्यार्थ्यांना परवडू शकतील.

"चीज आणि बदाम वापरणं सोपं असतं. पण कमी पैशात काही आहाराचं नियोजन कसं करता ते महत्त्वाचं असतं."

कारण होमसायन्स म्हणजे काही वेळ घालवण्यासाठी हौस म्हणून करण्याचा कुकिंग क्लास नाही, हा विषय आरोग्य आणि पोषण यांच्याशी निगडित आहे.

या सगळ्या प्रयत्नांमुळे चित्रा शाळेत सगळ्यांच्या लाडक्या बनल्या. ७ वर्षं काम केल्यानंतर त्यांना उपमुख्याध्यापिका म्हणून बढती मिळाली. आणि त्यांना

काश्मीर गेटजवळ असलेल्या निकोल्सन रोडवरच्या गव्हर्नमेंट गर्ल्स सेकंडरी स्कूलमध्ये नियुक्त करण्यात आलं.

"मी शाळेत गेले तेव्हा मला खरंच खूप मोठा धक्का बसला. शाळेला मुख्याध्यापक नव्हते, कारकुनी कामं करायला कर्मचारी नव्हते, अर्ध्याहून अधिक शिक्षकांच्या जागा रिकाम्या होत्या!"

आतापर्यंतच्या त्यांच्या कारकिर्दीत चित्रा यांनी होम सायन्सच्या शिक्षिका म्हणून नैपुण्य मिळवलं होतं. आता, त्यांनी 'सगळ्याच' कामांमध्ये लक्ष घालावं अशी अपेक्षा होती. आर्थिक व्यवहार, हिशेब ठेवणं हा त्यांचा प्रांत नव्हता, पण आता काही पर्याय नव्हता. हे आता शिकावंच लागणार होतं!

कॅश-बुक म्हणजे काय, लॉग बुक म्हणजे काय. पगार वाटप कसं करावं, थकबाकीचा हिशेब कसा करावा, स्टॉक रजिस्टर्स कशी भरावीत, अशी अनेक कामं शिकावी लागणार होती.

"काहीच माहीत नव्हतं. कोणाला तरी बोलावून घेऊन ते शिकले. कुठेतरी जाऊन शिकले."

कारण, एका नेत्याला सगळ्याच गोष्टी माहीत असणं शक्य नसतं. आणि हे सत्य स्वीकारण्याची नम्रता त्याच्यात असावी लागते.

शाळेची अवस्था दयनीय होती, १०वीच्या (SBSE) बोर्डाचा निकाल फक्त ६ टक्के होता! चित्रा यांनी याकडे एक आव्हान म्हणून पाहिलं.

"एक शिक्षक म्हणून माझ्या डोक्यात खूप कल्पना होत्या – मी हे करेन, मी ते करेन!"

त्या कल्पना प्रत्यक्षात उतरवण्याची ही एक संधी होती. शिस्त आणि शैक्षणिक दर्जा सुधारण्यासाठी चित्रा यांनी इतर शिक्षकांच्या मदतीनं काम सुरू केलं. त्याच वर्षी १०वीचा निकाल ४८ टक्के असा उंचावला.

२००७ साली, (UPSC) नं चित्रा यांची मुलाखत घेऊन मुख्याध्यापक संवर्गासाठी त्यांची निवड केली. लाल कुआँ भागातल्या झीनत महल सर्वोदय कन्या विद्यालय क्रमांक २ या शाळेची मुख्याध्यापिका म्हणून त्यांना पदभार सांभाळायचा होता. ही शाळा तटबंदी असलेल्या जुन्या दिल्लीत होती.

दिल्ली सरकार चालवत असलेल्या ७१९ शाळांमधून या शाळेला सगळे शिक्षक 'काळ्या पाण्याची शिक्षा' असं संबोधायचे. आणखी दोन उमेदवारांसमोर या शाळेचा प्रस्ताव ठेवण्यात आला होता. दोघांनीही तो नाकारला होता.

"एक म्हणाली, माझी गाडी तिथपर्यंत जात नाही, मी नाही जाणार. दुसरी म्हणाली, अशा लोकांबरोबर अशा ठिकाणी मी काम नाही करू शकणार."

कारण, झीनत महल शाळेतल्या सगळ्या मुली मुस्लीम होत्या.

परंतु, चित्रा गुप्तांच्या हातात नियुक्तीचे आदेश पडले तेव्हा दुसरा कोणताही विचार त्यांच्या मनात आला नाही. मी तर इथे जाणारच. त्यांनी शाळेचा पत्ता गुगलवर शोधला आणि मेट्रोनं चावरी बाझार स्टेशनवर उतरल्या. तिथून एका सायकलरिक्शानं लाल कुआँला जाऊन पोचल्या.

एका चिंचोळ्या बोळाच्या टोकाशी थांबून सायकलरिक्शावाला म्हणाला, ''यापुढे पायी जा.'' पण, 'सरळ', 'वाकडं', मग 'समोर' चालत जाऊनही चित्रा यांना शाळा काही दिसेना.

''मॅडम, तिथेच तर आहे शाळा, तो निळा दरवाजा,'' लोक ठामपणे म्हणाले.

चित्रा मागे फिरल्या आणि या वेळी त्यांना तो दरवाजा दिसला – तो फक्त अडीच फूट रुंद होता. एक पतंगाचं दुकान, एक मसाला दळणारी गिरणी आणि एक पाणी-पुरीवाला यांच्यामध्ये त्या दरवाजाचं सँडविच झालं होतं. शाळेच्या नावाची पाटी तर कुठेच दिसत नव्हती.

''आत डोकावून पाहिलं तेव्हा मला मुली दिसल्या, शाळेचा गणवेश घातलेल्या. ही तर खरंच शाळा आहे याची खात्री पटली.''

झीनत महल हे शेवटचा मुघल बादशहा बहादूर शाह जफर यांच्या सगळ्यात लहान बेगमचं निवासस्थान होतं. एकेकाळी राजेशाही असलेल्या त्या हवेलीत १९०१ साली ही शाळा सुरू झाली.

बेगम झीनत महल हिच्या हवेलीच्या अवशेषांमधल्या एका चारमजली इमारतीत आज ही शाळा भरते. (१२०० पेक्षा जास्त विद्यार्थ्यांना सामावून घेण्यासाठी ही शाळा दोन सत्रांमध्ये भरवली जायची.) १०वीचा निकाल फक्त ५० टक्के आणि १२ वीचा फक्त ६० टक्के होता.

पहिल्या दिवशी जेव्हा चित्रा गुप्ता यांनी झीनत महलमध्ये प्रवेश केला तेव्हा त्यांच्या मनात कोणताही 'मास्टर प्लॅन' नव्हता.

''मी पाहत गेले, परिस्थितीचा अंदाज घेत गेले. जे जे प्रश्न माझ्यासमोर येत गेले, ते मी सोडवत गेले.''

एक शिक्षक म्हणून आपण खूप गोष्टींचा विचार करत राहतो, पण त्या गोष्टींची अंमलबजावणी करण्याची संधी मला मुख्याध्यापिका झाल्यावर मिळाली.

पहिला प्रश्न चित्रा यांच्या नजरेला पडला तो सकाळच्या सामुदायिक उपक्रमाच्या तासाचा. शिक्षण संचालनालयानं एक सीडी दिली होती, त्यात आठवड्याभराचे उपक्रम, गाणी आणि प्रार्थना यांचं वेळापत्रक दिलं होतं.

''सीडी सुरू असायची, पण मुली

अगदी ताठ उभ्या असायच्या, एखाद्या झोम्बीसारख्या.''

चित्रा यांनी शारीरिक शिक्षण देणाऱ्या आणि योग शिकवणाऱ्या शिक्षकांना बोलावून घेतलं.

''शाळेत कवायत घेतली जायची नाही, योग शिकवला जायचा नाही, वर्तमानपत्राचं वाचन नाही. काय चाललंय तरी काय? मला वाटलं...''

शारीरिक शिक्षण शिकवणाऱ्या हिंदू शिक्षकांनी उत्तर दिलं, ''मॅडम, त्या 'वंदे मातरम्' किंवा 'जन गण मन' म्हणायला तयार नसतात. ते त्यांच्या धर्माविरुद्ध आहे.''

योग शिक्षिका मुस्लीम होत्या. त्या म्हणाल्या, ''त्यांच्या पालकांनी मुलींना सांगितलं आहे की 'योग' हिंदू आहे – त्या नाही करणार...'' (त्या शिक्षिकेच्या वडिलांनी तिला योग शिकवण्याची 'परवानगी' दिली होती, कारण फक्त एकच, की तिला सरकारी नोकरी मिळाली होती.)

काहीतरी करावं लागेल! दुसऱ्या दिवशी सामुदायिक उपक्रमाच्या वेळी चित्रा यांनी स्वत: मायक्रोफोन हातात घेतला.

''मुलींनो, सामुदायिक उपक्रमासाठी तुम्ही तयार आहात का?''

समोरून काहीच उत्तर आलं नाही. चित्रा यांनी आपलं बोलणं पुढे चालू ठेवलं...

''चला सुरू करू या. आज आपण एकच गोष्ट करू या. आपण वंदे मातरम् म्हणू या.''

चित्रा यांनी सीडी सुरू करण्याची सूचना दिली.

''माझ्या मागे म्हणा,'' तरीही सगळ्या अगदी चिडीचूप.

''मुलींनो, तुम्हाला 'वंदे मातरम्' म्हणायचं नाही का? ठीक आहे. पण मला यामागचं कारण सांगाल का?''

कोणीच उत्तर देईना. आता बैलाला शिंगं धरून रेटा देण्याची वेळ आली होती.

''तुम्हाला हे गाण्याची मनाई केली आहे. आता मी सांगते की हे का गायला पाहिजे.''

माझ्या सदसद्विवेकबुद्धीनं मला जे-जे सांगितलं, ते-ते मी करत गेले.

संयम न सोडता, चित्रा गुप्ता यांनी 'वंदे मातरम्'च्या एकेका ओळीचा अर्थ समजावून सांगितला.

''वंदेचा अर्थ आहे 'आदाब'. मातरम्चा अर्थ आहे 'अम्मी'. अम्मीला आदाब कितीजणी करतात?''

सगळ्या मुलींनी हात वर केले.

"सुजलाम् म्हणजे चांगलं पाणी. सुफलाम् म्हणजे चांगली फळं-फुलं. अम्मी तुम्हाला या सगळ्या गोष्टी देते म्हणून आपण तिला नमस्कार करतो. ही पृथ्वी आपल्या आईसारखी आहे, म्हणून आपण तिला सलाम/ नमस्कार करतो."

संपूर्ण गीताचा अर्थ समजावून सांगायला २० मिनिटं लागली. आणि मग चित्रा यांनी त्यांना एक आव्हान दिलं.

"आज घरी जा आणि चर्चा करा. आमच्या मॅडम असं सांगतात, तुम्ही आम्हाला असं सांगितलं आहे, यापैकी बरोबर कोणाचं? असं विचारा. आपण उद्या भेटू या."

दुसऱ्या दिवशी, जेव्हा सीडी सुरू झाली, तेव्हा अर्ध्यापेक्षा जास्त मुली गाऊ लागल्या.

उरलेल्या अर्ध्या मुलींना उद्देशून चित्रा म्हणाल्या, "बहुतेक तुम्ही चर्चा करायला विसरलात... घरी जा आणि आज चर्चा करा!"

आणि पुन्हा, त्यांनी गीताचा अर्थ समजावून सांगितला, एकेका ओळीचा. या वेळी त्यांनी १० मिनिटं घेतली.

तिसऱ्या दिवशी सगळ्या १२०० मुली 'वंदे मातरम्' गात होत्या. त्यांच्या स्वत:च्या मर्जीनं.

त्याचप्रमाणे, चित्रा यांनी मुलींना कोणत्याही संप्रदायाशी संबंध नसलेली प्रार्थना 'हम को मन की शक्ती देना' रोज म्हणायला लावली.

"आम्ही हात जोडून मागतो, तुम्ही हात उघडे ठेवून मागता, हात पसरून मागता, पण मागता तर त्या ईश्वराकडेच."

त्यांनी मुलींना हात पसरून, नमाज पढल्याप्रमाणे प्रार्थना म्हणण्याची अनुमती दिली. आणखी एक अडथळा पार झाला.

मग प्रश्न आला योग करण्याचा. चित्रा यांनी योगशिक्षिकेला प्रत्येक आसन करून दाखवायला सांगितलं आणि प्रत्येक योगासनाचे शरीराला कसे फायदे होतात हे समजावून सांगितलं.

शिक्षिकेनं प्राणायामापासून सुरुवात केली. खोल श्वास आत, खोल श्वास बाहेर.

"चांगला श्वास, निरोगी फुप्फुसं, जास्त ऑक्सिजन कोणाला नको आहे? मी त्या मुलींना योग न करण्याची परवानगी देईन."

कोणीही तशी परवानगी मागितली नाही. अशाप्रकारे, ठामपणे, तर्कशकतीच्या मदतीनं आणि खूप प्रेमानं चित्रा गुप्ता यांनी आपल्या विद्यार्थ्यांबरोबर सौजन्यपूर्ण

संबंध प्रस्थापित केले. झीनत महलचं वातावरण बदलू लागलं. नवीन कल्पना, नवीन ऊर्जा, नवीन ध्यास.

त्या सगळ्या मुली एका बंदिस्त वातावरणात राहायच्या. क्वचितच मोहल्ल्याच्या बाहेर पडायच्या. त्यांनी कधी आंतरशालेय स्पर्धांमध्ये भाग घेतला नव्हता. नवीन मुख्याध्यापिकेनं हे बदलायचं ठरवलं.

शाळेनं एक योग टीम तयार केली. परंतु स्पर्धेच्या दिवशी, ४ विद्यार्थिनी आल्याच नाहीत. चित्रा गुप्ता यांनी स्वत: त्यांच्या पालकांशी संपर्क साधला आणि त्यांना येऊन भेटण्याची विनंती केली.

''मी फक्त तुमची ५ मिनिटं घेईन. कृपा करून या – हे महत्त्वाचं आहे!''

जेव्हा पालक आले, तेव्हा मुख्याध्यापिकेनं २ मुलींना योगासनं करून दाखवायला सांगितलं.

''तुम्ही बघा आणि सांगा – यात हिंदूपण काय आहे? हे फक्त हात-पाय लवचीक आणि तंदुरुस्त ठेवण्याकरता आहे.''

पालक म्हणाले, ''ठीक आहे, पण आम्हाला आमच्या मुलींना बाहेर पाठवायची इच्छा नाही. ते सुरक्षित नाही.''

दर पाच मुलींसाठी एक शिक्षिका देण्याचं आश्वासन चित्रा यांनी त्यांना दिलं आणि मुलींना अगदी घराच्या दारात आणून पोचवण्याचं वचनही दिलं. शेवटी, पालकांनी त्यांचं म्हणणं ऐकलं आणि ते तयार झाले.

शाळेचं सुदैव की, पहिल्याच सहभागात शाळेची टीम विजेती ठरली. दुसऱ्या दिवशी सकाळी पालक मुख्याध्यापक कार्यालयात आले. ते अभिमानानं फुललेले चेहरे घेऊनच.

''मॅडमजी, हे तर तुम्ही फार चांगलं केलंत. मोहल्ल्यात आमची मान अभिमानानं उंचावली.''

''ही फक्त सुरुवात आहे... माझ्यावर विश्वास ठेवा आणि मला सहकार्य करा. मी कधीही मुलींचं नुकसान होऊ देणार नाही.''

पाणी आणि सूर्यप्रकाश मिळाला की फुलझाड बहरतं. प्रोत्साहन मिळालं की मूलही फुलतं. आणि नेमकं हेच चित्रा यांनी मुलींच्या बाबतीत केलं.

दिल्ली राज्याच्या पर्यावरण विभागाकडून जेव्हा भित्तिचित्र स्पर्धेसाठीचं माहितीपत्रक आलं, तेव्हा चित्रा यांनी चित्रकला शिकवणाऱ्या शिक्षिकेला बोलावून घेतलं.

''मॅडम, अशा स्पर्धांमध्ये बक्षिसं आधीच ठरलेली असतात,'' त्या शिक्षिकेनं विरोधाचा सूर लावला.

''माझ्या मुली यात भाग घेतील.'' मुख्याध्यापिका म्हणाल्या. ''त्या जिंकल्या किंवा जिंकल्या नाहीत ही बाब गौण आहे.''

झीनत शाळेच्या मुली कलाकार आहेत हे चित्रा जाणून होत्या. आणि त्यांनी २० पेक्षा जास्त प्रवेशिका तयारही केल्या. मुख्याध्यापिकेनं मग त्यातून १० प्रवेशिका निवडण्यासाठी शिक्षकांची एक टीम बनवली. त्यानंतर त्यातून ५ प्रवेशिकांची निवड केली.

बरीच चर्चा होऊन अखेरीस स्पर्धेसाठी ३ प्रवेशिका पाठवण्याचं निश्चित झालं. त्या स्पर्धेला पाठवण्यात आल्या.

जेव्हा निकाल लागला तेव्हा चित्रा यांना आश्चर्यानंदाचा धक्का बसला. झीनत महल शाळेच्या विद्यार्थिनीनं पहिलं पारितोषिक पटकावलं होतं – तेही २५,००० रुपये रोख!

"मी थेट वर्गात गेले आणि त्या मुलीला मिठी मारली."

मूल हे एखाद्या कोऱ्या पाटीसारखं असतं, त्यावर जसं तुम्ही लिहाल तसं ते बनत जातं.

ती मुलगी परीक्षेचा पेपर लिहीत होती. ती थरथरायला लागली आणि रडायला लागली. चित्रा यांनी तिला पाणी प्यायला दिलं आणि शांत केलं.

"मी म्हटलं, हिला परीक्षेसाठी १० मिनिटं जास्त वेळ द्या."

मिठाई मागवण्यात आली. स्पर्धेसाठी चित्रं तयार करणाऱ्या सगळ्या २२ मुलींचा सत्कार करण्यात आला. या घटनेनं सगळ्या शाळेचंच नीतिधैर्य उंचावलं.

पुढच्या वर्षी या स्पर्धेसाठी इतक्या प्रवेशिका आल्या की निवड करणं कठीण होऊन बसलं! आणि पुन्हा एकदा झीनत महलच्या विद्यार्थिनीनं दुसरा क्रमांक मिळवला आणि २०,००० रुपयांचं रोख बक्षीस. ही चित्रं नंतर पर्यावरण विभागानं प्रसिद्ध केलेल्या वार्षिक कॅलेंडरवर प्रसिद्ध करण्यात आली.

"मुलींमध्ये एक प्रकारचा आत्मविश्वास जागृत झाला.'

अशाप्रकारे हळूहळू पण निश्चितपणे, चित्रा यांनी मुलींची आणि पालकांची मनं जिंकली. आपल्या उक्तीतून आणि कृतीतूनच नाही, तर विशुद्ध आणि प्रेमळ हृदयामुळे.

"माझ्या मनात कधीही असा विचार आला नाही की या मुली मुस्लीम आहेत आणि मी हिंदू. मला तर सगळी मुलं सारखीच आहेत."

या मुलींसाठी चित्रा प्रत्येक लढाई लढायला तयार होत्या. सुरुवातीलाच त्यांच्या लक्षात आलं की शाळेला दोन फाटकं आहेत. आणि सार्वजनिक बागेत फेरफटका मारायला आल्यासारखे लोक शाळेच्या दोन्ही फाटकांमधून ये-जा करायचे.

“दुसऱ्याच दिवशी मी मागचं फाटक बंद करून घेतलं.”

त्यानंतरच्या सकाळी ३०-३५ स्थानिक रहिवासी चित्रा यांच्या कार्यालयात घुसले. त्यांना तो शॉर्टकट वापरायची सवय झाली होती. आणि तो आपला अधिकारच आहे असं ते मानून चालले होते.

“तुम्ही हिंदू आहात, म्हणून असं केलंत,” ते धुमसत म्हणाले.

चित्रा शांतपणे म्हणाल्या, “मला माझ्या मुलींच्या सुरक्षिततेची काळजी आहे. कोणी चालता-चालता मुलींची छेड काढली तर त्याला जबाबदार कोण असेल?”

“आम्ही जबाबदारी घेतो, आम्ही याच भागाचे रहिवासी आहोत,” समोरून उत्तर आलं.

चित्रा यांनी कागद आणि पेन पुढे केलं आणि त्यातल्या प्रत्येकाला आपलं नाव, पत्ता आणि फोन नंबर लिहायला सांगितलं. आणि एका वाक्यापुढे सही करायला सांगितलं : ‘आम्हाला हा रस्ता मोकळा हवा आहे. मुलींच्या बाबतीत काही गैरवर्तन झालं तर त्याची जबाबदारी आमची असेल.’

हे वाचून मंडळी काही न बोलता माघारी फिरली. एकाही माणसानं सही केली नाही. आणि ते फाटक बंदच राहिलं.

“फक्त थोडं धाडस हवं. मी जर मुलींच्या हिताचा विचार करत आहे तर मला घाबरायचं कारणच काय.”

आणि हा धाडसीपणा फक्त बाहेरच्यांसाठीच नाही तर आपल्या माणसांच्याही बाबतीत. शाळेतल्या शिक्षिकांच्या मनातल्या पूर्वग्रहांशीही चित्रा यांनी दोन हात केले. त्यातल्या ६०टक्के शिक्षिका मुस्लीम महिला होत्या आणि ४०टक्के हिंदू.

या शाळेत नियुक्त झालेल्या हिंदू शिक्षिका त्यांचा २ वर्षांचा कार्यकाल कसाबसा पूर्ण करायच्या आणि मग बदलीची मागणी करायच्या. त्या काळात त्यांच्या मनात कधीही आपलेपणाची भावना जागृत होत नसे. हे बदललं पाहिजे असं चित्रा गुप्ता यांनी ठरवलं.

“सगळ्या विद्यार्थिनींबाबत शिक्षिकांनी सारखंच प्रेम वाटलं पाहिजे, कोणत्याही प्रकारचा भेदभाव असता कामा नये असं मला वाटत होतं. शाळेतल्या सगळ्या समित्यांमध्ये हिंदू आणि मुस्लीम शिक्षिकांचा समावेश असला पाहिजे याकडे मी कटाक्षानं लक्ष ठेवलं.”

झीनत महल शाळेत येणाऱ्या विद्यार्थिनी निम्न आर्थिक स्तरातून आलेल्या असतात. मेणबत्त्या बनवणाऱ्या आणि भरतकाम करणाऱ्या कारागिरांच्या त्या मुली आहेत. शाळा संपल्यावर त्यातल्या बऱ्याच जणी पालकांना त्यांच्या कामात

बँकर्स पैसा निर्माण करतात, शिक्षक आयुष्यं घडवतात.

मदत करतात.

त्यांच्यावर प्रेम करायचं असेल तर त्या समाजाच्या कोणत्या स्तरातून येतात हे जाणून घेणं महत्त्वाचं आहे. या मुलींसाठी आयुष्य सोपं नाही. छोट्या, हवा-उजेड नसलेल्या, एकही खिडकी नसलेल्या घरांमध्ये या मुली मोठ्या कुटुंबात राहतात.

"हळूहळू मला मुलींकडून वास्तव समजत गेलं. जागा लहान असल्यामुळे घरातले लोक रात्री आळीपाळीनं झोपतात!"

मुली नेहमी शाळेला उशिरा यायच्या. काही जणी कोणत्याही कारणाशिवाय गैरहजर असायच्या.

एक दिवस, हजेरी पुस्तिका तपासताना चित्रा यांना एक वैशिष्ट्यपूर्ण गोष्ट आढळली. एखादी विशिष्ट मुलगी प्रत्येक सोमवारी गैरहजर असायची. तर दुसरी एखादी प्रत्येक मंगळवारी.

चित्रा यांनी याबाबत शिक्षिकांकडे चौकशी केली तेव्हा त्यांना काहीच सांगता आलं नाही. म्हणून चित्रा यांनी एका विद्यार्थिनीला कार्यालयात बोलावून घेतलं. आणि हळुवारपणे चौकशी सुरू केली.

"बाळ, तू सारखी-सारखी गैरहजर का असतेस? तुला काही आजार आहे

का? तुला ताप येतो का?''

मुलीनं लाजत-लाजत 'हो' अशी मान हलवली. पण दर सोमवारी, न चुकता ताप कसा येईल?

बोलता-बोलता चित्रा यांना समजलं की त्या मुलीला टीबी झाला होता आणि म्हणून दर सोमवारी ती DOTSची गोळी घेण्यासाठी जात असे. (फक्त सरकारी आरोग्य केंद्रातच दिली जाते.)

झीनत महलच्या डझनभर मुलींची हीच कहाणी होती. टीबीवरचे उपचार महत्त्वाचे होतेच, पण शाळेत हजर राहणंही महत्त्वाचं होतं. ही समस्या कशी सोडवायची?

आपली सामान्य व्यवहार बुद्धी वापरून चित्रा गुप्ता शाळेच्या शेजारच्याच गल्लीत असलेल्या सरकारी आरोग्य केंद्रात गेल्या. तिथल्या डॉक्टरांना त्यांनी विचारलं, ''DOTSचा डोस घ्यायला माझ्या मुलींना मी इथे पाठवलं तर चालेल का?''

''हो, डॉक्टर उत्तरले, ''पण त्यासाठी त्यांची कार्ड्स तुम्हाला या केंद्राच्या नावे बदलून घ्यावी लागतील.''

दवाखान्याची वेळ दुपारी १.३० वाजेपर्यंत वाढवायलाही ते तयार झाले, जेणेकरून शाळा सुटल्यावर मुली तिथे उपचार घ्यायला जाऊ शकतील.

टीबी असलेल्या मुलींच्या पालकांना चित्रा यांनी बोलावून घेतलं आणि त्यांचं समुपदेशन केलं. २-३ वेळा त्यांच्या भेटीगाठी झाल्या, पण शेवटी कार्ड्स बदलून घेण्यात आली. एका महिन्याच्या आत गैरहजेरीचं प्रमाण लक्षणीयरीत्या कमी झालं.

''तब्येतीबरोबरच त्यांचा अभ्यासही सुधारला.''

समस्येचं मूळ कारण जाणून घेतलं नाही तर तुम्ही समस्या सोडवू शकत नाही.

आणि तुम्ही जर ऑफिसच्या आतच बसून राहिलात तर समस्येचं मूळ कारण तुम्हाला समजणार नाही.

या नवीन मुख्याध्यापिका वर्गांमध्ये जायच्या आणि मुख्य म्हणजे, त्या ऐकून घ्यायच्या. एखादी शिक्षिका गैरहजर असेल तर, तो मोकळा तास चित्रा 'ओपन हाउस'साठी वापरायच्या, मुलींशी बोलायच्या.

''मुलींशी मी मस्त आरामात गप्पा मारायचे की अभ्यास कसा चालला आहे... काय काय त्यांना समजतं, काय नाही. पुस्तकं दाखवा... वह्या दाखवा वगैरे वगैरे.''

अशाप्रकारे, इतर शिक्षिकांबाबत मुलींची प्रामाणिक मते मुख्याध्यापिकेला

कळायची. या गप्पा काही फक्त अभ्यास आणि पाठ्यपुस्तकं यांच्यापुरत्याच मर्यादित नसायच्या.

"काही गमतीजमती, विनोद सांगायचे आणि एखादी गोष्ट तर नेहमीच सांगायचे."

विशेषत: लहान मुलींना या गोष्टींच्या माध्यमातून काहीतरी महत्त्वाचा संदेश त्या द्यायच्या.

"की, तुम्ही अभ्यास करा, पुढे जाऊन तुम्हाला काहीतरी चांगलं करून दाखवायचं आहे."

हे सगळं ठीकच होतं, पण मुली अभ्यासात कच्च्या होत्या. परीक्षेमध्ये उत्तरं लिहिणं त्यांना कठीण जायचं.

नवीन मुख्याध्यापिकेनं शिक्षिकांना सांगितलं, "मला या वर्षी १००टक्के निकाल लागलेला हवा आहे."

पण हे उद्दिष्ट कसं साध्य होणार? छोटी छोटी, साध्य करता येण्यासारखी उद्दिष्टं समोर ठेवून. एकावेळी एक पाऊल उचलून.

कारण, एखाद्या विद्यार्थ्याला अचानक २० गुणांवरून पुढच्या वर्षी १०० गुणांवर उडी घेणं अशक्यच असणार. पण, ती विद्यार्थिनी किमान २५ गुणांचं ध्येय तर ठेवूच शकते. त्यानंतर ३० गुणांचं. आणि अशाप्रकारे उद्दिष्ट पुढे पुढे सरकवत ही प्रक्रिया पुन्हा पुन्हा करू शकते.

एके दिवशी चित्रा गुप्ता १०वीच्या वर्गात शिरल्या आणि त्यांनी फळ्यावर '३३' हा आकडा लिहिला.

> मी त्यांना प्रत्येक गोष्टीमागचा तर्कशुद्ध विचार सांगायचे... कारण आजकाल तर्कनिष्ठ विचार न करता कोणीही अंधानुकरण करत नाही.

नंतर त्यांनी फळ्यावर आणखी एक आकडा लिहिला : '३६५'.

"आपण जर ३६५ दिवसांना ३३ गुणांनी भागलं, तर १ गुणासाठी अभ्यास करायला तुमच्याकडे १० दिवस आहेत. बरोबर?"

मुली म्हणाल्या, "हो मॅडम, असा विचार तर आम्ही कधी केलाच नाही!"

बोर्डाच्या परीक्षेला ५ विषय असतात, तर प्रत्येक विषयात १ गुण जास्त मिळवण्यासाठी तुम्हाला प्रत्येकी २ दिवस एका विषयाची तयारी करण्यासाठी मिळतात.

"इतका अभ्यास तर तुम्ही करूच शकता नं?" मुख्याध्यापिकेनं विचारलं.

मुलींनी उत्साहात उत्तर दिलं - "हो! हे आम्ही करू शकतो!"

खरंतर एका गुणासाठी २ दिवस जरा जास्तच होतात. एका दिवसातच हे होऊन जाईल. या तर्कानुसार मुली ३३ गुणांच्या ऐवजी ६६ गुणांचं ध्येय ठेवू शकल्या असत्या!

मुख्याध्यापिका मॅडमनं जाहीर केलं, ''नापास होणं जास्त कठीण आहे. जर तुम्ही मनापासून ठरवलं की मला नापास व्हायचंच आहे, तरच एखादी मुलगी नापास होऊ शकते.''

चित्रा यांनी शिक्षिकांबरोबर बसून अभ्यासक्रमाचे भाग पाडले, एकेक प्रकरण, एकेक पान.

''कशा नोट्स काढायच्या, कसं लक्षात ठेवायचं, परीक्षेत उत्तरं कशी लिहायची... सगळं आम्ही ठरवून घेतलं.''

या सगळ्याबरोबरच, १०वी आणि १२वीच्या प्रत्येक विद्यार्थिनीला एकेका शिक्षिकेनं 'दत्तक' घेतलं. अशा रीतीनं, बालवाडीपासून ते वरच्या वर्गापर्यंत प्रत्येक शिक्षिकेनं ४-५ मुलींना आपल्या पंखांखाली घेतलं. अगदीच खराब कामगिरी करणाऱ्या विद्यार्थिनींना चित्रा यांनी स्वतःच्या देखरेखीखाली ठेवलं होतं. आणि हे सगळं कसं चालत होतं? सोपं आहे.

''पद्धत अशी सुरू केली होती की, मुलींनी रोज येऊन शिक्षिकांना आपलं तोंड दाखवायचं.''

जर एखादी मुलगी गैरहजर असेल तर शिक्षिका तिच्या घरी फोन करून गैरहजर राहण्याचं कारण विचारेल. यामुळे उगीचच गैरहजर राहण्याला आळा बसला. आणि त्या पेक्षाही जास्त महत्त्वाचं म्हणजे 'आपली कोणाला तरी काळजी आहे', ही भावना वाढीला लागली.

बदलाच्या या छोट्या बियांनी मुळं धरली आणि पहिलं वर्ष संपताना त्यांची फळंही हातात आली. १०वी आणि १२वीचा सर्वोदय कन्या विद्यालयाचा निकाल १०० टक्के लागला.

आता, निकालाच्या टक्केवारीकडून निकालाच्या दर्जाकडे चित्रा यांनी आपलं लक्ष वळवलं. यात मुख्यतः शिक्षिकांची कौशल्यं घासूनपुसून अद्ययावत करण्यावर भर देण्यात आला. १०० टक्के निकाल देणाऱ्या शाळांच्या शिक्षकांकडून काही शिकवण्यासाठी आणि ते वापरत असलेल्या पद्धतीचं निरीक्षण करण्यासाठी आपल्या शिक्षिकांना पाठवणं चित्रा यांनी सुरू केलं. शिवाय, CBSEचे पेपर्स तपासण्याच्या कामी नावनोंदणी करण्यासाठी शिक्षिकांना उद्युक्त केलं.

यामागचं तर्कशास्त्र अतिशय सोपं होतं. तुम्हाला जर शिकवण्याची योग्य पद्धत आणि CBSEची मूल्यांकन प्रक्रिया समजली तर तुम्ही तुमच्या विद्यार्थ्यांना अधिक चांगल्या प्रकारे तयार करू शकता.

शिक्षिकांनी नंतर येऊन सांगितलं, ''मॅडम, तिथे जाऊन आम्हाला खूप फायदा झाला.'' त्यांना त्यातून थोडेफार पैसेही मिळाले.

शिक्षिकांना/ शिक्षकांना प्रशिक्षित करण्याची कामगिरी ही जरा नाजूक पद्धतीनं हाताळण्याची बाब असते आणि ही प्रक्रिया सतत चालणारी असते.

चित्रा यांनी आपल्या स्टाफला मोकळीक दिली. पण, हळूच आणि अदृश्यरूपात त्यांच्या प्रगतीचा लेखाजोखा ठेवला.

एखाद्या CCTV कॅमेऱ्यासारख्या त्या लांबून त्यांच्या वर्गांवर नजर ठेवून असायच्या. अधूनमधून. वेळोवेळी.

प्रामाणिक मतप्रदर्शन करण्यासाठी प्रत्येक शिक्षिकेला चित्रा यांच्या कार्यालयात बोलावलं जायचं. बंद दारामागे.

''आधी मी प्रत्येक शिक्षिकेच्या चांगल्या कामाचं कौतुक करायचे. मग मी सुचवायचे की, अमुक एक गोष्ट तुम्ही जर केलीत तर आणखी चांगलं होईल.''

एक दिवस, एक शिक्षिका म्हणाली, ''मॅडम, तुम्ही फार चांगल्या आहात, तुम्ही कधीही आम्हाला मुलींसमोर रागावला नाहीत.''

चित्रा उतरल्या, ''मुलींनी तुमचा मान ठेवला पाहिजे अशी माझी इच्छा आहे. पण त्यासाठी तुम्हाला तुमचा दर्जा नेहमी उच्च राखावा लागेल.''

कारण, मान मागून मिळत नसतो, तो आपोआप मिळाला पाहिजे. तुमच्या वागण्यामुळे, वृत्तीमुळे, कृतींमुळे, शब्दांमुळे समोरच्याला तो द्यावासा वाटला पाहिजे.

अगदी छोट्या-छोट्या कृतींमधून तुम्ही तो मिळवू शकता. जसं अगदी लहान मुलालाही सौजन्यानं वागवणं.

''सहसा असं असतं की मुख्याध्यापिका खुर्चीत बसलेल्या असतात आणि विद्यार्थी समोर उभा राहतो.''

पण चित्रा नेहमी एखाद्या विद्यार्थिनीला समोरच्या खुर्चीत बसायला सांगत. ती जरा सैलावली की तिच्या मनातली गोष्ट जाणून घेत.

एखाद्या शिक्षिकेला वर्गावर जायला ५ मिनिटांपेक्षा जास्त वेळ लागला तर थेट मुख्याध्यापिकेला येऊन सांगण्याचा अधिकार त्यांनी मुलींना बहाल केला होता किंवा एखादी न समजलेली गोष्ट मुलींना दुसऱ्यांदा समजावून सांगण्यास नकार देणाऱ्या शिक्षिकांची तक्रार करण्याची मुभाही मुलींना होती.

आतल्या आत शाळेचा कायापालट झाला होता. पण बाहेरून झीनत महल अजूनही जुनाट, मोडकळीला आलेली इमारतच दिसत होती. हे बदलणं गरजेचं होतं.

''या गोष्टी आपोआप होत नसतात. मला PWD विभागाकडून, सार्वजनिक

बांधकाम विभागाकडून शिक्षण विभागाकडे खेटे मारावे लागले.''

या प्रयत्नाद्वारे चित्रा यांनी शाळेतली स्वच्छतागृहं, खिडक्या आणि फरशा दुरुस्त करून घेतल्या. त्यांनी शाळेत CCTV कॅमेरे आणि वॉटर कूलर्स बसवून घेतले.

कामाचा भरपूर बोजा असल्यामुळे चित्रा शाळा संपल्यानंतरही बराच वेळ थांबायच्या. मुली साडेबारा वाजता घरी गेल्या तरी मुख्याध्यापिका ४ वाजेपर्यंत शाळेतच असायच्या.

शिक्षिका विचारायच्या, ''मॅडम, इतक्या उशिरापर्यंत तुम्ही काय करता?''

चित्रा उतरल्या, ''तुम्ही माझ्यासाठी जी कामं सोडून जाता ती मी पूर्ण करत असते.''

झीनत महलमधल्या विद्यार्थिनींना 'शैक्षणिकदृष्ट्या मागासलेले अल्पसंख्याक' या वर्गात टाकलं होतं आणि त्यांना त्यासाठी 'शिष्यवृत्ती' मिळायची. त्याशिवाय गणवेश, पाठ्यपुस्तकं आणि अन्य शालेय साहित्य यासाठी त्यांना पैसे मिळायचे. मात्र, या सवलती मिळाव्यात यासाठी त्यांना योग्य ती कागदपत्रं सादर करावी लागायची. शाळेत ही कामं करण्यासाठी कारकून नसल्यामुळे शिक्षकांना या कागदपत्रांच्या पूर्ततेचं जास्तीचं काम करावं लागायचं.

प्रेम करण्याच्या शंभर पद्धती असतात. तशाच रागावण्याच्याही शंभर पद्धती असतात. प्रत्येक मुलाला एक स्वतंत्र व्यक्ती म्हणून वागणूक द्या.

''प्रत्येक गोष्टीसाठी फॉर्म्स भरायचे असतात. प्रत्येक फॉर्मवर ५-५, १०-१० सह्या कराव्या लागतात.''

अशा प्रकारच्या फॉर्म्सचा ढीग रोज नजरेखालून घालण्यासाठी मुख्याध्यापिकेच्या कार्यालयात यायचा.

चित्रा यांचं धोरण स्पष्ट होतं : शाळेच्या वेळात विद्यार्थिनी आणि शिक्षिकांबरोबर वेळ घालवायचा. प्रशासकीय कामं शाळेची वेळ संपल्यानंतर करायची. शिक्षिकांसाठी काही अधिकृत 'आदेश' काढलेला नव्हता. पण त्या स्वत: होऊन असं करायच्या.

''त्यांनी मला असं करताना पाहिलं आणि त्यांना वाटलं की आपणही असं केलं पाहिजे.''

हळूहळू पण निश्चितपणे, झीनत महलमध्ये नवीन कार्यसंस्कृती रुजायला लागली. आपलं काम आहे, आपण करायला पाहिजे. मग त्यासाठी काहीही करावं लागलं तरी चालेल.

आपल्या शिक्षिकांवर संपूर्ण विश्वास असलेल्या चित्रा यांनी पालकांना आवाहन केलं : ''खासगी शिकवण्यांवर तुमचे पैसे वाया घालवू नका. आमच्या शिक्षिका जास्तीचे वर्ग घेत आहेत.'' आणि कालांतरानं शिकवण्या लावण्याची पद्धत

योग्य जोडीदार असेल तर सगळं काही योग्यच घडतं.

कमी झाली.

चित्रा यांच्या सर्वोदय कन्या विद्यालय क्रमांक २ मधल्या ३ वर्षांच्या कार्यकाळात शाळेचा फक्त १०० टक्के निकाल लागला असं नव्हे, तर 'गुणवत्ता मानांकनात' दिल्लीतल्या सगळ्या सरकारी शाळांमध्ये या शाळेचा प्रथम क्रमांक लागला. (प्रत्येक विद्यार्थ्यानं मिळवलेल्या सरासरी गुणांवरून हे मानांकन दिलं जातं.)

एका प्रश्नाचं उत्तर द्यायचं राहिलं होतं : "अभ्यास करून काय फायदा होणार?" चित्रा गुप्ता यांनी त्यांच्या विद्यार्थिनींना हे दाखवून दिलं की, अभ्यासामुळे मिळालेले गुण हा चांगल्या भविष्याकडे जाण्याचा मार्ग आहे. पालक आणि विद्यार्थिनी यांच्या एकत्रितपणे घेतलेल्या ओपन हाउस सभांमध्ये त्यांनी शिक्षणाचं महत्त्व विशद करून सांगितलं.

त्यांचे स्वत:चे पालक फक्त ८वी इयत्ता उत्तीर्ण झालेले होते, असं असूनही चित्रा यांनी पदव्युत्तर शिक्षण घेतलं आणि मुख्याध्यापिका बनण्यापर्यंत वाटचाल केली.

"तुमच्या मुलीसद्धा माझ्या पदापर्यंत पोचाव्यात असं तुम्हाला वाटत नाही का?"

सुशिक्षित मुलींना सुशिक्षित मुलांकडूनच विवाहाचे प्रस्ताव येतील ही गोष्ट त्यांनी ठासून सांगितली. ही चांगलीच गोष्ट असणार होती नं? शिवाय शिक्षण म्हणजे एकप्रकारे विमा पॉलिसी. जर नवऱ्याचं निधन झालं किंवा त्यानं मुलीला

सोडलं तरी तर ती दोन पायांवर उभी राहू शकेल.

"गरज पडली तर स्वाभिमानानं जगून स्वतःचं पोट भरू शकेल."

समोर बसलेल्या लोकांपैकी एक आई हुंदके देऊ लागली. ती स्त्री विधवा होती आणि आपल्या मुलांचं पालन पोषण करण्यासाठी भांडी घासण्याचं आणि झाडू-फरशी पुसण्याचं काम करत होती. एक वडील उभे राहिले आणि म्हणाले, "माझ्या मुलीच्या बाबतीतही असं झालं आहे."

त्या खोलीत एका ठाम निर्धारानं जन्म घेतला : "आता आणखी असं घडणार नाही." मुलींनी अधिक निष्ठेनं आपलं मन अभ्यासाकडे वळवलं.

आणखी एका प्रसंगी, चित्रा यांनी मुलींना 'शैक्षणिकदृष्ट्या मागासलेल्या अल्पसंख्याकांसाठी शिष्यवृत्ती' याचा खरा अर्थ समजावून सांगितला. ही शिष्यवृत्ती वर्षाला ४०० रुपये, म्हणजेच दिवसाला १.२५ रुपये इतकी होती.

"थोड्याशा पैशांसाठी तुम्ही वर्षभर तुमच्या नावापुढे 'शैक्षणिकदृष्ट्या मागासलेले अल्पसंख्याक' असं बिरुद लावता."

त्याऐवजी गुणवत्तेवर आधारित शिष्यवृत्ती मिळवण्याचं ध्येय ठेवा, जशी ८० टक्के आणि त्यापेक्षाही जास्त गुण मिळवणाऱ्या विद्यार्थ्यांना लाल बहादूर शास्त्री शिष्यवृत्ती दिली जाते.

शिक्षकांना हे ऐकून धक्का बसला. त्यांनी धास्तावून विचारलं, "हे तुम्ही काय बोलून बसलात?"

पण चित्रा गुप्ता यांना राजकीयदृष्ट्या आपण योग्य बोललो की अयोग्य याची फिकीर नव्हती; त्यांना आपल्या मुलींची काळजी होती. आणि मुलींनी हे आव्हान स्वीकारलं. झीनत महलच्या मुलींची नाव गुणवत्ता यादीत झळकायला लागली.

आतली आग पेटवण्यासाठी तुम्हाला आशेची ठिणगी पाडावी लागते. तुम्हाला आदर्श निर्माण करावे लागतात. अगदी पहिल्या वर्षापासून, शाळेच्या वार्षिक स्नेहसंमेलनासाठी प्रमुख पाहुणे म्हणून प्रेरणादायी व्यक्तिमत्त्वांना बोलवायची खटपट चित्रा यांनी केली.

"माता सुंदरी कॉलेजमधल्या एका मुस्लीम महिला प्राध्यापिकेला मी शोधून काढलं. मुली त्यांचं म्हणणं जास्त चांगल्या पद्धतीनं समजून घेऊ शकल्या असत्या."

असं करून त्यांनी स्थानिक आमदाराला दुखावलं, कारण शाळेच्या कार्यक्रमाला त्याला नेहमी बोलावलं जायचं. त्यानं आपली नाराजी बोलून दाखवली तेव्हा चित्रा गुप्ता म्हणाल्या, "सर, ही तुमचीच शाळा आहे, तुमचं इथे नेहमीच स्वागत आहे. पण मी कॉलेजमधल्या प्राध्यापकांना इथे बोलावते ते मुलींना प्रेरणा मिळावी

म्हणून. मला माझ्या मुली कॉलेजमध्ये जायला हव्या आहेत.''

चित्रा यांच्या कृतीमागची भूमिका लक्षात आल्यावर त्या आमदारानं माघार घेतली. आणि आपल्या शब्दाला जागून चित्रा यांनी मुलींना उच्च शिक्षण घेण्यासाठी उद्युक्त केलं.

मी शिक्षिकांच्या कामात अनावश्यक ढवळाढवळ करायचे नाही. त्यांचा माझ्यावर विश्वास होता. आणि माझाही त्यांच्या क्षमतांवर पूर्ण विश्वास होता.

शाळेच्या निकालात जसजशी सुधारणा होत गेली, तसतशी मुख्याध्यापिकेला ही जाणीव झाली की मुलींकडे दिल्ली युनिव्हर्सिटीतल्या विख्यात कॉलेजांमध्ये प्रवेश घेण्याइतके गुण आहेत. म्हणून त्यांनी आधीच्या काही वर्षांच्या त्या-त्या कॉलेजमध्ये प्रवेश घेण्यासाठीच्या गुणवत्ता याद्या (cutoff lists) नोटीस बोर्डवर लावायला सुरुवात केली. आणि जेव्हा शाळेचा निकाल लागला, तेव्हा कोणत्या कॉलेजमध्ये अर्ज करावा याबाबत मुलींना सल्ला दिला.

परंतु, त्यांना विरोधाचा सामना करावा लागला. पालक आपल्या मुलींना जवळपासच्या कॉलेजमध्ये पाठवू इच्छित होते. अगदी, मुलींना 'हंसराज' आणि 'इंद्रप्रस्थ' कॉलेजमध्ये प्रवेश मिळण्याइतके गुण होते तरीही.

चित्रा यांनी समजावून सांगितलं की दिल्ली युनिव्हर्सिटीच्या नॉर्थ कॅम्पस कॉलेजांमधल्या शिक्षणाच्या दर्जामुळे मुलींना अधिक मोठ्या संधी उपलब्ध होतील. परंतु त्यांचं म्हणणं कोणालाही पटलं नाही.

''मॅडम, इतकं दूर जायचं तर खूप खर्च येईल.''

चित्रा यांनी मग समोर बसून खर्चाचा हिशेब करून दाखवला. जवळच्या कॉलेजमध्ये जाण्यासाठी सायकलरिक्शाचा एका बाजूचा खर्च ३० रुपये एका दिवसाला येईल. तर दूरवरच्या कॉलेजला मेट्रोनं जाण्यासाठी फक्त १० रुपये लागतील.

''दिवसाला २० रुपये, हे स्वस्त आहे की दिवसाला ६० रुपये हे?''

त्यानंतर अनेक मुलींनी प्रवेश अर्ज भरले आणि त्यातल्या काहीजणींना प्रवेशही मिळाले. एका मुलीला पैशांची अडचण होती आणि तिला इतकी फी भरणं शक्य नव्हतं. चित्रा यांनी त्या मुलीला दिल्ली युनिव्हर्सिटीच्या विद्यार्थी कल्याण विभागाच्या डीनला भेटून लेखी अर्ज देण्याचा सल्ला दिला. त्या विद्यार्थिनीला फीमध्ये सूट देण्यात आली.

काही मुलींना बी.ए. करायचं नव्हतं; त्यांना लवकर काम सुरू करायचं होतं. चित्रा यांनी त्या मुलींना २ वर्षांच्या प्राथमिक शिक्षक प्रशिक्षण Elementary

Teacher Education (ETE) या डिप्लोमा कोर्सला प्रवेश घेण्याचा सल्ला दिला. हा कोर्स केल्यानंतर त्यांना प्राथमिक शाळेत शिक्षक म्हणून नोकरी मिळाली असती.

हा कोर्स पूर्ण करणाऱ्या ७ मुली आज आपल्या स्वत:च्याच शाळेत, म्हणजे झीनत महलमध्ये शिकवत आहेत.

''या शिक्षिकांना शाळेबद्दल खूप जास्त आपुलकी आहे, की ही माझी शाळा आहे, या माझ्या मुली आहेत.''

त्याचवेळी, शिक्षिका आणि मुलींना असं वाटायचं की, मुख्याध्यापिका मॅडम 'आपल्या' आहेत.

२०१० मध्ये एका स्थानिक NGO नं 'सर्वोत्कृष्ट मुख्याध्यापक' पुरस्कारासाठी नामांकनं पाठवण्याचं आवाहन करणारी पत्रं शाळांना पाठवली होती. चित्रा गुप्ता यांनी आवश्यक ती कागदपत्रं जोडून अर्ज भरला.

तो अर्ज दाखल करण्यासाठी २ शिक्षिका जेव्हा NGOच्या कार्यालयात गेल्या, तेव्हा त्यांनी तो अर्ज साफ नाकारला.

''त्या हिंदू मुख्याध्यापिका आहेत, ही NGO मुस्लीम लोकांची आहे. आम्ही फक्त मुस्लीम मुख्याध्यापकांनाच पुरस्कार देणार,'' असं स्पष्टीकरण त्यांनी दिलं.

शिक्षिकांनी त्यांना आग्रह केला, ''तुम्ही अर्ज ठेवून तर घ्या. किमान एकदा त्यावर नजर तरी टाका! त्यांनी शाळेचा पूर्णपणे कायापालट केला आहे. कृपा करून त्यांच्याकडे हिंदू किंवा मुस्लीम या दृष्टिकोनातून पाहू नका!''

अखेरीस तो पुरस्कार चित्रा यांनाच मिळाला.[१] आणि शिक्षिकांनी त्यांची बाजू कशी लावून धरली हेही चित्रा यांना सांगण्यात आलं.

''खरा पुरस्कार तर मला माझ्या शिक्षकांनी दिला आहे, असा विचार माझ्या मनात आला!''

''त्यानंतर बरेच पुरस्कार आणि सत्कार झाले.[२] पण सगळ्यात हृदयस्पर्शी मानवंदना झीनत महलच्या एका शिक्षिकेनं दिली. तिनं सगळ्यांसमोर चित्रा यांना

---

१. 'मुस्लीम मुलांचं शिक्षण' या क्षेत्रात काम करणाऱ्या अशा NGO नी 'सर्वोत्कृष्ट मुख्याध्यापिका/ मुख्याध्यापक' म्हणून सलग ५ वर्षं चित्रा यांची निवड केली.

२. दिल्लीच्या मुख्यमंत्र्याच्या हस्ते राज्य शिक्षक पुरस्कार (२०१२), 'द टाइम्स ऑफ इंडिया'- जे पी मॉर्गन 'सोशल इम्पॅक्ट अ‍ॅवॉर्ड' (२०१३) आणि भारताच्या राष्ट्रपतींच्या हस्ते शिक्षकांसाठीचा राष्ट्रीय पुरस्कार (२०१४). आणखी असे बरेच पुरस्कार.

मिठी मारली आणि म्हणाली, "सगळ्यांना एक आई असते, मला २ आया आहेत."

जसजशी चित्रा यांची ख्याती वाढली, तसतसा कामांचा ताणही वाढला. दिल्लीतल्या बऱ्याच शाळा ८व्या इयत्तेपर्यंतच आहेत. ज्या मुली पुढील शिक्षण घेऊ इच्छितात त्यांना झीनत महलसारख्या उच्च माध्यमिक शाळांमध्ये पाठवलं जातं. पण १०० अतिरिक्त मुली बसू शकतील इतके वर्ग आणि बेंचेस शाळेत नव्हते. म्हणून, चित्रा यांनी जिल्ह्याच्या शिक्षण उपसंचालकांना आणखी विद्यार्थी न पाठवण्याची विनंती केली.

पालकांना ही बातमी समजली तेव्हा त्यांनी जोरदार प्रतिकार केला. त्यांनी चित्रा यांच्या कार्यालयावर आणि शिक्षण उपसंचालकांकडे मोर्चा नेला. आणि त्यांना घेराव घातला.

"आम्हाला त्याच शाळेत शिकायचं आहे. तुम्ही आम्हाला मनाई कशी करू शकता?"

पालकांची मजल हे म्हणण्यापर्यंत गेली की, "आमच्या मुली आवारात बसतील, मग थंडी असो वा गरमी. त्या गरीब घरातल्या आहेत, त्यांना काही फरक पडणार नाही."

पण तुमच्याबरोबर राहून त्यांचं भविष्य सुधारेल. शेवटी, चित्रा यांनी आपलं म्हणणं मागे घेतलं. फक्त त्यांनी राजकारण्यांच्या दबावाला पळी पडायला नकार दिला.

त्या भागातल्या आमदारानं तक्रार केली, "मॅडम, मी ज्या- ज्या लोकांना शाळेत प्रवेश घ्यायला पाठवतो, त्यांना तुम्ही प्रवेश नाकारता. असं कसं चालेल?"

चित्रा यांनी उत्तर दिलं, "सर, तुम्ही सरकार चालवता, तुम्हीच नियम बनवले आहेत. तुम्ही नियम बदला, मग मी देईन प्रवेश."

पुन्हा एकदा या तर्कापुढे/ युक्तिवादापुढे आमदारानं माघार घेतली आणि आग्रह पुढे रेटला नाही.

याउलट, काही वेळा चित्रा नियमपुस्तिकेतले नियम पाळायच्याच असं नव्हे; अर्थात चांगल्या कारणांसाठीच.

एक मुलगी जवळजवळ रोज शाळेत उशिरा यायची. पण चित्रा यांनी तिच्या शिक्षिकेला विशेष सूचना देऊन ठेवली होती की तिला शिक्षा करण्यात येऊ नये. शाळा सुटल्यावर ती मुलगी रोज रात्री ११ वाजेपर्यंत एका हकिमाच्या दवाखान्यात काम करायची.

"पण ती हुशार होती आणि तिनं मला सांगितलं होतं की तिला डॉक्टर

मी काही विशेष केलं असं मला वाटलं नाही, फक्त कधी तर्कबुद्धीचा वापर केला तर कधी मनाला पटलं म्हणून काही गोष्टी केल्या.

बनण्याची इच्छा होती.''

झीनत महलसाठी ही एक अभिमानाची गोष्ट आहे की मी मुलगी आता एक आयुर्वेदिक डॉक्टर झाली आहे.

वैयक्तिक कामासाठी शाळेतून लवकर घरी जाण्याची परवानगी चित्रा आपल्या शिक्षिकांना कधीही देत नसत. याला फक्त अपवाद एका शिक्षिकेचा होता, तिला कॅन्सर झाला होता. ती तिच्या कुटुंबातली एकमेव कमावती सदस्य होती. तिला काही वेळा तिच्या केमोथेरपी सत्रांना हजर राहता यायचं नाही. रजा घेऊन पगारात कपात होणं तिला परवडण्यासारखं नव्हतं.

''मी तिला सांगितलं – उपचार करून घ्यायला जात जा. तुझ्या गैरहजेरीत मी तुझ्या कामांची काळजी घेईन.''

ती शिक्षिका पूर्णपणे बरी झाली. आणि इतरांनाही हे समजलं की, जे बरोबर आहे तेच मॅडम करतात. परिस्थिती लक्षात घेऊन निर्णय घेतात.

एका वर्षी इंटेलनं (Intel) तंत्रज्ञान आणि उद्योजकता यांच्याशी संबंधित एक कार्यक्रम शाळेच्या वेळानंतर दिल्लीच्या सगळ्या सरकारी शाळांमध्ये राबवण्याचा प्रस्ताव मांडला. त्यासाठी 'कॉन्फेडरेशन ऑफ इंडियन इंडस्ट्री' (CII) आणि CBSE यांचं सहकार्य लाभणार होतं. शिक्षण विभागानं ही कल्पना साफ नाकारली तरी चित्रा गुप्ता यांनी आपल्या शाळेत हा कार्यक्रम राबवण्याची अनुमती दिली.

''मुलींमध्ये यामुळे जबरदस्त आत्मविश्वास जागा झाला, त्यांना वाटलं की, कॉम्प्युटर चालवता आला की आम्ही घरूनच काहीतरी व्यवसाय करू शकू.''

शिक्षण ही आयुष्यभर चालणारी प्रक्रिया आहे. मुख्याध्यापिका म्हणून काम करत असताना चित्रा यांची निवड आयआयएम कोलकाता इथल्या लीडरशिप ट्रेनिंग प्रोग्रॅमसाठी झाली. शेवटच्या दिवशी तिथल्या समन्वयकांनी अभिप्राय विचारला असता चित्रा यांनी परखडपणे आपलं मत मांडलं.

''आम्ही जे ऐकलं त्यातलं अर्धं ज्ञान असंबद्ध होतं आणि उरलेलं अर्धं फक्त सैद्धान्तिक. मला नवीन काहीच शिकायला मिळालं नाही.''

आश्चर्याची गोष्ट म्हणजे, एका आठवड्यानंतर त्या समन्वयकांनी चित्रा यांना फोन केला आणि त्या कोर्सची पुनर्रचना करण्याच्या कामी त्यांची मदत मागितली. 'द स्टेट कौन्सिल फॉर एज्युकेशन, रिसर्च अॅन्ड ट्रेनिंग - SCERT' यांनीसुद्धा चित्रा यांना पेपर लिहिण्यासाठी आणि तो त्यांच्या राष्ट्रीय परिषदेत सादर करण्यासाठी पाचारण केलं.

"हे आता 'शाळा व्यवस्थापनाचं झीनत महल मॉडेल' म्हणून ओळखलं जातं आणि त्याचा समावेश मुख्याध्यापकांच्या प्रशिक्षण कार्यक्रमात केला गेला आहे."

मुख्याध्यापिका म्हणून अत्यंत महत्त्वाच्या घडामोडींनी भरलेली ७ वर्षं व्यतीत केल्यानंतर २०१४च्या फेब्रुवारी महिन्यात शिक्षण संचालनालयानं 'विशेष प्रभारी अधिकारी' म्हणून चित्रा यांना बढती दिली.

झीनत महलनं आपल्या लाडक्या मुख्याध्यापिकेला अश्रुपूर्ण नयनांनी निरोप दिला. १४५ शाळा आणि शिक्षण संचालनालय यांच्यात समन्वय साधणं हे त्यांच्या नवीन कामाचं स्वरूप होतं.

"पण मी अधूनमधून झीनत महलला भेट द्यायचे. विद्यार्थिनींशी आणि शिक्षिकांशी बोलायचे. काही अडचण आली तर त्या माझा सल्ला घेण्यासाठी मला बोलवायच्या."

शिक्षिका म्हणायच्या, "तुम्ही इतकं चांगल्या पद्धतीनं शिकवून गेला आहात की काम अजूनही चांगलं चाललं आहे."

२०१६ च्या मे महिन्यात त्यांना शिक्षण विभागाच्या उपसंचालक म्हणून बढती मिळाली. (विभाग - Zone -२७)[३] झीनत महल शाळेत अमलात आणलेल्या अनेकविध कल्पना प्रत्यक्ष कशा राबवायच्या यावर त्यांचा मुख्य भर होता. प्रश्न हा आहे की – मॉडेल असंच्या असं पुन्हा पुन्हा वापरता येईल का?

उत्तर आहे हो – आणि नाही. कारण प्रत्येक शाळेत काही तेच सर्वत्र आढळणारे प्रश्न, अडचणी असतात आणि काही त्या-त्या शाळेचे विशिष्ट प्रश्न असतात.

"माझ्या अनुभवावरून बाकीचे शिकू शकतात. पण काही निर्णय मुख्याध्यापकाला त्या-त्या क्षणी घ्यावे लागतात. काही बुद्धीचा कल घेऊन तर काही मनाचा कल बघून."

असं म्हणतात की, प्रत्यक्ष अनुभव हाच पुरावा असतो. विभाग झोन-२७चा गुणवत्ता क्रमांक २०१६मध्ये १६ होता तो २०१७ मध्ये ९ झाला. हा क्रमांक गुणवत्ता/ दर्जा सूचकांकावर (Quality Index) आधारित असतो; म्हणजेच प्रत्येक विद्यार्थ्यानं मिळवलेल्या सरासरी गुणांवर. चित्रा यांच्या आधिपत्याखाली असलेल्या शाळांची उत्तीर्ण होण्याची टक्केवारी एका वर्षात ३.२०नं वाढली जी दिल्लीतल्या सगळ्या शाळांपेक्षा जास्त होती.

---

३. दिल्लीतल्या सरकारी शाळा प्रशासकीय हेतूनं २९ विभागांमध्ये विभागलेल्या आहेत. झोन-२७ मध्ये जुन्या, तटबंदी असलेल्या दिल्ली शहरातल्या, म्हणजेच चांदणी चौक, जामा मस्जिद आणि लगतच्या परिसरातल्या शाळांचा समावेश होतो.

"दिल्लीतल्या सगळ्या उर्दू माध्यमाच्या सरकारी शाळांमधून वरच्या ३ क्रमांकांच्या शाळा या माझ्या विभागातून होत्या," चित्रा अभिमानानं सांगतात.

या सगळ्या प्रवासात त्यांच्या कुटुंबाचा भक्कम पाठिंबा चित्रा यांना लाभला आहे. शाळेत 'खूप जास्त वेळ' घालवला म्हणून त्यांचे पती राजन यांनी कधीही नाराजी व्यक्त केली नाही.

"राजन हे नेहमीच माझे गुरू, मित्र आणि मार्गदर्शक राहिले आहेत. माझं शक्तिस्थान आणि प्रेरणास्थान."

कदाचित यात नशिबाचाही भाग असेल. कारण चित्रा मुख्याध्यापिका झाल्या तेव्हाच त्यांच्या मुलीनं (MBBS)चा अभ्यासक्रम पूर्ण करून उच्च शिक्षणासाठी अमेरिकेला जाण्याची तयारी केली होती. आणि आईला तिच्या आईपणाच्या जबाबदाऱ्यांमधून थोडं मोकळं केलं होतं.

ते काहीही असो, एखाद्या कमी निग्रही व्यक्तीनं नक्कीच सोपा मार्ग निवडला असता. तुमचं काम करणं हे ठीकच आहे, पण तुम्ही 'काहीही झालं तरी' तुमचं काम करालंच का? तुम्ही त्यासाठी तुमचं अवघं आयुष्य पणाला लावाल का?

कारण, कामावर रुजू झाल्यावर थोड्याच काळात चित्रा गुप्ता यांनी कामं हातावेगळी करण्यासाठी जुन्या फायली उपसण्याचं काम हाती घेतलं तेव्हा धुळीनं माखलेल्या आणि वाळवी लागलेल्या फाइल्स आणि पुस्तकं हाताळून त्यांच्या हातापायांना सोरायसिस झाला.

आणि परिस्थिती पुढे आणखी चिघळली. जुन्या दिल्लीमधल्या घाणीच्या सतत संपर्कात आल्यामुळे चित्रा यांना हृदयाभोवती असलेल्या संरक्षक आवरणाचा टी.बी. झाला. हा एक क्वचित आढळणारा टी.बी.चा प्रकार होता जो सहसा कबुतरांमध्ये आणि शेळ्या-बकऱ्यांमध्ये आढळतो. या वेळी चित्रा यांची स्थिती कॅन्सरचं निदान झाल्यामुळे आणखीनच वाईट झाली.

"डॉक्टरांनी तर हात वर केले होते."

पण, चित्रा यातून बाहेर आल्या. त्या जेव्हा पुन्हा कामावर परतल्या तेव्हा एक आई त्यांना भेटायला आली.

ती म्हणाली, "मॅडम, तुम्ही जेव्हा आजारी होता, तेव्हा मी आणि माझ्या भावानं तुमच्यासाठी प्रार्थना केली होती."

चित्रा हसून म्हणाल्या, "म्हणूनच आज मी वाचले."

कारण, नेतृत्वाचं गुपित प्रेम करण्यात दडलं आहे. घरी, ऑफिसमध्ये, देशभरात, जगभरात.

उपोद्घात

३७ वर्षांच्या सेवेनंतर २०१७च्या जुलै महिन्यात शिक्षण संचालनायातून चित्रा गुप्ता निवृत्त झाल्या. नॅशनल इन्स्टिट्यूट ऑफ ओपन स्कूलिंग (NIOS) आणि सेंट्रल बोर्ड ऑफ सेकंडरी एज्युकेशन (CBSE) यांच्या समित्यांच्या सदस्य म्हणून चित्रा यांचं या क्षेत्रात योगदान देणं सुरू आहे.

पहिल्यांदाच आजी बनण्याचा आनंदही त्या उपभोगत आहेत.

यहाँ वहाँ सारा जहाँ देख लिया
अब तक भी तेरे जैसा कोई नहीं...
टीचर तुझे सलाम!
वंदे ऽऽऽ मातरम्

आपण काहीतरी करू शकतो, काहीतरी बनू शकतो असं जर माणसाला मनापासून वाटत असेल तर तो नक्कीच यशस्वी होतो!

दुसरी गोष्ट म्हणजे, खूप दूरवर असलेल्या ध्येयाचा विचार करू नका. महत्त्वाकांक्षा जरूर मोठी ठेवा, पण ती गाठण्यासाठी रोज पूर्ण होऊ शकतील अशी छोटी-छोटी उद्दिष्टे नजरेसमोर ठेवा. त्यातलं एकेक उद्दिष्ट तुम्ही पूर्ण करत निघालात की आणखी पुढे जाण्याची प्रेरणा मिळते.

असा विचार कधीही करू नका की, दुसऱ्या कोणीतरी माझी पाठ थोपटली तरच मी काम करेन. कोणी कौतुक केलं नाही तरी नाराज न होता पुढे जात रहा. तुम्ही जे काही काम करता ते तुमच्या विवेकबुद्धीला पटतं म्हणून करता, इतरांना खूश करण्यासाठी नाही, हे नेहमी लक्षात ठेवा.

कोणत्याही क्षेत्रात तुम्ही एकदा का पहिलं पाऊल टाकलं की त्यानंतरची वाटचाल अधिकाधिक सोपी होत जाते.

कोणतंही काम करताना उत्तमतेचा ध्यास घ्या. जास्तीत जास्त लोकांचं भलं होईल असं काम निवडा.

सरकारी नोकरीत असलेल्या लोकांची अशी एक धारणा असते की, काम केलं किंवा केलं नाही तरी पगार तर तेवढाच मिळणार आहे. मग कशाला जास्त कष्ट घ्यायचे?

पण काही लोक असा विचार करतात की, मला पगार कितीही मिळत असला तरी मी माझ्याकडून १०० टक्के काम करणार. असेच लोक आयुष्यात पुढे जातात आणि परिस्थितीत बदल घडवून आणतात.

शिक्षण घेण्याचा अधिकार

कारण ज्ञानरूपी भेट मिळवण्याचा अधिकार प्रत्येक मुलाला आहे.

शिक्षण घेण्याचा अधिकार – राइट टू एज्युकेशन अॅक्ट (RTE) या कायद्यानुसार कोणतीही शाळा कोणत्याही मुलाला प्रवेश नाकारू शकत नाही. पण प्रत्यक्षात मात्र असं नेहमी घडताना दिसतं. ७ जुलै २०१० रोजी चित्रा गुप्ता यांच्या दारावर थाप पडली.

एक चिंताक्रांत महिला आत येऊन म्हणाली, ''मला ते माझ्या मुलीसाठी प्रवेश अर्ज देत नाहीत.''

काय कारण असावं बरं?

त्या मातेनं तिच्या मुलीला खोलीत आणलं तेव्हा चित्रा यांच्या अंगावर शहारा आला. त्या मुलीला पाय नव्हते आणि हातही नव्हते, पण तिचे डोळे मात्र चमकत होते. आणि चेहऱ्यावर होतं मोठ्ठं हसू.

''तिला माझ्या टेबलवर बसवा.''

चित्रा यांनी त्या मुलीला विचारलं, ''बाळ, तुझं नाव काय आहे?''

''नाभिया,'' ताबडतोब उत्तर आलं.

''तुला गाणं गाता येतं?''

मुलीनं लगेच गायला सुरुवात केली.

''तुला शिकायचं आहे?''

''हो मॅडम!''

चित्रा तिच्या आईकडे वळून म्हणाल्या, ''झाली हिची अॅडमिशन. ऑफिसमध्ये जा आणि अर्ज भरून द्या.''

२ मिनिटांनी प्रवेशाचं काम पाहणारा कर्मचारी चित्रा यांच्या कार्यालयात येऊन धडकला आणि तावातावानं म्हणाला, ''मॅडम, तुम्ही खूप मोठी चूक करत आहात. या मुलीला आपण कसं सांभाळणार आहोत?''

दुसऱ्या दिवशी सकाळी, शाळेची आया हाच प्रश्न घेऊन आली, ''मॅडम हिला स्वच्छतागृहात कोण घेऊन जाईल?''

''तूच घेऊन जायचं, अर्थातच,'' चित्रा उत्तरल्या. ''कडेवर उचलून घेऊन जा.''

आयानं साफ नकार दिला, ''मी हे करणार नाही. तिच्या आईला बोलवा.''

चित्रा यांनी तिच्याकडे रोखून पाहिलं आणि म्हणाल्या, ''ठीक आहे, मग

आज तुझा या शाळेतला शेवटचा दिवस. जोपर्यंत मला दुसरं कोणी मिळत नाही, तोपर्यंत मी स्वत: हे काम करेन.''

शेवटी चित्रा यांनी एक पोर्टेबल कमोड मागवला आणि आयानं तिचं काम केलं.

ती मुलगी बेंचवर इतरासारखी 'बसू' शकत नव्हती, म्हणून तिच्यासाठी कापसाचा मोठा तक्क्या मागवण्यात आला. आता चौथ्या इयत्तेत असलेली नाभिया सगळ्यांच्या गळ्यातली ताईत बनली आहे.

''तिची बुद्धी खूप तल्लख आहे आणि व्यक्तिमत्त्व प्रभावी आहे.''

दिव्यांगासाठी असलेल्या क्रीडाप्रकारांमध्ये आंतरशालेय स्पर्धांमध्ये नाभिया नियमितपणे बक्षिसं मिळवते. शाळेच्या सामुदायिक प्रार्थनेच्या वेळी ती गाते. तिच्या तक्क्यावर बसून ती वर्गावर लक्षही ठेवते!

चित्रा यांनी शिक्षण संचालनालयाकडून तिच्यासाठी एक व्हीलचेअर मागवली आहे.

''तिचे अब्बू हे रोजंदारीवर काम करतात. मी त्यांना सांगायचे, 'तिचं शिक्षण पूर्ण होईल याची काळजी घ्या.' ती सरकारी नोकरीसाठी पात्र ठरेल.''

कारण, फक्त श्रद्धा ठेवण्याची आवश्यकता असते आणि थोडं सहकार्य, मदत. प्रत्येक मुलाला लढण्याची एक संधी देण्यासाठी.

...उद्योजकांच्या यशोगाथा

कनेक्ट द डॉट्स

रश्मी बन्सल

अनुवाद
आरती कदम

महिमा मेहरानं ते करून दाखवलं.
राजीव रामचंदानीनं ते केलं.
कल्याण वर्मानंही ते करून दाखवलं.

'कनेक्ट द डॉट्स' म्हणजे एमबीएची पदवी नसतानाही ज्यांनी स्वत:चे व्यवसाय स्वबळावर उभे केले, अशा वीस उद्योजकांच्या प्रेरणादायी कहाण्या. स्वत:ला सिद्ध करण्याची इच्छाच त्यांना प्रेरक ठरली, त्यातूनच त्यांना लाभलं त्यांच्या आवडीचं, ध्यास लावणारं एक अर्थपूर्ण जगणं! या साऱ्यांच्या कथा एक गोष्ट ठळकपणे अधोरेखित करतात, ती म्हणजे मोठी स्वप्नं पाहण्यासाठी आणि ती प्रत्यक्षात आणण्यासाठी उच्च पदवी किंवा पिढीजात श्रीमंतीच असायला हवी असं काही नाही. ते सारं काही असतं तुमच्या मनात, डोक्यात आणि हातात.

ध्यास स्वप्नांचा...

आय हॅव अ ड्रीम

रश्मी बन्सल

अनुवाद
कीर्ती परचुरे

'आय हॅव अ ड्रीम'
बिंदेश्वर पाठकांनी करून दाखवलं.
शाहीन मिस्त्रीनंही ते जमवलं.
विनायक लोहानींनी ते करून दाखवलं.

'आय हॅव अ ड्रीम' ही कथा आहे. वीस जणांची!
जे एखाद्या उद्योजकाप्रमाणे विचार आणि कृती करतात. त्यांनी वेगवेगळ्या कारणांसाठी स्वत:ला वाहून घेतलंय; पण त्यांच्यात एक गोष्ट समान आहे. ती म्हणजे, व्यवस्थापनाची तत्त्वं समाजहितासाठी वापरली जाऊ शकतात, किंबहुना वापरली गेलीच पाहिजेत हा त्यांचा विचार! त्यांची प्रत्येकाची कहाणी हेच ठासून सांगते, की क्रांतीकारी बदल घडवून आणण्याची सुरुवात एकट्या माणसापासून होत असते आणि तो माणूस तुमच्या शेजारी राहणाराही असू शकतो... अगदी तुमच्यासारखाच.